D1771723

பாரதி: 'விஜயா' கட்டுரைகள்

ஆசிரியரின் பிற நூல்கள்

எழுதியவை

வ. உ. சியும் திருநெல்வேலி எழுச்சியும்
பின்னி ஆலை வேலைநிறுத்தம், (இணையாசிரியர்: ஆ. சிவசுப்பிரமணியன்)
அந்தக் காலத்தில் காப்பி இல்லை முதலான ஆய்வுக் கட்டுரைகள்
நாவலும் வாசிப்பும்
முல்லை: ஓர் அறிமுகம்
முச்சந்தி இலக்கியம்
பாரதி: கவிஞனும் காப்புரிமையும்
ஆஷ் அடிச்சுவட்டில்: அறிஞர்கள், ஆளுமைகள்
எழுக, நீ புலவன்!: பாரதி பற்றிய கட்டுரைகள்
தமிழ்க் கலைக்களஞ்சியத்தின் கதை
திராவிட இயக்கமும் வேளாளரும்
வ.உ.சி.யும் காந்தியும்: 347 ரூபாய் 12 அணா
திருநெல்வேலி எழுச்சியும் வ.உ.சி.யும் 1908

பதிப்பித்தவை

வ. உ. சி. கடிதங்கள்
மறைமலையடிகளார் நாட்குறிப்புகள்
வ. உ. சியும் பாரதியும்
பாரதியின் கருத்துப்படங்கள்: 'இந்தியா' 1906 –1910
அன்னை இட்ட தீ: புதுமைப்பித்தன்
வ. உ. சியின் சிவஞான போதவுரை
புதுமைப்பித்தன் கதைகள்: முழுத் தொகுப்பு
புதுமைப்பித்தன் கட்டுரைகள்
அண்ணல் அடிச்சுவட்டில் – ஏ. கே. செட்டியார்
பாரதி: 'விஜயா' கட்டுரைகள்
புதுமைப்பித்தன் மொழிபெயர்ப்புகள்
பாரதி கருவூலம்: 'ஹிந்து' நாளிதழில் பாரதியின் எழுத்துகள்
திலக மகரிஷி – வ.உ.சி.
பாரதியின் சுயசரிதைகள்: கனவு, சின்னச் சங்கரன் கதை
சென்றுபோன நாட்கள்: எஸ்.ஜி. இராமாநுஜலு நாயுடு
புதுமைப்பித்தன் வரலாறு: தொ.மு.சி. ரகுநாதன்
உ.வே. சாமிநாதையர் கடிதக் கருவூலம்
சாதிக்குப் பாதி நாளா ? ராஜாஜியின் கல்வித் திட்டம்
வ.உ.சி.: வாராது வந்த மாமணி

தமிழாக்கம்

பாப்லோ நெருடா, துயர்மிகு வரிகளை இன்றிரவு நான் எழுதலாம்
வரலாறும் கருத்தியலும் (Romila Thapar's Past and Prejudice)

In English

(trans), Tranquillity-Bharatidasan
(trans), J.J. Some Jottings -Sundara Ramaswamy
In Those Days There Was No Coffee: Writings in Cultural History
(ed.) A.K. Chettiar, In the Tracks of the Mahatma: The Making of a Documentary
(ed.) Chennai, Not Madras: Perspectives on the City
(ed.) M.L. Thangappa, Love Stands Alone: Selections from Tamil Sangam Poetry
(ed.) M.L. Thangappa, Red Lilies and Frightened Birds: 'Muttollayiram'
The Province of the Book: Scholars, Scribes, and Scribblers in Colonial Tamilnadu
(co-ed.), Beyond Tranquebar: Grappling Across Cultural Borders in South India
Who Owns That Song?: The Battle for Subramania Bharati's Copyright
Tamil Characters: Personalities, Politics, Culture

பாரதி: 'விஜயா' கட்டுரைகள்

பாரதி ஆசிரியராக விளங்கிய ஒரே நாளேடு 'விஜயா'. 1909–1910இல் புதுச்சேரியிலிருந்து வெளியான இந்த நாளேடு, பாரதி நடத்திய பத்திரிகைகளின் குரல்வளை நசுக்கப்படவிருந்த தருணத்தில் அவருடைய எண்ணங்களையும் மனவோட்டங்களையும் படம்பிடித்துக் காட்டுகின்றது. இதுவரை ஓரிதழ்கூட முழுமையாகக் கிடைக்காத 'விஜயா'வின் பல இதழ்களைப் பெருமுயற்சி செய்து பாரீசில் கண்டுபிடித்து, இந்நூலைச் செப்பமாகப் பதிப்பித்திருக்கிறார் ஆ. இரா. வேங்கடாசலபதி. கிடைக்கப் பெறாத 'விஜயா' இதழ்களின் உள்ளடக்கமும் அன்றைய அரசின் இரகசிய ஆவணங்களிலிலிருந்து திரட்டித் தரப்பட்டுள்ளது. இதுவரை கிடைக்கப்பெறாத 'இந்தியா' இதழ்க் கட்டுரைகளும், பாரதி தன் இறுதிக் காலத்தில் பங்கெடுத்துக்கொண்ட ஒரு பிராமண சபைக் கூட்டம் பற்றிய ஓர் அரிய ஆவணமும் நூலில் இடம்பெற்றுள்ளன.

பாரதியின் 'விஜயா' பற்றிய விரிவான ஆய்வு முன்னுரையை எழுதி இந்நூலைப் பதிப்பித்துள்ள **ஆ. இரா. வேங்கடாசலபதி** தமிழ்ச் சமூக வரலாறு தொடர்பாகக் குறிப்பிடத்தகுந்த ஆய்வுகள் செய்துவருபவர். சென்னை வளர்ச்சி ஆராய்ச்சி நிறுவனத்தில் *(Madras Institute of Development Studies)* பேராசிரியராக இருக்கும் இவர், மனோன்மணியம் சுந்தரனார் (திருநெல்வேலி), சென்னை, சிகாகோ, சிங்கப்பூர் பல்கலைக்கழகங்களில் பணியாற்றியிருக்கிறார். வி.கே.ஆர்.வி. ராவ் விருதும் (2007) விளக்கு புதுமைப்பித்தன் விருதும் (2018), கனடா இலக்கியத் தோட்டத்தின் வாழ்நாள் சாதனையாளருக்கான 2021ஆம் ஆண்டின் இயல் விருதைப் பெற்றிருக்கிறார்.

● அன்பார்ந்த வாசகருக்கு,

வணக்கம்.

காலச்சுவடு நூலை வாங்கியமைக்கு நன்றி.

நூலின் உள்ளடக்கம், உருவாக்கம், அட்டைப்படம் இன்ன பிற அம்சங்கள் பற்றிய உங்கள் கருத்துகளையும் ஆலோசனைகளையும் காலச்சுவடு வரவேற்கிறது. தகவல், எழுத்து, வாக்கியப் பிழைகள் தென்பட்டால் அவசியம் தெரிவித்து உதவுங்கள். நூல் தயாரிப்பில் கடும் குறைபாடு இருப்பின் மாற்றுப் பிரதி உங்களுக்குக் கிடைக்கக் காலச்சுவடு ஏற்பாடு செய்யும்.

மின்னஞ்சல்: **publisher@kalachuvadu.com**

காலச்சுவடு நாகர்கோவில் அலுவலகத்திற்குக் கடிதம் அனுப்பலாம்.

தங்கள்
எஸ்.ஆர். சுந்தரம் (கண்ணன்)
பதிப்பாளர் — நிர்வாக இயக்குநர்

Unauthorised use of the contents of this published book, whether in e-book or hardcopy format, for any type of Artificial Intelligence (AI) training - including but not limited to Machine Learning, Deep Learning, Natural Language Processing, Computer Vision, Chatbot Training, Image Recognition Systems, Recommendation Engines, and Language Models - is strictly prohibited without prior licensing from the publisher. Any such unauthorised use may result in legal action.

பாரதி:
'விஜயா' கட்டுரைகள்

பதிப்பாசிரியர்
ஆ. இரா. வேங்கடாசலபதி

காலச்சுவடு பதிப்பகம்

பாரதி: 'விஜயா' கட்டுரைகள் ♦ பதிப்பாசிரியர்: ஆ. இரா. வேங்கடாசலபதி ♦ © ஆ. இரா. வேங்கடாசலபதி ♦ முதல் பதிப்பு: 18 நவம்பர் 2004, பதினொன்றாம் பதிப்பு: ஜூன் 2025 ♦ வெளியீடு: காலச்சுவடு பப்ளிகேஷன்ஸ் (பி) லிட்., 669 கே. பி. சாலை, நாகர்கோவில் 629001

Bharati: 'Vijaya' Katturaikal ♦ Uncollected articles of Subramania Bharati from 'Vijaya', 1909-1910 ♦ Edited by A.R. Venkatachalapathy ♦ © A.R. Venkatachalapathy ♦ Language: Tamil ♦ First Edition: 18 November 2004, Eleventh Edition: June 2025 ♦ Size: Demy 1 x 8 ♦ Paper: 18.6 kg maplitho ♦ Pages: 440

Published by Kalachuvadu Publications Pvt. Ltd., 669 K.P. Road, Nagercoil 629001, India ♦ Phone: 91-4652-278525 ♦ e-mail: publications @kalachuvadu.com ♦ Printed at Manipal Technologies Limited, Manipal 576104, Karnataka

ISBN: 978-81-87477-93-8

06/2025/S.No. 167, kcp 5825, 18.6 (11) 1k

பாரதியின் எழுத்துகளைத்
தேடித்தேடிக் கண்டெடுத்த
ரா. அ. பத்மநாபன்
அமரர் பெ. தூரன்
அமரர் ஏ.கே. செட்டியார்
சீனி. விசுவநாதன்
ஸி. எஸ். சுப்பிரமணியம்
இளசை மணியன்
ஆகியோர்க்கு. . . .

பொருளடக்கம்

நன்றி
11

பாரதியின் 'விஜயா'
15

I
'விஜயா'
இணைப்பு 1: 'விஜயா' படங்கள்
இணைப்பு 2: 'விஜயா' விளம்பரங்கள்
43

II
அரசு வாராந்தர அறிக்கைகளில் 'விஜயா'
(ஆங்கிலம்)
177

III
அரசு வாராந்தர அறிக்கைகளில் 'விஜயா'
(தமிழாக்கம்)
281

IV
'இந்தியா', 'சூரியோதயம்'
389

V
'சுதேசமித்திரன்'
419

பிற்சேர்க்கை
'இந்தியர்களில் ஜாதீய ஐக்கியம் எங்ஙனம் உண்டாகும்'
431

சான்றுப் பட்டியல்
439

நன்றி

பாரதி தேடலுக்கு முக்கால் நூற்றாண்டு வரலாறு உண்டு. அதில் ஒரு புதிய வரவாக, பாரதி ஆசிரியராக விளங்கிய ஒரே நாளேடான 'விஜயா' இதழில் வெளியான கட்டுரைகளையும் பிற ஆவணங்களையும் கொண்ட இத்தொகுப்பினைப் பாரதி அன்பர்களுக்கும் தமிழுலகிற்கும் கையளிப்பதில் மகிழ்ச்சியும் பெருமிதமும் கொள்கின்றேன். காலச்சுவடு பதிப்பகத்தின் நூறாம் வெளியீடாக இந்நூல் அமைவது கூடுதல் மகிழ்ச்சி தருகிறது.

1921இல் பாரதி மறைந்தபொழுதே, கையெழுத்துப்படிகளாக நின்றுவிட்ட படைப்புகள், பல்வேறு இதழ்களில் தொகுக்கப்படாமல் சிதறிக்கிடந்த எழுத்துகள் என இரு நிலையிலும் பாரதி பதிப்பியல் முழுமை பெறாமல் இருந்தது. ஆனால் சிறிது காலத்திற்குள்ளேயே அவருடைய படைப்பாளுமையின் பெருமையும் சமூக – பண்பாட்டு முக்கியத்துவமும் உணரப்பட்டு அவருடைய படைப்புகளைத் தேடி வெளியிடும் முயற்சிகள் தொடங்கிவிட்டன. பாரதியின் மனைவி செல்லம்மாளின் முயற்சியில் தொடங்கப்பட்ட பாரதி ஆச்ரமமும், பின்பு பாரதியின் தம்பி சி. விசுவநாதய்யர் முன்னின்று நடத்திய பாரதி பிரசுராலயமும் பாரதியின் தொகுக்கப்படாத படைப்புகளில் கணிசமானவற்றை 1920களிலேயே வெளியிட்டுவிட்டன. அப்பொழுதே பாரதியின் படைப்புகள் பல்வேறு இதழ்களிலும் சிதறிக் கிடப்பது உணரப்பட்டது. 1933இல் வ. ரா. அவற்றைத் தொகுக்க எண்ணிப் பல பத்திரிகைகளில் அறிக்கை விட்டிருந்தார். 'சுதந்திரச் சங்கு', 'லோகோபகாரி', 'ஜெயபாரதி', 'கலைமகள்' முதலான இதழ்கள் அவ்வப் பொழுது உதிரியாகக் கிடைத்த பாரதி படைப்புகளை வெளியிட்டு வந்தன. 1930களிலேயே 'ஹிந்துஸ்தான்' பாரதி மலர்கள் தயாரித்த ரா. அ. பத்மநாபன் அவர்களின் முயற்சிகளோடு பாரதி தேடல் விரிவும் ஆழமும் பெற்றது; பிறகு அவருடைய 'பாரதி புதையல்' திரட்டுகளும் 'சித்திர பாரதி'யும் பிற நூல்களும் வெளிவந்தன. பெ. தூரனின் 'பாரதி தமிழ்' 'சுதேசமித்திர'னிலிருந்து பாரதியின் படைப்புகளை ஏறத்தாழ முழுமையாக வெளிக்கொணர்ந்தது. பாரதியின் மீது பேரன்பு கொண்டிருந்த ஏ. கே. செட்டியாரின் 'குமரி மலர்' பாரதி பற்றிய ஆவணங்களின் வெளியீட்டுக் களமாக அமைந்தது. கல்கத்தா தேசிய நூலகத்திலிருந்த 'இந்தியா'வின் முதல் தொகுதி (1906—1907) இளசை மணியனின் பெருமுயற்சியால் நுண்படச் சுருளாக

வரவழைக்கப்பட்டும் படியெடுக்கப்பட்டும், பிறகு ஸி. எஸ். சுப்பிரமணியம் பதிப்பாசிரியராக விளங்க 'பாரதி தரிசனம்' தொகுதிகளாக வெளிவந்தன். சீனி. விசுவநாதன் அவர்களின் தொகுப்புகள் புதிய கண்டுபிடிப்புகளைச் செய்ததோடு பதிப்புச் செப்பம் என்ற தளத்திற்குப் பாரதி நூல்களை நகர்த்தி, இப்பொழுது காலவரிசைப்படுத்தப்பட்ட பெருந்தொகுதிகளாக விரிவுபெற்றுள்ளன. இவர்களைத் தவிர வி.ஜி. சீனிவாசன், தொ. மு. சி. ரகுநாதன், பெ. சு. மணி முதலானோரும் பாரதியின் படைப்புகள் சிலவற்றை வெளிக்கொணர்ந்தனர்.

வ. உ. சி. பற்றிய ஆய்வினூடாகவே பாரதி ஆய்வுக்குள் நுழைந்தவன் நான். பாரதி படைப்புகளைத் தேடும் முயற்சிகளில் பலர் உழைக்க வேண்டும் என்ற ஓர்மை ஏற்பட்டதனால் என் பங்களிப்பாக 1994இல் 'வ. உ. சி.யும் பாரதியும்', 'பாரதியின் கருத்துப்படங்கள்' ஆகிய நூல்கள் வெளிவந்தன. (மக்கள் வெளியீடாக வெளிவந்த 'வ.உ.சி.யும் பாரதியும்' இதுவரை விற்றுத் தீரவில்லை என்பது வேறு.) பத்தாண்டுகளுக்குப் பிறகு இப்பொழுது பாரதியின் 'விஜயா'வைத் தமிழுலகம் அறியச் செய்வதில் மகிழ்வெய்துகின்றேன்.

1983இலேயே பாரதி அன்பரும் பாரதிதாசனின் 'சுப்பிரமணிய பாரதி கவிதா மண்டல'த்தை வெளியிட்டவருமான சர்வோதயத் தலைவர் மறைந்த எஸ். ஆர். சுப்பிரமணியம் அவர்களிடம் பாரீசிலிருந்து கிடைத்த 'சூரியோதயம்' நகல்கள் பார்க்கக் கிடைத்தன. புலவர் த. கோவேந்தன் ஆற்றுப்படுத்த, திருவல்லிக்கேணி நெடுஞ்சாலையிலிருந்த ஓர் அறையில் அவரைச் சந்தித்தபொழுது அவற்றைப் பார்க்கவும் குறிப்பெடுக்கவும் அனுமதியளித்தார். இங்கிலாந்திலும் பிரான்சிலும் தேடினால் பாரதி நடத்திய இதழ்கள் கிடைக்கக்கூடும் என்ற எண்ணம் அப்பொழுது மனத்தில் ஊன்றிவிட்டது.

இதற்கிடையில், 1985ஆம் ஆண்டில், திரு. ரா. அ. பத்மநாபன், திரு. ஸி. எஸ். சுப்பிரமணியம், திரு. இளசை மணியன் ஆகியோரின் அன்பான இசைவோடு அவர்களிடமிருந்த 'இந்தியா' மூல இதழ்களையும் நகல்களையும் முழுவதுமாகப் பார்க்க முடிந்தது. கிடைக்கப்பெறாத இதழ்களைத் தேடும் நாட்டமும் மனத்தை ஆட்கொள்ளத் தொடங்கிவிட்டது.

இந்தச் சமயத்தில்தான் திரு. ஸி.எஸ். சுப்பிரமணியம் அவர்கள் 1908–09ஆம் ஆண்டுப் புதுவை 'இந்தியா'விலிருந்தவற்றை அடிப்படையாகக் கொண்டு 'பாரதி தரிசன'த்தின் அடுத்த தொகுதிகளை அணியம் செய்துவந்தார். 1907இன் இடையிலிருந்து 1908 செப்டம்பர் வரையிலான 'இந்தியா' இதழ்கள் சில மட்டுமே கிடைக்கும் நிலையில், அன்றைய அரசாங்கம் தயாரித்த சுதேசப் பத்திரிகைகளின் இரகசிய வாராந்தர அறிக்கைகளிலுள்ள 'இந்தியா' கட்டுரைகளின் ஆங்கில மொழியாக்கத்தைத் தொகுத்து, அதன் தமிழாக்கத்தை வெளியிட எண்ணியிருந்தார். அன்றாடம் அவரை ஆவணக்காப்பகத்திலும் தென்னிந்திய ஆய்வு நிறுவனத்திலும் சந்தித்து, உரையாடி வந்த

என் ஆர்வத்தைக் கண்டு, 'இந்தியா' கட்டுரைகளின் தமிழ் மொழி பெயர்ப்பு வேலையை என்னிடம் ஒப்புவித்தார். 1985இல் சில மாதங் களுக்குள் அப்பணியை நான் முடித்துவிட்டேன். 'பாரதி தரிசனம்' முதலிரண்டு தொகுதிகளை மறுபதிப்புச் செய்த பிறகு இதனை மூன்றாம் தொகுதியாகவும், 1908–09ஆம் ஆண்டுக்குரியவற்றை நான்கு, ஐந்தாம் தொகுதிகளாகவும் வெளியிடுவதென முடிவெடுக்கப்பட்டு, முதல் தொகுதி மட்டும் மறுபதிப்பானது. இது நடந்து ஏறத்தாழ இருபதாண்டுகள் ஆகின்றன. பிற தொகுதிகள் எப்பொழுது வருமோ?

1996இல் பிரிட்டிஷ் நூலகத்திலும் இங்கிலாந்தின் பிற நூலகங்களி லும் அரிய தமிழ்ச் செல்வங்களின் ஒரு பகுதியாகப் பாரதி தொடர்பு டையவற்றையும் தேடினேன். 1996இலும் 1997–98இலும் பிரான்சில் இத்தேட்டம் தொடர்ந்தது. 'விஜயா', 'இந்தியா' முதலான இதழ்கள் இருப்பதைக் கண்டு மண்ணில் கால் நிற்கவில்லை. ஆனாலும், அவை மிகமிகச் சிதிலமடைந்திருந்ததால் உடனே முழுமையாகப் பார்வையிடவோ, பிரதி செய்யவோ முடியவில்லை. ஏறத்தாழ ஏழாண்டுகளுக்குப் பிறகே இது இயல்வதாயிற்று.

கிடைத்த இதழ்களிலிருந்து கட்டுரைகளைப் பெயர்த்தெழுதிப் பதிப்பிப்பது மட்டுமே போதுமானதில்லையாதலால், ஆவணக் காப்பகத்திலிருந்த பல்வேறு ஆவணங்களின் துணையுடன் கிடைக்கப் பெறாத 'விஜயா' இதழ்களைப் பற்றிய குறிப்புகளும் திரட்டப்பட்டு, தக்க முன்னுரையுடன் இப்பொழுது வெளிவருகின்றது.

இம்முயற்சி ஈடேறுவதற்குப் பலருடைய கைம்மாறு கருதாத உதவிகள் துணைசெய்துள்ளன.

1980களின் இடைப்பகுதியிலேயே பாரதி அறிஞர் ரா. அ. பத்மநாபன் அவர்களும், திரு. ஸி. எஸ். சுப்பிரமணியம் அவர்களும், திரு. இளசை மணியன் அவர்களும் தங்களிடமிருந்த 'இந்தியா' இதழ்களின் மூலங்களையும் ஒளிப்படிகளையும் பார்வையிட இசைவு தந்தனர்.

ரா. அ. பத்மநாபன் அவர்களிடமிருந்த 'இந்தியா' இதழ்களின் ஒரு பகுதி ஏ. கே. செட்டியார் வழியாக மறைமலையடிகள் நூல்நிலையத் திற்கு வழங்கப்பட்டது. இவற்றைப் பயன்படுத்திக்கொள்ள அனுமதி வழங்கியவர் திரு. இரா. முத்துக்குமாரசாமி அவர்கள்.

இன்னொரு 'இந்தியா' தொகுப்பு புதுச்சேரி பாரதி நினைவு அருங்காட்சியகத்தில் உள்ளது. இதனையும் பிற ஆவணங்களையும் பார்வையிடுவதற்கு முழு ஒத்துழைப்பினை நல்கியவர் முனைவர் நாக. செங்கமலம் அவர்கள்.

புதுச்சேரி அருங்காட்சியகத்திலுள்ள 'விஜயா' நறுக்கினைப் பார்வையிட்டுப் படியெழுத்துக்கொள்ள அனுமதி வழங்கியவர் அதன் காப்பாளர் திரு கி. இராஜராம் அவர்கள்.

தம்முடைய அரிய சேகரிப்புகளைத் தடையின்றிப் பயன்படுத்திக் கொள்ள அனுமதி வழங்கியவர்கள் புதுக்கோட்டை 'ஞானாலயா' பா. கிருஷ்ணமூர்த்தி — டோரதி கிருஷ்ணமூர்த்தி இணையர்.

புது தில்லி நேரு நினைவு அருங்காட்சியகத்திலுள்ள அரிய தொகுப்பு களைப் பயன்படுத்திக்கொள்ள அதன் இயக்குநர் அனுமதி நல்கினார்.

இலண்டனிலுள்ள பிரிட்டிஷ் நூலகமும், பாரீசிலுள்ள தேசிய நூலகமும், வாஷிங்டனிலுள்ள லைப்ரரி ஆப் காங்கிரஸ் நூலகமும், யேல் பல்கலைக்கழக நூலகமும் பல அரிய ஆவணங்களைப் பார்வையிட வழிசெய்தன.

'விஜயா'வின் ஓர் இதழ் நறுக்கைத் தேடி ஈரோட்டுக்குச் சென்றபொழுது பல உதவிகளைச் செய்தவர்கள் புலவர் செ. இராசு அவர்களும், டாக்டர் வெ. ஜீவானந்தம் அவர்களும்.

பாரதியின் வெளிவராத படைப்புகள், கிடைக்கப் பெறாத இதழ்கள், செப்பம் பெறாத பதிப்புகள் பற்றிய ஆற்றாமையைப் பல ஆண்டுகளாகப் பழ. அதியமானோடு பகிர்ந்துகொண்டுவருகிறேன். இதனைச் சிறிய அளவிலேனும் தீர்க்கும் எளிய முயற்சிகளுக்கு அவர் தோள் கொடுத்து வருகிறார். மேலும் நூலமைப்புப் பற்றியும் பதிப்புரையைப் பற்றியும் விரிவாகக் கருத்துரைத்திருக்கிறார்.

பதிப்புரையைக் கவனமாக மேற்பார்த்துக்கொடுத்தவர் பா. மதிவாணன்.

மெய்ப்புகளை ஒப்புநோக்கும் சள்ளை பிடித்த வேலையில் உதவியவர்கள் ஆனந்த் செல்லையா, மு. அறிவழகன், எஸ். சுவாமிநாதன். ஆங்கிலப் பகுதிகளை மெய்ப்புப் பார்த்துக் கொடுத்தவர் பேராசிரியர் ச. தில்லைநாயகம். நூல் உருவாக்கத்தில் பல உதவிகளைச் செய்தவர் ப. சரவணன், பேராசிரியர் எஸ். ரவிச்சந்திரன்.

ஆவணங்களை மறுபதிப்பிடும் சிக்கலான வேலையில், புகையெழுத்துகள் போல் தோன்றும் மங்கிய ஒளிப்படிகளிலிருந்து சிறப்பாக அச்சுக்கோத்தவர் திரு. ஆ. அறிவழகன். கடைசிக் கட்ட அச்சமைப்பைப் பொறுப்பாகச் செய்தவர்கள் திருமதி சு. நாகம், திருமதி ஜே. ஜெயா.

வெளிநாட்டுப் பயணங்களின்பொழுது உதவியவர்கள் மிகப் பலர். அவர்களுள் திரு. இ. பத்மநாப அய்யர், முனைவர் பார்னி பேட், முனைவர்கள் ஸ்டீவ் ஹியூஸ் – சாரா ஹோட்ஜஸ் ஆகியோரைத் தனியே குறிப்பிட வேண்டும்.

பிரான்ஸ் சென்றபொழுது மிக்கத் துணையாக இருந்து, நேரமும் பொருளும் செலவு செய்து, இந்நூல் வெளிவருவதற்கு அடிப்படையினை அமைத்துக் கொடுத்தவர் பிரான்சின் உயராய்வுக் கல்வி மையத்தின் நான்காம் பிரிவில் மொழியியல் பேராசிரியராகப் பணியாற்றும் முனைவர் அ. முருகையன் அவர்கள்.

இவர்கள் அனைவருக்கும் என் கடப்பாடு பெரிது. நெஞ்சு நிறைந்த நன்றியைச் செலுத்துவதன் வாயிலாக அக்கடப்பாடு சிறிதேனும் குறையும் என்று நம்புகிறேன்.

சென்னை **சலபதி**
18 நவம்பர் 2004

பாரதியின் 'விஜயா'

ஆ. இரா. வேங்கடாசலபதி

'சுதேசமித்திரன்' நாளிதழில் உதவி ஆசிரியராகத் தம் இதழியல் பணியைத் தொடங்கிய சி. சுப்பிரமணிய பாரதி (1882–1921) அதே நாளிதழில் மீண்டும் உதவி ஆசிரியராக இருந்தபொழுதுதான் இறந்துபோனார். 1904இல் தொடங்கி 1921இல் முடிவுற்ற அவரது எழுத்து வாழ்க்கையின் இடையில் ஓர் எட்டு மாதக் காலம் 'விஜயா' என்ற நாளிதழுக்கு ஆசிரியராக விளங்கியிருக்கிறார். பாரதியின் பத்திரிகைப் பணி என்றதுமே 'இந்தியா' வார இதழும், ஓரளவுக்குச் 'சுதேசமித்திர'னும் நினைவுக்கு வரும். 'விஜயா' அவ்வளவாக அறிமுக மாகாத இதழ். பாரதியின் மனைவி செல்லம்மாள் எழுதிய 'பாரதி சரித்திர'த்திலும், வ.ரா.வின் 'மகாகவி பாரதியா'ரிலும்கூடக் குறிப்பிடப் படாத இதழ் இது. இதற்குக் காரணம் உண்டு. பொதுவாக, வார இதழ்களும் மாத இதழ்களும் காலத்திற்கு இரையாகாமல் ஓரளவு தப்புவதுபோல் நாளேடுகள் தப்புவது அரிது. பெரிதும் அவ்வப் பத்திரிகை அலுவலகக் கோப்பில் மட்டுமே அவை பாதுகாக்கப்படு கின்றன. 'இந்தியா'வின் அறுபதுக்கும் மேற்பட்ட இதழ்கள் கிடைக்கப் பெறாவிட்டாலும்கூட ஏறத்தாழ நூற்றிருபது இதழ்கள் கிடைத்துள் ளன. 'விஜயா'வின் நிலையோ வேறு.

'இந்தியா'வில் வெளியான 'விஜயா' பற்றிய விளம்பரங்கள் தவிர, 'விஜயா'விலிருந்து மூன்று நறுக்குகளே கிடைத்துள்ளன; ஓர் இதழ்கூட முழுமையாகக் கிடைக்கவில்லை. முதல் நறுக்கு, ரா.அ. பத்மநாபன், புதுச்சேரி பேராசிரியர் சுப்பிரமணிய அய்யரிடமிருந்து (பாரதியால் 'பிரம்மராய அய்யர்' என்று குறிப்பிடப்பட்டவர்) பெற்ற 'எதிர்க்கிறாயா? துணை செய்கிறாயா?' என்ற புகழ்பெற்ற தலையங்கம்.[1] இரண்டாம் நறுக்கு, 'சித்திரபாரதி'யில் இடம்பெற்றிருக்கும் 13 ஜனவரி 1910 இதழின் (இலக்கம் 105) முதல் பக்கம். (இதற்காகப் 'பாண்டிச்சேரி ஹிஸ்டாரிகல் ஸொஸைட்டி'க்கு ரா.அ. பத்மநாபன் நன்றி கூறியிருக்கிறார்.[2] இது இப்பொழுது புதுச்சேரி அருங்காட்சியகத்தில் பார்வைக்கு உள்ளது. இதில் இடம்பெற்ற 'கல்விப் பயிற்சி' என்ற கட்டுரை சீனி. விசுவநாத னின் 'பாரதியின் பத்திரிகை உலகம்' நூலில் மிக விரிவாக மேற்கோள் காட்டப்பட்டுள்ளது. இப்பொழுது முதன்முறையாக இந்நூலில் முழுவதுமாக இடம்பெறுகிறது) அடுத்தது, 2 மார்ச் 1910 இதழின்

(இலக்கம் 154) ஒரு பக்கம் மட்டும் மறைந்த ஜெயவேலு அவர்கள் கண்டுபிடித்துப் பின்பு அவருடைய தாய்மாமன் பாரதி அன்பர் வெ. ஜீவானந்தம் அவர்களால் ஈரோடு கலைமகள் கல்வி நிலையம் அருங்காட்சியகத்திற்குக் கொடையளிக்கப்பட்டது.[3] (ஆனால் இப்போது அப்பக்கத்தை அங்கே கண்டெடுக்க முடியவில்லை.) அந்த முகப்புப் பக்கத்தில் விளம்பரங்களும், பின்பக்கத்தில் 'ஸ்ரீ லாலா லஜ்பத் ராயும் இங்கிலீஷ்மன் பத்திரிகையும்' என்ற தலையங்கமும், 'மையில் லாமல் அச்சடித்தல்' என்றொரு கட்டுரையும் வெளிவந்துள்ள தாகத் தெரிகின்றது.[4] பா. இறையரசன் தம் நூலின் ஒரு பின்னிணைப்பில், 'விஜயா' 2 பிப்ரவரி 1910 இதழின் முகப்புப் பக்கத்தின் ஒளிநகலை வழங்கியுள்ளார். (இதன் தலைப்பில் 'நன்றி: சிவசண்முகம் பிள்ளை, பாரிஸ், ஃபிரான்ஸ்' என்று குறிப்பிடப்பட்டுள்ளது.[5]) இவை தவிர, 'விஜயா'வில் வெளிவந்து 'இந்தியா'விலும் 'கர்மயோகி'யிலும் மறு வெளியீடு செய்யப்பட்ட சில கட்டுரைகளை ஏ.கே. செட்டியாரும் ரா.அ. பத்மநாபனும் சீனி. விசுவநாதனும் வெளியிட்டுள்ளனர். மேலும், பாரதியின் இதழியல் பணிகள் பற்றிய தம் நூல்களில் சீனி. விசுவநாதன், பெ.சு. மணி, பா. இறையரசன் ஆகியோர் 'விஜயா' பற்றிச் சில செய்திகளைத் தொகுத்தளித்துள்ளனர்.

பல்லாண்டுக் காலப் பாரதி ஆய்வியல் தேடலின் பின்பும் எந்த வொரு பாரதி ஆய்வாளரும் 'விஜயா'வின் முழு இதழ் ஒன்றையேனும் பார்த்தறியாத பின்னணியில், 1910 பிப்ரவரியில் வெளிவந்த 'விஜயா' இதழ்களை பிரான்சின் தேசிய நூலகத்தில் கண்டெடுத்ததின் அடிப் படையில் இந்நூல் வெளிவருகின்றது. இதுவரை கிடைக்கப்பெறாத 'விஜயா' இதழ்களில் வெளியான தலையங்கங்கள், கட்டுரைகள், குறிப்புகள், படங்கள் ஆகியன பற்றிய பொருட் சுருக்கங்கள், மொழி பெயர்ப்புகள் ஆகியவற்றை ஆங்கிலேய அரசாங்கத்தின் சுதேசப் பத்திரிகைகளின் இரகசிய வாராந்தர அறிக்கைகளிலிருந்து திரட்டி இந்நூல் முதன்முறையாக முன்வைக்கின்றது.

சென்னையில் 'விஜயா'

'விஜயா' முதலில் சென்னையிலிருந்தே நாளேடாக வெளிவரத் தொடங்கியிருக்கிறது. அன்றைய ஆங்கிலேயச் சென்னை அரசாங்கம் தயாரித்துவந்த *'Report on English Papers Owned by Natives Examined by the Criminal Investigation Department, Madras and on Vernacular Papers Examined by the Translators to the Government of Madras'* (இதனை *Native Newspaper Reports* - சுருக்கமாக *NNR* - என்று ஆய்வாளர்கள் சுட்டுவார்கள்.) என்ற வாராந்தர அறிக்கையிலிருந்தே பல செய்திகளை அறிய முடிகின்றது. இதில் 1908ஆம் ஆண்டின் கடைசிக் காலாண்டுக்கான பட்டியல்வழி 9 நவம்பர் 1908இலிருந்து ஒவ்வொரு நாளும் (ஞாயிற்றுக்கிழமைகளும் பிற விடுமுறைநாள்களும் நீங்கலாக) புலனாய்வுத் துறையினரால் பார்வையிடப்பட்டதும்

தெரிகின்றது. 19 அக்டோபர் 1908இலிருந்தே சென்னை 'விஜயா' தொடங்கிவிட்டதை ஓர் அரசாணை தெரிவிக்கின்றது.[6] இதன் வெளியீட்டு முகவரி 'எண். 83, திருவல்லிக்கேணி நெடுஞ்சாலை' என்றும், ஆசிரியர் பெயர் ஆர். ஏ. ஸ்ரீரங்கராஜம் என்றும், அவர் பிராமணர் என்றும், வயது 25 என்றும் மேற்கண்ட அறிக்கையிலிருந்தும் அரசாணையிலிருந்தும் தெரிகின்றன.

வாராந்தர இரகசியப் பத்திரிகை அறிக்கைகள் தரும் செய்திகளை உறுதிப்படுத்துவதோடு, 1909ஆம் ஆண்டின் பத்திரிகைகள் பற்றிய இரகசிய ஆண்டறிக்கை சில கூடுதல் தகவல்களையும் வழங்குகின்றது. ஆர்.ஏ. ஸ்ரீரங்கராஜம் 'விஜயா'வின் ஆசிரியர் மட்டுமல்லாது உரிமையாளர், வெளியீட்டாளர், அச்சிடுபவர் என்றும், வயது 23 என்றும், மெட்ரிகுலேஷன் படித்தவர் என்றும், அவருக்குச் சொந்தமாகத் திருவல்லிக்கேணித் தேரடித் தெருவில் ரூ. 2,500 பெறுமானமுள்ள ஒரு வீடு உண்டென்றும், முன்பு 'இந்தியன் பிரிண்டர்ஸ் ஏஜென்சி'யில் (இது 'இந்தியா' பத்திரிகையை அச்சிட்டுவந்த, மண்டயம் குடும்பத்துக்குச் சொந்தமான 'தி இந்தியா பிரிண்டிங் வொர்க்ஸ்' என்ற அச்சகமா அல்லது வேறு நிறுவனமா என்று தெரியவில்லை.) மேலாளராகப் பணியாற்றியவர் என்றும் பதிவு செய்யப்பட்டுள்ளது. இவர் பிரிட்டிஷ் எதிர்ப்புணர்வுள்ளவர் என்று ஆங்கிலேய அரசாங்கம் ஐயப்பட்டதோடு, 'விஜயா' இந்திய தேசியத்தின் உறுப்பாக விளங்கியது என்றும் குறிப்பிடப்பட்டுள்ளது. இதன் தொனி கடுமையானது (*'tone: strong'*) என்றும் சொல்லப்பட்டுள்ளது.[7]

'விஜயா' சென்னையிலிருந்தே முதலில் வெளிவரத் தொடங்கியது என்பதை உறுதிப்படுத்தும்வண்ணம், புதுச்சேரியிலிருந்து வெளிவந்து கொண்டிருந்த 'இந்தியா' வார இதழிலும் விளம்பரங்கள் தொடர்ந்து வெளிவந்தன. 'விஜயா' என்றதும் பாரதி அன்பர்களின் மனக்கண்முன் காட்சி வடிவில் தோன்றும் ஒரு விளம்பரம் இது (காண்க படம் 1).

இதன் தலைப்பில் 'விஜயா' என்றும் 'சென்னையில் தமிழில் பிரசுரமாகும் தினசரிப் பத்திரிகை' என்றும் கொட்டை எழுத்தில் வாசகங்கள் உள்ளன. இதன் கீழே கட்டம்கட்டி இந்திய அன்னையின் ஓவியம் உள்ளது. தலைப்பில் 'பாரத மாதா' என்றும் சற்றுக் கீழே வலப்புறத்தில் 'வந்தே மாதரம்' என்று தேவநாகரி எழுத்திலும் பொறிக்கப்பட்டுள்ளன. இந்தியத் துணைக் கண்டத்தின் வரைபடத்தின் மேல் அமைந்துள்ள பாரத மாதாவுக்கு நான்கு கைகள் உள்ளன. இரு கைகளில், வெவ்வேறு சமயப் பிரிவுகளைச் சேர்ந்த நான்கு குழந்தைகளை அவள் ஏந்தியிருக்கிறாள். மற்றொரு கையில் 'அல்லாஹு அக்பர்' என்று அரபு மொழியில் எழுத்துப் பிழையுடன் ஒரு வாசகம் உள்ளது. படத்தின் அடிப்பகுதியில் இடப்புறம் பரிமுக அம்பியும், வலப்புறம் அன்னமுக அம்பியும் உள்ளன. ஒவ்வொரு படகிலும் ஒரு முஸ்லிம், ஓர் இந்து என இருவர் ஒருவரையொருவர் அணைத்தவாறு உள்ளனர். இடப்புறப் படகில் 'த்வேஷம் வேண்டாம்' என்ற

தொடரைத் தாங்கிய ஒரு கொடியும், அதே பொருள் தரும் 'த்வேஷமு ஒத்து' என்ற தெலுங்குத் தொடர் தெலுங்கு எழுத்திலும் அமைந்துள்ளன. படத்திற்குக் கீழே ஒரு புறம்,

சந்தா விவரம்
தபால் கூலியுள்பட

	ரூ.	அ.	பை.
ஒரு வருஷத்திற்கு	*8*	*8*	*0*
மூன்று மாதத்திற்கு	*2*	*2*	*0*
ஒரு மாதத்திற்கு	*0*	*12*	*0*
ஒரு தனிப்பிரதி	*0*	*0*	*6*

என்றும், பக்கத்தில் 'விலாசம்: மானேஜர், விஜயா ஆபீஸ், *83* நெ. ஹை ரோட், திருவல்லிக்கேணி, மதறாஸ்' என்றும் அச்சிடப்பட்டுள்ளது.

பல முறை, சிறிய தகவல் மாற்றங்களுடன் 'இந்தியா'வில் வெளியான விளம்பரமாதலால் இதனைச் சற்று விரிவாக விவரித்திருக்கிறோம்.

> 'விஜயா' பத்திரிகை, பாரதியின் 'இந்தியா' சென்னையில் நின்றதும், அக்குறையைப் போக்குவதற்காக மண்டயம் ஸ்ரீநிவாஸாச்சாரியாரின் சொந்தத் தமயனாரான எஸ். திருமலாச்சாரியாரால் சென்னையில் ஆரம்பிக்கப் பட்டது. . . .

என்று ரா.அ. பத்மநாபனும் குறிப்பிடுகிறார்.[8]

பத்திரிகைக் கட்டுரைகளின் ஆங்கிலச் சுருக்கம் அல்லது மொழி பெயர்ப்புகளைக் கொண்ட அரசாங்கத்தின் வாராந்தர அறிக்கைகளிலிருந்து சென்னை 'விஜயா'வில் கீழ்க்காணும் கட்டுரைகள் வெளிவந்தது தெரிகின்றது.[9]

1. *The Christian Missionaries and the Hindus* (கிறிஸ்தவ மிசனரிகளும் ஹிந்துக்களும்), *24* நவம்பர் *1908.*
2. *A Remedy for Sedition* (ராஜதுரோகத்திற்கு ஒரு மாற்று), *2* டிசம்பர் *1908.*
3. *The Indian Industrial Conference* (இந்தியத் தொழில் மஹாநாடு), *29* டிசம்பர் *1908.*
4. *The Bengal Deportations* (வங்காளத்திலிருந்து தேச நிர்வாசம்), *2* பிப்ரவரி *1909.*
5. *The Half-Educated Youth* (அரைகுறையாகப் படித்த இளைஞர்கள்), *4* பிப்ரவரி *1909.*
6. *The Indians in the Public Works Department* (பொதுப் பணி இலாகாவில் இந்தியர்கள்), *21* பிப்ரவரி *1909.*
7. *The Indian Reforms Bill* (இந்தியச் சீர்திருத்த மசோதா), *4* மார்ச் *1909.*

9 நவம்பர் 1908இலிருந்து 'சென்னை 'விஜயா' இரகசிய மொழி பெயர்ப்புத் துறையினரால் பார்வையிடப்பட்டுவந்ததாக வாராந்தர அறிக்கை பதிவு செய்து, 19 ஜூன் 1909 வரை அதன் பட்டியலில் 'விஜயா' இடம்பெற்றிருந்தாலும், 1909ஆம் ஆண்டுக்கான பத்திரிகை களின் ஆண்டறிக்கை 15 மே 1909இல் அது நின்றுபோனதைக் குறிப் பிடுகின்றது.[10] (ஆண்டின் முடிவில் தயாரிக்கப்படும் முழு அறிக்கையின் பதிவே கொள்ளத்தகுந்தது.) சென்னையிலிருந்து வெளியான 'விஜயா' வின் ஒரு தாள்கூடக் கிடைக்காத நிலையில் அரசு ஆவணங்களின் அடிப்படையிலேயே அதனைப் பற்றிய தகவல்களைத் திரட்ட வேண்டியுள்ளது. மொத்தத்தில் சென்னை 'விஜயா' ஏழு மாதங்களில், ஏறத்தாழ 150 இதழ்கள் வெளிவந்ததெனக் கணக்கிடலாம். 'விஜயா' புதுச்சேரியிலிருந்து தொடங்கப்பட்டதையும் அதே அறிக்கை பதிவு செய்துள்ளது. 'விஜயா'வைச் சென்னையில் நடத்திய ஆர்.ஏ. ஸ்ரீரங்க ராஜம் என்னவானார் என்பது முதலான வேறு செய்திகள் எவற்றையும் அறிய முடியவில்லை.

புதுவை 'விஜயா'

1908 அக்டோபர் முதல் 1909 மே மாதம் வரை சென்னையிலிருந்து வெளிவந்துகொண்டிருந்த 'விஜயா' 1909 செப்டம்பரில் புதுச்சேரிக்கு இடம் மாறியது. இடையில் சில மாதங்கள் 'விஜயா' வெளியானதாகத் தெரியவில்லை. 'இந்தியா'வைப் போலவே 'சென்னையில் அப்பத்திரிகை யும் ('விஜயா') சர்க்கார் தலையீடின்றி நடக்க முடியாமற் போகவே அதுவும் புதுவை வந்தது' என்கிறார் ரா.அ. பத்மநாபன்.[11]

இதற்கான பின்னணியை முதலில் பார்ப்போம். 'சென்ற சுபகிருது வருஷத்திலே பாரத நாட்டில், ஸர்வ சுபங்களுக்கும் மூலாதாரமாகிய "தேசபக்தி" என்ற நவீன மார்க்கம் தோன்றியது' என்று பாரதி குறிப் பிடும் இயக்கம் 1905இல் வங்காள மாகாணத்தை இந்து, முஸ்லீம் மக்கள் வாழும் பகுதிகளாக ஆங்கிலேய அரசு பிரிக்க முயன்றதை யொட்டி முகிழ்த்தது. 'சுதேசி இயக்கம்' என்று பெயர் பெற்ற இவ்வியக்கத் தினூடேதான் தமிழ்ச் சமூகத்தில் பாரதி இன்று மகாகவியாகப் போற்றப்படுவதற்குரிய அடிப்படை உண்டானது. சுதேசி இயக்கக் கூட்டங்களில் கலந்துகொண்டு பாரதி பேசியும் கவிதை பாடியும் வந்தாரெனினும், அவரது அரசியல் பணி பத்திரிகைகளின் வாயிலா கவே பெரிதும் அமைந்தது. 'சுதேசமித்திரன்' நாளிதழில் உதவியாசிரிய ராகத் தம் பத்திரிகைப் பணியைத் தொடங்கிய பாரதியின் இதழியல் ஆளுமை மண்டயம் குடும்பத்தார் நடத்திய 'இந்தியா' வார இதழில் முழு மலர்ச்சி பெற்றது. கூர்மையான கட்டுரைகள், உணர்ச்சிமிக்க கவிதைகள், குத்தலான கருத்துப்படங்கள் முதலானவற்றின் மூலமாகத் தமிழகத்தின் தலையாய தேசிய இதழாகப் பாரதியின் கையில் 'இந்தியா' விளங்கியது. சுதேசியக் காலகட்டத்தில் வெகுசனத்தன்மை யோடு தேசிய இயக்கம் வளர்ந்து வருவதைக் கண்ட ஆங்கிலேய

அரசு, ஒரு புறம் மிதவாதிகளை அரவணைத்துக்கொண்டு, மறுபுறம் தீவிரவாதப் பிரிவைக் கடுமையாக அடக்க முயன்றது. வங்காளத்திலும் மகாராஷ்டிரத்திலும் பஞ்சாபிலும் நிலவியதைப் போல் தமிழகத்திலும் ஓரளவுக்கேனும் கடுமையான அடக்குமுறை கட்டவிழ்த்துவிடப்பட்டது. பாரதியின் நெருங்கிய அரசியல் தோழர்களான வ.உ.சி., சுப்பிரமணிய சிவா, எதிராஜ் சுரேந்திரநாத் ஆர்யா, கிருஷ்ணசாமி சர்மா ஆகியோர் சிறையிலடைக்கப்பட்டனர். வ.உ.சி.க்கு இரட்டை ஆயுள் தண்டனை வழங்கப்பட்டது. 'இந்தியா'வின் சட்டபூர்வ ஆசிரியர் எம். சீனிவாசன் கைது செய்யப்பட்டார். தாமும் சிறைப்படுவது உறுதி என்பதை உணர்ந்த பாரதி ஆகஸ்டு 1908இல் பிரிட்டிஷ் இந்தியாவிலிருந்து தப்பி, பிரெஞ்சுப் பகுதியான புதுச்சேரியில் அடைக்கலம் புகுந்தார். சிறிது காலத்தில் மண்டயம் ஸ்ரீநிவாசாச்சாரியாரும் அச்சியந்திரங்களுடன் புதுவை வந்தடைய, 1908 அக்டோபர் தொடக்கத்திலிருந்து 'இந்தியா' அங்கிருந்து மீண்டும் வெளிவரலாயிற்று.

புதுவையிலிருந்து 'இந்தியா' தடையில்லாமல் பத்து மாதங்களாக வெளிவந்துகொண்டிருந்த நிலையில் 1909 ஆகஸ்டு மாதத்திலிருந்து புதுவை 'விஜயா'வுக்கான விளம்பரங்கள் 'இந்தியா'வில் வெளிவரலாயின. சென்னை 'விஜயா'வுக்கான அதே படக்கட்டை இதற்கும் பயன்படுத்தப்பட்டிருக்கிறது (காண்க படம் 2). படத்திற்கு மேலேயிருந்த வாசகத்தில் மட்டும் சிறு மாறுதல். 'விஜயா' என்பது சித்திர எழுத்தில், ஜகரத்திற்குமேல் தென்னங்கீற்றுக் கோட்டோவியத்துடன் 'பிரதி தினம் வெளியாகும்' என்று அறிவிக்கப்பட்டிருந்தது. படத்திற்குக் கீழே

> 'விஜயா' வென்ற பெயர் கொண்ட தினசரிப் பத்திரிகை அரிய பெரிய விஷயங்களிலும் உலக வர்த்தமானம் முற்றும் அடங்கியதும், விவசாயக் குறிப்புகள், கைத்தொழிற் குறிப்புகளடங்கிய இனிய நடை பெற்றதுமாயுள்ளது. செப்டம்பர் மாதம் 7உ கிருஷ்ண ஜயந்தியன்று துவக்கி வெளியாகும்.
>
> உள்நாட்டு சந்தா விபரம்
>
> வருஷம் 1க்கு   ரூ 10 – 0 – 0
> ஆறு மாதத்திற்கு   ரூ   5 – 0 – 0
> மூன்று மாதத்திற்கு   ரூ   2 – 12 – 0
> தனிப் பிரதி   ரூ   0 – 0 – 6
>
> மானேஜர்
> 'விஜயா' ஆபீஸ்
> புதுச்சேரி

என்ற வாசகங்கள் காணப்படுகின்றன.

1909 செப்டம்பர் மாதத்திலும் இதே விளம்பரம் வெளிவந்தது. ஆனால் கூடுதலாக, படத்திற்கு வலப்புறம் நெடுக்காக 'நமது பத்திரி

கைக்கு முக்ய நிருப நேயர்கள் ஸ்ரீமான் ஸி. ஸுப்ரமண்ய பாரதி, ஸ்ரீமான் கா. வரதராஜன் முதலான இன்னும் அநேகர்கள்' என்றும் அறிவிக்கப்பட்டிருந்தது (காண்க படம் 3). (இந்தக் கா. வரதராஜன் யாரெனத் தெரியவில்லை.) 1909 அக்டோபரில் வேறொரு விளம்பரம் வந்தது.

ஏஜெண்டுகள் வேண்டும்
மிக உதாரமான கமிஷன்கள்
கொடுக்கப்படும்
விஜயா

தினந்தோறும் புதுச்சேரியில் பிரசுரமாகும்
தமிழ்ப் பத்திரிகை.

தமிழ் ஜனங்கள் அறிவு, செல்வம், வல்லமை, ஸ்வதந்திரம் முதலிய நன்மைகளனைத்தும் பெற வழிகாட்டுவது. உலக வர்த்தமானங்களெல்லாம் அடங்கியது. விலை மிகவும் சொற்பம். வருஷத்திற்கு 10 ரூபாய்தான்.

இப்பத்திரிகைக்குச் சந்தாக்கள் சேகரிப்பதையே தொழிலாக எடுத்துக்கொள்பவர்கள் வேறு எத்தொழிலும் விரும்பாமல் கவுரவமான சம்பாத்தியம் பெற இடமுண்டு.

8 சந்தா சேகரித்துக் கொடுப்போருக்கு ஒரு வருஷப் பத்திரிகை இனாமாக அனுப்பப்படும்.

ஏஜெண்டுகள் சம்பளம் அல்லது கமிஷன் விஷயத்தைப் பின்வரும் விலாசத்திற்கு எழுதிக்கொள்க.

மானேஜர்
விஜயா பத்திரிகாசாலை
புதுவை

அடுத்து, 'வித்தியாபாநு' ஜனவரி – பிப்ரவரி 1910 இதழில் வெளியான கீழ்க்காணும் விளம்பரம் பாரதியின் பெயரை மட்டும் சுட்டுவது கவனிக்கத்தக்கது.

விஜயா
தமிழ் தினசரி பத்திரிகை

ஹிந்து தர்மம், பாரத சரித்திரம், சாஸ்திரம், தொழில், கலைகள், சிற்பம், தற்கால நிலை, வருங்கால நிலை, உலக வர்த்தமானங்கள், அவற்றால் பாரத நாட்டிற்கு விளையக்கூடிய பலாபலன்கள் – இவையெல்லாம் இப்பத்திரிகையில் நாடோறும் விவரிக்கப்படும் விஷயங்களாகும். உயர்வு, ஸ்வதந்திரம் என்பவற்றை நோக்கங்களாகக் கொண்டு ராஜாங்கச் சட்டவரம்பு பிறழாமல் இப்பத்திரிகை நடத்தப்படுகிறது. இதுவரை தமிழ்நாட்டில் இல்லாத

தோர் புதிய விசேஷம், இப்பத்திரிகையில் நாள்தோறும் சித்திரங்களும் பதிப்பிக்கப்படும். அடிக்கடி சித்திரத் தொகுதியால் உதகரிக்கப்பட்ட வியாசங்கள் எழுதப்படும். ஸ்ரீமத் ஸி. சுப்பிரமணிய பாரதி முதலியவர்கள் விஷய தானஞ்செய்வார்கள்.

இந்த விளம்பரச் செய்திகளையெல்லாம் உறுதிப்படுத்தும்வண்ண மாக 1909 செப்டம்பர் முதல் வாரத்திலிருந்து (4 செப்டம்பர் 1909), சென்னை அரசாங்க வாராந்தர இரகசியப் பத்திரிகை அறிக்கையின் பட்டியலில் 'விஜயா' இடம்பெறத் தொடங்குகிறது.

Vijaya; Saraswathi Press, Pondicherry; Daily; 300 copies.

முதல் வாரப் பட்டியலில் ஆசிரியர் என்ற கலம் வெறுமையாக உள்ளது. 11 செப்டம்பர் 1909க்கான பட்டியலில் *'Editor'* என்ற கலத்தில் *'Subramania Bharati'* என்று பதியப்பட்டுள்ளது. 1910 ஏப்ரல் வரை இதே பதிவு எந்த மாற்றமுமில்லாமல் தொடர்ந்து காணப்படு கின்றது. 1909, 1910 ஆகிய ஆண்டுகளுக்கான பத்திரிகைகளைப் பற்றிய சி.ஐ.டி.யின் ஆண்டறிக்கைகளிலும் ஆசிரியர் பாரதி எனவும், உரிமையாளர் மண்டயம் எஸ்.ஸ்ரீநிவாசாசாரியார் எனவும் குறிப் பிடப்பட்டுள்ளது. கூடுதலாக, வெளியிடுபவர் பெயர் ராயலு ரெட்டி (24 வயது), அச்சிடுபவர் பெயர் பொன்னுசாமி (27 வயது, சூத்திரர்) என்ற தகவல்களும் பதிவு செய்யப்பட்டுள்ளன.

'இந்தியா'வில் வெளியிடப்பட்ட விளம்பரங்களிலும், 'விஜயா' இதழிலும்கூடப் பாரதியின் பெயரோ, வேறு எவர் பெயரோ ஆசிரிய ரெனவோ, வெளியிடுபவரெனவோ காணப்படவில்லை. பத்திரிகையின் கடைசியிலுள்ள 'இம்பிரிண்ட்' பகுதியில் மட்டும் பிரெஞ்சு மொழியில் *S.Rayalouretty, Le Gerant, Imprimerie de Sarasvati, 10 rue de Valdour, Pondicherry'* (எஸ். ராயலு ரெட்டி, மேலாளர், சரஸ்வதி அச்சகம், 10 வழுதாவூர் வீதி, புதுச்சேரி) என அச்சிடப்பட்டுள்ளது.

சட்டத் தேவைகளுக்காகப் புதுச்சேரி குடிமகனான வில்லியனூர் எஸ். லக்ஷ்மிநாராயண அய்யர் என்பவர் 'இந்தியா'வுக்கு ஆசிரியராக அறிவிக்கப்பட்டாலும், நடைமுறையில் பாரதியே ஆசிரியர், மண்டயம் ஸ்ரீநிவாசாசாரியாரே உரிமையாளர். இது 'விஜயா'வுக்கும் பொருந்தும். *'After I came to Pondicherry, I was living as an independent journalist, not attached to any particular paper but receiving money from various newspapers for signed articles'*[12] ('புதுச்சேரிக்கு வந்ததும் நான் சுயேச்சை யான பத்திரிகையாளனாக, எந்த ஒரு பத்திரிகையிலும் பதவி வகிக் காமல், என் பெயரில் எழுதிய விஷயங்களுக்குப் பணம் பெற்று வாழலானேன்.') என்று 1914 பிப்ரவரியில் பாரதியே குறிப்பிட்டிருந் தாலும், புதுச்சேரி வாழ்க்கையின்பொழுது, நடைமுறையில் ஒன்றல்ல, நான்கு இதழ்களுக்குத் தலைமையோ, முக்கியப் பொறுப்போ அவர் ஏற்றிருந்தார். 'இந்தியா'வைத் தவிர 'விஜயா'வுக்கும் 'கர்மயோகி'க்கும்

ஆசிரியராக விளங்கியதோடு சைகோன் லூயி சின்னையா நடத்திவந்த 'சூரியோதயம்' வார இதழிலும் பாரதி முக்கியப் பங்கு வகித்திருக்கிறார். சி.ஐ.டி. துறை தயாரித்த அறிக்கையின் அடிப்படையில் சென்னை அரசாங்கத்தின் தலைமைச் செயலாளர் எழுதியதுபோல் 'இந்தியா', 'சூரியோதயம்', 'விஜயா' ஆகிய 'இந்த மூன்று பத்திரிகைகளும் பெயரளவுக்குத்தான் வேறானவையே தவிர, உண்மையில் இவை, பேர்போன தீவிரவாதிகளான அதே நபர்களால் உருவாக்கப்படுகின்றன; ஒவ்வொரு பத்திரிகையும் வெளியிடும் கருத்தும் உணர்ச்சியும் ஒன்றே' *('Although these three papers are nominally separate, they are really produced by the same people, noted extremists, and the sentiments expressed in each are practically the same.'[13])*

பாரதியும் மண்டயம் ஸ்ரீநிவாசாசாரியாரும், ஓரளவு சைகோன் சின்னையாவுமே 'இந்தியா', 'விஜயா', 'சூரியோதயம்' ஆகியவற்றின் பின்னணியிலிருந்தனர் என்பதை அரசின் இரகசிய ஆவணங்கள் உறுதிப்படுத்துகின்றன. 1910 பிப்ரவரியில் புதிய பத்திரிகைச் சட்டம் செயலுக்கு வந்த பின்பு, சென்னை அரசாங்கம் இம்மூன்று இதழ்களை யும் தடை செய்ய முடிவெடுத்தபொழுது திரட்டிப் பதிவு செய்த இரகசியக் குறிப்புகளெல்லாம் இதையே காட்டுகின்றன.

> சென்னையிலிருந்து (1909ஆம்) ஆண்டின் தொடக்கப் பகுதியில் வெளிவந்தபொழுதே 'விஜயா'வின் போக்கு தீவிரத்தை வெளிப்படுத்தினாலும், புதுச்சேரிக்கு மாற்ற லாகிச் சென்ற பிறகு காட்டியதைவிடச் சற்று மிதமான மொழியினைக் கையாள்வதையே அது உசிதமாகக் கருதியிருந்தது.
>
> *(During the early part of the year, the 'Vijaya' was published in Madras, and though even then, its tendencies were extremist, it found it advisable to use more moderate language than is used after its transfer to Pondicherry.[14])*

'இந்தியா' தடைசெய்யப்பட்ட பிறகு, அதன் சட்டபூர்வமான ஆசிரியர் எஸ். லக்ஷ்மிநாராயண அய்யர் எழுதிய விண்ணப்பங்களைப் பற்றிய கோப்பின் குறிப்புகளில், 'எஸ். ஸ்ரீநிவாசாசாரியாரின் வரலாற்றுக் குறிப்பிலிருந்து அவர் 'விஜயா'வை உயிர்ப்பித்தது சுட்டப்பட்டுள்ளது.' *(In the [history] sheet it is noted that he revived the 'Vijaya'. 'History sheet'* என்பது இரகசியக் காவல் துறைக் கண்காணிப்பிலுள்ளவரைப் பற்றிய முழு விவரங்களையும் உள்ளடக்கிய அறிக்கை.) இதே கோப்பு, பாரதி பற்றிய வரலாற்றுக் குறிப்பின் *(history sheet)* அடிப்படையில் கூறுவதாவது.

> 'இந்தியா'வுடனான இவரது தொடர்பைத் தவிர, 'விஜயா'வுக்கும் இவர்தான் ஆசிரியர். 'சூரியோதய'த்திற்கும் தொடர்ந்து பங்களித்து வந்திருக்கிறார். புதுச்சேரியில்

அரவிந்த கோஷுக்கு உதவி வருகிறார். இவ்விருவருமே [பாரதியும் ஸ்ரீநிவாசாசாரியாரும்] புதுச்சேரியில் கட்சியின் தலைவர்களாவதோடு, 'இந்தியா', 'விஜயா', 'சூரியோதயம்' ஆகியவற்றில் வெளிவருவனவற்றுக்கெல்லாம் பொறுப் பானவர்கள். இவர்களுக்குக் கீழே இரண்டொருவர் எழுத்தர்களாகப் பணிபுரிகிறார்கள்.

(In addition to his connection with the 'India', he is editor of the 'Vijaya', and was a regular contributor to the 'Suryodhayam'. He also is helping Arabindo Ghose in Pondicherry. These two men [Bharati, Srinivasachari] are the leaders of the party now in Pondicherry, and are responsible for what appears in the 'India' 'Vijaya', and 'Suryodhayam'. They have under them one or two men who are employed as clerks.[15])

1911–1915க்கு இடைப்பட்ட காலத்தில் பாரதி எழுதிய *My Journal of Thoughts and Deeds* என்ற கையெழுத்துக் குறிப்புகளின் 86ஆம் பக்கத்தில் *'1. Literary and religious articles and songs from the Karmayogi, Vijaya and Tamil Journals File'* ('கர்மயோகி, விஜயா மற்றும் பிற தமிழ்ப் பத்திரிகைகளின் கோப்பிலிருந்து இலக்கியம், சமயம் தொடர்பான கட்டுரைகளும் பாடல்களும்') என்று குறித்துவைத்திருப்பதை சீனி. விசுவநாதன் மேற்கோள் காட்டியுள்ளதையும் இங்கு நினைவு படுத்திக்கொள்ள வேண்டும்.[16]

இவ்வாறு பாரதியின் பொறுப்பில் 'விஜயா' நடைபெற்றுவந்தது ஐயத்திற்கிடமின்றிப் புலனாகிறது. 7 செப்டம்பர் 1909இல் தொடங்கிய புதுவை 'விஜயா' ஏப்ரல் 1910இல் தடைசெய்யப்படும்வரை வெளிவந் திருக்கிறது. வாராந்தரப் பத்திரிகை அறிக்கைகளின் பட்டியலின்படி ஞாயிற்றுக்கிழமைகள், விடுமுறைநாள்கள் நீங்கலாக 'விஜயா' வெளி வந்திருக்கிறது.

பாரதியும் மண்டயம் ஸ்ரீநிவாசாசாரியாரும் புதுச்சேரியில் அடைக் கலம் தேடியதும், தீவிரவாதக் கட்சியின் முக்கியத் தலைவர்களில் ஒருவரான அரவிந்தரும் அங்கே தஞ்சம் புகுந்ததும், இந்தியாவின் பல பகுதிகளில் பயங்கரவாத நடவடிக்கைகள் பெருகவும், எஸ்.ஜி. ராமாநுஜலு நாயுடு குறிப்பிட்டது போல 'இந்தியா பத்திரிகை சென்னை யில் நடைபெற்றதைவிட இன்னும் "கார"மாகவும் வியாபகமாகவும் நடைபெறலான'தாலும்[17] புதுச்சேரி சென்னை அரசாங்கத்தின் சிறப்புக் கவனத்திற்கு இலக்கானது. புதிய பத்திரிகைச் சட்டம் 1910 பிப்ரவரியில் செயலுக்கு வந்ததைத் தொடர்ந்து, புதுவைப் பத்திரிகைகள் மூன்றன் மீதும் அரசாங்கம் நடவடிக்கை எடுக்கத் தலைப்பட்டது. முதற்கட்ட மாக 'இந்தியா', 'சூரியோதயம்' ஆகியவற்றின் நவம்பர் 1909 முதல் பிப்ரவரி 1910 வரை வெளியான இதழ்களிலிருந்து சில கட்டுரைகள்

அரசாங்கத்தின் அட்வகேட் ஜெனரல் பி.எஸ். சிவசாமி அய்யருக்கு அனுப்பப்பட்டன. அரசாங்கத்தை வெறுப்புக்கும் பகைமைக்கும் உள்ளாகுமாறு தூண்டுவதே இவ்விதழ்களின் நோக்கம் என்பதை உறுதிபட சிவசாமி அய்யர் கூறவே, அடுத்த கட்ட நடவடிக்கைகள் மேற்கொள்ளப்பட்டன. இதன் தொடர்பான அரசுக் கோப்பு சுவையானது.[18] இதை முதலில் கண்ணுற்ற ஜே.என். அட்கின்சன் என்ற அதிகாரி, 'விஜயா'வை நினைத்து, 'பறிமுதலுக்கு உள்ளாக வேண்டிய இன்னொரு புதுச்சேரிப் பத்திரிகை உண்டல்லவா?' (*'I thought there was a third Pondicherry paper that deserved forfeiture.'*) என்று வினவினார். இதனை கவர்னரின் குழுவில் விவாதித்தபின், 'மூன்றாம் பத்திரிகையினையும் சேர்த்துக் கொள்வதென்றும்', அடைப்புக் குறிக்குள் 'வி? எனக்குப் பெயர் மறந்துவிட்டது.' (*'The V.? I forget the name.*) என்று ஒரு குறிப்பும் உள்ளது. கடைசியில் 1 மார்ச் 1910ஆம் நாள் கவர்னரின் குழுவில் விவாதிக்கப்பட்டு, இந்தியப் பத்திரிகைச் சட்டத்தின் அடிப்படையில் 'இந்தியா'வும் 'சூரியோதய'மும் தடைசெய்யப்பட்டுப் பறிமுதல் ஆணையும் பிறப்பிக்கப்பட்டது. 'இப்போதைக்கு "விஜயா" பற்றி எந்த நடவடிக்கையும் வேண்டாம்' (*No action need be taken for the present as regards the 'Vijaya'.*) என்றும் தலைமைச் செயலர் 3 மார்ச் 1910இல் ஆணை வெளியிட்டார். இதற்கு ஒரு மாதத்திற்குள்ளாகவே 'விஜயா'வை அதே சட்டத்தின் கீழ் தடை செய்யும் ஆணை 1910 ஏப்ரல் 5ஆம் நாள் பிறப்பிக்கப்பட்டது. ஒரே மாதத்தில் ஏன் முந்தைய முடிவு மாற்றப்பட்டது என்று தெரியவில்லை. தீயூழாக, இந்தக் குறிப்பிட்ட அரசாணைக்கு[19] இணைப்பாகக் குறிப்புகள் எவையும் இல்லை. எனவே, எந்த அடிப்படையில் தடையாணை பிறப்பிக்கப்பட்டது, அப்போது வெவ்வேறு நீதித்துறை அதிகாரிகள் என்ன கருத்துகளை வெளியிட்டனர் என்பதை அறிய முடியவில்லை.

செப்டம்பர் 1909இல் தொடங்கிய புதுவை 'விஜயா' நாளிதழ் ஏப்ரல் 1910இல் பிறப்பிக்கப்பட்ட தடையாணைக்குச் சிறிது காலத்திற்குப் பிறகு நின்றுவிட்டது. சி.ஐ.டி. பிரிவு தயாரித்த இரகசிய வாராந்தரப் பத்திரிகை அறிக்கைகளில் 31 மார்ச் 1910க்குப் பிறகு 15 மற்றும் 22 ஏப்ரல் 1910 ஆகிய இதழ்களிலிருந்து மட்டுமே கட்டுரைகள் எடுத்தாளப்பட்டுள்ளன. 'விஜயா' இதழ்கள் முழுவதும் கிடைக்காத நிலையில், ஏப்ரலில் இந்த இரண்டு இதழ்கள் மட்டும்தாம் வெளிவந்தனவா என்று தெரியவில்லை. ஆனால் 1910 ஏப்ரலுக்குப் பிறகு 'விஜயா' வெளிவரவில்லை என்பது மட்டும் உறுதி. கூட்டிக் கழித்துப் பார்க்கும்பொழுது புதுவை 'விஜயா' எட்டுமாத கால இடைவெளில் ஏறத்தாழ 175 இதழ்கள் வெளிவந்திருக்கலாம் என்று சொல்ல முடியும். முழுவதுமாகக் கிடைத்த இருபது இதழ்கள், நறுக்குகளாக எஞ்சியுள்ள இரண்டோர் இதழ்கள், வாராந்தர அறிக்கைகளில் எடுத்தாளப்பட்ட நாற்பத்தைந்து இதழ்கள் மற்றும் 'இந்தியா'வில் மறுவெளியீடு செய்யப்பட்ட ஆறேழு கட்டுரைகள் ஆகியவை இந்நூலின் செம்பாகமாகும்.

சென்னை 'விஜயா'வுக்கான விளம்பரம் ('இந்தியா', 9 ஜனவரி 1909)

இந்தியா சௌமிய ஹு ஆவணி 13உ

விஜயா.

பிரதி தினம் வெளியாகும்

விஜயா வென்ற பெயர் கொண்ட தினசரிப் பத்திரிகை அரியபெரிய விஷயங்களிலும் உலக வர்த்தமானம் முற்றும் அடங்கியதாய், ...ர், கைத்தொழிற் குறிப்புகள் அடங்கிய இனிய நடை பெற்றதாயுள்ளது. செப்டம்பர் மாதம் 7உ கிருஷ்ண ஜயந்தியன்று முதல் வெளியாகும்.

உள்நாட்டு சந்தா விபரம்.

வருஷம் 1-இ	ரூ. 10 0 0	மூன்று மாதத்திற்கு	ரூ. 2 12 0
ஆறுமாதத்திற்கு	„ 5 0 0	தனிப் பிரதி	„ 0 0 6

மானேஜர்
"விஜயா" ஆபீஸ்,

'விஜயா' புதுவையிலிருந்து வெளிவரவுள்ளதைப் பற்றிய விளம்பரம்
('இந்தியா', 28 ஆகஸ்டு 1909)

விஜயா.

பிரதி தினம் வெளியாகும்

உள்நாட்டு சந்தா விபரம்.

[illegible] 1-இ	ரூ. 10 0 0	[illegible]	ரூ. 2 12 0
[illegible]	„ 5 [illegible]	[illegible]	„ [illegible] 0 6

மானேஜர்
"விஜயா" ஆபீஸ்,

'விஜயா' புதுவையிலிருந்து வெளிவரவுள்ளதைப் பற்றிய விளம்பரம் ('இந்தியா', 4 செப்டம்பர் 1909). பாரதி பங்களிக்கவுள்ளது ஓரத்தில் குறிப்பிடப்பட்டுள்ளது.

Registered No. M 827

LIBERTE—EGALITE—FRATERNITE

விஜயா.

"VIJAYA"

பிரதி தினமும் மாலையில் பிரசுரிக்கப்படும்.

புத்தகம்—1·]

[இலக்கம்—12o

‘விஜயா’, 2 பிப்ரவரி 1910 இதழின் முகப்பு

உருவமும் உள்ளடக்கமும்

இப்பதிப்பாசிரியரின் முயற்சியால் பிரான்சிலிருந்து கிடைக்கப் பெற்றுள்ள 'விஜயா'வின் இருபது இதழ்களிலிருந்து அதன் உருவத் தையும் உள்ளடக்கத்தையும் இனிக் காண்போம்.

'விஜயா' 'டாபிளாய்டு' (*tabloid*) அளவில் ஒவ்வோர் இதழிலும் நான்கு பக்கங்கள் உள்ளன. முதல் பக்கத்தின் தலைப்பில் 'விஜயா' என்று கொட்டை எழுத்திலும், கீழே சற்றுச் சிறியதாக '*Vijaya*' என ஆங்கிலத்திலும் உள்ளன (காண்க: படம் 4). அவற்றுக்குக் கீழே 'பிரதி தினமும் மாலையில் பிரசுரிக்கப்படும்' என்ற வரியும் அழுத்தமாக அச்சாகியுள்ளது. மேலே இடது ஓரத்தில் 'ரிஜிஸ்டர் நெ. எம் அஉஎ' என்று தமிழ் எண்ணிலும், வலப்பக்கம் ஆங்கிலத்தில் '*Registered No. M 827*' என ஆங்கிலத்திலும் உள்ளன. இடப்புறத்தில் 'வெளி நாட்டுச் சந்தா உள்நாட்டைப் போலவே. பிரன்ச் காலனியல்லாத இதர வெளிநாடுகளுக்கு அவ்வவ் வாரத்துப் பத்திரிகைகளை வாரம் ஒரு முறையாக சேர்த்து அனுப்பப்படும்' என்று கட்டம் கட்டி அச்சிடப்பட்டுள்ளது. அதைப் போலவே வலப் பக்கத்திலும் கட்டம் கட்டி உள்நாட்டுச் சந்தா விவரம் அச்சிடப்பட்டுள்ளது. இவ்விரு கட்டங்களுக்கும் இடையில் '*Liberte - Egalite - Fraternite*' என்ற முழக்கம் அரை வட்ட வடிவிலும், அதன் உள்ளே அந்தப் பிரெஞ்சு தொடரின் தமிழ் வடிவமான 'ஸ்வதந்திரம், ஸமத்துவம், ஸஹோதரத் துவம்' என்பதும் அடுத்தடுத்து அச்சிடப்பட்டுள்ளன. இவற்றுக்கெல் லாம் கீழே, கோடிட்ட வரிகளுக்குள் புத்தகம், இலக்கம் என்று இதழ் நிரலும், தமிழ் ஆண்டு, ஆங்கில ஆண்டு ஆகிய இரு முறைகளில் வெளியீட்டு நாளும் குறிப்பிடப்பட்டுள்ளன. முதல் பக்கத்திலும் நான்காம் பக்கத்திலும் எப்பொழுதும் விளம்பரங்களே அச்சிடப் பட்டுள்ளன. 'இந்தியா'வைப் போலவே 'விஜயா'விலும் பக்கங்களுக் கெல்லாம் தமிழிலேயே எண்ணிடப்பட்டுள்ளது.

இரண்டாம் பக்கத்தில் தலையங்கமும், துணைத் தலையங்கமும் இடம்பெறுகின்றன. துணைத் தலையங்கம் நீண்டுவிடுமாயின் மூன்றாம் பக்கத்திலும் தொடர்கின்றது. ஏறத்தாழ எல்லாக் கட்டுரைகளுமே எழுதியவர் பெயரில்லாமல்தான் வெளியாகியுள்ளன. இரண்டாம் பக்கத்தின் மேற்பகுதியில் ஏறத்தாழ ஒவ்வொரு இதழிலும் ஏதேனும் படம் வெளியிடப்பட்டுள்ளது. (இப்பதிப்பாசிரியருக்குக் கிடைத்த படிகளில் படங்கள் தெளிவாக இல்லாததால் இரண்டொரு படங்களே இந்நூலில் மறுவெளியீடு செய்யப்பட்டுள்ளன. ஆனால், படங்களின் தலைப்புகளும் விளக்க வாசகங்களும் இணைப்பு 1இல் தரப்பட்டுள் ளன.) தமிழ் இதழியலில் கருத்துப் படங்களுக்கு முன்னோடியான பாரதி ஆசிரியராகயிருந்த 'விஜயா'வின் கிடைத்த இருபது இதழ்களில் ஒரு கார்ட்டூன்கூட இல்லை. (வாராந்தர அறிக்கைகள் மட்டும் இரண்டு கருத்துப்படங்களின் விளக்கத்தைத் தருகின்றன.) மூன்றாம் பக்கத்தில் சென்னை, கல்கத்தா, பம்பாய், லாஹூர் என்று வெவ்வேறு

ஊர்களிலிருந்து வந்த தந்திச் செய்திகளும் ராய்ட்டர் செய்திகளும் வெளிவந்திருக்கின்றன.

‘விஜயா’, ‘இந்தியா’, ‘சூரியோதயம்’ ஆகியவை சகோதரப் பத்திரிகைகள் என்பதைக் காட்டும் வகையில் ஒன்றில் இடம்பெற்ற கட்டுரைகள் அப்படியே மற்றொன்றிலும் இடம்பெற்றுள்ளதைக் காண முடிகின்றது. அரசாங்கத்தின் வாராந்தர இரகசியப் பத்திரிகை அறிக்கைகளும் கட்டுரைகள் இவ்வாறு மறுவெளியீடு பெறுவதைப் பதிவுசெய்திருக்கின்றன. ‘இந்தியா’ 12 பிப்ரவரி 1910 இதழில் இடம்பெற்ற ‘புதிய பத்திரிகைச் சட்ட மசோதா’ ‘விஜயா’ இதழிலும், அதே ‘இந்தியா’ இதழில் இடம்பெற்ற ‘ஸர் ஹெர்பர்ட் ரிஸ்லியின் பேச்சு’ம் ‘விஜயா’ இதழிலும் அப்படியே, அதாவது அச்சுக்கோக்கப்பட்ட எழுத்துகளை அப்படியே எடுத்து அதே வரியமைப்பில், அதே அச்சுப் பிழைகளோடு இரண்டு பத்திரிகைகளிலும் வெளியிடப்பட்டுள்ளன. (இந்தியா’வும் ‘விஜயா’வும் ஒரே அச்சகத்தில்தான் அச்சிடப்பட்டு வந்தன என்பதை இங்கு நினைவில் கொள்ள வேண்டும். அந்த ஸரஸ்வதி அச்சகம் வழுதாவூர் வீதிக்கு இடம் மாறியபொழுது ‘நமது இந்தியா, விஜயா பத்திரிகைகளை அச்சடித்துவந்த’ அச்சகத்தின் இடமாற்றமெனவே ‘இந்தியா’ 22 ஜனவரி 1910 இதழில் அறிவிக்கப்பட்டுள்ளது.) இதைத்தான் எஸ்.ஜி. இராமாநுஜலு நாயுடு,

> ‘விஜயா’வில் பிரதி தடவையும் சித்திரப் படங்கள் பதிப்பிக்கப்படலாயின. அந்தப் படங்களையும் அதிலுள்ள வியாசங்கள் பெரும்பான்மையையும் அப்படியே எடுத்து ‘இந்தியா’ பத்திரிகையில் வெளியிட்டு, ‘இந்தியா’வின் உருவையும் இரட்டிப்பாக்கிவிட்டார்

என்று பதிவு செய்துள்ளார்.[20] இராமாநுஜலு நாயுடு குறிப்பிடுவதைப் போல் மேடம் காமாவின் படமும், பாரிஸ் வெள்ளக் காட்சியும், சென்னை ஆகாய விமானப் படமும் இரண்டிலும் இடம்பெற்றுள்ளன.

சென்னையிலிருந்து பாரதி செயல்பட்ட காலத்திலிருந்து புதுவை வாழ்க்கை தொடங்கிய ஓராண்டுக்குள் அரசியல் சூழல் பெருமளவில் மாறிவிட்டது. தீவிரவாதக் கட்சியின் முக்கியத் தலைவர்கள் சிறைப்பட்டனர். மிதவாதிகளை அரசாங்கத்தின் பக்கம் அரவணைப்பதற்கெனக் கொண்டுவரப்பட்ட மிண்டோ–மார்லி சீர்திருத்தங்களும் செயலுக்கு வரலாயின. ஒருபுறம் தீவிரவாதத்தை ஒடுக்கக் கடுமையான சட்டங்கள். மறுபுறம் புதிய சட்டசபைகள், சற்று விரிவாக்கப்பட்ட பிரதிநிதித்துவம் என்ற ‘கருங்கல் ரொட்டி’. வெகுசனங்களை ஓரளவுக்கேனும் சென்றடைய முயன்ற தீவிரவாதிகள் ஒடுக்கப்பட்டதால் பயங்கரவாதமும் வெடிகுண்டு வீச்சும் தலையெடுத்த நிலை. இந்தக் கட்டத்தில்தான் ‘விஜயா’ வெளிவந்துகொண்டிருந்தது.

சுதேசி இயக்கத்தின் உச்சகட்டம் என்று சுட்டத்தகுந்த ஒரு காலப் பகுதியில் – பாரதியின் எழுத்து வாகனங்கள் அனைத்தும்

முடக்கப்படவிருந்த தருணத்தில் – பாரதி அன்றாடம் என்ன சிந்தனை களை வெளிப்படுத்தினார் என்பதை வெளிக்காட்டும் சாதனமாக 'விஜயா'வைக் கொள்வதில் தவறிருக்க முடியாது. 'ராஜாங்கச் சட்ட வரம்பு பிறழாமல்' 'விஜயா' நடத்தப்படுவதாக 'வித்தியாபாநு'வில் விளம்பரப்படுத்தியிருந்தாலும், தலையங்கங்களின் கடுமை இதற்கு மாறாக உள்ளது. பாரதியின் முத்திரை வரிகளுக்கும் குறைவில்லை.

'விஜயா'வில் முக்கியமாகப் புதிய பத்திரிகைச் சட்டம் மிக விரிவாக விவாதிக்கவும் கண்டிக்கவும் பட்டுள்ளது. தனது பத்திரிகைகளை இச்சட்டம் நேரிடையாகத் தாக்கும் என்பதில் பாரதிக்கு எந்த ஐயமும் இருந்ததாகத் தெரியவில்லை. 'சகோதரர்களே – ஒரு வார்த்தை மட்டும் சொல்லுகிறேன். இன்னொரு முறை சொல்ல எனக்குச் சந்தர்ப்பங் கிடைக்குமோ கிடைக்காதோ, அதுவே சந்தேகத்திலிருக் கிறது' ('சூரியோதயம்', 13 பிப்ரவரி 1910) என்று பாரதி எழுதும்பொழுது இந்த அச்சம் ஐயத்திற்கிடமின்றி வெளிப்படுகின்றது. 'சிற்பமும் கவிதையும்' பற்றி எழுதத் தலைப்பட்டபொழுது 'இதைக் குறித்து எழுதினால் பத்திரிகைச் சட்டம் நம்மை அண்டாது. ஆகையால் இதையாவது நம் ஜனங்களுக்குச் சொல்லுவோம்' ('இந்தியா', 5 மார்ச் 1910) என்று கிண்டலடித்ததோடு வேறோர் இடத்திலும், விரிவாகப் பேசுவதற்கு பதிலாக, இதற்கு மேல் எழுதினால் பத்திரிகைச் சட்டத் திற்கு விரோதமாகப்போகும் என்று கூறியிருக்கிறார்.

அடுத்ததாக, மிண்டோ – மார்லி சீர்திருத்தங்களால் உருவான புதிய சட்டசபைகளைப் பற்றிய விரிவான விமரிசனங்களைப் பாரதி முன்வைக்கிறார். புதிய சட்டசபைகளுக்கு எந்தப் புதிய அதிகாரமும் இல்லை என்பதோடு, முஸ்லிம்களுக்குத் தனித் தொகுதி வழங்கியது தேச ஒற்றுமைக்கு ஆபத்து என்ற கருத்தையும் தொடர்ந்து வெளிப் படுத்தியிருக்கிறார். அப்பொழுது பிரிட்டிஷ் அரசாங்கத்தை அமைத்தி ருந்த லிபரல் கட்சி பற்றிய பாரதியின் விமரிசனம் மிகக் கூர்மையானது.

நிகழ்காலத்தின் சிறுமைகளுக்கு மாற்றாகப் பண்டைப் பெரு மையைப் பேசும் பகுதிகளும் 'விஜயா'வில் உள்ளன. பாரதியின் பார்வை இந்தியாவோடு நின்றுவிடவில்லை. அயலகத்தில் இந்தியர் படும் துன்பங்களையும் பாரதி மிக விரிவாகப் பதிவு செய்துள்ளார். முக்கியமாகத் தென்னாப்பிரிக்காவில் இந்தியத் தொழிலாளர்களின் நிலையைப் பதிவாகக் கவனித்திருப்பது தெரிகிறது.

சுதேசி இயக்கத்தின் கடைசிக் கட்டத்தில் எழுந்த பயங்கரவாத இயக்கம் பற்றிய பாரதியின் கருத்துகள் ஆழ்ந்த பரிசீலனைக்குரியவை. புரட்சிகர பயங்கரவாதம் என்று சில வரலாற்றாசிரியர்களால் குறிப் பிடப்பெறும் இதனை 'அராஜகம்' என்றும் 'அராஜகர்கள்' என்றுமே பாரதி குறிப்பிடுகிறார். நாசிகைப் படுகொலை முதலான இத்தகைய செயல்களைப் பற்றி விமரிசித்தபொழுதும், இவற்றுக்கெல்லாம் 'நிரங்குசப் பிரபுத்துவ அரசாட்சி'யான ஆங்கிலேய அரசாங்கமே பொறுப்பு என்ற வாதமும் இதில் அடங்கியுள்ளது. 'அராஜகம்'

பற்றிய பாரதியின் கடும் விமரிசனங்கள் வெறும் தந்திரோபாயமாக – வெளிப்படையாக அவற்றை ஆதரிக்க முடியாது என்ற சூழ்நிலையில் – சொல்லப்பட்டவை என்று தள்ளிவிட முடியாது. (இந்தியாவில் பிரிட்டிஷ் ஆட்சிக்கு எதிராகப் பிரெஞ்சு இந்தியாவில் ஜனநாயகம் பற்றிய பாரதியின் சாதகமான கருத்துகள் தந்திரோபாயம் என்ற சலுகைக்குப் பிறகும் விமரிசனத்துக்குரியவை என்பதையும் இங்குச் சுட்டலாம்.) அதே வேளையில், 'எது வந்தாலும் அதைரியப்படாதே யுங்கள். . . . நியாயந் தவறான செய்கைகள் செய்ய வேண்டாம். நியாயமான சட்டங்களை மீற வேண்டாம். அநியாயமான சட்டங்களை யெடுத்து விடுவதற்கு இயன்ற முயற்சிகளெல்லாம் செய்ய வேண்டும்' என்றும் பாரதி எழுதியிருக்கிறார் ('சூரியோதயம்', 13 பிப்ரவரி 1910). 'இந்தியா'வுக்குத் தடை விதிக்கப்பட்டதும்,

> இப்போது நாம் 'இந்தியா'வின் சந்தாதாரர்களுக்குச் சொல்லிக்கொள்வதென்னவென்றால், நமது 'விஜயா' தினசரியை வாரப் பத்திரிகையாக மாற்றி, ஆங்கிலேய அரசாங்க விஷயங்களைத் தொடாமல் இந்திய ஜனங்களின் நன்மையை விருத்தி செய்யும் உபாயங்களைப் பற்றி மட்டுமே எழுதுவது என்று உத்தேசித்துள்ளோம். ('விஜயா', 23 மார்ச் 1910)

என்றும் எழுதியிருக்கிறார். அரசின் தடை, பொது மக்களைச் சென்றடைய வேண்டிய நிலை என்ற இரண்டுக்குமிடையேயான தத்தளிப்பாக இதைக் காண்பது தவறாகமாட்டாது. ஆனால் இதற்கு ஒரு மாதத்திற்குள்ளாகவே நிலைமை மேலும் மோசமடைகின்றது. நாம் அறியவரும் 'விஜயா'வின் கடைசி இதழில் 'சுதேசியம் வெற்றி பெறுமா?' என்ற கேள்வியுடன் ஒரு கட்டுரை அமைந்துள்ளது. புதிய பத்திரிகைச் சட்டத்திற்குப் பிறகு சுதேசியம் அபிவிருத்தியடையுமா என்று மனசஞ்சலமடைவோருக்கு மறுமொழியாக,

> பத்திரிகைகளின் பிரசுரத்தில் சுதேசியம் தங்கியிருக்கவில்லை. சுதேசிய தீபத்திற்குப் பத்திரிகைகள் கேவலம் தூண்டுகோல்களேயாகும். மிக அதிகமாகத் தூண்டப்பட்ட விளக்கு அணைந்துவிடுவது போல், இந்தத் தருணத்தில் பத்திரிகைகளால் பிரயோஜனமில்லை என்பதைக் காட்டவே பத்திரிகைச் சட்டம் இயற்றப்பட்டுள்ளதாகத் தோன்றுகிறது. . . . மேலும் மேலும் வீண் விஷயங்களை மூளைக்குள் திணித்துக்கொள்வதால் பிரயோஜனமில்லை. ('விஜயா', 22 ஏப்ரல் 1910)

இதனைப் பாரதி தமக்குத் தாமே கூறிக்கொண்ட ஆறுதலாகவும் கொள்ள இடமுண்டு.

மொத்தத்தில், பாரதியின் அரசியல் வாழ்க்கையின் கடைசிக் கட்டத்தின் பரபரப்பு மிகுந்த இக்கட்டான ஒரு சூழலை இந்நூலின் கட்டுரைகள் காட்டுவதாகக் கொள்ளலாம்.

இந்நூலில் . . .

இந்நூலின் முதற்பகுதியில் 'விஜயா'வில் வெளியான கட்டுரைகள் அமைந்துள்ளன. 'விஜயா'வில் நேரிடையாகப் பார்த்துப் படியெடுத்த கட்டுரைகள் தவிர, 'விஜயா'விலிருந்து 'இந்தியா'விலும் 'கர்மயோகி'யிலும் மறுபிரசுரம் பெற்ற கட்டுரைகளும் காலவரிசையில் இடம் பெறுகின்றன. முதல் பகுதியின் முடிவில் இரு இணைப்புகள் உள்ளன. இப்பதிப்பாசிரியருக்குப் பார்க்கக் கிடைத்த 'விஜயா' இதழ்களில் இடம்பெற்ற படங்களின் பட்டியலும் வாசகங்களும் முதல் இணைப்பில் தரப்பட்டுள்ளன. ஓரளவுக்குத் தெளிவாகவுள்ள ஒரு படமும் மறுபதிப்பாகியுள்ளது. இரண்டாம் இணைப்பில், 'விஜயா'வில் இடம்பெற்ற விளம்பரங்கள் தரப்பட்டுள்ளன. 'விஜயா' பற்றிய முழு அறிமுகத்திற்கு இது உதவுவதோடு அக்காலத் தமிழ் இதழியல் உலகத்தையும் இது படம்பிடித்துக் காட்டுகின்றது.

இரண்டாம் பகுதியில், சென்னை அரசாங்கத்தின் பத்திரிகைகளைப் பற்றிய வாராந்தர இரகசிய அறிக்கைகளில் 'விஜயா'விலிருந்து மொழிபெயர்ப்பாக எடுத்தாளப்பட்ட கட்டுரைகளும், கட்டுரைப் பகுதிகளும், கட்டுரைச் சுருக்கங்களும் அப்படியே ஆங்கிலத்தில் தரப்பட்டுள்ளன. 'விஜயா' இதழ்கள் முழுமையாகக் கிடைக்கப்பெறாத நிலையில், அவற்றின் உள்ளடக்கத்தை ஓரளவுக்கு அறிய இது உதவும்.

ஆங்கிலேய அரசாங்கம் தன் புலனாய்வுத் துறையினரைக் கொண்டு தயாரித்த அறிக்கைகளுக்குச் சில ஆய்வாளர்கள் மிகை அழுத்தமும் முக்கியத்துவமும் தருகின்றனர். ஒரு குறிப்பிட்ட கட்டுரையினையோ, கவிதையினையோ இந்த அறிக்கை முழுவதுமாக ஆங்கிலத்தில் மொழிபெயர்த்திருந்தால் அது அதிக முக்கியத்துவமுடையதென்று கருதுகிறார்கள். இந்தியர்களால் ஆங்கிலத்திலும் சுதேச மொழிகளிலும் வெளியாகும் பத்திரிகைகளில் பொதுசனக் கருத்து எப்படித் திரள்கின்றது என்பதைக் கண்காணிக்கும்பொருட்டு வாலாயமாக ஒவ்வொரு மாதமும் நூற்றுக்கணக்கான பக்கங்களை மொழிபெயர்த்து, அச்சிட்டதே இந்த அறிக்கைகளாகும். இவ்வறிக்கைகளில் அரசியல் தவிரப் பல்வேறு பொருள் பற்றிய பதிவுகளும் உண்டு. சில கட்டுரைகள் முழுப் பெயர்ப்பாகவும், சில சுருக்கங்களாகவும் அமைவது வழக்கம். கருத்தளவில் மொழிபெயர்ப்புப் பெருமளவு விசுவாசமாக உள்ளதும் தெரிகின்றது. சில சமயங்களில் பிழைகளும் நேர்வதுண்டு. உதாரணமாக, 'ஆங்கில பாஷை இந்தியர்களுக்குக் கற்பித்ததின் காரணம்' என்ற கட்டுரை 'விஜயா' 22 பிப்ரவரி 1910இல் வெளிவந்திருக்க, 2 பிப்ரவரி 1910இல் வந்ததாக வாராந்தர அறிக்கை கூறுகிறது. ஆய்வாளர்கள் இந்த அறிக்கைகளை விமரிசனமின்றிக் கொண்டாடுவதில் பொருளில்லை. எந்த ஆவணத்தையும் போலவே இவற்றையும் சீர்தூக்கியே பார்க்க வேண்டும். மூல இதழ்கள் கிடைக்காத நிலையிலேயே இவ்வறிக்கைகளை ஒரு பிரதிபலிக்கும் கண்ணாடியாக நாம் கொண்டிருக்கிறோம்.

இவற்றின் தமிழ் மொழிபெயர்ப்பு மூன்றாம் பகுதியில் அமைந்துள்ளது. கூடுமானவரை பாரதி காலத்துத் தமிழிலேயே மொழியாக்கம் அமைக்கப்பட்டுள்ளது. தமிழிலிருந்து ஆங்கிலமாக்கப்பட்ட பிரதிகளின் ஒரு நூற்றாண்டுக்குப் பிற்பட்ட மீள் தமிழ் மொழிபெயர்ப்பு இது என்பதை வாசகர்கள் மனங்கொள்ள வேண்டும்.

நான்காம் பகுதியில் இதுவரை பாரதி ஆய்வாளர்களுக்குக் கிடைக்காத 'இந்தியா' இதழ்கள் இரண்டிலிருந்தும் (5 பிப்ரவரி 1910; 12 பிப்ரவரி 1910) மற்றோர் இதழிலிருந்தும் சில கட்டுரைகள் இடம்பெறுகின்றன. மேலும் 'சூரியோதயம்' இதழில் பாரதியின் பெயரிலும் புனைபெயரிலும் அமைந்த கட்டுரையும், சில கவிதைகளும் இடம் பெற்றுள்ளன. 'சூரியோதயம்' இதழ்கள் நான்கினை (28 மார்ச் 1909; 13 பிப்ரவரி 1910; 20 பிப்ரவரி 1910; 27 பிப்ரவரி 1910) இப்பதிப்பாசிரியர் பார்வையிட்டிருக்கிறார். 27 பிப்ரவரி 1910 இதழில் 'விஷயதானஞ் செய்வோர்' என்ற பட்டியல் தலையங்கத்திற்கு மேல் இடம்பெற்றுள்ளது. அதில் 'ஸ்ரீ ஸி. சுப்பிரமணிய பாரதி, ஸ்ரீ நீலகண்டம், ஸ்ரீமதி கமலநாயகி' என்ற மூன்று பெயர்கள் உள்ளன. 'சூரியோதயம்' இதழின் ஆசிரியர் சைகோன் சின்னையா ஆதலாலும், பெரும்பாலான படைப்புகள் ('இந்தியா', 'விஜயா' போலல்லாது) ஆசிரியர் பெயர் தாங்கியே வந்துள்ளதாலும், பாரதியின் பெயரிலோ புனைபெயரிலோ வெளியானவையே இப்பகுதியில் பதிப்பிக்கப்பட்டுள்ளன. 'சூரியோதய'த்தில் வெளியான இரு பாடல்களும் அதே சமயத்தில் வெளியான 'கர்மயோகி'யிலும் (பிப்ரவரி 1910) வெளிவந்துள்ளமை தஞ்சைத் தமிழ்ப் பல்கலைக்கழகப் பாரதி பாடல்கள் ஆய்வுப் பதிப்பிலிருந்து தெரியவருகிறது. இவை ஏற்கெனவே வெளிவந்தவைதாம் எனினும் இதுவரை நாம் அறியாத 'ராமதாஸன்' என்ற பாரதியின் புனைபெயர் புலப்படுகின்றது. மேலும், பாட வேறுபாடுகள் உண்டா என்று ஒப்பிட்டு அறியவும் பயன்படும். 'சூரியோதய'த்தில் இடம்பெற்ற மூன்று கருத்துப்படங்களும் இணைக்கப்பட்டுள்ளன. முத்தாய்ப்பாக அமையட்டும் எனக் கருதி 'தமிழ் நாட்டோருக்கு இறுதி விண்ணப்பம்' கடைசியில் வைக்கப்பட்டுள்ளது.

ஐந்தாம் பகுதியில் 'சுதேசமித்திர'னில் பாரதி தொடர்பாக வெளியான சில செய்திக் குறிப்புகள் தொகுத்துத் தரப்பட்டுள்ளன. பாரதியின் கடைசிக் கட்ட வாழ்க்கை வரலாற்றை முழுமைப்படுத்துவதற்கு இவை உதவலாம். மேலும், 'ஜயபேரிகை கொட்டடா', 'முருகன் பாட்டு' ('வீரத் திருவிழிப் பார்வையும்...'?) ஆகிய பாடல்கள் எழுதப்பட்ட காலத்தை உறுதி செய்யவும் இக்குறிப்புகள் பயன்படும்.

பாரதி மறைவதற்கு நான்கு மாதங்களுக்கு முன்பு திருவல்லிக்கேணியில் ஒரு 'பிராமண ஸபை'க் கூட்டத்தில் கலந்துகொண்டது பற்றிய ஒரு விரிவான பதிவு 'சுதேசமித்திர'னிலிருந்து மறுபதிப்பிடப்பட்டுள்ளது. எம்.கே. ஆச்சாரியாரின் பேச்சும், கூட்டத் தீர்மானங்களும் மட்டுமே 'சுதேசமித்திர'னில் விரிவாகப் பதியப்பெற்றிருக்கின்றன. 'ஆரம்பத்தில் வெகு சிலரே வந்திருப்பினும், பின்னிட்டு ஸ்ரீமான்

சுப்பிரமணிய பாரதி கர்ஜிக்க வாரம்பித்தவுடனே 200 பேருக்குமேல் கூடிவிட்டார்கள்' என்றும், கடைசியில் 'ஸ்ரீமான் ஸுப்பிரமணிய பாரதி பொதுவாக பிராமணரல்லாதார் இயக்கத்தின் அஸ்திவாரக் கொள்கையையும், போலி வாதங்களையும் நிர்த்தூளியாக்கிய பின் சபை கலைந்தது' என்றும் குறிப்பிடும் அளவுக்கே பாரதியின் பங்களிப்புப் பதிவு செய்யப்பெற்றுள்ளது.

1909இலேயே, சென்னையில் தொடங்கப்பட்ட ஒரு 'பிராமணரல்லாதார் சபை'யைப் பற்றி எழுதுகையில், 'இந்தச் சங்கம் ஏற்படுத்தினவர்களின் நோக்கம் நல்லதாயிருக்கலாம். ஆனால் இதிலிருந்து விளைவது தீமைகளேயாகும்' என்றும், 'ஸர்வ குலங்களும் தத்தம் குணங்களால் மற்றவர்களுக்கு மனப்புண் விளைக்காமல் ஸமரஸ நிலையடைந்து, பாரத மஹா ஜாதி என ஒன்றேற்பட வேண்டுமென்பதாக நாமெல்லோரும் பாடுபட்டுவரும் இக்காலத்தில் இவ்வாறு பிரிவெண்ணங்களுண்டாக்கக்கூடிய சபைகளேற்படுத்துவோரை நமக்குத் தீமை செய்வோராகவே கருத வேண்டும்' என்றும் பாரதி விமரிசனம் செய்திருக்கிறார்.[21]

பார்ப்பனரல்லாதார் அறிக்கை வெளிவந்து, 1916இல் நீதிக் கட்சியும் தோன்றிவிட்ட நிலையில், 'ஜாதிக் குழப்பம்', 'ஜாதிபேத விநோதங்கள்' என்ற கட்டுரைகளில் திராவிட இயக்கம் பற்றி மேலும் கடுமையான விமரிசனங்களைப் பாரதி முன்வைத்தார்.

> இந்த 'பிராமணரல்லாதார் கிளர்ச்சி' கால கதியில் தானே மங்கி அழிந்துவிடுமென்று நிச்சயிப்பதற்கும் போதிய காரணங்களிருக்கின்றன. முதலாவது, இதில் உண்மையில்லை. உண்மையாகவே இந்தியாவில் ஜாதி பேதங்கள் இல்லாமல் செய்துவிட வேண்டுமென்ற ஐக்கிய புத்தியுடையோரில் மிகமிகச் சிலரே இக்கிளர்ச்சியில் சேர்ந்திருக்கிறார்கள். பெரும்பாலும், சர்க்கார் அதிகாரங்களையும் ஜில்லா போர்டு தாலுகா போர்டு முனிசிபாலிட்டி சட்டசபை முதலியவற்றில் கௌரவ ஸ்தானங்களையும் தாமே அடையவேண்டுமென்ற ஆவலுடையவர்களே இக்கிளர்ச்சியின் தலைவராக வேலை செய்துவருகிறார்கள்

என்றும்,

> 'பிராமணரல்லாதார்' என்ற வகுப்பே கிடையாது. அதுவே பொய். எனவே, இந்தக் கிளர்ச்சியின் மூலமே பொய்யாக இருப்பது கொண்டு இதனை உண்மையில்லாத கிளர்ச்சி என்கிறேன். . . . பொய்யும் புலையுமாக, திராவிடர்களென்றும் ஆரியரென்றுமுள்ள பழைய சொற்களுக்குப் புதிய அபாண்டமான அர்த்தங்கள் கற்பித்துக்கொண்டு வீண் சண்டைகள் வளர்ப்பதனால் ஹிந்து சமூகத்துக்கே கெடுதி விளையக்கூடும்.

என்றும் பாரதி வலுவாக எழுதியிருக்கிறார். இதன் தொடர்ச்சியாகவே திருவல்லிக்கேணி பிராமண சபைக் கூட்டத்தின் பேச்சு இருந்திருக்க வாய்ப்புண்டு. பரம வைதீகரும், தாழ்த்தப்பட்டோர் கோயில் நுழைவைக் கடுமையாக எதிர்த்தவரும், வர்ணாசிரம தர்மத்தின் பாதுகாவலராகச் செயல்பட்டவருமாகிய எம். கே. ஆச்சார்யாவுடன் பாரதி மேடையைப் பகிர்ந்துகொண்டிருக்கிறார் என்பது குறிப்பிடத் தகுந்த செய்தி. பாரதியின் பிற்கால வாழ்க்கை, கருத்தியல் மாற்றம் முதலானவற்றை ஆராயப் புகுவோர் இதனைக் கருத்தில் கொள்ள வேண்டும்.

பிற்சேர்க்கையாக, 'சூரியோதயம்' இதழிலிருந்து பெயர்த்தெழுதிச் சிறுநூலாக வெளியிடப்பட்டுப் பின்பு ஆங்கிலேய அரசாங்கத்தால் தடை செய்யப்பட்ட 'இந்தியர்களில் ஜாதீய ஐக்கியம் எங்ஙனம் உண்டாகும்?' மறுபதிப்பிடப்பட்டுள்ளது. இது பாரதியால் எழுதப் பட்டதாக ஒரு தவறான பதிவு பிரிட்டிஷ் நூலகப் பட்டியலில் உள்ளது. 'பாரதிக்குத் தடை' என்ற ஓர் அண்மை நூலில் வி. வெங்கட்ராமன் இதை எழுதியவர் பாரதிதாம் என வாதிட்டுள்ளார். இச்சிறு நூலைப் பாரதி எழுதவில்லை என்பதைத் தெளிவுபடுத்தும் முன்குறிப்போடு அது வெளியிடப்படுகின்றது. பாரதி ஆய்வாளர்களுக்கு இது பயன்படும்.

இந்நூலைப் பதிப்பிப்பதற்காகப் பார்வையிடப்பட்ட மூல இதழ் களும் ஆவணங்களும் பெருமளவு சிதைந்தும் தெளிவற்றும் உள்ள நிலையில் தெளிவில்லாத இடங்கள் (. . .) என்று புள்ளியிட்டுக் காட்டப்பட்டுள்ளன. அன்றாடம் வெளிவந்த பத்திரிகையாதலால் பல எழுத்துப் பிழைகளும் ஒற்றுப் பிழைகளும் இலக்கணப் பிழைகளும் சீர்மையின்மையும் உள்ளன. சில எழுத்துப் பிழைகள் தவிரப் பிற எவையும் செப்பம் செய்யப்படவில்லை. இந்நூலில் இடம்பெற்றுள்ள ஆவணங்களெல்லாம் அவ்வவற்றுக்கீழே குறிப்பிடப்பட்டுள்ள சான்றா தாரங்களோடு ஒப்பிடப்பட்டுள்ளன. ஏற்கெனவே வெளியாகியுள்ள சில கட்டுரைகளோடு ஒப்பிட இங்குக் கொள்ளப்பட்ட பாடங்கள் மூலத்திற்கு நெருக்கமாக இருப்பது ஊன்றிப் பார்த்தால் புலப்படும்.

பாரதி கையாண்டுள்ள சில சொற்களைப் பற்றி இன்றைய வாசகர்கள் கவனத்திற்கு ஒன்றைச் சொல்ல வேண்டும். சென்ற ஒரு நூற்றாண்டில் தமிழ் உரைநடையும் சொற்களஞ்சியமும் எவ்வ ளவோ மாறியுள்ளன. சில சொற்கள் இன்று முற்றிலும் வேறு பொருள் தருகின்றன. பாரதி கையாளும் 'ஜாதி' என்பது 'தேசம்' (nation, nationality) என்றும், 'ஜாதீயம்' என்பது 'தேசியம்' (nationalism) என்றும் பொருள் தரும். 'வர்ஜனம்' என்பது 'புறக்கணிப்பு' (boycott). நிர்வாஸம்: நாடு கடத்துதல் (deportation). 'ஆங்கிலோ இந்தியர்': இந்தியாவிலுள்ள ஆங்கிலேயர்.

பாரதி ஆர்வலர்களும் தமிழுலகமும் இந்நூலை வரவேற்கும் என்று நம்பிக்கையுடன் இது வெளியாகின்றது. பாரதி தேடல் இன்னும் முற்றுப்பெற்றுவிடவில்லை.

சான்றுக் குறிப்புகள்

1. ரா.அ. பத்மநாபன், *பாரதி புதையல் பெருந்திரட்டு*, சென்னை, 1982, ப. 494—97.
2. ரா.அ. பத்மநாபன், *சித்திரபாரதி*, சென்னை, 1982, ப. ix, 211.
3. இத்தகவலைத் தெரிவித்து உதவியவர் டாக்டர் வெ. ஜீவானந்தம்.
4. பெ.சு. மணி, *பத்திரிகையாளர் பாரதியார்*, சென்னை, 1989, ப. 166.
5. பா. இறையரசன், *இதழாளர் பாரதி*, சென்னை, 1995, பின்னிணைப்பு 33.
6. *G.O.No.515, Public, dated 22 July 1909.*
7. *G.O.No.1010, Judicial & Confidential, dated 4 July 1910.*
8. ரா.அ. பத்மநாபன், *சித்திரபாரதி*, ப. 61.
9. *Native Newspaper Reports, 1908-1909.*
10. *G.O.No.1010, Judicial & Confidential, dated 4 July 1910.*
11. ரா.அ. பத்மநாபன், *சித்திரபாரதி*, ப. 61.
12. ரா.அ. பத்மநாபன், *பாரதியின் கடிதங்கள்*, சென்னை, 1982, ப. 35.
13. *G.O.No 1010, Judicial & Confidential, dated 4 July 1910.*
14. *G.O.No 1010, Judicial & Confidential, dated 4 July 1910.*
15. *G.O.No 621, Judicial & Confidential, dated 22 April 1910.*
16. சீனி. விசுவநாதன், *மகாகவி பாரதி: சில புதிய உண்மைகள்*, சென்னை, 1984, ப. 40.
17. எஸ்.ஜி. இராமாநுஜலு நாயுடு, 'சென்றுபோன நாட்கள்', *அமிர்த குணபோதினி* 1928இல் வெளிவந்த கட்டுரைத் தொடர். இதனைக் 'குமரிமல'ரும், ரா.அ. பத்மநாபன், சீனி. விசுவநாதன், மா.சு. சம்பந்தன் ஆகியோரும் மறுபதிப்பிட்டுள்ளனர்.
18. *G.O. No.424, Judicial & Confidential, 18 March 1910.*
19. *G.O. No.516, Judicial & Confidential, 5 April 1910.*
20. எஸ். ஜி. இராமாநுஜலு நாயுடு, 'சென்றுபோன நாட்கள்'.
21. 'இந்தியா', 15 மே 1909, சீனி. விசுவநாதன், *பாரதியின் கட்டுரைச் செல்வம்*, சென்னை, 1989, ப. 480—1

அட்டவணை 1

பார்வையிடப்பட்ட 'விஜயா' இதழ்கள்

வரிசை எண்	புத்தகம்	இலக்கம்	ஆண்டு (தமிழ்) சௌமிய	ஆண்டு (ஆங்கிலம்) பிப்ரவரி 1910
1	1	119	தை 19	1
2	1	120	,, 20	2
3	1	121	,, 21	3
4	1	122	,, 22	4
5	1	123	,, 23	5
6	1	124	,, 25	7
7	1	125	,, 26	8
8	1	126	,, 27	9
9	1	127	,, 28	10
10	1	128	,, 29	11
11	1	129	மாசி 1	12
12	1	130	,, 3	14
13	1	131	,, 4	15
14	1	134	,, 7	18
15	1	135	,, 8	19
16	1	137	,, 11	22
17	1	138	,, 13	23
18	1	139	,, 15	25
19	1	140	,, 15(16)	26
20	1	141	,, 17	28

○

அட்டவணை 2

சென்னை அரசாங்கத்தின் இரகசிய வாராந்தர அறிக்கைகளில் எடுத்தாளப்பட்ட 'விஜயா' இதழ்கள்

வரிசை எண்		தேதி	
1.	20	அக்டோபர்	1909
2.	25	,,	,,
3.	30	,,	,,
4.	2	நவம்பர்	,,
5.	9	,,	,,
6.	10	,,	,,
7.	13	,,	,,
8.	16	,,	,,
9.	17	,,	,,
10.	18	,,	,,
11.	25	,,	,,
12.	27	,,	,,
13.	1	டிசம்பர்	,,
14.	2	,,	,,
15.	3	,,	,,
16.	7	,,	,,
17.	8	,,	,,
18.	9	,,	,,
19.	10	,,	,,
20.	13	,,	,,
21.	14	,,	,,
22.	15	,,	,,
23.	17	,,	,,

வரிசை எண்	தேதி		
24.	5	ஜனவரி	1910
25.	18	,,	,,
26.	26	,,	,,
27.	28	,,	,,
28.	21	பிப்ரவரி	1910
29.	2	மார்ச்	,,
30.	3	,,	,,
31.	5	,,	,,
32.	9	,,	,,
33.	11	,,	,,
34.	14	,,	,,
35.	15	,,	,,
36.	16	,,	,,
37.	17	,,	,,
38.	19	,,	,,
39.	22	,,	,,
40.	23	,,	,,
41.	25	,,	,,
42.	26	,,	,,
43.	31	,,	,,
44.	15	ஏப்ரல்	,,
45.	22	,,	,,

சான்று: *Report on English Papers Owned by Natives Examined by the Criminal Investigation Department, Madras and on Vernacular Papers Examined by the Translators to the Government of Madras, 1909-1910.*

I
'விஜயா'

ஸ்ரீமான் அரவிந்த கோஷுடன் ஸம்பாஷணை	47
எதிர்க்கிறாயா? துணை செய்கிறாயா?	51
மொராக்கோவும் ஸ்பெயினும்	54
மொகலாய ராஜ்யத்தின் அழிவு	56
காபூலின் அபிவிருத்தி	60
ஸ்ரீ பாரத நாட்டின் புதிய புண்ய ஸ்தலங்கள்	63
கல்விப் பயிற்சி	65
ஸ்ரீமத் கீதையும் கொடுஞ்செயல்களும்	68
பிரிடிஷ் இந்தியாவில் பயமுறுத்தும் சட்டங்கள்	71
கூடித்திரிய தர்மம்	74
முஸ்லீம்களின் ஸபை	79
நெல்லையப்பரும் வெள்ளையப்பரும்	81
ரஹஸ்ய போலீஸின் கைவரிசைகள்	82
ஆரிய ஸமாஜிகளின் அனுதாபம்	85
வன்னியர்கள் விரதம்	86
புதிய பத்திரிகைச் சட்டம்	87
பாரத நாட்டின் சிற்பிகளின் சிறந்த திறமை	90
புதிய பத்திரிகைச் சட்ட மசோதா	93
ஸர் ஹெர்பர்ட் ரிஸ்லியின் பேச்சு	97
திருச்சிராப்பள்ளியில் ஒரு தொழிற் கலாசாலை	100
ஸ்ரீ ஜி. எ. நடேசையரும் 'சென்னை டைம்'ஸும்	102
தற்கால இந்தியாவும் ஸ்ரீ விவேகானந்த ஸ்வாமியும்	104
மஹாராஷ்டிரத்தில் நடக்கும் நாடகங்கள்	106

சென்னை ராஜதானியில் ஸ்வதேசியம்	108
தேச நிர்வாஸமானவர்களின் விடுதலை	110
துருக்கி சிம்மாஸனத்தின் வல்லமை	112
இராஜமஹேந்திரத்தில் வீடு சோதனை	114
தேசபக்தர்களுக்கோர் புத்திமதி	116
புதுப் பத்திரிகை சட்டம்	119
பாரிஸ் மாநகரத்தில் வெள்ளம்	121
வர்ஜனம்	124
ஆகாய விமானமும் சென்னையும்	126
ஒரு மகமதிய ஸாது	128
தீண்டாதவர்கள்	130
ஐரோப்பியர்களும் இந்தியர்களின் உடையும்	132
ஆங்கில பாஷை இந்தியர்களுக்குக் கற்பித்ததின் காரணம்	134
கவர்ன்மெண்டாரின் மிரட்சியும் ஸ்ரீ பாபா பாரதியும்	137
ஸ்வதேசப் பத்திரிகை மஸோதா	140
இந்திய குருவும் ஆங்கில குருவும்	143
திபேத்தும் இந்திய கவர்ன்மெண்டும்	147
தென் ஆப்பிரிக்காவுக்குப் போகும் கூலிகளை தடுத்தல்	150
ஸ்ரீ சிவாஜி உத்ஸவமும் ஆங்கிலோ இந்தியர்களும்	152
தலை லாமா	155
இணைப்பு 1: 'விஜயா' படங்கள்	158
இணைப்பு 2: 'விஜயா' விளம்பரங்கள்	163

ஸ்ரீமான் அரவிந்த கோஷுடன் ஸம்பாஷணை

சில தினங்களின் முன்பு நமது பத்திரிகைப் பிரதிநிதியொருவர் கல்கத்தாவிற்குப் போய் அங்கே ஸ்ரீமான் அரவிந்த கோஷுடன் பல விஷயங்களைப் பற்றியும் சம்பாஷணை செய்து வந்தனர். அந்த மஹாஞானியுடன் நம்மவர் செய்த சம்பாஷணையின் ஸாரம் இங்கு தரப்படுகின்றது.

கல்கத்தா காலேஜ் சதுரத் தெருவில் 6—ம் நெம்பர் வீட்டில் நமது பிரதிநிதி அரவிந்த பாபுவைத் தரிசனம் செய்தனர். இந்த வீடு இப்போது தேச நிர்வாஸம் செய்யப்பட்டிருக்கும் பாபு கிருஷ்ண குமார மித்திரருடையது. கீழே கிருஷ்ண குமார பாபுவின் குடும்பத்தார் வசிக்கிறார்கள். மேல் மெத்தையில் கிருஷ்ண குமார பாபுவின் 'ஸஞ்ஸீவனி'ப் பத்திரிகையினது காரியஸ்தலம். அங்கேயே இரண்டு அறைகளில் அரவிந்த பாபு தமது எழுத்து வேலை, தம்மைப் பார்க்க வந்தவருடன் சம்பாஷணை புரிதல் முதலிய காரியங்கள் செய்து வருகிறார்.

நமது பிரதிநிதி அங்கு போய் அரவிந்த பாபுவைப் பார்த்தவுடன் "இவரா அரவிந்த பாபு?" என்ற எண்ணமுண்டாயிற்றாம். அந்த எண்ணம் பிறக்கும்போது நம்மவர் ஸ்ரீமான் அரவிந்தருடைய கண்களைப் பார்த்திருக்கவில்லை. அரவிந்தர் மெலிந்த சரீரமுடையவர். மேலே சாதாரணக் குடுத்துணி ஒன்று போட்டுக்கொண்டு அதி ஸாமானிய மனிதரைப் போலே உட்கார்ந்திருந்தார். இதைக் கண்டவுடன் நம்மவருக்குப் "பாரத நாட்டிற்கு நவீன மார்க்கம் காட்டி, மஹா பிரளயத்தின் மூலமாக நம்மைக் கரை சேர்க்கப் பிறந்திருக்கும் யோகி இவர்தானா?" என்ற வியப்புண்டாயிற்று.

கண்களைப் பார்த்த பிறகே நம்மவருடைய மனம் சமாதானமடைந்தது. ஆ! அந்தக் கண்களிலே என்ன அறிவு! என்ன அருள்! என்ன அமைதி! மஹாசாந்தி, மஹாசாந்தி! அவரிருந்த அறை முற்றிலும் ஓர் பெரிய ஸத்துவ சாந்தி திகழ்ச்சி பெற்றிருந்தது.

அரவிந்த பாபு சிறைச்சாலையிலிருக்கும்போது நாராயண தரிசனம் செய்ததைப் பற்றி நம்மவர் சில கேள்விகள் கேட்டனர். இந்தக்

கலியில் பரமாத்ம தரிசனம் கிடைப்பது துர்லபமாதலால் அரவிந்த பாபு விஷயத்தில்கூட நம்மவர் சிறிது ஐயம் கொண்டு அவரது பரமாத்ம தரிசனம் ஒருவேளை கனவிலேற்பட்டிருக்குமோ என்று சங்கிப்பாராயினர். அரவிந்தரின் மறுமொழியைக் கேட்டவுடனே நம்மவருடைய ஐயங்களெல்லாம் தீர்ந்து போயின. அவர் மறுமொழி கூறும்போது அவர் முகத்திலே தோன்றிய அடக்கத்தையும், அமைதியையும், சிரத்தையையும், நிஷ்கபடத்தன்மையையும், ஒளியையும் கண்டவுடனே நம்மவருக்கு அரவிந்தர் மஹா சித்தரென்பது தெளிவாய் விட்டது.

அரவிந்தர் கூறியது: "ஆம், நான் நாராயணனைக் காணப் பெற்றேன். எனக்கு நிகழ்ந்த தரிசனங்களெல்லாம் ஜாக்கிர நிலையில் தோன்றின. அவை கனவுகளல்ல."

நமது பிரதிநிதியின் கேள்வி: "அந்த ஸ்திதியை அடைவதற்கு ஏதேனும் உபாயமிருக்கிறதா?"

அரவிந்தர் மறுமொழி: "ஆம்; யோகமே வழி."

கேள்வி: "சிறைச்சாலையில் தாம் மாத்திரமே யோக சாதனம் செய்தீரா? வேறு யாரேனும் செய்தார்களா?"

மறுமொழி: "வரேந்திரனும் என் போலவே சாதனம் செய்து கொண்டு வந்தான்."

கேள்வி: "அந்த யோகம் எவ்வகைப்பட்டது?"

மறுமொழி: "பக்தி யோகம். எல்லாப் பொறுப்பையும் ஈசன் மீது வைத்துவிடு. 'நீ சிந்திப்பதும், பேசுவதும், செய்வதும் இவையெல்லாம் உன்னுடையனவல்ல. உன் மூலமாக ஈசனே சிந்திக்கிறான்; அவனே பேசுகிறான்; அவனே செய்கிறான்' என்ற தெளிவு பெற முயற்சி செய். காலக் கிரமத்தில் அனுபூதி கிடைக்கும். தரிசனம் வேறு, ஸ்வாநுபூதி வேறு. அஹங்காரத்தை நசுக்கிவிடு. 'நான்' அற்றிரு. ஆத்ம தியாகம் பழகு."

தேச நிர்வாச வதந்தி

பிறகு ஆத்மார்த்த விஷயங்களை விட்டு நமது பிரதிநிதி லௌகிக விஷயங்களைப் பற்றிய பேச்சு தொடங்கினர்.

"தம்மை ஸர்க்கார் அதிகாரிகள் தேச நிர்வாஸம் செய்யப் போவதாகக் கல்கத்தா முழுதும் பேசிக்கொள்கிறார்களே. ஒருவேளை தம்மைக் கொண்டுபோய்விட்டால் நாங்களென்ன செய்வது?" என்று நமது பிரதிநிதி கேட்டதற்கு —

அரவிந்தர்: "கல்கத்தாப் போலீஸார் என்னைத் தேசத்தினின்றும் அகற்ற வேண்டுமென்று விரும்பியதற்கு வைஸிராயும் அவர் சபையினரும் இணங்கவில்லையென்று தெரிகிறது" என்றனர்.

நம்மவர் அதற்குமேல், "தம்மை அதிகாரிகள் இப்போது ஒன்றும் செய்யமாட்டார்கள். இன்னும் சிறிது காலமிருந்து தாம் நாட்டிற்கு நல்வழி காட்ட வேண்டுமாதலால், ஈசன் தம்மை யாரும் தீண்டுதற்கு இடங்கொடுக்க மாட்டாரென்று நாங்களறிவோம்" என்றனர்.

அரவிந்த பாபு புன்னகை புரிந்தனர்.

நமது பிரதிநிதியின் எண்ணங்கள்

இங்ஙனம் சம்பாஷணை செய்துகொண்டு வரும்போதே நமது பிரதிநிதி தமது நெஞ்சிலே உதித்த எண்ணங்களைக் குறிப்பிட்டுப் பின்வருமாறு எழுதுகிறார்:

அரவிந்தருடைய குரல் மிகுந்த அமைதி கொண்டதாயிருந்தது. என் மனதில் சாந்தி பிறந்தது. எங்கும் ஒரே சாந்தியாகத் திகழ்ந்தது. தேசபக்தியின் பொருட்டாகப் பலவகைத் துன்பங்கள் அனுபவித்தவரும், பாரத நாடு முழுமையும் வியப்பெய்தும்படி அற்புதமான வசனங்கள் கூறியிருப்பவரும், சுதேசீய தர்மத்தின் ரிஷிகளி லொருவருமாகிய மஹானுடைய சந்நிதிக்கு வந்திருக் கிறோமென்ற எண்ணம் எனக்கு மிகுந்த ஆனந்தத்தை விளைத் தது. உடன்பிறந்த தம்பியொருவர் தூக்குத் தண்டனைக்குக் காத்திருக்கும்போது இந்த மனிதர் சிறிதேனும் மனச் சலன மில்லாமல் எங்களுடன் அமைதியோடும், சாந்தியோடும் சம்பாஷணை செய்துகொண்டிருந்தது எனக்கோர் புதுமையாகக் காணப்பட்டது.

மஹா ப்ரளயம்

இப்பால் நம்மவர் பற்பல கேள்விகள் கேட்டதற்கு அரவிந்தர் பெருங் கருணையுடன் மறுமொழி சொல்லிக்கொண்டே வந்தார். இறுதியாக நம்மவர் பாரத நாட்டின் தற்காலக் குழப்ப நிலையைப் பற்றிப் பேசலாயினர். அதைப் பற்றி ஏதோ சில கேள்விகள் கேட்டதற்கு அரவிந்தர் பின்வரும் தெய்வீகமான பிரசாதம் செய்திருக்கின்றனர்.

"ஓர் பிரளயம் வருகிறது. அப்பிரளயம் வருவதற்குரிய முன்னடை யாளங்களெல்லாம் தென்பட்டு வருகின்றன. 1906—ம் வருஷத் துடன் கலியுகத்தில் 5000 வருஷங்களாய் விட்டன. 1907—ம் வருஷ முதல் ஓர் புதிய காலம் தொடங்கியிருக்கிறது. இஃது பலத்திலும் அளவிலும் மிகுதி பெற்றுக்கொண்டே வருகிறது. இன்னும் நான்கு வருஷங்களில் இப்பிரளயம் எல்லோர் கண்ணுக்கும் தெரியும்படி நன்றாக விருத்தியடைந்திருக்கும். அதற்கடுத்த 4 அல்லது 5 வருஷங்களில் இது பரிபூர்ணமாய் விடும்."

கேள்வி: "இப்பிரளயம் எப்படிப்பட்டது?"

மறுமொழி: "மஹா பிரளயம், மாறுதல், புரட்சி, மஹா க்ராந்தி, உயர்ந்தோர் தாழ்தல், தாழ்ந்தோர் உயர்தல், மாறுதல், மாறுதல்! எங்கு பார்த்தாலும் மாறுதல். அரசாட்சியிலே மாறுதல். நமது ஜனங்களிடம் மாறுதல். புதிய பிரச்சினைகள், புதிய சிந்தனைகள்—எல்லாச் செயல்களிலும் புதிய வழிகள். ஓம்.

'விஜயா'

இந்தியா, 18 செப்டம்பர் 1909

எதிர்க்கிறாயா? துணை செய்கிறாயா?

ஸூரத் காங்கிரஸ் ஸமயத்தில் "திலகரையும் அவர் கூட்டத்தாரையும் கவர்மெண்டார் அதி சீக்கிரத்தில் ஹதம் செய்து விடுவார்கள்" என்று சோதிடம் சொல்லி, அச்சோதிடம் சீக்கிரம் பலனடையக் கண்டு மகிழ்ச்சி பெற்ற வி. கிருஷ்ணசாமி ஐயருக்கு ஹைகோர்ட் ஜட்ஜி வேலை கிடைத்திருக்கிறது. ஆனால் அவர் அங்ஙனம் சொல்லியது சோதிடந்தானா அல்லது கவர்மெண்டாருக்கு வேண்டுகோளா என்பது சந்தேகம். திலகரை ஸர்க்கார் அதிகாரிகள் சிறையிட்டு விட்டனர். திலகர் கூட்டம் என்று வி. கிருஷ்ணஸாமி அய்யர் யாரைச் சொல்லுகிறாரோ அவர்கள் ஒருபோதும் முடிவு பெறப் போவதில்லை. பாரத நாடு முழுமையும் — ஒரு சில விலக்குகளொழிய — திலகர் சிறையுண்டவுடன் ஆற்றொணாத துக்கமடைந்தது. இங்கிலாந்தில் பார்லிமெண்ட் மெம்பர்களிலே பலர் திலகரை சிறையிட்டது பெரிய அநீதியென்கிறார்கள். ஐரோப்பாவிலே நீதியபிமானங் கொண்ட பத்திரிகைகளெல்லாம் திலகர் தண்டனையடைந்தது பற்றி வருத்தம் பாராட்டுகின்றன. உலகத்தில் எந்தப் பிரதேசத்திலும், இவ்விஷயத்தைப் பற்றிக் கேள்வியுற்ற நிர்பக்ஷபாதகமான ஜனங்கள் யாவரேயாயினும் அவர்களெல்லோரும் திலகருக்கு விதித்த தண்டனை வெறும் அநீதியென்கிறார்கள். இவர்களெல்லோரும் திலகர் கூட்டந்தான்! சூரியனை அவித்தாலும் அவிக்கலாம். மேரு மலையை வெட்டியெறிந்தாலும் எறிந்து விடலாம். திலகர் கூட்டத்தை ஹதஞ் செய்ய முடியாது.

ஏனெனில், திலகர் பக்ஷத்திலே நியாயமிருக்கிறது. தர்மமிருக்கின்றது. ஈசனிருக்கிறார். திலகர் என்ன சொல்லுகிறார்? "பாரத ஜனங்களுக்குப் பட்டினி நீங்கி உணவும், அறிவின்மை போய் அறிவும், பலமும், வீரியமும், செல்வமும், செழிப்பும் ஸ்வதந்திரமும் கிடைக்க வேண்டும். இதற்கு பாரத ஜனங்களே முயற்சி செய்ய வேண்டும். பிறர் துணையை எதிர்பார்க்கலாகாது" என்கிறார். இதன்பொருட்டு ஆங்கிலேயர்களை அடித்து, இம்சித்துத் துரத்த வேண்டுமென்கிறாரா? இல்லை. ராஜாங்கத்தாரின் சட்டத்துக்கு விரோதம் செய்ய வேண்டுமென்கிறாரா? இல்லை. ராஜாங்கச் சட்டத்துக்கு விரோதம் செய்யலாகாதென்ற எண்ணம்

திலகருக்கிருந்தது போல வி. கிருஷ்ணசாமி அய்யருக்குக் கிடையாது. சமாதானமாகவும் சட்டத்திற்குட்பட்டும் இப்போதுள்ள ஆட்சி முறையை எதிர்த்துச் செம்மைப்படுத்த வேண்டுமென்று சொல்லுகிறார். இவருடைய வழக்கை ஒருவரால் அடக்க முடியுமா? இவருடைய கூட்டத்தாரை ஹதம் செய்ய வல்லவர்கள் யார்? இது நிற்க.

வி. கிருஷ்ணசாமி அய்யரை நேராக விளித்துச் சில வார்த்தைகள் சொல்ல விரும்புகிறோம். காங்கிரஸ் சபையில் உமக்குப் பிரியம் அதிகமாயிருந்தது. அதை ஓர் ஆலயம் போலக் கருதினீர். அதன் மூலமாகத் தற்கால ஆட்சி முறையைப் பெரிதும் மாற்றி நாட்டுக்கு எண்ணிறந்த நன்மைகள் விளைவிக்கலாமென்று நம்பியிருந்தீர். இப்படிப்பட்ட சபையின் ஒற்றுமைக்கு இடையூறாயிருந்தது பற்றி நீர் நெடுங்காலமாக மஹாபண்டிதரென்றும் ஞானியென்றும் பாராட்டி வந்த ஸ்ரீ திலகரையும் அவர் கூட்டத்தாரையும் காங்கிரஸ் ஸபையினின்றும் விலக்கி விட முயன்றீர். அந்த முயற்சி கைகூடிவிட்டதாகவும் சந்தோஷப்பட்டுக்கொண்டிருக்கிறீர். நல்லது. நீர் இப்போது அந்தக் காங்கிரஸ் கூட்டத்திலிருக்கிறீரா? இனி நீர் காங்கிரஸ் சபைக்கு போகலாமா? அப்போது "காங்கிரஸ் ஓர் ஆலயத்தைப் போன்றது; என்ன வரினும் எவ்வளவு தேசாபிமானிகளை எதிர்த்தும், நாம் அதைப் பாதுகாக்க வேண்டும்" என்ற நிச்சயத்துடன் இருந்தீர். ஐயோ, இரண்டு வருஷங்கூட ஆகவில்லையே. அதற்குள் காங்கிரஸ் சபை கள்ளுக்கடையைப் போல நிஷித்தமானது, அதில் காலெடுத்து வைக்கலாகாதென்று சொல்லும் கூட்டத்தாருடன் சேர்ந்துவிட்டீர். இனிக் காங்கிரஸ் சபையில் போய், "வெளிச்சம் நல்லது, ஆனால் பிரகாசம் கெட்டது" என்பது போல, "சுதேசியம் நல்லது, ஆனால் அன்ய வஸ்து வர்ஜனம் கெட்டது" என்று விளக்குவீரா? திலகர் கூட்டத்தார் காங்கிரஸ் ஸபையிலிருக்கலாகாதென்று கூத்தாடினீரே, நீர் இப்போது காங்கிரஸ் சபையில் இருக்கலாமா! காங்கிரஸ் சபையில் உயிரை வைத்திருந்தது போல நீர் பேசிய கதையெல்லாம் இப்போது எப்படியாயிற்று? சொல்லுகிறேன், கேட்கிறீரா? வஞ்சனை, நடிப்பு, ஏமாற்று, பாவனை, வேஷம், பொய்.

வி. கிருஷ்ணஸாமி அய்யரே, ஆதியில் காங்கிரஸ் ஸபை என்ன நோக்கத்துடன் ஏற்பட்டதென்று உமக்கு ஞாபகமிருக்கிறதா? காங்கிரஸ் சபையின் நோக்கமின்னதென்று கல்கத்தாவிலே ஸ்ரீ தாதாபாய் நவுரோஜி சொல்லும்போது கேட்டுக்கொண்டிருந்தீரே, அது இப்போது நினைவிருக்கிறதா? காங்கிரஸ் சபையின் நோக்கம் ஸ்வராஜ்யமென்று தாதாபாய் சொன்னார். சபையோரெல்லாம் செய்தது போல நீரும் அப்போது தலையை அசைத்துக் கைகொட்டி, சந்தோஷம் பாராட்டினீர். ஆங்காணும், அந்த ஸ்வராஜ்யம் என்ற வார்த்தைக்கு என்ன அர்த்தம் தெரியுமா? இப்பொழுதிருக்கும் பரராஜ்ய முறையை மாற்றி இந்திய ஜனங்கள் தம்மைத் தாமே ஆள்வதென்று அர்த்தம். காங்கிரஸ் சபையின் பிராணாதாரமான ஸ்ரீ தாதாபாய் நவுரோஜியின்

முக்கிய கிரந்தமாகிய 'இந்தியாவின் மிடிமையும் பிரிட்டிஷாருக்குத் தகாத ஆட்சியும்' என்ற புஸ்தகம் படித்திருக்கிறீரா? தற்காலத்தில் நடைபெறும் அரசாட்சி முறை இன்னும் 50 வருஷ காலம் நடக்கு மானால் ஹிந்து ஜாதியே நாசமாய் விடுமென்றும், ஆதலால் இந்த அரசாட்சி முறைமையைச் செம்மைப்படுத்தியே தீரவேண்டுமென்றும் அந்தப் புஸ்தகத்தில் ருஜுப்படுத்தப்பட்டிருக்கிற செய்தி உமக்குத் தெரியுமா? ஆமாம், இப்போதிருக்கிற அரசாட்சி மாறி ஸ்வராஜ்யம் ஏற்படுத்த வேண்டுமானால் (அது கலோனியல் ஸ்வராஜ்யமாயிருந்தா லும் கத்தரிக்காய் ஸ்வராஜ்யமாயிருந்தாலும் சரி, உம்முடைய இஷ்டப்படி வைத்துக்கொள்ளும்) அதற்கு நாமென்ன முயற்சி செய்ய வேண்டுமென்பது உம்முடைய கருத்து? நாம் இதை நியம (*Constitutional*) முறைகளிலே எதிர்த்து மாற்ற முயல்வது வழியா? அல்லது இதிலேயே வேலைக்குப் போய், காங்கிரஸ் சபையை எற்றி எறிந்து விட்டு, இந்த ராஜ்ய முறைக்குத் துணைபுரிந்து ஆதரவாயிருப்பது வழியா? இதை யெப்படி மாற்றப் போகிறீர்? உமக்கு ஐயாயிர ரூபாய் மாதம்தோறும் கிடைத்தால் எங்கள் ஜாதி உஜ்ஜீவித்து விடுமா? இந்த ஜாதி உஜ்ஜீவிக்க வேண்டுமென்ற எண்ணமே உமக்கில்லாதிருக்கு மாயின் இதுவரை எங்களுடன் சேர்ந்திருந்து ஏன்காணும் ஏமாற்றிக் கொண்டுவந்தீர்? வெட்கமில்லை?

ரஹஸ்ய சம்பாஷணைகளை வெளியிடுவது சாதாரணமாக தர்மத்துக்கும் ஒழுக்கத்துக்கும் அடுத்ததன்று. ஆனால் அசாதாரண மான சந்தர்ப்பங்களை உத்தேசித்து அசாதாரணமான காரியங்கள் செய்ய நேரிடுகிறது. சுமார் ஒன்றரை வருஷத்துக்குமுன், மைலாப்பூரில், உமது வீட்டிலே ஓர் ஸ்வதந்திர பக்தருடன் நீர் சம்பாஷணை செய்து கொண்டிருந்த காலத்தில், மிக உருக்கத்துடன், "உம்மைப் போலவே நாங்களும் ஸ்வந்திர தாகமுடையவர்களாகத்தானிருக்கிறோம். உமக்கு இந்த நாட்டிலுள்ள பக்தி எங்களுக்குமுண்டு. நமது உபாயங்கள் வேறு. நமது லக்ஷ்யமொன்றுதான். இதுபற்றி நாம் பரஸ்பர விரோதம் பாராட்டலாகாது" என்று நீர் சொல்லிய வார்த்தை நினைப்பிருக் கிறதா? அந்த ஸ்வதந்திர தாகந்தான் இப்போது உம்மை ஹைகோர்ட்டு ஜட்ஜி வேலையை ஒப்புக்கொள்ளும்படி தூண்டிவிட்டதோ? நாளைக்கு அதே மனிதர் சென்னப் பட்டணத்தில் ஸ்வதந்திர போதனை செய்யும் விஷயத்தில், போலீஸார் அவரைப் பிடித்து உமது முன்னே நிறுத்து வார்களே. நீர் "தயவையும் நீதியையும் கலந்து" 8 வருஷம் கடுங்காவல் விதிப்பீரே. "நம்மிரு திறத்தாரின் லக்ஷ்யமுமொன்றுதான்". சந்தேகமா? சீச்சீ! வி. கிருஷ்ணஸாமி அய்யரே என்ன வார்த்தை காணும் சொல்லிவிட்டீர்? "நம்மிரு திறத்தாரின் லக்ஷ்யமுமொன்றுதான்." இப்போது அந்த வார்த்தை சொல்லுவீரா? ஐயோ, வி. கிருஷ்ணசாமி ஐயரே, என்ன ஜன்மமெடுத்துவிட்டீர்!

விஜயா, 5 அக்டோபர் 1909

மொராக்கோவும் ஸ்பெயினும்

சென்ற ஸெப்டம்பர் மீ 29ம் தேதி நடந்த சண்டையில் ஸ்பானிஷ் துருப்புகள் சிறிதேனும் பிராணாபாயத்தைக் கருதாமல் போர் செய்து வெற்றியடைந்தது பற்றி ஸ்பானிஷ் பத்திரிகைகள் மிகவும் ஆனந்தமடைகின்றன. ஆயினும் மூர்களின் தீரத்தன்மையும் யுத்த தந்திரங்களும் ஸாமானியப்பட்டவையல்லவென்று அப்பத்திரிகைகளே ஒப்புக் கொள்ளுகின்றன. ஸ்பெயினிலிருந்து மேன்மேலும் பட்டாளங்கள் அனுப்புகிறார்கள். இதுவரை மொராக்கோவிற்கு வந்திருக்கும் மொத்த ஸ்பானிய பலம் 10000 என்று கணக்கிடப்படுகிறது. மொராக்கோ அரசனாகிய முலாயி ஹமீது என்பவர் தமது வனப்படைகளிலே அசிரத்தை கொண்டிருப்பனவற்றையெல்லாம் 'ஜிஹாத்'துக்குத் தூண்டுகிறார். மஹாமதியர்களுக்குள்ளே 'ஜிஹாத்' என்பது மதப்போர். ஜிஹாத் தொடங்கியதென்றால் ஒவ்வொரு மகமதியனும் தனது மத ஸம்ரக்ஷணையின் பொருட்டாக எதிரிகள் மீது வீழ்ந்து நாசப்படுத்த வேண்டும்.

ஸ்பானியர்களுக்கும் மூர் ஜாதியாருக்கும் பகைமை இன்றுநேற்று விளைந்ததன்று. இவர்கள் பல நூற்றாண்டுகளாகப் பரஸ்பரம் பகைமை கொண்டவர்கள். ஆனால் இப்போது மெலில்லாவைச் சூழ நடக்கும் போர் இவர்களுடைய பழங்காலத்துப் போர்களுடன் ஒப்பிடக் கூடியவையல்ல. 711 வருஷத்தில் மூர் அதிபனாகிய தாரிக், ஜிப்ரால்டர் குன்றைக் கைப்பற்றி ஜேரே (Xeres) என்ற இடத்தில் ஸ்பானிய அரசனாகிய ரோடாரிக் என்பவனைத் தோற்கடித்த போரும், 1492 வருஷத்தில் பெர்தினாந்து என்ற ஸ்பானிய அரசன் மூர் ஜாதியாரை வென்ற போரும் நீடித்த பயன்வாய்ந்த போர்கள். ஸ்பெயின் தேசத்தை மூர் ஜாதியார் அரசாட்சி செய்த காலம் மகமதிய சரித்திரத்திலே மிக ஒளி பெற்ற காலமாகும். அநாகரிகத்திலே மூழ்கியிருந்த ஐரோப்பிய ஜாதியாருக்கு ஸ்பெயினில் மூர் ராஜாங்கம் நடந்த சமயத்திலேதான் கீழ்த்திசை நாகரிகத்துடன் சம்பந்தம் ஏற்பட்டு நானாவிதமான சாஸ்திரங்களிலேயும் அறிவுப்பயிற்சிகளிலேயும் பழக்கம் தொடங்கிற்று. அராபியாவிலிருந்து மொராக்கோவிற்கும், மொராக்கோவிலிருந்து மற்ற ஐரோப்பிய தேசங்களுக்கும் கீழ்த்திசையின் ஞான வெள்ளம் பொங்கிச் சென்றது.

அந்தவிதமான பெரும் போர்களுக்குள்ள மஹிமை இதற்கிரா தென்றே தோன்றுகிறது. ஆயினும் இந்தப் போரின் செய்திகளைத் கீழ்த்திசையாரெல்லோரும் மிகுந்த சிரத்தையுடனே கவனித்து வருவார் கள். ஏனென்றால், ஐரோப்பியாவிலும் போய் தமது இஷ்டத்தை நிலைநிறுத்தக் கீழ்த்திசையார் இடங்கொடுக்கலாமா என்ற விவகாரம் இந்தப் போரோடு கலந்திருக்கிறது. முலாயி ஹமீது தமது ராஜ்ய விவகாரங்களில் ஐரோப்பியர்கள் தலையிடலாகாதென்ற கோட்பாடு டையவர். அப்துல் அஜீஸ் ஐரோப்பிய அபிமானங்களுடையவரா யிருக்க, இவர் சுதேசீய சிந்தனைகளுடையவராயிருந்தார். இவருடைய சகோதரரிடமிருந்து இவருக்கு ராஜ்யம் கிடைத்தது. ஐரோப்பிய அரசுகளெல்லாம் ஸ்பானியரிடம் வெறும் அனுதாபம் காட்டுவதோடு மாத்திரம் நிறுத்தாமல் அதிக உதவிகள் செய்தன. மூர் ஜாதியார் நிச்சயமாகத் தோல்வியடைந்து போவார்களென்று கூறலாமேயல்லாது, மற்றப்படி ஓரிரண்டு சண்டைகளில் மூர்கள் தோல்வி பெற்றதினின்றும், அவர்களை எளிதில் அடங்கக்கூடியவர்களென்று கருதிவிடலாகாது. ஐரோப்பிய ஜாதியார்கள் அங்ஙனம் மூர்களுக்கு விரோதமாக ஒன்று சேருவார்களென்று யோசிப்பதற்கும் இடமில்லை. ஏனென்றால், ஐரோப்பிய ஜாதியார்கள் தத்தம் சொந்த விவகாரங்களே மிகுந்த ஆபத்தான நிலையிலிருப்பது கருதி அவற்றிலேயே பரிபூரண சிந்தை செலுத்திக்கொண்டு வருகிறார்கள்.

'விஜயா'

இந்தியா, 9 அக்டோபர் 1909

மொகலாய ராஜ்யத்தின் அழிவு

ஆங்கிலேயர்களுக்கு முன்பு பாரத தேசத்தை ஏக சக்ராதிபத்யமாக மொகலாயர் ஆண்டுவந்தனர். தில்லி நகரமே அவர்களுடைய ராஜதானி. உலகெங்கும் கீர்த்தியிலும் பெருமையிலும் அக்காலத்தில் மொகலாய ராஜ்யத்துக்கு நிகராக வேறொன்றுமேயில்லை. "தில்லீசு வரோ ஜகதீசுவரோவா" (தில்லி சக்ரேசனோ, உலகத்திற்கரசனோ) என்று அக்காலத்தில் வசனம் சொல்லுவார்கள். ஒரு சிறிய மலைக் கோட்டைக்கு அரசனாயிருந்து தனது சொந்த வலிமையாலும் திறனாலும் ஹிந்துஸ்தானத்தை வென்று தன்னுள்ளே அடக்கியாண்ட பாபர் சக்கரவர்த்தி — உலகமுள்ள வரை தனது கீர்த்தியழியக் கூடாத வனும், பிரம ஞானியும், மஹா தீரனும், மஹா சாந்தனும், ஹிந்து மகமதிய வகுப்பினரை ஒரு ஜாதீய ஐக்கியத்துக்குட்படுத்துவதாகிய மஹாப் பிரயத்னம் தொடங்கியவனுமாகிய ஆக்பர் சக்ரவர்த்தி — 'பளிங்கினால் செய்யப்பட்டதோர் இன்பக் கனவு' என்றும், அழகின் கடலென்றும், கல்லிலே புனைந்த கவிதை என்றும் உலகனைத் தும் கண்டு வியப்போடு புகழும் 'தாஜ்மஹால்' கட்டித் தனது காதலை நித்யமான ஒளியுடையதாகச் செய்த ஷாஜஹான் — இவர்களெல் லோரும் மொகலாய சக்ரவர்த்திகள். இவ்வளவு பெருமை கொண்ட சந்ததி, இவ்வளவு கீர்த்தி கொண்ட ராஜ்யம் — ஆக்பர் சக்ரவர்த்தி யென்றால் இன்று வரை சரித்திர ஞானமுள்ள ஒவ்வொரு ஹிந்துவும் விக்ரமார்க்கன் பெயரைக் கேட்டது போலப் புளகமடைவான்.

O

கால கதியில் எல்லா விஷயங்களுக்கும் அழிவுண்டு. மொகலாய ராஜ்யம் அழிவடையத் தொடங்கிற்று. அதன் உள்ளுயிரை அரித்து, வெளியுடலை மட்டும் சில தினங்கள் நிறுத்தி வைக்க வேண்டுமென்ற எண்ணம் கால சக்திக்குண்டாயிற்று. அவுரங்கஜீப் பெரிய பண்டிதன்; கூர்மையான அறிவுடையவன்; சோம்பரென்பதே அறியாதவன்; எப்போதும் ஊக்கம், எப்போதும் செய்கை. 'அரசர்களும், தண்ணீரும் ஒரேயிடத்தில் தங்கியிருக்கலாகாது. அப்படியிருந்தால் தண்ணீர் அழுகிப் போய்விடும்; அரசன் கையிலிருந்த அதிகாரம் நழுவி விடும்' என்று அவுரங்கஜீப் தனது மக்களிடம் அடிக்கடி சொல்வதுண்டு.

இதை அவன் தனது ஜீவ தர்மங்களிலொன்றாகக் கொண்டிருந்தான். இப்படி எத்தனையோ விதமான நற்குணங்களிருந்தும் பயனில்லை. பாரத ராஜ்யம் மொகலாயர் கையினின்றும் நழுவ வேண்டுமென்று கால சக்தி நிர்ணயம் செய்துவிட்டது. அவுரங்கஜீப் தனது அரிய திறமைகளையும், சிறந்த குணங்களையும் துணையாக வைத்துக் கொண்டு எப்படியேனும் பாரத நாட்டை மொகலாய அதிகாரத்தின் கீழ் சாசுவதமாக ஒருமைப்படுத்தி வைக்கவேண்டுமென்று முயற்சி செய்தான். 1658—ம் வருஷம் முதல் 1707—ம் வருஷம் வரை அவன் ஆட்சி புரிந்த ஐம்பது வருஷ காலத்திலும் ஒவ்வொரு கணமும் 'மொகலாய ராஜ்யம் ஒருமைப்பட வேண்டும்; பலப்பட வேண்டும்; சாசுவதப்பட வேண்டும்' என்ற கருத்துடன் பாடுபட்டான். அவனுடைய ஒவ்வொரு செய்கையும் மொகலாய ராஜ்யத்தின் அழிவுக்கு ஹேதுவாயிற்று.

கேடு வருமுன்பாகவே மதி கெட்டுவரத் தொடங்கிவிட்டது. அவன் படித்த படிப்பெல்லாம் விழலுக்கிறைத்த நீராய் விட்டது. அவனுடைய சக்திகளும் குணங்களும் நெருப்புப் பிடித்த வீட்டிலுள்ள மரக்கட்டைகளையும், எண்ணெய்க் குடங்களையும் போல அவனுடைய நோக்கம் நாசமடைவதற்கே துணையாயிருந்தன. அவனுடைய வீரியம், தீரத்தன்மை, சித்த திடம் — இவையெல்லாம் இராவணனுடைய வீரியம், தீரத்தன்மை, மனோதிடம் இவற்றைப் போல நாசத்திற்கே காரணங்களாக மூண்டன. சாக விதியுடையவனுக்கு அமிருதமும் விஷமாக ஸம்பவிக்கிறது.

❍

ஓர் பெரிய ராஜ்யம் அழிவதென்றால் அது ஸாமான்யமான சம்பவமன்று. கடைசிப் பொழுதிலேதான் காலசக்தி ஓர் மனுஷ்யாவதாரமாகத் தோன்றி அதை முடித்து வேறு சகம் தொடங்கச் செய்துவிட்டுப் போகிறதாயினும், அதற்கு முன்னிட்டே நெடுங்காலமாகக் கால சக்தி பதினாயிர வழிகளிலே மறைவாக அதனை அரித்துக்கொண்டு வருகின்றது. ஒரு ராஜ்யத்தின் மரணத்தை நினைக்கும்போது மிகப் பரிதாபமுண்டாகிறது. நேற்று வரை கல்லைப் போலிருந்த அதன் சரீரத்திலே மறைவாகப் பதினாயிரம் புண்களுண்டாகின்றன. அந்தப் பதினாயிரம் புண்களின் வழியாகவும் யமன் உள்ளே நுழைகிறான். ஒவ்வொரு புண் இலேசாக வெளிக்குத் தென்படும். பார்ப்பவர்கள் "ஆ! இவ்வளவு வலிமையுடைய சரீரத்தை இச்சிறிய புண் என்ன செய்து விடும்?" என்று யோசிப்பார்கள். முடிவில் திடீரென்று அந்தப் பெரியவுடல் மலை சரிவது போலச் சரிந்து விழும்போது உலகத்தாரெல்லாம் கண்டு வியப்படைவார்கள்.

❍

மொகலாய ராஜ்யத்தின் சரீரத்திலே தோன்றிய கணக்கற்ற புண்களை இங்கே விஸ்தரித்து முடியாது. ஒன்றா? இரண்டா? ஆயினும்,

அவுரங்கஜீப்பைப் பற்றிக் கல்கத்தா மாதாந்தப் பத்திரிகையொன்றில் யதுநாத ஸர்க்கார் என்ற பண்டிதர் எழுதி வரும் சரித்திரக் குறிப்பு களை வாசிக்கும்போது ஒரு முக்கியமான பெரும் புண் தென்படுகிறது. 'ஸம்சயாத்மா விநச்யதி' என்று பகவான் கீதையிலே சொல்லுகின்றார். ஒருவனுக்கு நாசம் வந்துவிட்டதென்பதற்குத் தெளிவான அடையாளம் யாதெனில், அவன் உள்ளத்திலே சமுசயங்கள் வந்து குடிகொண்டு விடும். இது மிக நல்ல அடையாளம். அவுரங்கஜீப் ராஜாவின் நெஞ்சம் சமுசயங்களுக்கெல்லாம் ஓர் வாசஸ்தலமாக இருந்தது. ராஜா மனதில் எப்போது அசாதாரணமான சமுசயங்கள் உதிக்கின்றனவோ, அப்போது அவனுடைய ராஜ்யம் உதிரத் தொடங்கிவிட்டதென்று பாவித்துக் கொள்ளலாம். அவுரங்கஜீபின் சமுசயங்களை வாசிக்கும்போது மனதிற்கு மிகுந்த சலனமுண்டாகிறது. இவ்வளவு வல்லமை கொண்ட அரசனுக்கு இவ்வளவு சமுசயங்கள் எப்படியுண்டாயினவென்று வியப்புண்டாகிறது. என்ன செய்யலாம்? கால சக்தியின் செயல்! இலேசான சந்தேகங்களினால் தான் மிகவும் காதல் பூண்டிருந்த புத்திரர்களைச் சிறையிலிட்டு விடுவான். தனக்குப் பின் அடுத்த பட்டத்திற்கு வரவேண்டுமென்று அவன் தீர்மானம் செய்து வைத் திருந்த பஹாதுர் ஷா (முவாஜிம்) என்ற மகனை ஏழு வருஷம் சிறையிலடைத்து வைத்திருந்தான். 1698ஆம் வருஷத்தில் அவனை ஆப்கானிஸ்தானத்துக்குச் சுபேதாராக (வைஸிராய்) அனுப்பினான். அங்கே தன் மகனைச் சுற்றி அவன் நியமித்திருந்த ஒற்றர் கூட்டம் சொல்லி முடியாது. மகன் கிழக்கே பார்த்தது, மேற்கே பார்த்தது, மூச்சு விட்டது முதலாக இவனுக்கு ரகசியமாகத் தகவல் கிடைத்து விடும்படி ஏற்பாடு செய்திருந்தான். மகன் யானைப் போர் விட்டுப் பார்த்தால் குற்றம். அவன் உயர்ந்த பீடத்தில் உட்கார்ந்ததாகத் தெரிந்தால் குற்றம். அவுரங்கஜீபின் ஒற்றர்களுடைய செவியில் படாமல் அவன் யாரிடமேனும் ரஹஸ்யம் பேசிக்கொண்டிருந்ததாகத் தெரிந்தால் குற்றம். இவ்விதமான பிரஸ்தாபங்கள் வரும்போதெல்லாம் 'இந்தப் பாதக மகன் நாமிருக்கும்போதே அரசனுடைய பதவியை விரும்புகிறான்' என்று கருதி, அவுரங்கஜீபின் நெஞ்சிலே எரிச்சலுண் டாய் விடும். காபூலிலே மகனுடைய அந்தப்புரத்தில்கூட அவுரங்கஜீப் தனதாக ஒரு கிழவியை நியமித்திருந்தான். அந்தப்புரக் காரியங்களை மேற்பார்க்கும் வேலை அக்கிழவிக்குக் கொடுத்திருந்தான். அது வெளிக்கு யதார்த்தத்தில் அக்கிழவிக்கு பஹாதுர் ஷாவின் வார்த்தை களையும் செய்கைகளையும் கவனித்துக்கொண்டிருந்து அவுரங்கஜீ புக்குத் தகவல் கொடுக்கும் வேலை. இப்படியே எல்லா மக்களையும் ஒற்றர்களின் கீழ்வைத்துப் பார்த்துக்கொண்டிருந்தான். பிள்ளைகளை ராஜதானியிலிருக்க இடங்கொடுக்க மாட்டான். சமீபத்திலிருந்தால் அவர்களுக்கு ராஜ்ய ஆசையுண்டாய் விடுமென்று அவனுக்குப் பயம். தூர தேசங்களில் சுபேதார்களாக அனுப்பப்பட்டிருக்கும் புத்திரர்கள் தில்லிக்கு வரவேண்டுமென்று சொன்னால், வரவேண்டா மென்று கட்டளையனுப்பிவிடுவான். சொந்தப் புத்திரர்கள் விஷயத்தில்

இத்தனை ஸமுசயம் பாராட்டிய ராஜா மற்ற காரியஸ்தர்களையெப்படி நடத்துவானென்பது சொல்லவே வேண்டியதில்லை. எல்லோரிடத்திலும் சந்தேகம். அனேக வருஷங்கள் இவன் தனது கையாலே சமைத்துத் தின்றுகொண்டிருந்தான். வேறு யாரேனும் சமைத்தால் எங்கே விஷம் கலந்து விடுவார்களோ என்று பயம். எவ்வளவோ அறிவிருந்தும், எவ்வளவோ க்ஷத்திரிய குணங்களிருந்தும் அவுரங்கஜீபுக்கு இப்படி நித்திய சந்தேகம் ஜனித்த காரணம் யாது? ஆரம்பத்தில் அவன் குரூரச் செய்கைகளாலும் வஞ்சனையாலும் அதர்மத்தாலும் சிங்காதனத்திற்கு வந்ததே காரணம். முதலாவது அதர்மம். இரண்டாவது சமுசயம். மூன்றாவது வினாசம். இப்படி மொகலாய அரசு வீழ்ந்தது.

'விஜயா'

இந்தியா, 9 அக்டோபர் 1909

காபூலின் அபிவிருத்தி

அமீர் ஹபிபுல்லா இரண்டு வருஷங்களின் முன்பு இந்தியாவுக்கு வந்திருந்தபோது "ஹிந்துக்களும் மகமதியர்களும் ஒற்றுமையுடன் வாழுங்கள். உங்களில் ஒருவருக்கு வரும் நன்மை தீமைகள் மற்றொரு வருக்கு முண்டென்பதை அறிந்துகொள்ளுங்கள்" என்று உபதேசம் செய்ததை வடநாட்டு மகமதியர்களிலே சிலர் மறந்துவிட்டார்கள். ஹிந்துக்களையும் மகமதியர்களையும் பிரித்து மகமதியர்களிடம் விசேஷ அன்பு பாராட்டுவதாக அதிகாரிகள் செய்யும் ஜாலத்தில் அவர்கள் மயங்கி விழுந்து விட்டார்கள். 'ஒற்றுமையே ஓர் தேசத்துக்கு பலம், பரஸ்பர அன்பே ஒரு ஜாதியின் மார்பில் எவ்வித அம்பும் பாயாதபடி காக்கும் கவசம்' என்ற உண்மையை ஹபிபுல்லா வாயினால் மட்டும் சொல்கிறவரல்லர். தமது ராஜ்யத்தில் அனுபவத் திற்குக் கொண்டுவந்த ஸமர்த்தர். ஆதலால் அவர் சொல்லை நாம் ஏதோ சாதாரணமாகக் கருதி விட்டுவிடுதல் தகாது.

பத்து வருஷங்களுக்கு முன் ஆப்கனிஸ்தானம், பாரஸீகம், துருக்கி முதலிய மகமதிய ராஜ்யங்களெல்லாம் மிகவும் துர்ப்பலமான நிலைமையிலுள்ளனவென்றும், யார் தொட்டாலும் தூள்தூளாக உதிர்ந்து விடுமென்றும், ஐரோப்பிய ராஜாங்கத்தார்கள் தமக்குள் பரஸ்பரம் பொறாமை கொண்டிருக்கும் காரணம் பற்றியே இந்த மகமதிய ராஜ்யங்கள் பிழைத்திருக்கின்றனவென்றும், அதாவது இந்த முஸ்லிம் ராஜ்யங்களைக் கவர்ந்துகொண்டால் தமக்குள் எப்படி அவற்றைப் பங்கிட்டுக்கொள்வதென்ற விஷயத்தில் ஐரோப்பிய ராஜாங்கத்தார் அபிப்பிராய ஒற்றுமை கொள்ளாதிருக்கும் ஓர் காரணம் பற்றியே அவர்கள் இந்த பலஹீன முஸ்லிம் . . . என்றும், உலகத்தில் பொதுவான நம்பிக்கை ஏற்பட்டிருந்தது. துருக்கியேன் அன்னிய ராஜாங்கத்தாரின்கீழ் அடிமைப்படவில்லையென்றால் ஆஸ்திரியாவும் ருஷியாவும் அதனை எவ்வாறு பங்கிடுவதென்ற விவகாரத்தில் பரஸ்பரம் பொறாமை கொண்டிருப்பதால் என்று பத்து வருஷத்துக்கு முன்பு மறுமொழி சொல்லுவார்கள். பாரஸீகத் தையும், ஆப்கனிஸ்தானத்தையும் ஐரோப்பியர்கள் ஏன் எடுத்துக் கொள்ளவில்லையென்றால், ருஷியாவுக்கும் இங்கிலாந்துக்கும் மன

வொற்றுமையில்லாததாலேதானென்றும் அவ்விரு ராஜாங்கத்தாரில் யாரேனும் ஒருவர் மற்றொருவர் செய்கையில் தலையிடாதிருந்தால் பாரஸீகமும் ஆப்கனிஸ்தானமும் க்ஷண நேரத்தில் ஸ்வதந்திரத்தை யிழந்து விடுமென்றும் மறுமொழி கிடைத்திருக்கும். இப்போது அந்தக் கதையெல்லாம் போய்விட்டது. துருக்கியை யேன் ஐரோப்பியர் கள் கவர்ந்து கொள்ளவில்லையென்று கேட்டால், “துருக்கியைத் தொட்டுப் பார்த்தால் ஸமாசாரம் தெரியும்” என்று யாரும் மறுமொழி சொல்வார்கள். பாரஸீகத்தில் ஜனாதிகாரம் ஏற்பட்டு நாள்தோறும் பலமடைந்து வருகிறது. கூடிய சீக்கிரத்தில் இங்கிலிஷ் துருப்புகளும், ருஷியத் துருப்புகளும் பாரஸீகத்தை விட்டு வீடுபோய்ச் சேர்ந்து விடும். ஆப்கனிஸ்தானத்தின் செய்தியோ பிரத்தியேகமாக விஸ்தரித்துப் புகழத்தக்க நிலையிலிருக்கின்றது.

ஜனங்களைக் கொடூரச் செய்கைகளால் பயமுறுத்தி அடக்கி ஆட்சிபுரிந்து வரலாமென்ற நம்பிக்கை இப்போதுள்ள அமீர் ஹபிபுல்லாவுக்கில்லை. ஜனங்களுக்கு ஹிதமான காரியங்கள் செய்து, அவர்கள் அன்பை வசப்படுத்துவதே ஆட்சி நீடித்திருப்பதற்குரிய உபாயமென்பதை ஹபிபுல்லா நன்கு தெரிந்திருக்கிறார். ஸகல அமிசங்களிலும் ஆப்கனிஸ்தானத்து ஜனங்களுக்குள் செல்வமும் தர்மமும் அபிவிருத்தியடையும் பொருட்டாக அமீர் இரவுபகலாக உழைத்து வருகின்றார். சென்ற அமீரின் ஆட்சியின்போது தேச நிர்வாஸம் செய்யப்பட்டுத் துருக்கிஸ்தானத்தில் போய் வாழ்ந்து கொண்டிருந்த குடும்பத்தாருக்கெல்லாம் இவர் சில தினங்களின் முன்பு மன்னிப்புக் கொடுத்துத் திரும்ப அழைத்துக்கொண்டுவிட்டனர். ஹஜாரா ஜாதியைச் சேர்ந்த பலர் ஆப்கனிஸ்தானத்திலிருந்து ராஜ்யத் திற்கஞ்சி பாரத தேசத்தில் குடிபுகுந்திருக்க, அவர்களை அமீர் மன்னித்துச் சில வருஷங்களின் முன் திரும்ப ஆப்கனிஸ்தானத்திற்குப் போய் அவர்கள் தத்தம் இடங்களில் வசிக்க அனுமதி கொடுத்த விஷயம் படிப்பவர்களில் பலருக்குத் தெரிந்திருக்கக் கூடும். இந்த ஹஜாரா ஜாதியார் திரும்பிப் போனவுடன், இவர்களை அமீர் மிகுந்த தயவுடன் ஆதரித்து விவசாயத்திலும் கைத்தொழிலிலும் முயற்சியெடுத்து ஜீவிப்பதற்குப் பலவிதமான உதவிகள் செய்து கொடுத்தார். இங்ஙனம் நாட்டில் மனஸ்தாபங்களை தீர்த்து, ஜனங் களை ஸமாதானப்படுத்துவது அமீர் தேசபலத்தின் பொருட்ட . . . இதைத் தவிர அவர் வேறு பல உபாயங்களும் செய்து வருகிறார். ஜனங்களுக்குள் கல்வி வளர்ச்சியேற்படுத்துமாறு அவர் செய்துவரும் பிரயத்தனங்கள் மிகவும் புகழ்வதற்குரியன. சாலைகள் ஏற்படுத்தியும், பாலங்கள் கட்டியும் ஜனங்களுக்கு வியாபார விஷயத்திலும் யாத்திரை விஷயத்திலும் எண்ணிறந்த ஸவுகரியங்களுண்டாகும்படி செய்கிறார். கைத்தொழிலபிவிருத்தி விஷயத்தில் மிகுந்த கவலை செலுத்தி வருகிறார். தக்க கல்வியும், நிபுணத் தன்மையும் பெற்ற வைத்தியர்களை இடத்துக்கிடம் அமைத்து ஜனங்களின் தேக சுகத்தைக் கவனித்துவரும் படி செய்கிறார். மேலும் இச்செய்கைகளால் மாத்திரமே தேசத்தின்

க்ஷேமம் உறுதியாக விடமாட்டாதென்பதையும், படைவன்மையில்லா விட்டால் அரசன் எவ்வித நலங்கள் செய்யினும் அவை அன்னியர்கள் புகுந்து எளிதில் அழித்துவிடத் தக்கவையாகுமென்பதையும் நன்கு ணர்ந்து அமீர் தமது ஸைநியத்தை முதல் தரமான நிலைமைக்குக் கொண்டுவந்திருக்கிறார். துருக்கியிலிருந்து மிகத் திறமையுடைய ஸர்தார்கள் தருவித்துத் தமது படைக்கு நவீன முறைகள் பழக்கியிருக் கிறார். ஸைநியம் மாத்திரம் செம்மையாக இருப்பினும் போதாது. தேசஜனங்களுக்கே பொதுவாக க்ஷத்திரிய இயற்கையும் ஆயுதப் பயிற்சியும் இருக்க வேண்டும். ஆதலால் தமது தேசத்திலுள்ள எல்லா வகுப்பினரும் துப்பாக்கி சுடுவதில் தேர்ச்சியடைவதற்குரிய சூழ்ச்சி களையெல்லாம் செய்திருக்கிறார். ஸஹாய விலையில் துப்பாக்கி முதலிய ஆயுதங்கள் ஸகல ஜனங்களுக்கும் கிடைப்பதற்குரிய ஏற்பாடு கள் செய்யப்பட்டிருக்கின்றன. படைத்தொழில் மறந்த குடி மடைத் தொழிலுக்குத்தான் உதவும். சுருங்கச் சொல்லுமிடத்து, தமது தேச அபிவிருத்தி வேண்டிய ஒவ்வொரு அமிசங்களிலும் தாமே நேராக சிரத்தையெடுத்துக்கொண்டு பாடுபடுகிறார். இந்தியாவிலுள்ளவர் களுக்கு இதுவெல்லாம் ஆச்சரியமாகத் தோன்றும். அது நிற்க. ஆப்கனிஸ்தானம் இந்த மாதிரியே செம்மைப்பட்டுக்கொண்டு செல்லு மானால் இன்னும் 10 வருஷங்களில் ஆசியா கண்டத்துத் தலைமை வல்லரசுகளில் அதுவொன்றாய் விடும்.

'விஜயா'

இந்தியா, 25 டிசம்பர் 1909

ஸ்ரீ பாரத நாட்டின் புதிய புண்ய ஸ்தலங்கள்

இப்போது நமது பாரத நாட்டில் அநேக திவ்ய ஸ்தலங்கள் உண்டாயிருக்கின்றன. நமது நாட்டில் ஏற்கெனவே அநேக திவ்ய க்ஷேத்ரங்களும் புண்ணிய தீர்த்தங்களும் யாத்திரை ஸ்தலங்களும் இருக்கின்றன. நெடு நாளாய் நமது தேசத்தில் 108 விஷ்ணு ஸ்தலங்களும், 1008 சிவஸ்தலங்களும், 50 சக்தி பீடங்களும், 216 கணபதி குஹாத்தியர்கள் க்ஷேத்ரங்களும் இருக்கின்றன. கங்கை, யமுனை, ஸரஸ்வதி, ஸிந்து, நர்மதை, காவேரி முதலான புண்ணிய நதிகளும் குண்டங்களும் தீர்த்தங்களும் இருக்கின்றன. இதுவுமல்லாமல் அநேகமான ஸித்தர்களின் தபோவனங்களும் ஆச்ரமங்களுமிருக்கின்றன. ஜைநர்களுக்கும் பவுத்தர்களுக்கும்கூட நமது பாரத நாட்டில் புண்ணிய க்ஷேத்திரங்களிருக்கின்றன. இதே மாதிரி மஹமதீயர்களுக்கும் கிறிஸ்தவர்களுக்கும் கூட இருக்கின்றன. இந்த இடங்களெல்லாம் எப்படி புண்ணிய ஸ்தலங்களாய்விட்டன? ஏதோ ஒரு கால விசேஷத்தில் மஹாதேஜஸ்வியான ஒரு மகான் செய்த தவத்திற்கு மெச்சி கடவுள் அம்மகானுக்கு இஷ்ட பூர்த்தியருளிய இடம் [இவை].

அதே மாதிரி நமது பாரத நாட்டில் ஸ்வதந்திரக் கிளர்ச்சி யாரம்பித்துக் கொஞ்சம் நாள்தான் ஆயிற்று. எனினும் அநேக புண்ணிய ஸ்தலங்கள் உண்டாய் விட்டன. இந்தப் புண்ணிய ஸ்தலங்களின் விசேஷம் என்னவென்றால் இவைகள் பாரத நாட்டிலுள்ள எல்லா மதத்தினருக்கும் பொதுவானவைகள். பாரத நாட்டில் மாத்திரமல்லாமல் வெளிநாடுகளிலும் இந்த தேசபக்தர்களின் ஆச்ரமங்கள் தோன்றியிருக்கின்றன. ஆமதாபாத்திலிருக்கும் ஸாபர்மதி சிறைச்சாலையை நோக்கும்போது எந்த பாரதனுக்குத்தான் "இது பாரத பரமபக்தரான மஹாரிஷி ஸ்ரீமான் பாலகங்காதர திலகரின் பொன்னடிகளால் புனிதமாக்கப்பட்ட திவ்விய க்ஷேத்ரம்" என்று தோன்றாது? மகாராஷ்டிர பாஷையில் பேர் பெற்ற 'கால்' பத்திராதிபரான ஸ்ரீமான் சிவராம மகாதேவ பராஞ்ஜபி 101 நாள் வாசம் செய்த ஸித்தாச்ரமமும் இந்த ஸாபர்மதி சிறையே என்று ஞாபகப்படுத்திக் கொள்ளாதவர்கள் யார்? அல்லது அலிப்பூர் சிறைச்சாலையைப் பார்க்கும்போதே பாரத தேசபக்த சிரோமணியான ஸ்ரீமான் அரவிந்த கோஷுக்கு ஸ்ரீ பகவான் தனது திவ்விய ஸ்வரூபத்தைக் காட்டிக் காத்து ஆட்கொண்ட மகா பரிசுத்தமான புண்ணிய ஸ்தலமென்று எவன்தான் எண்ணாமலிருப்பான்? கோயம்புத்தூர் சிறைச்சாலையைப் பார்க்கப்

போகிறவர்களில் யார்தான் நமது தக்ஷிண தேசாபிமானச் சிங்கமான ஸ்ரீயுத சிதம்பரம் பிள்ளையைப் பற்றிச் சிந்தியாமலிருக்க முடியும்? நமது பாரத நாட்டின் எல்லைக்கு வெளியேயுள்ள பர்மா தேசத்தின் பிரதான பட்டணமான மாண்டலே நகரத்துக் கோட்டைக்குள் செல்பவர்களில் யார்தான் ஸ்ரீயுத லாலா லஜபத் ராயையும் சர்தார் ஸ்ரீ அஜித் ஸிம்ஹரையும் ஸ்ரீமான் அச்வினீ குமார தத்தரையும் ஸமரிக்காமலிருப்பார்கள்? பர்மாவின் ஒரு மூலையிலிருக்கும் தாயெட் மேயோவுக்குச் செல்பவர்கள் 'வந்தே மாதரம்' பத்திரிகையின் பிரபல பத்திராசிரியரான பரம வைதீக வாலிப தேசபக்தரான ஸ்ரீமான் சியாம ஸுந்தர சக்ரவர்த்தியின் பெயரை யார் மறக்க முடியும்? தென்னாப்பிரிக்காவில் திரான்ஸ்வால் நாட்டிலுள்ள ஜொஹானஸ்பர்க் நகரத்திற்குப் போகிறவர்களில் எந்த மனுஷ்யன்தான் ஆத்மசக்தி ஸம்பூரணமாய் நிறைந்த பாரத புத்ரர்களான ஸ்ரீமான் மோ.க. காந்தி, ஜனாப் டாவுத் மஹமத், ஜனாப் அங்கிலயா, ஸ்ரீ ரஸ்தோம்ஜீ முதலானவர்களின் நெற்றி வியர்வை நிலத்தில் விழுந்து புனிதா மாக்கப்பட்ட வீதி இதுதான், அவர் தமது வாஸத்தால் பரிசுத்தம் செய்யப்பட்ட திவ்ய ஸ்தலமான சிறைச்சாலை இதுவே, நமது பாரத ஸஹோதரிகள் பலவிதத்திலும் இடுக்கண் படுத்தப்பட்டவிடம் இதுவே என்று யாருக்குத்தான் மனசில் ஸ்மரணை வராது?

இப்போது நாம் புதிய திவ்ய ஸ்தலங்களெல்லாவற்றையும் எடுத்துச் சொல்லி முடித்துவிடவில்லை. நம்மாலும் முடியாது. ஆனால் நமது பாரத நாட்டின் ஸ்வதந்திர முயற்சியில் உண்மையை நம்மவர்களுக்கு போதித்து வந்ததற்காக எத்தனை மகான்கள் எப்படி எப்படிக் கஷ்டத்திற்கு உட்படுத்தப்படுகின்றனர் என்பதை ஒரு தூக்குத் தொகையாய்க் காட்டினோம். எப்படி பாரத ஸ்வராஜ்யப் பெரு முயற்சியானது பாரதர்கள் எல்லோருக்கும் பொதுவான மதமாக விருக்கிறதோ, அப்படியே இந்த திவ்ய ஸ்தலங்களும் பாரதர்களனைவர் களுக்கும் பொதுவான திவ்ய ஸ்தலங்கள் என்பதே நாம் சொல்ல வந்தது. பிரிடிஷ் தன்னரசானது இன்னும் அநேக ஸ்தலங்களையும் தேசபக்த அடியார்களையும் உலகத்திற்குத் தெரிவிக்கப்போகிறது!

ஆஹா! என்ன மாறுதல்! என்ன காலத்தின் கோலம்! சிறையின் கோரங்களும் பயங்கரமான எண்ணங்களும் மாறி ஒவ்வொரு சிறையும் புண்ணிய ஸ்தலமாய் விட்டது! உலகத்தில் ஸ்வதந்திர ஸ்தாபனம் செய்ய ஸ்ரீ பகவான் திருவவதரித்தருளியபோது அவர் ஜன்மபூமி கம்ஸனுடைய சிறைச்சாலை; அதையொட்டியே நவீன பாரதக் கிளர்ச்சியும் மஹான்களின் சிறைவாசத்தால் நாட்டினில் பலப்பட்டுக் கொண்டே வருகிறது. நமது பாரத நாட்டினர்களின் மீட்சி எனும் பெருந்தவ முயற்சியில் பல புண்ணிய க்ஷேத்திரங்கள் இதிஹாஸங் களுடன் ஏற்பட்டுக்கொண்டே வருகின்றன!

'விஜயா'

இந்தியா, 8 ஜனவரி 1910

கல்விப் பயிற்சி

உலகத்தில் ஒரு நாடானது செல்வத்திலும், நீதி யுணர்ச்சியிலும், ராஜரீகத்திலும், ஜன சமூக ஒழுங்குகளிலும் தேறவேண்டுமானால், அந்நாட்டுச் சிறுவர்கள் அனைவர்களும் பணம் ஸம்பாதித்துத் தரக்கூடிய படிப்பையே படிக்க வேண்டுமவர்கள். ஏனென்றால் எக்காலத்திலும் உலகத்தில் செல்வந்தான் அதிக பலமுடையதாய் இருக்கிறது. 'திருவிற் திறலுடைய தில்லை யொருவற்கு' (ஒருவருக்குச் செல்வத்தைக் காட்டிலும் பலமானது வேறில்லை) என்று நான்மணிக் கடிகையில் ஆன்றோர் கூறியிருக்கின்றனர். மேலும், நால்வகை புருஷார்த்தங்களில் 'பொருள்' இரண்டாவது புருஷார்த்தம். செல்வம் பயக்கும் படிப்பையேதான் ஒருவன் படிக்க வேண்டும். அதுதான் 'அர்த்தகரீச வித்யா' என்று ஹிதோபதேசத்திலும் கூறியிருக்கிறது. இம்மாதிரி பணம் ஸம்பாதிக்கும் வழியைக் காட்டும் படிப்பை விட்டு வெறும் படிப்பே படித்தால் ஒரு காலத்திலும் தேசத்திற்கு ஒருவித நன்மையும் விளையாது. அஷ்டாங்கஸித்தி பெறுபவர்களையும், புரச்சரணையால் பொன்மாரி பெய்விப்பவர்களையும் பற்றிப் பேச வரவில்லை. ஜன ஸமூகப் பொது இயற்கையைப் பற்றிப் பேசுகிறோம்.

நமது பாரத நாட்டில் தற்காலம் படித்துவரும் வாலிபர்களில் பெரும்பாலர் (நூற்றுக்குத் தொண்ணூற்றொன்பது பேர்கள்), முக்கிய மாய் ஆங்கிலம் படிப்பவர்கள், எவ்வளவு படித்தபோதிலும், அவர்கள் வித்யாசாலையை விட்டு வெளியில் வந்தவுடன் ஒரு வேலைக்கும் உதவாமல் நிற்கின்றனர். தங்களுடைய தேசத்து விளைபொருள்களை அதிகப்படுத்திக் கைத்தொழில்களை விருத்தி செய்து, வர்த்தகம் எனும் கல்பக விருக்ஷத்தைத் தட்டிப் பணம் கீழே உதிரும்படி செய்யும் வழி இவர்களுக்கு ஏதாவது தெரியுமா? புதுபுது மாதிரியாய்ப் பணம் ஸம்பாதிக்கும் வழியைக் கண்டுபிடிக்க இவர்களுக்கு இப்போது ஸாமர்த்தியம் உண்டா? கிடையவே கிடையாது.

ஒரு காசும் ஸம்பாதிக்க வழி தெரியாமல் படிப்பை சுறுசுறுப்பாயும் கவலையில்லாமலும் படிக்கக்கூடிய வாலிபத்தில் பயனற்ற ஒரு படிப்புப் படித்துவிட்டு 25, 30 வயதில் போய் பிழைக்கும் வழி தேடப் படிக்கப் போனால் அதென்ன ஸாமான்யத்தில் வருகிறதா?

வெளிநாடுகளுக்குப் போய்த் தொழில் கற்று வரவாவது தைரிய முண்டா? ஸம்ஸார சிந்தை மேலிடுவதைத் தடுக்க முடிகிறதா? ஒன்று மில்லை! ஒரு காரியத்திற்கும் பயனில்லாமல் வீணாகக் காலத்தைக் கழித்ததுதான் பலன். இப்படித் தங்கள் ஜீவனத்திற்குத் தாங்களே பொருள் தேடிக்கொள்ளச் சக்தியில்லாதவர் ஒரு நாளும் ஸ்வயேச்சை யாய் இருக்க முடியாது. அவர் எப்பொழுதும் அயலார் கையைத்தான் தன் ஜீவனத்திற்கு எதிர்பார்க்க வேண்டும். நம் தேசத்தில் படிப்பவர் களில் பெரும்பான்மையோர் 'கவர்ன்மெண்டு' உத்தியோகத்தில் விருப்புக் கொண்டு குறைந்த சம்பளத்திலாவது 'கவர்ன்மெண்டு' உத்தியோகம் கிடைத்தால் போதுமென்று ஓடுகிறார்கள். எத்தனை பேர்களுக்குத்தான் 'கவர்ன்மென்'டில் உத்தியோகம் கிடைக்கும்? மற்ற சிறு பகுதியார் ஏதோ குமாஸ்தா வேலையில் புகுகின்றனர். மீதிப் பேர்களான பலர் வேலையில்லாமல் சும்மா இருக்கின்றனர்.

கவர்ன்மெண்டு வேலைகளில் நமது ஸ்வதேசர்களுக்குக் கொடுக்கப் பட்டுவரும் சம்பளத்தின் தாராளம் நம்மவர்களுக்கே தெரியும். 'இப்போதைய படிப்பு அறிவு புகட்டக்கூடிய படிப்பாயிற்றே! அதன்மீது ஏன் குறைகூற வேண்டும்?' என்ற கேள்வி ஒன்று உதிக்கலாம். வயிற்றுக்குச் சாப்பாட்டிற்கு வழியில்லாமலிருக்கையில் வெறும் அறிவு புகட்டும் படிப்பு மாத்திரம் போதாது. ஒரு பையன் பள்ளிக் கூடத்து எந்த வகுப்பிலாவது படித்துக்கொண்டிருந்து, பள்ளிக்கூடத்தை விட்டுவிட்டாலும்கூட, அவன் தனது ஜீவனத்திற்குப் பொருள் ஸம்பாதித்துக்கொள்ளக்கூடிய வழியை அவன் தெரிந்துகொண்டவ னாய் இருக்க வேண்டும். இல்லாவிட்டால் அவன் படித்த படிப்பு வியர்த்தமே. ஏனென்றால் மேற்கு நாட்டு நாகரீகங்கள் மிகுந்துள்ள இன்னாட்களில் 'அன்ன விசாரமே' பெரிய விசாரமாய் இருக்கிறது. இந்த விசாரம் இப்போது இந்தியாவில் ரொம்பவும் அதிகமாய்க் கொண்டே வருகிறது. நாட்டில் ஜனங்கள் சோற்றுக்கில்லாமல் வருந்துகின்றனர். அளவில்லாமலும் தயையில்லாமலும் நாட்டினரைப் பஞ்சம் பிடுங்கித் தின்கிறது. தேனும் பாலும் பொழிந்த பாரத நாடெங்கும் பஞ்சமும் பிளேக் நோயும் பரவி வருகின்றன. சாண் கும்பியான வயிற்றை வளர்ப்பதற்கு இந்நாட்டில் ஜனங்கள் பல கஷ்டங்கள் படுகின்றனர். இந்நாட்டினர் பலர் வெளிநாடுகளில் நலம் பெறலாமென்று நெட்டாலம் முதலான தென்னாப்பிரிக்கா நாடுகளுக்கும் அமெரிக்க நாடுகளுக்கும் ஆஸ்திரேலியாவுக்கும் வயிறு பிழைக்க ஓடுகின்றனர். அந்த இடத்திலாவது நல்ல ஜீவனம் உண்டா? கிடையாது. நம்மவர்களை அந்நாடுகளில் காட்டு மிருகங்களைக் காட்டிலும் கேடாய் நடத்திவருகின்றனர்.

இவ்வளவுக்கும் காரணமென்ன? நம் நாட்டில் நல்ல கைத்தொழில் படிப்பு கிடையாது. அவனவன் தன்தன் பரம்பரையில் வந்த கைத்தொழிலைச் செய்கிறதில்லை. ஏன்? அவன் ஸாமான்களை இங்கு வாங்குபவர்களில்லை? ஏன்? அயல்நாட்டுச் சாமான்கள் ஏராளமாய்

வந்து இங்கு செலவாகின்றன. ஏன் நம்மவர்கள் அதை வாங்கி உபயோகப்படுத்தி வருகிறார்கள். நம் கைத்தொழிலாளிகளை ஆதரிப்பார்களில்லாதபடியால், அவர்கள் தங்கள் தொழிலையும் மறந்து விடுகின்றனர்.

நம்மில் ஜனத்தலைவர்களாய் இருப்பவர்கள் இந்த கஷ்டங்களுக்குப் பரிகாரம் தேடுகிறார்கள். தேடினபோதிலும் அவைகளெல்லாம் அரை மனதுடனும் ஸந்தேஹத்துடனும் செய்து வருகிறார்கள். ஏதாவது ஒரு தவறுதல் வந்துவிட்டால் மன உத்ஸாஹம் குன்றிவிடுகிறார்கள். ஆனதினால் தாங்கள் எடுத்த முயற்சியைத் தளரவிடுகிறார்கள். பணக்காரர்களாய் இருப்பவர்கள் அவைகள் எவ்வித பொருள் முட்டுப்பாடின்றி நடைபெற... உதவி செய்கிறதுமில்லை. அபர்வானான ஆங்கிலனிடம் கொடுத்து நஷ்டப்பட்டாலும் படுவார்கள். அவர்கள் நம்மவர்களின் முயற்சிக்கு உதவி செய்ய மாட்டார்கள். இப்படியே எண்ணிறந்த விஷயங்களிருக்கின்றன. எடுத்துக்காட்டப்புகின் அதிவிஸ்தாரமாய் பெருகும்.

நமது நாட்டில் ஸ்வதேசீயம் ஆரம்பித்தது முதல், முன்பு நாசமாக்கப்பட்ட பழைய கைத்தொழில்களெல்லாம் உயிர்ப்பிக்கப்பட்டு வருகின்றன. நமது நாட்டின் வாலிபர்கள் வெளிநாடுகளுக்குச் சென்று அநேக கைத்தொழில்களைக் கற்றுக் கொண்டு நமது நாட்டிற்குத் திரும்பி வந்திருக்கின்றனர். நமது நாட்டில் இப்போது பல தொழிற்சாலைகள் ஏற்பட்டு நடைபெற்று வருகின்றன. கைத்தொழில் கற்று திரும்பி வந்தவர்கள் அவற்றில் வேலை செய்து வருகின்றனர். நமது நாட்டின் சிறுவர்களுக்கு இத்தகைய தொழிற்சாலைகளில் கைத்தொழில் கற்பித்து வைக்க வேண்டியதே முக்கியமான காரியம். அம்மாதிரி தொழில்கள் கற்றவர்கள் அதிகப்பட்டால்தான் நமது நாட்டு விளைபொருள்களை நமக்கு வேண்டியபடி நாம் உபயோகப்படுத்திக்கொள்ளலாம். நமது நாட்டு விளைபொருள்கள் வெளிநாட்டுக்குப் போய் அங்கிருந்து ஒன்றுக்குப் பத்து விலையுள்ள ஸாமான்களாய்த் திரும்பிவருவதை நம்மவர்கள் வாங்க வேண்டிய ஆவசியகம் இராது. நமது நாட்டு வாழ் ஜனங்கள் வெளிநாடுகளுக்குப் போய் கஷ்டப்படாமல் சுகமாக நமது நாட்டிலேயே ஜீவனம் செய்ய வழியுண்டு. இந்த மாதிரி நமது நாட்டுக் கைத்தொழில்களையும், தொழிலாளிகளையும், ஏழை ஜனங்களையும் காப்பாற்றுவதற்காக நம்மவர்கள் அந்நிய வஸ்துக்கள் விலக்கம் என்ற வர்ஜனம் எனும் ஆயுதத்தை கையாடி வருகின்றனர்.

இந்த தொழிற் படிப்புடன் சேர்ந்துள்ள ஞான விருத்திகரமான படிப்பைதான் கட்டாயமாய் நம் நாட்டுச் சிறுவர்களுக்குப் பயிற்சி செய்விக்க வேண்டுமென்று நாம் சொல்லுகிறோம்.

விஜயா, 13 ஜனவரி 1910

ஸ்ரீமத் கீதையும் கொடுஞ்செயல்களும்

நமது பாரத நாட்டில் ராஜரீகக் கொலைத்தொழில்கள் அதிகரித்துக் கொண்டே வருகின்றன. பிரிடிஷ் கவர்ன்மெண்டாரும் அவற்றைத் தடுக்க வேண்டியதற்காகத் தங்களிடமிருக்கும் பூர்ண அதிகாரங்களை யெல்லாம் கொண்டு அமுல் செலுத்தி அடக்கப் பார்க்கின்றனர். பாரதர்களை இங்கிலீஷ்காரர்கள் சென்ற 150 வருஷங்களாக ஆண்டு வந்தபோதிலும், இந்த இங்கிலீஷ்காரருக்கு பாரதர்களின் நிஜமான தன்மையை அறிய முடியவில்லை. ஏனென்றால் அதைச் சூழ்ந்திருக்கும் கிழக்கு தேசத்திய "படுதா" (திரை)வானது தங்களுடைய கண்ணை மறைக்கிறதென்று லார்டு மிண்டோவே சொல்லி இருக்கிறார். பாரதர்களின் என்ன நிலைமை இவர்கள் அறியாதது? தங்களுடைய நாட்டினர்களுக்கு நன்மை புரிய வேண்டுமென்ற கண்ணாடியைப் போட்டுக்கொண்டு பார்த்தால் பாரதர்களுக்கிருக்கும் குறைகள் இவ்வதிகாரிகள் கண்ணில் தென்படாதுதான். ஆனால் ஆங்கிலோ இந்தியப் பத்திரிகைகளோ "வெளியில் வெடிகுண்டு வீசுபவன் அவ்வளவாய் அபாயகரமானவனல்ல, ஆனால் திரைக்குப் பின்னா லிருந்துகொண்டு அடுப்பங்கரையில் வெடிகுண்டு செய்யும் வங்காளி ஸ்திரீகள்தான் மெத்த அபாயகரமானவர்கள். ஆகையால் 'ராணுவச் சட்டம்' தவிர வேறெந்த கெட்டுப்போன முறையும் இச்செயல்களைத் தடுக்கப் பரிகாரமாக மாட்டாது" என்றன. இந்த ஆங்கிலோ இந்திய பத்திரிகைகளின் பயத்தாலும் பொறாமையாலும் பிரிடிஷர்களுக்கு உண்டாகும் மிரட்சிக்கு அளவேயில்லை. இதன் பிறகு இவ்வளவு குழப்பத்திற்கும் ... பாரத ஸ்வதந்திர... பெண் பிள்ளைகளுக்கு ... புத்தி வந்ததற்கும் "ஸ்ரீ ஸ்வாமி விவேகானந்தரே காரணம்." ஆகையால் அவருடைய உபந்நியாஸப் புத்தகங்களிலெல்லாம் ராஜநிந்தனைகள் மலிந்திருப்பதுமன்றி, போர் புரியும்படி தூண்டுகிறதென்று இப்பத்திரிகை கள் கூறின. பிறகு ஸ்ரீ விவேகானந்தருடைய புத்தகத்தில் என்னென்ன மேற்கோள்கள் எடுத்தாளப்பட்டிருக்கின்றனவென்று தங்களுடைய மூட புத்தியைக் கொண்டு பார்த்ததில் அவர்களுக்கு 'ஸ்ரீமத் பகவத் கீதை' என்று புலப்பட்டது. உடனே ஸ்ரீமத் பகவத் கீதை ராஜநிந்தனை யான புஸ்தகமென்றும் கொலை செய்யத் தூண்டும் புஸ்தகமென்றும் கருதிவிட்டார்கள். ஸ்ரீ பகவத் கீதையின் தத்துவார்த்தங்களையும்

உண்மையான திவ்ய நோக்கங்களையும் நன்கறிய வேண்டியதற்காக நமது நாட்டிலேயே நல்ல பரம்பரையில் படித்துத் தேறிய ஒரு ஆசிரியரையடைந்து அவர் மூலமாய் அதன் உண்மைகளை நாம் அறிந்துகொள்கிறோம். பாரத நாட்டின் ஆத்ம ஞானம், ஆத்ம சக்தி முதலியனவற்றின் மேற்பிறையைக்கூட அறிய முடியாத இந்த ஆங்கிலோ இந்தியப் பத்திரிகைகள் ஸ்ரீ பகவத் கீதையின் ஸூக்ஷமார்த்தங்களை நமக்கு வெளியிட வந்துவிட்டன! என்ன அதிசயம்! மிஸ்ட்ரஸ் ஆனி பிஜான்டினிடம் கீதார்த்தங்களைக் கேட்பதைவிட ஆங்கிலோ இந்தியப் பத்திரிகைகள் கூறும் அர்த்தத்தை ஒப்புக்கொள்ளுதல் நலமெனக் கருதுவாரும் நம்மில் ஒரு பகுதியாருளர். பிரமஞான ஸபையாரைப் போன்ற இவர்களைப் பற்றி நாம் இன்னொரு முறை பேசுவோம்.

இப்பொழுது ஆங்கிலோ இந்தியப் பத்திரிகைகளும் ஆங்கிலேயர்களும் ஸ்ரீ பகவத் கீதையின் பேரில் குறை கூறுவானேன்? இத்தனை காலமாய் இல்லாமல் அவற்றிற்கு இப்போது என்ன ஆவசியகம்? என்று பலர் கேட்கக் கூடும். இன்ன காரணந்தான் என்று பதில் சொல்ல வெகு நேரமில்லை. நாட்டினில் வெடிகுண்டு வீசுவதும், ராஜரீகக் கொலைகளும் கொள்ளைகளும் நடைபெறுவதே காரணம் என்பது ஸ்பாஷ்டம். ஆரிய நாட்டினர்களுக்கடுக்காத இத்தகைய பயங்கரமான கொடுஞ்செயல்களெல்லாம் யாருடையது? ஆரிய நாட்டினுடையதா? ஸ்ரீமத் கீதையில் சொல்லியிருக்கிறதா என்பதைப் பற்றி நன்றாய் நினைத்துத் தங்களுடைய மார்பின் பேரில் கையை வைத்துக்கொண்டு மல்லாந்தவாறு படுத்துக்கொண்டு இந்த ஆங்கிலோ இந்தியப் பத்திரிகைகள் தங்கள் நெஞ்சைச் சற்று தொட்டுப்பார்த்துக் கொள்ளட்டும். உண்மை வெளிவரும். இந்த வெடிகுண்டு முதலிய கொடுஞ்செயல்களெல்லாம் நமது பாரத நாட்டில் கேட்டிராத அநாரிய காரியங்கள். சாந்தமூர்த்திகளான பாரதர்கள் தங்கள் எண்ணிறந்த கஷ்டங்களிடையில் சில ஸவுகரியங்கள் கேட்டும் கொடாமல் அவர்களை வெகு இழிவாய் நினைத்து அலட்சியம் செய்துவந்தபடியால் இதைக் கண்ட சில முன்யோசனையில்லாத சிறுவர்கள் பேய்த்தகை கொண்டு அந்த அன்னியநாட்டு அநாசாரத்தை அன்னியர்கள் விஷயத்தில் கைக்கொண்டனர். இது வெறுக்கத்தக்கதே என்று பம்பாயில் சென்ற வாரத்தில் கூடிய 'பலாஷிகர்' பிராமண ஸபையில் ஸ்ரீமான் ஜோஷி சொன்னதாக நமது பம்பாய் நிருபர் தெரிவிக்கிறார். இதே காரணமும் இந்த ஆங்கிலோ இந்தியப் பத்திரிகைகளுக்குத் தோன்றியிருக்குமென்பதற்குத் தடையில்லை. எக்காலத்திலும் எவ்விடத்திலும் உண்மை உண்மைதான்.

ஸ்ரீமத் பகவத் கீதையானது குருக்ஷேத்திரமெனும் யுத்த பூமியில் பாண்டவ கௌரவ சேனைகள் இருபுறத்திலும் அணிவகுத்துச் சமுத்திரம் போல் நிற்கையில், உலகத்தைக் காத்து தரும பரிபாலனம் செய்ய வேண்டியதுதான் க்ஷத்திரியனுடைய கடமை. அதற்காக நீ யுத்தம் செய்து, பகைவர்களை வென்று, நாட்டிற்கரசனாகி,

பிரஜைகளைத் தருமநீதி முறையில் பரிபாலனம் செய். இவையெல்லாம் நீயாகவே செய்யும் காரியமல்ல, கடவுள் கட்டளை என்ற ஸாத்வீக புத்தியுடன் யுத்தம் செய் என்று ஸ்ரீ பகவான் பணித்தார். ஸாம, தான, பேத, தண்டம் எனும் நான்கு உபாயத்தில், வனவாஸ அஞ்ஞாத வாஸமெனும் ஸாம உபாயமும், ஸ்ரீ கிருஷ்ணன் தூது எனும் தான உபாயமும், கர்ண அச்வத்தாமர்களைப் பரீக்ஷித்த பேத உபாயமும் தவறிப்போய்விட்ட பிறகு மஹா சாந்தமூர்த்தியான ஸ்ரீ பகவான் நான்காவதான தண்டோபாயத்தைக் கொள்ளும்படி பாண்டவர்களுக் குபதேசித்தனர். ஸ்ரீ பகவத் கீதையில் அவனவனுக்கு ஏற்பட்டிருக்கும் கர்மத்தை (காரியத்தை) அவனவன் கடவுள் தனக்கு விதித்திருக்கும் கடமை என்று ஸாத்வீக புத்தியுடன் அயலவர்களின்புகழ்ச்சியையும் இகழ்ச்சியையும் பொருட்செய்யாமல் செய்துவரவேண்டியது என்று சொல்லப்பட்டிருப்பது வாஸ்தவந்தான். பார்த்தனும் அப்படியே செய்தான். ஆனால் வெடிகுண்டு வகையரா ஸங்கதிகள் ஆங்கில முதலிய ஐரோப்பிய நாடுகளின் துஷ்ட வழக்கங்களில் ஒன்றே தவிர மாட்சிமை தாங்கிய பாரத நாட்டின் ஸ்ரீ பகவத் கீதையின் போதனை யல்லவென்பதை நாம் உறுதியாய்ச் சொல்லுகிறோம்.

'விஜயா'

இந்தியா, 22 ஜனவரி 1910

பிரிடிஷ் இந்தியாவில் பயமுறுத்தும் சட்டங்கள்

இவ்வருஷத்திய மகர ஸங்கராந்தி பண்டிகை தினமான வெள்ளிக் கிழமை தினம் 'இந்தியா கவர்ன்மெண்டாரின் விசேஷ கெஜட்'டில் பொதுக் கூட்டத்தைத் தடுக்கும் வாய்ப்பூட்டுச் சட்டம், சுருக்கமான விசாரணையில் அப்பீலில்லாமலே முடித்துவிடும் புதிய கிரிமினல் சட்டம் ஆகிய இவை இரண்டு அபாயகரமான சட்டங்களையும் இந்தியா முழுவதும் அமுலுக்குக் கொண்டுவரும் படியாக பிரிடிஷ் இந்தியாவின் ராஜப்பிரதிநிதி தமது நிர்வாஹக ஸபையாரின் ஸம்மதிப்படி உத்திரவு செய்து விளம்பரப்படுத்தியிருக்கிறார். இந்த விளம்பரமானது பாரத ஜனங்களுக்கு வானத்திலிருந்து விழும் இடி போன்ற வஜ்ராயுதத்திற்கொப்பாயிருந்தபோதிலும் வரிப்பளுவு முதலான பொருளாதாரக் கஷ்டங்களையெல்லாம் ஸஹித்து வருவது போல் இதையும் ஸஹித்துவருவார்கள். ஏனென்றால் நிராயுதபாணி களான ஜாதி, சாந்தமான ஜாதி, ஜீவகாருண்யம் நிறைந்த ஜாதி பாரத ஜாதி. இவர்கட்கு பொறுமைக்களவேயில்லை. எதைச் செய்தாலும் பொறுமையுடன் ஸஹித்துவருகிறார்கள். இந்த இரண்டு சட்டங்களும் முதல்முதல் சட்டஸபையில் அங்கீகாரத்திற்குக் கொண்டுவரப்பட்டபோது மிதவாத தலைவர்களான ஜனப்பிரதி நிதிகள் என்ற பெயர் படைத்தவர்கள் இவற்றையும் இன்னும் இதுபோன்ற பல துஷ்ட சட்டங்களையும் எதிர்த்துப் பேசினர். கேட்பாரார்? ஆங்கில துரைகளே இட்டது சட்டமாகையால் இந்த மசோதாக்கள் சட்டமாக்கப்பட்டன. இந்த மிதவாதத் தலைவர்கள் தங்கள் பரிதாப நிலையையும் தங்கள் வெட்கத்தையும் விட்டுத் தங்கள் புதிய நிலைமையை எடுத்துக்காட்டினர். "ஜனப் பிரதிநிதிகளான எங்களுடைய அபிப்பிராயங்களை அடியோடு கவனிக்காவிட்டால், கவர்ன்மெண்டாரின் அபிப்பிராயங்களை நாங்கள் ஜனங்களுக்கு எடுத்துச் சொன்னபோதிலும் அதை அவர்கள் ஏற்றுக்கொள்கிறதில்லை. ஏனென்றால் அந்த ஜனங்களுக்கு எங்களிடத்தில் மதிப்பில்லை. ஏன்? அரசாங்கத்தாருக்கு எங்கள் வார்த்தையில் மதிப்பில்லை" என்று இப்படியெல்லாம் பலவாறு சொல்லிச்சொல்லிப் பார்த்தும் ஒன்றும் பயன்படவில்லை. கடைசியில் அந்த சட்டங்கள் சட்ட மாக்கப்பட்டன. நாடெங்கும் ராஜவிசுவாஸிகள்மயமாய் இருக்கிறது.

"மிதவாதிகளை நமது பக்கத்தில் சேர்த்துக்கொள்ள வேண்டும்" என்கிறார் கனம் லார்ட் மார்லி. தேசபக்தக் கக்ஷியார்களையும், வெடிகுண்டு வீசுபவர்களையும், கொலை செய்பவர்களையும் ஒன்றாகச் சேர்த்து நிந்தனை செய்யும் பல கூட்டங்கள் நாடெங்கும் நடைபெறு கின்றன. இந்தியக் குழப்பத்தை அடக்கி ஜனங்களுடைய இஷ்ட பூர்த்தி செய்ய லார்ட் மார்லியின் சீர்திருத்தங்கள் வெகு தடபுடலாய் அமுலுக்கு வந்து அந்தந்த மாகாணங்களில் சட்டஸபைக் கூட்டங்கள் கொடிகட்டிப் பறக்கின்றன. லாகூரில் ராஜவிசுவாஸ மிதவாதிகளின் ஸங்கேத காங்கிரஸில் அமிதவாதிகள் சேர்க்கையின்றி நன்கு நடந்தேறி விட்டதைப் பற்றிய காங்கிரெஸை துதி செய்யாத ஆங்கிலோ இந்தியப் பத்திரிகைகளில்லை. வைஸிராயின் சுற்றுப்பிரயாணங்களில் ராஜவிசு வாஸத்தையும் ராஜநிந்தனைக் கண்டனையையும் விளக்கிக் காட்டாத வந்தனோபசாரப் பத்திரிகைகளில்லை. பிரிடிஷ் இந்திய கவர்ன் மெண்டாரின் அபிப்பிராயத்தில் தோன்றும் சில ராஜநிந்தனையான பத்திரிகைகளைக் கடல் மார்க்கமாயாவது தரை மார்க்கமாயாவது பிரிடிஷ் இந்தியாவுக்குள் கொண்டுவரக் கூடாதென்று கண்டிப்பான உத்திரவு செய்யப்பட்டிருக்கிறது. அதற்குத் தக்கினபடி வைஸிராயும் ஸரளமாகவே பதில் சொல்லிவிட்டார். நாட்டில் ஸமாதானமும் பொதுஜன திருப்தியும் ஒருவாறு நிலைநாட்டப்பட்டுவிட்டது. இந்த ஸமயத்தில் திடீரென்று ஒருவரும் எதிர்பார்க்காதவண்ணமாய் இந்த இரண்டு சட்டங்களும் இந்தியா முழுதும் அமுலுக்கு வரும்படி பிரிடிஷ் இந்தியாவின் வைஸிராய் உத்திரவு செய்திருப்பது ஆச்சரியத்தி னும் ஆச்சரியமே! இவற்றில்

பொதுக் கூட்டங்களைத் தடுக்கும் சட்டம்

1907ஆு நவம்பர் மீ 1உ இது சட்டமாக்கப்பட்டது. இதன்படி பொது இடங் களிலாவது சொந்த இடங்களிலாவது எந்தக் காரணத்திற்காகவா வது இருபது பேருக்கு அதிகமான கூட்டங் கூடக் கூடாது. அப்படிக் கூட்டங் கூடினால் அதைப் போலீஸ் அதிகாரிகள் தடுத்துவிடலாம். அப்படி யிருபது பெயர்களுக்கதிகமாய்க் கூட்டங் கூடுவதாய் இருந்தால் போலீஸின் உத்திரவு பெற வேணுமாம். மீறினால் கடுந்தண்டனை யென்பது வெளிப்படை. இதன்படி கல்யாணம், ஊர்க்கோலம், பஜனை, சாவு, வாழ்வு எல்லாவற்றிற்கும் போலீஸினிடத்தில் உத்திரவு பெற வேண்டும். போலீஸின் உத்திரவில்லாவிட்டால் ஒன்றும் செய்யவே முடியாது. போலீஸுக்கு இஷ்டமிருந்தால் எந்த பெரிய மனுஷ்யன் பேரிலும் இந்தக் குற்றத்தைச் சுமத்திச் சிறை செய்துவிட லாம். இந்தக் கூட்டங்கள் கூடுபவர்கள் ஆண், பெண் என்ற வித்தி யாஸமே கிடையாது. யார் சேர்ந்தாலும் குற்றந்தான். இந்தச் சட்டம் முதல்முதல் கீழ்வங்காளத்திற்கென்றே ஏற்பட்டது. அப்போதுகூட அம்மாகாணத்திலுள்ள பக்கர்கஞ்ஜு ஜில்லாவுக்கு மாத்திரந்தான் என்று வைஸிராய் சொன்னார். இப்போது வைஸிராய் பிரிடிஷ் இந்தியா முழுவதும் சுற்றுப்பிரயாணம் செய்துவிட்டுத் தமதிருப்பிடம்

போய்ச் சேர்ந்த உடனே இந்தக் காகித வஜ்ராயுதத்தை இந்தியா முழுவதும் வீசியிருக்கிறார். அதில் நமது சென்னை மாகாணம் முதன்மையாய் விளங்குகிறது. இந்த மாகாணத்தின் பெருமை ஜகத் பிரஸித்தம்! இனி இரண்டாவதனாது

புதிய கிரிமினல் சட்டம்

இதன்படி அரசாங்கத்தாருக்கு தோன்றும் வழக்குகளை — வெகுவாய் ராஜரீக வழக்குகளை — ஹைகோர்ட்டு ஜட்ஜுகள் மூவர் ஒரு விசேஷ ஸெஷன்ஸ் கோர்ட்டாகக் கூடி, ஜுரிகளில்லாமலே விசாரித்துத் தீர்மானம் சொல்லிவிட வேண்டியது; இதன்பேரில் அப்பீலே கிடையாது. இந்த விசாரணை நடக்கையில் வேறு எவரும் கோர்ட்டிற்குள் போகக் கூடாது. (கோர்ட்டு குமாஸ்தாகூட இருக்கக் கூடாதென்று சொல்லி ஒரு போலீஸ் ஸப்இன்ஸ்பெக்டரே இருந்து விசாரணை நடத்தும்படி சில விடங்களில் இது நடந்தேறிற்று.) இந்த விசாரணையின் விருத்தாந்தங்கள் பத்திரிகைகளில் வெளிவரமாட்டா. தீர்ப்பு மாத்திரம் ஒரு ஸமயம் வெளிவரலாம்! இதுதான் சுருக்கமான புதிய கிரிமினல் சட்டம். நாட்டில் இவ்வளவு சாந்தமிருப்பதாய் பல நிதர்சனங்களை பிரிடிஷ் கவர்ன்மெண்டார் ஒப்புக்கொண்டும் ராஜவிசுவாஸிகள் வெளிப்படையாகக் காட்டி வருகையில்கூட இம்மாதிரியான அகோர சட்டங்கள் நாடெங்கும் ஆசாரத்திற்குக் கொண்டுவரும்படி பிரிடிஷ் கவர்ன்மெண்டாரின் நோக்கமென்னவென்று யோசித்தால் நமக்கு ஒரு

முன்னோக்கம்

தோன்றுகிறது. அதாவதென்னவென்றால் இனி அநேக தேச நிர்வாஸம், தீபாந்தரம், கடின சிறைக்காவல் முதலியன நாட்டில் தேசபக்தி உணர்ச்சியையடக்க நடைபெறலாமென்றும், அப்படி நடைபெறுவதைப் பாரதர்கள் வறட்டுத் தவளைகள் போல் பொதுக் கூட்டங்களில் கதறிக் கண்டனை செய்யாமலிருக்கவும், நாட்டின் ஜனங்களுக்கு இத்தகை செய்திகள் எட்டாமலிருக்கவும், தங்கள் நியாயஸ்தலங்கள் போலீஸுகளின் செய்கைகள் இவற்றின் ஊழல்கள் வெளிவராமலிருக்கவும் முன் எச்சரிக்கைக்காக இந்தச் சட்டங்கள் இந்தியா முழுதும் ஒரேயடியில் ஆசாரத்திற்கு வரும்படி பிரிடிஷ் கவர்ன்மெண்டார் செய்ததின் நோக்கமாயிருக்கலாம் என்று ஊஹிக்க இடம் தருகிறது. மேலும் ரஹஸ்ய போலீஸ்காரர்கள் கவர்ன்மெண்டாருக்குக் கொடுக்கும் 'மிரட்டு மாத்திரை'களின் வேகமாயும் இருக்கலாம். எப்படியிருந்த போதிலும் பிரிடிஷ் கவர்ன்மெண்டாரின் இத்தகைய செயல்கள் நல்ல மேம்பாடுடைய ராஜ்ய தந்திரியின் செயல்கள்தான் என்று ஒருவரும் சொல்லமாட்டார்கள்.

'விஜயா'

இந்தியா, 22 ஜனவரி 1910

க்ஷத்திரிய தர்மம்

(அரவிந்தர் 'கர்மயோகின்' பத்திரிகையிலுள்ள ஒரு குறிப்பின் கருத்தைத் தழுவியது.)

வருவனவற்றை அறிந்து சொல்வது ரிஷிகளுடைய சக்திகளில் ஒன்றாகும்.

X கிரணம் என்று ஐரோப்பியர்கள் சொல்வது கிரணத்தின் மூலமாக ஒருவனுடைய உடலுக்குள் மறைந்திருக்கும் கருவி முதலிய வற்றை வெளிப்புறத்திலிருந்தே பார்த்தல் எளிதாவது போல, ரிஷியினு டைய அறிவிலே X கிரணம் கலந்திருக்கிறது.

காலத்தால் மூடப்பட்டு மற்றவர் அறிவுக்குத் தெரியாமல் மறைந் திருக்கும் எதிர்காலச் செய்திகள் ரிஷியின் அறிவுக்குச் சுலபமாகத் தென்பட்டு விடுகின்றன.

அரவிந்தர் முதலிய ரிஷிகள் நம் போலியர்க்குத் தெரியாத எதிர் காலச் செய்திகள் பலவற்றை அதிசுலபமாகத் தெரிந்து சொல்கிறார்கள்.

அவர்களுக்குப் புலப்படும் செய்திகளில் "பாரத நாட்டில் இனி அடுத்து நடைபெறப் போகும் தர்மம் க்ஷத்திரிய தர்மம்" என்ற செய்தியொன்றாகும்.

சென்ற 1000 வருஷங்களாகப் பாரத நாட்டில் ஸகல ஜனங்களும் பிராமண தர்மத்தையே மஹா லக்ஷ்யமாகப் பாராட்டி வந்தனர்.

இப்போது தொடங்கும் சகத்திலே நமது ஜனங்கள் க்ஷத்திரிய தர்மத்தையே மஹா லக்ஷ்யமாகக் கொள்ளப்போகிறார்கள்.

தூய்மை பெருங் கடமையாகக் கொள்ளப்படும். தீரத் தன்மை இன்றியமையாத குணமாகக் கொள்ளப்படும்.

ஜனங்களெல்லோருக்குமே துறவியாக வேண்டுமென்ற நாட்டம் போய், க்ஷத்திரியனாக வேண்டுமென்ற நாட்டமுண்டாகும்.

ஜன சமூஹத்தின் சிந்தனையெல்லாம், ஆண்மையிலும் வன்மையிலுமே நிற்கும். தர்க்க நுட்பங்களும், பாஷிய விசாரங்களின்

ஸூக்ஷ்மமான வித்தியாசங்களுமே ஜனங்களின் முதல் நோக்கமாக இருக்கமாட்டா.

விசாரணை யெல்லாம் பெருந்தரமாக நடைபெறும். அற்ப விசாரணைகளும் சிறுமை கொண்ட அதிருப்திகளும் பாட்டிகள் வம்பளப்புக்கே தகுமென்று தள்ளி விடப்படும்.

இதனால் ஹிந்து மார்க்கத்தின் லக்ஷ்யம் மாறிப்போய் விட்டதென்று அர்த்தமில்லை. ஜனங்கள் நடந்து செல்லும் வழி சிறிது பேதப்பட்டு விட்டது. அவ்வளவுதான்.

ஒரே மத்திய ஸ்தலத்திற்கு வருவதற்கு அநந்தங் கோடி வழிகளுண்டு. அன்றும் நமது லக்ஷ்யம் முக்தி, அதாவது ஸ்வதந்திரந்தான். இனியும் நமது லக்ஷ்யம் அதுவே.

ஆனால் வீரியம், பயமின்மை, சுடர்விடும் சக்தி இவையே முக்திக்கு வழிகளாகக் கொள்ளப்படும்.

ஆண்மையாவது யாதெனில், விவேகாநந்தர் ஒரு சந்தர்ப்பத்தில் சொல்லியது போல், "மனிதனுக்குள்ள மாண்பை இயற்கையிலே அறிந்து நடப்பதுதான் ஆண்மை."

எந்தச் சமயத்தில் அடிக்க வேண்டுமென்பது ஆண்மையுள்ள மனிதனுக்குத் தெரியும். எந்தச் சமயத்தில் பணிய வேண்டுமென்பது அவனுக்குத் தெரியும்.

பணிவில்லாமை சில சமயங்களில் இகழ்தற்குரிய துர்க்குணமாகும்; ஒத்து வேலை செய்வதற்குத் தகுதியில்லாமையை குறிப்பிடும்.

வேறு சில சமயங்களில் பணிவு இகழ்தற்குரிய துர்க்குணமாகும்; நீசத்தன்மை கொண்ட கெஞ்சிப் பிழைக்கும் நாயினியற்கையைக் குறிப்பதாகும்.

தான் தீமை செய்வதற்கு என்ன எவனும் கூப்பிடலாகாது! அப்போது என் பணிவை எவனும் எதிர்பார்க்க வேண்டாம்.

தான் பயமில்லாதிருப்பதும், தனக்குப் பிறர் அஞ்சும்படியாக இருப்பதும் க்ஷத்திரிய தர்மத்தின் அஸ்திவாரமே யல்லாமல் அந்த தர்மத்தின் மகுடமன்று.

க்ஷத்திரிய தர்மத்தின் மகுடமெது? அநீதியைப் பகைத்தல், கருணாவேசம், ஆபத்திலிருப்போரைக் காத்தல், நியாயத்தைக் காக்கும் பொருட்டு எந்த நிமிஷத்திலும் உயிர் கொடுக்கச் சன்னத்தாயிருத்தல், இதுவே க்ஷத்திரியனுடைய முக்தி.

இவன் உயிரச்சத்தினின்று விடுபட்டவனாக (முக்தி பெற்றவனாக) இருக்கிறான். தான் எந்தக் கொடியின் கீழ்நின்று போர் செய்கிறானோ, அந்தக் கொடியின் பொருட்டாக அவன் தனது உயிரை மகிழ்ச்சியோடு கொடுத்து விடுவான்.

இறக்கும்போது ஜய கோஷத்துடன் இறப்பான். அவனுடைய குணம் எப்போதும் உற்சாகமும் அமைதியும் கலந்ததாகிறது. என்ன நேரிட்டாலும் அவை களங்கமடைய மாட்டா.

அவன் எவ்வளவு தீரமுடையவனோ, அவ்வளவு தயையுமுடையோனாவான். அவன் புத்தியிலே அதைரியம் எப்படிப் பிறப்பதில்லையோ, அது போலவே சமுசயம் பிறப்பதில்லை.

அழுக்காறு, அற்ப சந்தோஷம் இவற்றை அவன் அறியவே மாட்டான். தனது துணைவர்கள் பெருமையடைவதிலேயே அவனுக்குப் பரமானந்தம். இழிந்த ஆசைகளிலிருந்து அவனை நாணம் காப்பாற்றுகிறது. கவுரவமே அவனுடைய தர்மம். மெலிந்தோரைக் காத்தல் அவனது முக்தி.

க்ஷத்திரியன் அருமையான விரதமொழுக்கமுடையவன். பெரிய சேனாதிபதிகள் நேரே உறங்குவதில்லை. சிறிதுதான் உண்பார்கள். சேனைகளில் பொருநருக்கெல்லாம் இட்டது போகக் கடைசியாக மிஞ்சியதுதான் சேனாதிபதிக்கு.

க்ஷத்திரியன் விளையாட்டாகிய பந்தாட்டம், வேட்டை முதலிய வற்றுக்குக்கூட உடல் சரியாகப் பயிற்சி செய்யப்பட்டிருக்க வேண்டும். சுகமும், ஆராமமும் நரம்புகளை மென்மைப்படுத்தி, உள்ளத் திறனை அரித்து விடுகின்றன.

க்ஷத்திரியன் தனது நரம்புகளை இரும்பு போல் வைத்திருப்பான். தனது படையணிகளைத் துடைத்துப் பளபளவென்று வைத்திருப்பான். அவனது ஆவி எப்போதும் காம்யார்த்த சித்தியின்பொருட்டுத் துடித்துக்கொண்டிருக்கிறது.

உறக்கத்திலேகூட அவனது கை வாளின் மீதிருக்கும். "கண் விழி, எழு, போர் செய், வெற்றி வருமளவும் விடாதே" என்று தொனிக்கும் அழைப்பு எப்போது வருமென்று அவன் செவி காத்துக்கொண்டேயிருக்கும்.

தலைவர்களுக்கும் துணைவர்களுக்கும் உண்மையுடனிருத்தல், மற்றவர்களிடமிருந்து பெருமையும் உண்மையுமே விரும்பியெதிர் பார்த்தல், ஸ்வார்த்தமும் சிறுமையும் அறியாதவனுடைய கேளித் தன்மை இவையெல்லாம் க்ஷத்திரியனுடைய குணங்களாகும்.

ஸ்திரீயினிடம் க்ஷத்திரியன் துர்ப்பலத்தை எதிர்பார்ப்பதில்லை, பலத்தையே எதிர்பார்க்கிறான். அவளுடைய ஆத்மாவினிடம் மதிப்பும், அவளுடைய பக்திகளிலே ஆதரவும் செலுத்துகிறான்.

அவள் ஆணில்லாதது பற்றி அவளை துர்ப்பலத்துடன் பயனில்லா திருக்கும்படி விதித்து விடுவதில்லை. பெரிய தர்மங்களின் பொருட்டாக, ஆத்மத் தியாகம் செய்யும் அதிகாரம் ஆண்மகனைப் போலவே அவளுக்குமுண்டென்பதை அவன் அறிவான்.

ஆத்ம லக்ஷ்யத்தை அவள் தெளிவுறக் கண்டு, அதன் பொருட்டுத் துன்பங்களடையவும், பலமெய்தவும் வேண்டுமென்று விரும்புகிறான். தனது அறிவாலும் ஆலோசனையாலும் அவளுடைய மனோபீஷ்டத் திற்குத் துணை செய்கிறான். அவளிடம் வீண் முகஸ்துதி பேசிச் செல்லம் பாராட்டுவதில்லை.

இருவருக்கும் பொதுவான உழைப்பு, இருவருக்கும் பொதுவான நம்பிக்கை — என்ற பாதையிலே அவன் அவளுடைய விழியிலே அரிய சிரத்தையும் (அவன் விழியிலே விசுவாசமும், சலனமற்ற உறுதியும் திகழ்ச்சி பெற) நடந்து செல்கிறான்.

நமது பூர்வகாலத்து ஸ்திரீகளிலே பிராணநாதர்களைப் பிரிந்திருக்க மனமில்லாமல், உடன்கட்டையேறிய ஸ்திரீகள் உத்தமிகளாவார்கள்.

இனி, எதிர்காலத்திலே தர்மத்தின் பொருட்டாகவே வாழ்ந்து அதற்காகவே மடிந்து, இதன் மூலமாகத் தமது நாயகர்களுடைய ஆத்மாவுடன் லயப்பட்டு நிற்கும் ஸ்திரீகளோ மஹா ஸதிகளாவார்கள்.

ஆதர்சத்தின் பொருட்டாக வாழும் வாழ்க்கையிலே ஆண், பெண் என்ற வித்தியாசம் கிடையாது. ஆதர்சங்கள் அகஸ்மாத்தாக ஏற்படுவனவல்ல. அவை அரிய தவத்தின் விளைவுகள்; பல ஜன்ம முயற்சிகளின் ஸித்தி.

ஆதர்சங்களிலே பக்தி எம்மட்டு உறுதியாக இருக்கிறதோ, அம்மட்டு மனித வாழ்க்கை மஹிமை யெய்துகின்றது.

ஒரே மஹா சிந்தை கொண்டு அதன் பொருட்டாகவே உயிர் வாழும் ஜீவர்கள் மிகச் சிலரே.

இனி வரப்போகின்ற சகத்தில், புராதன ஆதர்சங்களெல்லாம் களைந்தெறியப் படமாட்டா. அவையெல்லாம் இனித்தான் உண்மை யான பரிபூர்த்தி பெற்று விளங்கும்.

பாரத ஜனங்களின் கிரஹங்கள் மஹா பரிசுத்தமும் இனிமையு முடையன. இதனால்தான் இவற்றைக் காக்கத்தக்க பலமும் தைரியமும் நமது ஆண்மக்களுக்குச் சுலபமாக விளையக்கூடும்.

பரிபூரண சித்தி பெற்ற மனிதனே உண்மையான க்ஷத்திரியனாவான். அவனிடம் பிராணத்துவமும் விளங்கும்.

நம் முன்னேயிருக்கும் காரியத்தைப் பற்றி பயபக்தி சிரத்தையுடன் சிந்திக்க வேண்டும்.

உலக சரித்திரத்திலே இப்போது வரும் காலத்திலும் உயர்ந்த காலம் எப்போதுமில்லை.

சென்ற காலத்ததாகிய எந்த விஷயமும் தற்காலத்தவருக்கு எட்டாதபடி அத்தனை உயர்ந்ததன்று.

ஸமூக ஸேவையைக் காட்டிலும் ஸந்யாஸம் மேம்பட்டதாகாது.

ஸர்வேசனுடைய எந்த ரூபமும் பூமிதேவி ரூபத்தைக் காட்டிலும் உயர்ந்ததாகாது.

இந்த தேவியை நாம் அறிய வேண்டும். இவளுடைய ஆராதனையை ஸ்தாபிக்க வேண்டும்.

அன்று காந்தாரி பாடியது போல, இன்றும் பூமிதேவி இக்காலத்துத் துரியோதனர்களிடம், "யாதோர் தமஸ்ததோ ஜயம்" "எங்கும் தர்மம், அங்கு வெற்றி" என்று பாடுகிறாள்.

விஜயாவில் முதலில் வெளியானது
கர்மயோகி, புத்தகம் 1 இலக்கம் 2, பிப்ரவரி 1910
குமரி மலர், மார்ச் 1973

முஸ்லீம்களின் ஸபை

எல்லா இந்திய முஸ்லீம்களின் ஸபையானது சென்ற சனி ஞாயிற்றுக் கிழமைகளில் டில்லி மாநகரத்தில் மஹம்மதிய கோஜாக்களின் சிரேஷ்ட குருவான H.H. ஆகா கான் அக்ராஸனத்தின் கீழ் நடந்தேறிற்று. அதில் ஆகா கானும் ரைட் ஹானரபில் அமீர் அலியும், ஆற்காட்டு நவாபு வம்சத்துச் சிற்றரசருந் தங்கள் அபிப்பிராயங்களை வெளியிட்ட போது ஹிந்துக்களும் மஹமதீயர்களும் சேர்ந்து ஒத்துழைக்க வேண்டியதுதான் மெத்த ஆவசியகமானது என்று வற்புறுத்திச் சொல்லி இருக்கின்றனர். ரைட் ஹானரபில் அமீர் ஆலி தாம் வர ஸரிப்படாத படியால் ஒரு கடிதத்தில் தமது அபிப்பிராயத்தை எழுதி வெளியிட்டிருக்கிறார். இம்மாதிரி இந்த முஸ்லீம் ஸங்கத்துப் பிரமுகர்கள் அனைவர்களும் ஹிந்துக்களும் மஹமதீயர்களும் ஒன்று சேர்ந்து ஒத்துழைக்க வேண்டுமென்பது இந்தியாவிலுள்ள ஸகலருக்கும் ஆனந்தத்தைத் தரத்தக்கதே, ஆனால் இந்த ஐக்கிய உபதேசம் இந்த ஸமயத்தில் ஸர்வ விதத்திலும் அனாவசியமானது. இதைச் சொல்ல வேண்டிய ஸந்தர்ப்பமுமில்லை என்று இந்தியர்கள் பலர் கருதுகிறார்கள். ஏனென்றால் இந்திய ஜனப்பிரதிநிதி ஸபையான "காங்கிரஸ்" மஹாஸபையில் இவர்கள் சேர்ந்தவர்களல்ல. மற்ற மஹமதீயர்களையும் சேரவொட்டாமல் தடுத்தும் வந்தனர். இந்த சீர்திருத்தமென்னும் கருங்கல் ரொட்டி கொடுக்கப்போவதாய் லார்ட் மார்லி தெரிவித்த போது இவர்கள் தங்களுடைய மதத்தினர்களுக்குத் தனியான பிரதிநிதித்துவம் வேண்டுமென்று வானத்தை வில்லாக வளைத்து, மணலைக் கயிறாகத் திரித்துப் பலபாடுபட்டனர். மேலும் இந்தியாவிலிருந்து தாங்களும் தங்கள் மதத்தினர்களின் பல பிரதிநிதிகளையும் அனுப்பி, லார்ட் மார்லிக்குத் தங்கள் மதத்தவரின் தனிப்பிரிவைப் பற்றித் தெரிவித்தனர். லார்ட் மிண்டோ பம்பாய்க்கு வரும்போது அவருக்கு தங்கள் மதத்தினர்கள் ஹிந்துக்களினிடம் சேராமல் தனியாய் இருக்க வேண்டுமென்று எழுதியுள்ள உபசாரப் பத்திரிகை படிக்க வேண்டுமென்று மஹம்மதீயர் வைஸிராய்க்குத் தெரிவித்தனர். வைஸிராய் லார்ட் மிண்டோவும் அதைத் தாம் ஏற்றுக்கொள்ளத் தமக்கு அவகாசமில்லை என்றனர். இம்மஹமதீயர்கள் ஆமதாபாத்துக்கு ஓடோடியும் சென்று இந்தப் பத்திரிகையைப் படித்தனர். அலிகார்

முதலான மத்ரஸாக்களிலிருந்தும் அஞ்ஜுமோணி இஸ்லாம் ஸபைகளி லிருந்தும் அநேக தீர்மானங்கள் ரூபமான பிரார்த்தனைகள் புறப் பட்டன. இந்த மாதிரியான பிரதிநிதிகள் அனுப்பினதற்கும், வந்தனப் பத்திரிகை படித்ததற்கும், தீர்மானங்கள் அனுப்பினதற்கும் காரணங்கள் என்ன? மஹம்மதீயர்களாகிய தங்கள் மதத்தினவர்களெல்லாம் ஒரு ஜாதி; மற்ற இந்தியர்களெல்லாம் வேறு ஜாதி; அவர்களுக்கும் எங்களுக்கும் ஸம்பந்தமொன்றுமில்லை; பாஷை, நடை, உடை, மதம் எல்லாம் வேறு; நாங்கள் நீண்ட ராஜவிச்வாசிகள்; ஆகையால் எங்களுக்குத் தனியான—மற்ற இந்தியர்களுடன் கலப்பில்லாமல் சுத்தமான பிரதிநிதித்துவம் வேண்டும் என்றனர். அப்போது இந்திய ஜனங்களுக்குள் வேற்றுமையைக் கொண்டு பிரதிநிதித்துவம் கொடுக்கக் கூடாதென்று மஹம்மதீயரல்லாத இந்தியர்கள் ஆக்ஷேபித்துக் கண்டித்தனர். கடைசியாக இம்மூன்று மஹம்மதீயர்களின் இஷ்டம் பூர்த்தியாகிவிட்டது.

காங்கிரெஸில் ஜனாப்களான காலம்சென்ற ஸயானி, பதர்உமன், தயாப்ஜீ முதலானவர்களும், இப்போது இருக்கும் பாரிஸ்டர்களான அப்துல் ரஸூல் மஹமத் கித்வாய், ஸையத் யூஸப், லியாகத் ஹுஸேன் ரிஷி, நவாப் காஜா அட்டிகுல்லா, ஸைபத் அலி இமான், ஜின்னா முதலான பல மஹம்மதீய மேதாவிகளும், ஸ்ரீ நவுரோஜி முதலானவர்களும் ஹிந்துக்களும் மஹம்மதீயர்களும் ஒத்துழைப்பது தான் இந்தியாவிற்கு நன்மை உண்டாக்கும். இவ்விருவரும் இந்தியாவின் கண்கள். ஒரு கண்ணை நொள்ளையாக்க முயன்றால் மற்றதும் நொள்ளையாய்விடும். ஐக்கியமே பலம். பிரிவே பலவீனம் என்று அடிக்கடி வற்புறுத்திச் சொல்லிவந்தனர். அப்போதெல்லாம் இந்த மஹம்மதீயத் தலைவர்கள் யாது காரணத்தினாலோ இந்த உண்மையை ஏற்றுக்கொள்ளவில்லை. ஆனபோதிலும் இப்பொழுதாவது இதன் உண்மையைத் தாங்கள் ஒப்புக்கொண்டு, தங்கள் அபிப்பிராயங்களைப் பின்பற்றி நடப்பவர்களெல்லாம் நன்கு அறிந்துகொள்ளுமாறு, அந்த ஹிந்து மஹம்மதீய ஐக்கியத்தின் ஆவசியகத்தை வெளிப்படையாய்த் தெரிவித்ததற்காக நாம் மனமார வந்தனம் செலுத்துகிறோம்.

இந்தியாவிலுள்ள மஹம்மதீயர்கள் யார்? இவர்களெல்லாம் ஹிந்துக்களாய் இருந்து, பிறகு மஹம்மதீய துரைத்தன நாளில் இஸ்லாம் மதத்தைத் தழுவினவர்களே. அப்படியிருந்தும், மதம் வேறுபட்டபோதிலும், நடை, உடை, பேச்சு, பழக்கவழக்கங்கள், இவைகள் இன்னும் மாறவேயில்லை. மஹம்மதீயச் சக்கரவர்த்திகள் அரசாண்ட டில்லி மாநகரில் இம்மூன்று மஹம்மதீயத் தலைவர்கள் ஹிந்து முஸ்லீம்களின் ஐக்கியத்தைப் பற்றி வற்புறுத்திப் பேசியது யாவரும் கொண்டாடத்தக்கினதே. அதன்படி மஹம்மதீயர்கள் நடந்துகொள்வார்களாக!

விஜயா, 1 பிப்ரவரி 1910

நெல்லையப்பரும் வெள்ளையப்பரும்
திருநெல்வேலி ராஜவிச்வாஸிகள்

இந்த தைமீ 29வுக்குச் சரியான ஜனவரி மாதம் 13 தேதி திருநெல்வேலி ஸ்ரீ காந்திமதி ஸமேத ஸ்ரீ நெல்லையப்பருக்கு தைப்பூசத்தன்று ஸிந்து பூந்துறையில் வழக்கப்படி தீர்த்தவாரி நடந்தது. மறுநாள் வழக்கப்படி தெப்ப உத்ஸவம் வெகு விசேஷமாய் பல ஆடம்பரங்களுடன் நடைபெற்றது.

மறுநாள் கிரமப்படி தெப்பத்தை அவிழ்க்கவில்லையாம். அவ்வூர் முனிசிபல் செக்ரிடரி, கோவில் தர்மகர்த்தா, போலீஸ் இன்ஸ்பெக்டர் இவர்கள் மூவரும் சேர்ந்து, அதே இடத்தில் அதே தெப்பத்தில், மறுநாள் சாயங்காலம் முதல் நாளைவிட அதிக அலங்காரங்கள் செய்து தீவட்டி, மத்தாப்பு, தாஸிகள், சாமரைகள், நாகஸ்வரம் முதலான ஸங்கீத மேள வாத்தியங்கள் முதலானவைகளுடன் வெகு அட்டகாசமாய் ஜில்லா ஜட்ஜி, போலீஸ் சூப்ரிண்டெண்டு, ஜில்லா ஸர்ஜன், ஜில்லா எஞ்ஜிநீயர் ஆகிய நான்கு துரைகளையும் இவர்களின் துரைஸானிகளுடன் தெப்பத்தில் ஏற்றி ஏழு சுற்று இழுத்து ஆங்கில உத்ஸவத்தைப் பூர்த்திசெய்தார்கள். இத்துடன் போதாமல், போலீஸ் சப்—இன்ஸ்பெக்டர்கள், ஹேட்டுகள், துரைகளின் பட்லர்கள், ஆயாமார்கள், வண்டிக்காரக் குசினிகள் இவர்களுக்கும் பிற்பாடு தெப்ப உத்ஸவம் நடந்ததாம்! அந்தக் கடிதத்தை நாம் நாளைக்குப் பதிப்பிக்கிறோம். ராஜ விச்வாஸிகளின் லக்ஷணம் இதுதான் போலும்! நமது தெய்வங்களின் ஸ்தானத்தில் பரங்கிகளை உட்காரவைத்துத் தெய்வங்களுக்குச் செய்யும் உபசாரங்களைச் செய்ய அந்த தர்மகர்த்தா வுக்கும் மற்ற இரண்டு இந்திய கனவான்களுக்கும் எப்படி மனம் ஒப்பியதோ தெரியவில்லை. இனி இவர்கள் கோயிலின் விக்ரஹங்களை உடைத்து, ஆங்கில அதிகாரிகளை அவ்விடம் வைத்து, தெய்வங்களின் நகைகளை அவர்களுக்குச் சாற்றி, அதன் காலில் விழுவார்கள் போலும்! சபாஷ்! இதுவன்றோ ராஜபக்தி! நாட்டில் கேட்பாரில்லாமல் போய்விட்டது. இதுவும் கலிகால விந்தையே! இதைப் பற்றிய விவரங்களை நாளைக்கெழுதுவோம்.

விஜயா, 1 பிப்ரவரி 1910
இந்தியா, 5 பிப்ரவரி 1910

கடைசி வரி மட்டும் 'இந்தியா'வில் நீக்கப்பட்டுள்ளது.(ப-ர்)

ரஹஸ்ய போலீஸின் கைவரிசைகள்

கல்கத்தாவில் இப்போது வீடு சோதனைகளெல்லாம் இரவு பன்னி ரெண்டு மணி, ஒரு மணிக்கு நடைபெறுகின்றன. பட்டப்பகலில் போடும் சோதனைகளிலேயே ரஹஸ்ய போலீஸ்காரர்களின் வேலைத் திறங்களுக்குச் சொல்ல வேண்டியதில்லை. இராக்காலத்திலானால் கேட்கவே வேண்டியதில்லை. போலீஸ்காரர்கள் வீடு சோதனை செய்யும்போது வீட்டுக்காரரைக் குற்றவாளியென்று கைது செய்யக் கூடிய அநேக அச்சுக் கடிதங்கள், டைப் அச்சடித்த காகிதங்கள், வெடிகுண்டு மருந்துகள், தோட்டாக்கள், துப்பாக்கிகள், கத்தி முதலான ஆயுதங்கள் ஆகிய இவற்றையெல்லாம் கொண்டுவந்து அந்த சோதனை போடும் வீட்டிற்குள் மறைவான ஒரு இடத்தில் வைத்துவிட்டு, அந்த சோதனையில் இந்த ஸாமான்கள் அகப்பட்டதாக காண்பித்து ஜாபிதாவில் எழுதி ஸாக்ஷிகள் கையெழுத்தும் வாங்கிவிடுகிறார்களாம். இதன்பேரில் வீட்டார் சொல்லும் ஆக்ஷேபங்கள் பயன் படாமலிருக்க அவர்களையும் கைதுசெய்து விடுகிறார்களாம். இது நல்ல நடுப்பகல் சோதனையில் நடப்பது. இனி இந்த சோதனை இரவிலானால் அதன் மஹிமையைச் சொல்லவே வேண்டியதில்லை! போலீஸ்காரர்கள் கொண்டுவரும் வழக்குகளெல்லாம் அப்படி யப்படியே உண்மையாய்விடும். போலீஸ்காரர்களுக்குக் "கோர்" உயரும். சிறையும் நிறையும்.

ஸ்ரீமான் அரவிந்த கோஷைப் பரீக்ஷித்த ஒரு ரஹஸ்ய போலீஸ் காரனின் விருத்தாந்தத்தைப் பற்றிக் 'கர்மயோகின்' பத்திரிகை பின் வருமாறு கூறுகிறது:

இந்த ரஹஸ்ய போலீஸின் கைவரிசைகளைப் பற்றி நாம் எழுதும் போது ரஹஸ்ய போலீஸ்காரர்களுக்கு நாம் ஒரு யோசனை சொல்ல வேண்டுமென்று தோன்றுகிறது. அதாவதென்னவென்றால், இந்தப் போலீஸ்காரர்களில் சிலரை பிரான்ஸுக்கு அனுப்பி, இந்தத் தொழிலைக் கற்றுவரச்சொல்லி, பிறகு அவர்களைக் காலேஜிகளில் உபாத்தியாயர் களாய் இருக்கும்படி ஏற்பாடு செய்தால் நலமாயிருக்கும். ஏனென்றால் இப்போது அவர்கள் மெத்த அசட்டுத்தனமாயும் ஒழுங்கீனமாயும்

முறை தவறியும் வேலை செய்து வருகின்றனர். இது விஷயத்தில் ஸ்ரீயுத அரவிந்த கோஷுக்கு வந்த ஒரு கடிதத்தில் இந்த ரஹஸ்ய போலீஸ்காரர்களின் முட்டாள்தனத்திற்கு ஒரு நிதர்சனம் காணலாம். அந்தக் கடிதத்தை எழுதினவன் யாரோ ஒரு அங்கிலேயனாகவாவது, சட்டை பரங்கிக்காரனாகவாவது இருக்க வேண்டும். இவன் ஐரிஷ் வம்சத்தவனென்று சொல்லிக்கொள்ளுகிறான். இவனுக்கு வேறு அநேக பெயர்களும் உண்டாம். இவன் ஒரு ஐரிஷ் தேசபக்தனாம். இவன் ஒரு பொய்யான விலாசம் வைத்து அந்தக் கடிதம் எழுதியிருக் கிறான். இவன் தன்னுடைய விலாசம் பதிப்பித்த ஒரு கார்ட்டுடன் இந்தக் கடிதத்தை யனுப்பியிருக்கிறான். அந்தக் கடிதத்தில் நெருப்பு மழை பொழிந்திருக்கிறது. அதில் தனக்கு ஒரு ரிவால்வர் கைமாற்றாக (இரவல் கடனாக) வேண்டும், அது ரொம்ப புதிய மாதிரியானதாகவும் நன்றாய் வேலைசெய்யக்கூடியதாகவும் இருக்க வேண்டும், அந்த ரிவால்வர் (சுழல் துப்பாக்கி) யில்லாமல் அரைக்ஷணமேனும் தான் உயிர்வைத்திருக்க முடியாது என்று எழுதியிருந்தான். என்ன முட்டாள் தனம்! சொற்ப வரும்படியுள்ளவனென்று தன்னைச் சொல்லிக்கொள் ளும் அந்த மஹானிடத்தில் போய் யாசகம் கேட்பதற்கும் இது அனு கூலமான வழியல்ல; அவரிடம் பழகி சிநேகம் செய்துகொள்வதற்கும் இது வழியல்ல. எப்படி தேசஸேவை செய்யலாம், அல்லது எந்த மாதிரியான மதானுஷ்டானம் செய்யலாம் என்பது இதைக் காட்டிலும் ரொம்பவும் வெளிக்கு சரியானபடி தோன்றும் வழி. அதிலும் ஆளுக்குப் பின்னாலாவது பிற்பாடாவது, ஏதோ ஒன்று இல்லாவிட் டால் காஷாயஸ்திரம் உடுத்திருப்பதுமாத்திரம் நிறைந்து பெருகும் நேசத்திற்கு நிச்சயமான ஒரு ஆதாரச் சீட்டல்ல.

'ஹிதவாதி'யில் அன்றைக்கொருநாள் கேள்வியில்லாத கடிதங்களைப் பைஸல்செய்யும் தபால் உத்தியோகஸ்தரான ஸ்ரீயுத பிரபாஸ சந்திர தேவ் என்பவர் வெளியிட்டிருக்கும் வருஷக்கணக்கிலுள்ள ஆச்சரிய மான கதையை நாம் இங்கு எடுத்துச்சொல்லலாம். அந்த உயர்ந்த கடிதத்தின் மேல்விலாஸம் நாம் ஆச்சரியப்படுவதற்குத் தகுந்தால் போலவே — கிரே தெருவு என்று யாதொரு கதவு இலக்கமுமில்லாமல் பிரபாஸரின் கையெழுத்தில் அவருடைய பெயருடன் எழுதப்பட்டிருக் கிறது. அதன் மொத்த எழுத்தும் கையெழுத்தும் அவருடைய ஸொந்தக் கையெழுத்துக்கு ஒரு மயிரிழைகூட வித்தியாஸமில்லாமல் இருக்கிறதாம். கையெழுத்துப் பரீக்ஷையில் தேறியிருப்பவர்கள்கூட வித்தியாஸங் கண்டுபிடிக்க முடியாமல் ஏமாந்துவிடக்கூடிய அவ்வளவு ஸரியாய் இருக்கிறதாம். பிரபாஸ பாபுவுக்கும் போலீஸுக்கும் ஸ்ரீயுத அரவிந்தர் இப்போது கிரே தெருவில் எந்த நெம்பர் வீட்டிலும் இல்லை என்பது நன்றாய்த் தெரியும். ஆனால் எழுதினவன் கருத் தென்ன? இது கேள்வியில்லாத தபால் ஆபீஸுக்குப்போய், அங்கிருந்து ரஹஸ்ய போலீஸ்காரர்களினிடம் போய் விசாரணைக்கு வரவேண்டு மென்பதே. ஸ்ரீயுத அரவிந்தரிடம் இது வந்திருந்தால் இதை குப்பைக் கூடைக்குத்தான் அனுப்பியிருப்பார். அதுதான் தகுந்த இடம்.

இந்த மாதிரியான ஒன்றுக்கொப்பிலாத வழிகளால் காலணா பிரயோ ஜனமிருப்பதாய் நினைக்க இடமில்லை. "மிட்டாய்லட்டு" என்பதற்கு வெடிகுண்டென்று அர்த்தம் சொன்ன மிஸ்டர் நார்ட்டனுக்குக்கூட இந்த மாதிரியான தப்புக் கையெழுத்து சிருஷ்டிக்க அஸாத்திய மாய்விட்டது.

விஜயா, 2 பிப்ரவரி 1910

ஆரிய ஸமாஜிகளின் அனுதாபம்

இப்போது பேட்டியாலா ஸமஸ்தானத்து விசேஷ நியாய ஸபையில் நடத்தப்பட்டுவரும் ராஜத் துவேஷ வழக்கில் குற்றம் சாட்டப் பட்டிருப்பவர்களை மஹாராஜா விட்டுவிடாவிட்டால் இந்தியாவிலும் வெளிநாடுகளிலும் உள்ள ஆரிய ஸமாஜிகள் அனைவர்களும் பிரதி மாஸமும் ஒரு நாள் உபவாஸம் இருக்கப்போகிறார்களாம். அன்றைய தினம் ஆரிய ஸமாஜிகள் வீடுகளிலெல்லாம் வைகுண்ட ஏகாதசிதான். கிழவர் முதல் குழந்தை வரையில் ஒருவரும் தீர்த்தங்கூட சாப்பிட மாட்டார்களாம். அன்றையத் தினத்து ஆகாரச் செலவை ஒவ்வொரு வீட்டுக்காரரும் பொது நிதிக்குக் கொடுத்துவிட வேண்டுமாம். அந்த நிதியைக் கொண்டு இந்த இராஜ நிந்தனை வழக்கால் கஷ்டப்படும் ஆரிய ஸமாஜிகளின் குடும்பத்திற்குக் கொடுத்து அவர்களுக்கு உதவிசெய்ய வேண்டுமென்று தீர்மானிக்கப்பட்டிருக்கிறதாம். அன்றைய தினம் ஒருவரும் கண்டிப்பாய் சாப்பிடவே கூடாதாம்.

விஜயா, 2 பிப்ரவரி 1910
இந்தியா, 5 பிப்ரவரி 1910

'இது ஒரு நல்ல ஏற்பாடே' என்ற ஒரு வரி கூடுதலாக 'இந்தியா'வில் உள்ளது. (ப-ர்)

வன்னியர்கள் விரதம்

தென்னிந்தியாவில் வன்னியர்கள் பெருந்த தொகையான ஜனங்கள். இவர்களுக்குள் கட்டுப்பாடு மெத்த அதிகம். இப்போது ஆங்காங்கு ஸபை கூடித் தங்கள் குலத்தவர்களின் நன்மையைக் கருதி பல நற்காரியங்கள் செய்து சீர்திருந்தி வருகின்றனர். தென்னாப்பிரிக்காவில் வெள்ளையர்களால் பலவிதமாய் இடர்ப்படுத்தப்படும் இந்தியர்களில் பெரும்பாலர் சென்னைவாசிகளே. சென்னைவாஸிகளிலும் பலர் இந்த வன்னிய குலத்தவர்களே. இந்த தென்னாப்பிரிக்காவிலுள்ள இந்தியர்களின் மீட்சிக்காக இந்த வன்னிய மஹாஜனங்கள் ஒரு விரதம் கைக்கொண்டிருக்கின்றனர். அதாவது ஷுல் ஒரு நாள் எல்லாரும் இந்த தென்னாப்பிரிக்கா இந்தியர்களின் கஷ்டங்களுக்காக உபவாச விரதமிருக்கப் போவதாய்ச் செய்தி எட்டுகிறது. இது உண்மையாய் இருக்கும் பக்ஷத்தில் இவர்களும் வட நாட்டு ஆரிய ஸமாஜிகள் போலவே பிரதி மாசமும் ஒரு நாள் உபவாஸமிருந்து அன்றைய தினம் தங்கள் வீட்டு ஆகாரச் செலவை ரொக்கமாகச் சேர்த்துத் தென்னாப்பிரிக்கா இந்தியர்களுக்கு ஒரு ஸஹாய நிதியாக ஏற்படுத்தியனுப்பினால் மெத்த நலமென்று தோன்றுகிறது. இதை ஷை வன்னிய மஹாஜனங்கள் அங்கீகரித்தல் நலம். உண்மையில் இவர்கள் சேரன் பெருமாள் நாயனார், குலசேகரப் பெருமாள் இவர்களின் வம்சத்தவர்களானால் இந்த ஜீவகாருண்ய விரதத்தைக் கைகொண்டு பரோபகாரம் செய்வார்கள்.

விஜயா, 2 பிப்ரவரி 1910
இந்தியா, 5 பிப்ரவரி 1910

புதிய பத்திரிகைச் சட்டம்

இந்தியாவில் இப்போது ஸ்வதேச பத்திரிகைகளுக்கு ஸ்வதந்திர மென்பதே வெகுசாய் இல்லவே இல்லை. அதிலும் ஸ்வதேச பாஷையில் நடைபெறும் பத்திரிகைகளின் விஷயங்களில் இன்னும் இந்த கேடு அதிகம். அதிலும் ஸ்வதந்திரத்தைப் பேசும் பத்திரிகையாய் இருந்து விட்டாலோ சொல்லவே வேண்டியதில்லை. இதற்கு அநேக தடைகள். அநேக கண்டங்கள். ரஹஸ்ய போலீஸின் உபத்திரவம், நியாயாதிபதி களின் உபத்திரவம். இந்தியன் பீனல் சட்டப் புத்தகத்திலிருக்கும் 124ஏ, 153ஏ — இந்த இரண்டு ஸெக்ஷன்களும் போலீஸ் பிரியாது மூலமாய் அந்தப் பத்திரிகையின் தலையில் குதிக்கின்றன! அப்பத்திரி கையின் அதிபர், ஸொந்தக்காரர், வெளியிடுபவர் முதலான எல்லாரை யும் உடனே கைது செய்துவிடுகிறார்கள். இவர்களுக்கு ஜாமீன் மறுக்கப்படுகிறது. ஏனென்றால் இவர்களின்பேரில் பிறக்கும் வாரண்டு கள் ஜாமீனில் விடக்கூடாத வாரண்டுகளாம். பிறகு அந்தப் பத்திரிகை யாபீஸை போலீஸ்காரர்கள் சோதனை போடுகிறார்கள். அது ஒரு பெரிய சூறைக்கொள்ளைதான். அந்தப் பத்திரிகையின் பழைய அடுக்குகள், கணக்குப் புஸ்தகங்கள், கடிதங்கள், சந்தாதாரர்களின் ஜாபிதா முதலான எல்லாவற்றையும் போலீஸ் எடுத்துக்கொண்டு போய் விடுகிறார்கள். விசாரணையாகிறது. இதுவரையில் அரசாங்கத் தார் இந்திய பத்திரிகைகளின் பேரில் கொண்டுவந்திருக்கும் வழக்கு களில் ஒரு பத்திரிகைக் கேஸாவது தள்ளப்படவில்லை. எல்லாவற்றிலும் தண்டனைகள்தான். நன்னடத்தைக்காக ஜாமீன் வாங்குவது முதல் ஸொத்து பறி கொடுப்பதுடன் ஆயுள் பரியந்தம் தீபாந்தர சிக்ஷைவரை யில் ஒன்றுங் குறைவில்லாமல் நடந்தேறிவருகிறது. இம்மாதிரியாக ஸ்ரீமான் திலகர் முதலான அநேக பத்திராதிபர்களை பிரிட்டிஷ் அரசாங்கத்தார் சென்ற மூன்று வருஷத்தில் சிறையிலடைத்து விட்டனர்.

இது போதாதென்று 1908 வருஷத்தில் ஒரு பத்திரிகைச் சட்டம் புறப்பட்டது. அது வெகு மும்முரமான கொடுமையுடையது. இதில் கண்டிருக்கும் பிரிவுகள் மெத்தவும் அகோரமானவைகள். இதன்படி ஸர்க்கார் குற்றம் சாட்டும் எந்தப் பத்திரிகையையும் அப்பொழுதே நிறுத்திவிடுவதுடன், அந்த அச்சுக் கூடத்தையும் ஜப்தி செய்து ஸர்க்கார்

எடுத்துக்கொண்டு போய்விடுகிறார்கள். இம்மாதிரி கல்கத்தா 'வந்தே மாதரம்' முதலான அநேக பத்திரிகைகளின் அச்சுக்கூடங்களை பிரிட்டிஷ் ஸர்க்கார் பிடித்துக்கொண்டு அவற்றையும் இனி வெளி வராமலிருக்கும்படி அடக்கிவிட்டனர்.

இவ்வளவெல்லாம் ஆய்விட்ட பிறகு இனி என்ன மாதிரியான புதிய பத்திரிகைச் சட்டம் எதற்காக இப்போது அடுத்த வெள்ளிக் கிழமை பிரிட்டிஷ் வைஸிராயின் சட்டசபையில் கொண்டு வரப்படப் போகிறதோ, அது தெரியவில்லை. ஆனால் புதிய தேச பாஷா பத்திரிகைச் சட்டம் ஒன்று வரப்போகிறதென்று மாத்திரம் எல்லா ஆங்கிலோ இந்தியப் பத்திரிகைகளும் ஸந்தோஷித்து உட்களிக்கின்றன. இதற்கேற்றதுபோலவே பிரிட்டிஷ் வைஸிராயான லார்ட் மிண்டோவும் புதிய சட்டஸபையில் "பத்திரிகைகளின் ஸ்வதந்திரங்களை இறுக்கி இழுத்துப்பிடிக்கப் போகிறோம்" என்று பேசியிருக்கிறார். இவர்கள் இனி செய்வதற்கு என்ன இருக்கிறது? ஜனங்களின் ஸ்வதந்திர உணர்ச்சியை அடக்க இவர்களிடம் இன்னும் இருப்பது ராணுவச் சட்டம் ஒன்றே. அதேமாதிரி பத்திரிகைகளை மடக்க இவர்களிடம் இருப்பது இரண்டே. ஒன்று பரிசோதகர் ஏற்படுத்துவது; அல்லது பத்திரிகைகளுக்கு உத்திரவே கொடாமலிருப்பது. பத்திரிகைப் பரிசோதகர் ஏற்படுத்துவது இன்னும் இந்தியாவில் நடைபெறவில்லை. தேசபாஷை பத்திரிகைகளை வெளிப்படுத்த உத்திரவு கொடாதது மாத்திரம் நடைபெற்றது. முப்பது வருஷங்களுக்கு முந்தி லார்ட் லிட்டன் நாளையில் தாது வருஷத்திய க்ஷாம காலத்தில் தேசபாஷா பத்திரிகைகளெல்லாம் அடக்கப்பட்டு போய்விட்டன. பிறகு லார்ட் ரிப்பன் நாளையில் அந்தச் சட்டம் ரத்துசெய்யப்பட்டது. மறுபடி லார்ட் மிண்டோவுக்கு அந்தச் சட்டத்தைக் கொண்டுவரும் கீர்த்தி கிடைக்கப்போகிறதோ, என்னமோ? அந்த கீர்த்தியும் இவர் அடையாமலிருப்பது நலமெனப் பல பத்திரிகைகள் கருதுகின்றன.

பத்திரிகைகளுக்குப் பரிசோதகர் வைப்பதைப் பற்றி நமது 'விஜயா'வில் நாம் முன்னமே கூறியிருக்கிறோம். பிரபல ஆங்கில பத்திராதிபரான 'ஸ்டெட்டின்' பரிசீலனத்தின் பரிசீலனம் என்ற பத்திரிகையை பம்பாய் மாஜிஸ்திரேட்டு இந்தியாவுக்குள் வரவொட் டாமல் தடை செய்தபோது, அவரும் தமது பத்திரிகைக்கு ருஷியாவிலி ருப்பது போலவே ஒரு பரிசோதகரை அதிகாரிகள் ஏற்பாடு செய்தால் நலமென்றார். அந்த மாதிரி பரிசோதகர் ஏற்படுத்திவிட்டால், ஒவ்வொரு பத்திரிகையிலும் போடப்படும் விஷயங்களையெல்லாம் அவருக்கு முன்னதாகக் காட்டி, அவர் இஷ்டப்பட்டதை மாத்திரம் பத்திரிகையில் வெளியிடலாம். அதினால் ஒரு ஸமயம் கெடுதி வந்தால் அவர்தான் ஜவாபுதாரி. இதினால் அனேக தீமைகளிருக் கின்றன. இதில் முக்கியமானதென்னவென்றால் அந்தப் பரிசோதகர் ஒருவருடைய அபிப்பிராயமே எல்லாருக்கும் தெரியுமேயொழிய வேறெவருடைய அபிப்பிராயமும் வெளிவரும்படியான ஸந்தர்ப்பமில்

லாமல் போய்விடுகிறது. ஒரு விஷயத்தைப் பற்றி பலபேர்களுடைய அபிப்பிராயங்களைத் தெரிந்துகொள்வதை விட்டுவிட்டு அரசாங்கத் தாரால் ஏற்படுத்தப்பட்ட ஒரு பரிசோதகரின் அபிப்பிராயத்தை மாத்திரம் வெளியிட்டால் அது கேவலம் ஸர்க்கார் அபிப்பிராயமே யொழிய ஜனங்களின் பொது அபிப்பிராயமல்லவென்பது எல்லாரும் அறிந்துகொள்ளக்கூடியதே.

விஜயா, 3 பிப்ரவரி 1910

பாரத நாட்டின் சிற்பிகளின் சிறந்த திறமை

நெடுங்காலம் முதற்கொண்டு நமது பாரத நாட்டில் எண்ணிறந்த கலைகளும் தொழில்களும் செழித்துவந்ததென்பதற்கு நமது நாட்டிலேயே இன்னும் அநேக அடையாளங்களிருக்கின்றன. மஹமதீய அரசாக்ஷியிலும் இவைகளின் விருத்திக்கும் ஆதரவுக்கும் குறைவில்லை. ஆங்கில அரசாக்ஷி ஏற்பட்ட பின்பு நமது நாட்டுக் கைத்தொழில்களெல்லாம் க்ஷீணித்து நாசமாய்விட்டன. அவற்றை ஜனங்களும் ஆதரிப்பதில்லை. அரசாங்கத்தாரும் ஆதரிப்பதில்லை. ஏனென்றால் இந்த ஆங்கில துரைத்தனத்தில் பிரிட்டிஷ் இந்தியாவில் தேசபாஷைக்கும், தேச வேலைப்பாடுகளுக்கும் கவுரவமே இல்லை. எல்லாரும் ஆங்கிலம் படித்துவிட்டு ஆங்கில ஸாமான்களில் மோஹங் கொள்ளுகின்றனர். இதனால் நமது நாட்டுத்தொழிலாளிகளுக்குப் பிழைப்பில்லாமல் போய்விடுகிறது. தொழிலும் மறக்கப்பட்டுப் போய்விட்டது.

ஆயினும் நமது முன்னோர்களின் ஆச்சரியகரமான திறமையை தற்காலத்தில் சிறந்தவர்களென்று தங்களைச் சொல்லிக்கொள்ளும் ஆங்கிலர்களும் கண்டு அதிசயிக்கும்படியான கோபுரங்களும் கோட்டைகளும் டாஜ் மஹால் முதலான மசூதிகளும் கற்பாறைகளும் ஸ்தம்பங்களும் இன்னும் பல அத்தாக்ஷிகளுமிருக்கின்றன. அவற்றுள் டில்லி மாநகரத்தில் 'பஹூத்கானா' என்னும் பிரதான ஸ்தலத்தில் நாளைக்கும் விளங்கிவரும் ஸ்ரீராஜதேவனின் ஜய ஸ்தம்பம் ஒன்று. இதையே இன்று நமது சித்திரக்காரர் செய்துகொடுத்திருக்கிறார். இது மொத்தமும் கெட்டி இரும்பினால் செய்யப்பட்டிருக்கிறது. இது உலக்கை போல் உருண்டையாய் பல சித்திர வேலைப்பாடுகளுடன் ஏகாண்டமான ஒரே ஸ்தம்பமாய் திரட்டப்பட்டிருக்கிறது. அந்த ஸ்தம்பத்தின் கன சுற்றளவு 16 அங்குலத்திற்கு அதிகமாகவே இருக்கிறது. இப்போது தரைமட்டத்திற்கு மேல் 22 அரை அடி உயரம் நிற்கிறது. பூமிக்குள் புதைக்கப்பட்டிருக்கும் இதன் அடிப்பாகம் தரைக்கு மேலிருக்கும் உயரத்தைக்காட்டிலும் ரொம்ப அதிகமானது. ஸமீபத்தில் இந்த ஸ்தம்பத்தின் அடிபாகத்தைக் கண்டுபிடிக்க 28 அடி தோண்டப்பட்டது. அப்பொழுதும் அது நிறுத்தப்பட்டிருக்கும் அஸ்திவார ஆதாரபீடம் தென்படவில்லை. இது 60 அடி இருக்கலாமென்று சில வித்பன்னர் சொல்லுகிறார்கள். சிலர் 80 அடி இருக்கலாமென்றும்

சொல்லுகிறார்கள். இதன் எடை மொத்தம் 17 டன் முதல் 22 டன் வரையில் மதிப்பிட்டிருக்கிறார்கள். இதை ஒட்டுக்கிடாசல் ஒன்றுமில்லாமல் ஒரே ஸ்தம்பமாய் பாரத நாட்டுச் சிற்பிகள் எப்படித் திரட்டினார்கள் என்பதைப் பற்றி ஐரோப்பிய சிற்பிகளெல் லாம் தங்களுடைய முழுபுத்தியையும் கொண்டு யோசிக்கிறார்கள். எந்தமாதிரியென்பது இவர்களுக்குப் புலப்படவில்லை. இந்த ஸ்தம்பம் விக்ரம சகாப்தம் 375வது ஸம்வத்ஸரத்தில் மஹாராஜா ஸ்ரீ ராஜதேவ மஹாராஜனால் மிலேச்சரைத் தான் வென்று துரத்தியதற்கறிகுறியாக ஸ்தாபிக்கப்பட்ட 'ஜய த்வஜ ஸ்தம்பம்' என்று பலர் கருதுகிறார்கள். ஸ்ரீ ராஜதேவனின் பெயர் அதில் செதுக்கப்பட்டிருக்கிறது. மஹாராஜா அனங்கபால் என்பவர் அதை மறுபடியும் தோண்டி எடுத்தார் என்று சிலர் கூறுகின்றனர். இந்திரப்பிரஸ்தமென்னும் இந்த டில்லி மாநகரத்தில் அரசாண்ட கடைசி அரசனான ஸ்ரீ பிரிதிவிராஜ் என்பவர் இதை மறுபடியும் சீர்படுத்தி ஸ்தாபித்ததாயும் சொல்லிக் கொள்ளப்படுகிறது. இதைப் பற்றிய இதிஹாஸத்தையும் நாம் கீழே கூறுவோம்.

இதிஹாஸம்

ஸ்ரீ பிரிதிவிராஜன் தனது ஸந்ததி க்ஷீணித்துவருவதைப் பற்றி ஒரு நாள் விசனப்பட்டு, பிராம்மணர்களை வரவழைத்து ஆலோசனை கேட்டான். அதற்கு அவர்கள் உலகத்தைத் தாங்கும் ஆதிசேஷன் தலைவரையில் செல்லக்கூடிய ஒரு அம்பு செய்து தரையில் அடித்து ஸாம்ராஜ்ய யந்திரப் பிரதிஷ்டை செய்தால் அந்த மந்திர சக்தியில் உமது ஸந்ததியார் நெடுங்காலம் உலகாள்வார்கள் என்றார்கள். அப்போது மண்ணில் விழுந்து மறைந்திருந்த இந்த ஸ்தம்பத்தைக் கண்டு தோண்டியெடுத்து, அதை சீர்ப்படுத்தி பிராம்மணர்கள் சொன்னபடியே பிரதிஷ்டை செய்தான். அது உள்ளே தினம் தினம் அழுந்திக்கொண்டேவந்து இப்படி எத்தனை நாள் நடந்ததோ தெரியாது. ஒரு நாள் ராஜா தனது பிராம்மணர்களின் பேரிலுள்ள அவநம்பிக் கையினாலோ அல்லது பாம்பின் தலையில் கம்பம் இடித்துவிட்டதா என்று பார்க்க வேண்டுமென்ற ஆசையினாலோ இந்த ஸ்தம்பத்தை மறுபடியும் பிடுங்கிப்பார்க்க உத்திரவு செய்தான். அப்போது பிராம் மணர்களெல்லோரும் கூடி அதை எடுக்கவேண்டாமென்று தங்களா லானமட்டும் தடுத்தனர். அரசன் கேட்கவில்லை; கெடுமதி கண்ணில் படுமா? விதியை விலக்குவாரார்? இதைப் பிடுங்கிப் பார்த்தபோது பூமிக்குள்ளிருந்த அதினுடைய அடியில் இரத்தம் செவசெவவென்று கசிந்துகொண்டிருந்தது. கண்டவர்களெல்லாம் ஆச்சரியப்பட்டனர். என்றைக்கும் நடுங்காத அரசன் நடுநடுங்கினான். உன்னுடைய ஸந்ததி உன்னுடன் முடிந்து போய்விடும் என்று ஒரு சப்தம் கேட்டது. ராஜா மறுபடியும் அதைப் புதைத்துவிடச் சொன்னார். ஆனால் அது உள்ளே செல்லவில்லை. இந்த ஸ்தம்பத்தின் அடிப்பாக இரு துண்டு மாத்திரம் கீழே அகப்பட்டுக்கொண்டிருக்கிறது. அதுவே

சேஷனுக்குப் போதுமானது. உன்னுடைய ராஜ்யம் சீக்கிரத்திலேயே போய்விடும் என்றார்கள். அந்த ஸாம்ராஜ்ய யந்திரம் உடைபட்ட இரண்டு துண்டுகளும் ஒன்று சேர்ந்தாலாவது, இந்த ஸ்தம்ப முழுதும் மறைந்துவிட்டாலாவது அப்போதுதான் ஹிந்துக்களுக்கு மறுபடியும் சாம்ராஜ்யம் வரும் என்ற ஆறுதலும் சொல்லப்பட்டது. ஸ்ரீ பிரிதிவி ராஜன் ஸ்தானேச்வரத்தில் ஷஹாபுடீனுடன் போர் புரிந்து முதலில் வெற்றிபெற்றும் இரண்டாந் தடவையில் தோற்கடிக்கப்பட்டான். வில்வித்தையில் இவன் மெத்தத் தேர்ச்சியடைந்தவன். மஹமத் கோரி இவனைக் கைது செய்து கோரிக்குக் கொண்டுபோய் இவனுடைய கண்களைப் பிடிங்கிவிடும்படி உத்திரவு செய்தான். கண்ணில்லாத இவன் அம்பு எய்வதை வேடிக்கை பார்க்க ஒருநாள் ஷஹாபுடீன் உத்திரவு கொடுத்தபோது, ஸ்ரீ பிரிதிவி அவனுடைய குரல் ஒலியை நிதானித்து அம்பெய்து, ஷஹாபுடீனை உயிர் போக்கினான். இதற்காக பிரிதிவிக்கு சிரச்சேதம் கிடைத்தது. இத்துடன் ஹிந்து ஸந்ததி அரசாள்வது நின்றுவிட்டது. இந்த இதிஹாசத்தை அங்குள்ள விருத்தர்கள் வெகு அக்கறையாய்ச் சொல்லுகிறார்கள்.

ஸ்ரீ பிரிதிவி மஹாராஜனின் காலமும் ஆய்விட்டது. அவனுடைய சந்ததியும் இல்லை. ராஜ்யமும் போய்விட்டது. கோரி, அல்தாமஷ் இவர்களின் ஆத்திரத்தில் பல ஹிந்து தேவாலயங்கள் இடித்து நிரவப்பட்டன. தைமூர் எனும் தாமர்லேன் டில்லிப் பட்டணத்தைக் கொள்ளையடித்துக் கொள்ளை பொருள்களுடன் புருஷர்கள், ஸ்திரீகள், குழந்தைகள் இவர்களை அடிமைகளாகப் பிடித்துக்கொண்டு போய்விட்டான். நாதர் ஷா டில்லி மீது படையெடுத்து ஒரே பகலில் ஒரு லக்ஷம் ஜனங்களையெல்லாம் உயிர்ச்சேதமாக்கி அளவில்லா மதிப்புடைய மயிலாசனம் முதலானவைகளையும் அநேக பொருள்களுடன் கொள்ளையடித்துச் சென்றான். ஆமத் ஷா அப்துல் அலி டில்லியை தாக்கி நாதர் ஷா விட்ட மிகுதியைக் கொள்ளையடித்தான். அவுரங்கசீபு தனது மத வைராக்கியத்தில் ஹிந்துக்களின் கோவில்களை மஹமதீய பள்ளிவாசல்களாக மாற்றினான். 1857ஹு—ல் நடந்த ஹிந்துஸ்தான் ஸ்வதந்திர யுத்தத்தில் நாட்டினர்களில் பலர் பீரங்கி வாயில் வைத்துச் சுடப்பட்டனர். இத்தனை அகோரமான நாச ஸம்பவங்களினிடையில் மஹாராஜா ஸ்ரீ ராஜதேவனின் ஜயஸ்தம்பம் மாத்திரம் தன்னை அசைப்பாரின்றி, வெயில், மழை முதலான இயற்கையின் உபாதிகளையும் வென்று, தனது பூர்ண மகிமையுடன் விளங்கி, ஜயசீலமாய் நின்றுகொண்டிருக்கிறது. டில்லிக்குப் போகிறவர்கள் இதைக் கட்டாயம் பார்த்துவர வேண்டும்.

விஜயா, 4 பிப்ரவரி 1910

புதிய பத்திரிகைச் சட்ட மசோதா

இந்தியாவில் இப்போது வெளியாகும் எல்லாப் பத்திரிகைகளையும் (தேசபாஷை பத்திரிகைகள், இந்தியர்கள் இங்கிலீஷில் நடத்தும் பத்திரிகைகள், ஆங்கிலோ இந்தியப் பத்திரிகைகள் முதலான எல்லாப் பத்திரிகைகளையும்) அடக்கும் சட்டம் ஒன்று செய்ய பிரிட்டிஷ் வைஸிராயின் சட்டசபையில் ஒரு மசோதா கொண்டுவரப்பட்டிருக் கிறது. அதினுடைய விவரங்களை அடியில் காணலாம். இது பிரிட்டிஷ் அரசாங்கத்தாருடைய நிலையிலிருந்து யோசித்துப்பார்த்தாலும் விழலுக் கிறைத்த நீராகவே தோன்றுகிறது. ஆங்கிலோ—இந்தியப் பத்திரிகைகள் எனும் ஓநாய்கள் இந்தப் பத்திரிகைச் சட்டத்தைப் பார்த்துவிட்டுத் தங்கள் கோபத்தைத் தணித்துக்கொண்டு சும்மாயிருக்குமென்று நினைப்பதற்கும் ஸந்தேகமாயிருக்கிறது. பொதுஜனங்களின் நிலையி லிருந்து யோசித்துப்பார்த்தாலோ, பத்திரிகைகளையெல்லாம் அந்தந்த இடத்து அதிகாரிகளின் அதிகாரத்திற்கு உட்படுத்தி, அவர்களின் மேற்பார்வையில் வைத்துவிடவேண்டியதென்ற மெத்த துஷ்டத்தன மான செயலாய்ப் பார்க்கும்பொழுதே யாருக்கும் பிரத்தியக்ஷமாக வெகு தெளிவாய்த் தோன்றுகிறது. அந்தந்த இடத்து அதிகாரிகளோ, பத்திராதிபர்களை தங்களுடைய ஜன்ம சத்துருக்களாய் கருதுகிறார்கள். ஏனென்றால் அவர்களின் ஊழல்களை வெளியிட்டுக் கண்டிப்பது பத்திரிகைகளே. இவர்களுடைய இச்சைப்படி அரசு நடத்தும் காரியங் களும் நடத்தைகளும் பத்திரிகைகளின் யதேச்சையான அபிப்பிராயங் களுக்கும், கண்டனங்களை ஸஹித்துக்கொள்ளும் சாந்த மனதுக்கும் நேர் விரோதமானவைகளே. அவர்களுக்கு யதேச்சையான சுற்றுப்புறங் களுள்ள விடங்களில் குடியிருந்த வழக்கமே கிடையாது. பொதுநலத்துக் காகக் கபடமில்லாமல் வெளியிடப்படும் விமர்சனங்களை இவர்கள் அறிந்துகொள்ளும் திறமையுமில்லை. இது பரம்பரையாய் பிரிட்டிஷ் துரைத்தனத்தில் நடந்துவரும் உண்மை. இதற்கு ஓர் நிதர்சனம் என்னவென்றால் லார்ட் வில்லியம் பெண்டிங்க் என்பவர் சென்னை கவர்னராய் இருந்தபோது சென்னை கவர்ன்மெண்டார் ஒரு ராஜாங்க வழக்குக்கு அனுமதி கொடுத்தார்கள். அது விசாரணைக்காக சென்னை ஹைக்கோர்ட்டு ஸெஷன்ஸுக்கு வந்தது. கனம் ஸர் ஹென்றிகு வில்லிம் என்னும் சூப்ரீம் கோர்ட்டு ஜட்ஜின் முன்பாக விசாரணைக்கு

வந்தது. அவர் ஜூரிகளுக்கு அந்த வழக்கின் பூர்வோத்திரங்களை எடுத்து விளக்கி ஒப்புவிக்கும்போது, சென்னை கவர்ன்மெண்டாரின் செய்கையைக் கண்டித்துப் பேசினார். அதின் அச்சிட்ட நகல் ஒன்றை அவர் சென்னை கவர்னருக்கு அனுப்பினார். இதற்கு லார்ட் வில்லியம் பென்டிங்க் பின்வரும் பதில் எழுதினார்:

> இந்தியாவில் நமது க்ஷேமத்திற்காக, பத்திரிகைகளை எவ்வளவு கடினமான வகையாய் நமது அதிகாரத்தின்கீழ் வைக்க வேண்டு மென்பது எனது அபிப்பிராயம். இந்த அபாயகரமான ஸமா சாரங்கள் யாருடைய பேனாவினின்றும் புறப்பட்டாலும் ஸரி; நமக்கு அனாவசியகம். எவ்வளவுக்கெவ்வளவு பெரிய இடங்களிலிருந்து வருகிறதோ அவ்வளவுக்கவ்வளவு துஷ்டத் தனம் அதிகம்; உயர்ந்த நியாயஸ்தலங்களில் நியாயாதிபதிகள் (*the Judges of the Supreme Court*) அதி துஷ்டத்தனமான அபிப் பிராயங்களை வெளியிடுவதை நாம் தடுக்க முடியாது. ஆனால் அவற்றைப் பற்றிப் பத்திரிகைகளில் வெளியிட்டுப் பரப்பப்பட்டு வருவதைத் தடுத்துவிடும் அதிகாரம் நமது வசத்திலிருக்கிறது. அது நமது கடமை. இந்தப் பலமான எண்ணத்தைக் கொண்டு எல்லா பத்திராதிபர்களுக்கும் கீழ்க்கண்ட கவர்ன்மெண்டு உத்திரவு பிறப்பிக்கப்படலாமென்று நான் சிபாரிசு செய்கிறேன். அதாவதென்னவென்றால், 'எந்த விஷயத்தைப் பத்திரிகைகளில் பிரசுரம் செய்ய வேண்டுமானாலும், கவர்ன்மெண்டிலும் ஸெகிடெரி மூலமாக கவர்னரின் அனுமதியைக் கட்டாயம் பெற வேண்டும். அப்படி அனுமதி பெறாமல் எந்தப் பத்திராதி பராவது வெளியிட்டால் அவர்கள் கவர்னர்—இன்—கவுன்ஸி லின் உத்திரவை அடியோடு உல்லங்கனம் செய்த பெருங்குற்றத் திற்குள்ளாவர்கள்' என்பதே.

அப்படியே ஒரு உத்திரவு பிறப்பிக்கப்பட்டது. 1806—ம் வருஷத்தில் நடந்த வேலூர் கலகத்திற்கு லார்ட் வில்லியம் பெண்டிங்கே வெகுவாய் ஜவாபுதாரியென்று சொல்லிக்கொள்ளப்பட்டது. இதற்காக அவரை வேலையினின்றும் நீங்கி இங்கிலாந்துக்கு வரும்படி அவமானகரமான உத்திரவு பிறப்பிக்கப்பட்டதாம். இந்த லார்ட் வில்லியம் பெண்டிங்கே 22 வருஷம் கழித்து இந்தியாவுக்கு வைஸிராயாக நியமிக்கப்பட்டார். அப்போதும் பத்திரிகைச் சட்டம் புதுப்பிக்கப்பட்டது. இந்தியாவில் அரசாக்ஷி புரியும் அதிகாரிகளில் பல பேர்களின் எண்ணங்களும் தோற்றங்களும் பத்திரிகைகள் விஷயங்களில் லார்ட் வில்லியம் பென்டிங்கின் அபிப்பிராயத்தில் கலந்ததே. முக்கால் நூற்றாண்டு களுக்கு முன்னமே ராஜா ராம்மோஹன் ராய் என்னும் மஹான் இங்கிலாந்தின் அரசருக்குத் தாம் எழுதிய விண்ணப்பத்தில் இதைக் குறித்தெழுதியனுப்பியிருக்கிறார்:

> துரைத்தன அதிகாரத்திலிருப்பவர்கள் பத்திரிகைகளின் ஸ்வதந் திரத்திற்கு நேர் விரோதிகள். ஏனென்றால் அந்த அதிகாரிகளின்

ஊழல்களையும் குற்றங்களையும் எடுத்துக்காட்டி அப்பத்திரிகை கள் கண்டித்து எழுதிவருகின்றன. இது அந்த அதிகாரிகளுக்குச் சரிப்படுகிறதில்லை. அவற்றின் பேரில் ஸரியான குற்றம் சுமத்த அதிகாரிகளுக்கு ஒன்றும் அகப்படுகிறதில்லை. அதற்காக மேல் அதிகாரிகளை மிரட்டி, உலகத்தை பிரமிக்கச் செய்வதற் காக இப்பத்திரிகைகளெல்லாம் கவர்ன்மெண்டுக்கு எதாவது ஒரு ஆபத்து திடீரென்று உண்டாக்கிவிடலாம் என்று வீண்சாக்குச் சொல்லிப் பயமுறுத்தி வருகின்றனர். உலகத்தில் எந்த தேசத்திலும், அதிகாரிகளின் அக்ரமங்களைக் கண்டிக்கும் யதேச்சையான பத்திரிகை, ஒருபொழுதும் ராஜாங்கப் புரட்சியை இதுவரையில் உண்டாக்கவில்லை. அரசாங்கத்தின் கீழ் அதிகாரிகளின் துஷ்ட செய்கைகளால் நாட்டில் ஜனங் களுக்கு அதிருப்தியும் கோபமும் உண்டாகி அதின் பயனாய் விளையக்கூடிய ராஜாங்கப் புரட்சிக்குக் காரணமானவைகளை யெல்லாம் யதேச்சையான வர்த்தமானப் பத்திரிகைகள் நீக்கி அரசாங்கத்திற்கும் பிரஜைகளுக்கும் நல்லுரை கூறிவந்தன. ஆனால் பத்திரிகைகளையும் அடக்கிவிட்டு ஜனங்கள் தங்கள் கஷ்டங்களையும் சொல்லிக்கொள்ள ஒரு பொதுவான மார்க்கம் இல்லாமல், நேரில் சொல்லிக்கொண்டாலும் பரிகாரமும் செய்யாமல் பொதுஜன அபிப்பிராயத்தை அடக்கிக் கொடுமை யாய் நடத்தப்படும் தேசங்களில்தான் உலகத்தில் குழப்பங்களும், ராஜாங்கக் கலகங்களும், தேச பரிபாலனப் புரட்சிகளும் உண்டாயிருக்கின்றன. அப்படிப்பட்ட அரசாட்சியின் கீழிருப்ப வர்கள்தான் எப்பொழுதும் அரசாங்கத்திற்கு விரோதமாகக் கலகம் செய்வதற்குத் தயாராய் எப்போது ஸமயம் அகப்படப் போகிறதென்று காத்துக்கொண்டிருப்பார்கள்

என்று சொல்லியிருக்கிறார். அந்த வார்த்தைகள் 75 வருஷங்களுக்குப் பிற்பாடுங்கூட தற்காலத்தின் பிரிட்டிஷ் இந்திய அரசாங்கத்தின் செய்கைகளுக்கு எவ்வளவு பொருத்தமான மறுமொழியாய் இருக்கிறது பாருங்கள்! மஹான்களின் வாக்கியங்களுக்கு என்றைக்கும் மஹிமையே.

இந்தப் புதிய பத்திரிகை மசோதா மாத்திரம் சட்டமாக்கப் பட்டு விட்டால், மனதில் கள்ளமில்லாமல் நிஷ்களங்கமாய் அதிகாரிகளின் கொடுஞ்செயல்களைக் கண்டித்து, பொது ஜனங்களின் வாஸ்தவமான அபிப்பிராயங்களை பஹிரங்கமாய் வெளியிட முடியாது. பத்திரிகைகளின் வாய்க்குப் புதிதான பூட்டுகளும் பத்திரிகைகளின் கைகளுக்குப் புதிய விலங்குகளும் பூட்டப்படும் என்பது நிச்சயம். பத்திரிகைகளை அந்தந்த இடங்களின் நிர்வாக அதிகாரிகளின் தயவுக்கு எதிர்பார்க்கும்படி வைப்பது என்பதானது பரியாயமாகப் பத்திரிகைகளை வெளிவரவொட்டாமல் தடுப்பதே என்ற உண்மை யான அர்த்தத்தை வெளியிடுகிறது. இந்தப் புதிய சட்ட விஷயத்திலும் கூட இதற்கு முன்னிருந்த கொடுஞ் சட்டங்கள் ஒன்றும் ரத்து செய்யப்

பட்டதாய்க் காணப்படவில்லை. இதனால் அனேக பத்திரிகைகள் நின்றுபோய்விடும் என்பது நிச்சயம். தென்னாப்பிரிக்காவில் இந்தியர்கள் தங்கள் பெயர் விலாஸங்களைப் பதிவு செய்துகொண்டு கைவிரல் அடையாளமிட வேண்டுமென்று கட்டாயப்படுத்தப்படுவது போல, இந்தியாவிலும் (உலகெங்கும் பூர்ண ஸ்வதந்திரம் கொடுக்கப்பட்டி ருக்கும்போது ஜன அபிப்பிராய தரிசிணியான) பத்திரிகைகள்கூட அரசாங்கத்தாருக்கு ரொக்க ஜாமீன் கட்டிவிட்டுப் பத்திரிகை நடத்தும்படி விதியேற்பட்டுவிட்டால் பாரதர்களுக்கெல்லாம் தங்கள் ஜென்ம பூமியில் அதைவிட அவமானம் வேறில்லை. ஆள் விஷயத்தில் தேச நிர்வாஸ சட்டம் எப்படியோ அப்படித்தான் பத்திரிகைகளின் விஷயத்தில் இந்தப் புதிய பத்திரிகைச் சட்டம். உண்மையான வாய்ப்பேச்சுக்கும், ஸரியான கையெழுத்துக்கும் ஆயுள் பரியந்தம் தீபாந்தர தண்டனை விதிக்கும் துரைத்தனம் இந்தியா தவிர உலகில் வேறெங்குமில்லை. பெரிய கொடுங்கோல் நாடான ருஷியாவில் அகஸ்மாத்தாய் அதிகப்படியாய் நடைபெறுபவைகள் இந்தியாவில் ஸாதாரண நித்தியப்படி ஸங்கதிகளாய் விட்டன என்று பிரபல தேசபக்த கல்கத்தா பத்திரிகை கூறுவது ஸரியாய்விட்டது.

பிரிட்டிஷ் அரசாங்கத்தில் இப்போதுள்ள பத்திரிகைச் சட்டங் களைக் கொண்டே எல்லாப் பத்திரிகைகளையும் அடக்கிவிடும் அதிகாரம் கொடுமையாய் இருக்கையில்கூட அதிகொடுமையான இந்தப் புதிய சட்டம் பாரதர்களின் எரியும் கொள்ளியை ஏறத்தள்ளி எண்ணைவிட்டது போலாம். இதின் நிபந்தனைகளை விமர்சிக்க ஒரு சிறிய ஸபை ஏற்படுத்தப்பட்டிருக்கிறது. அதிலும் பெரும்பாலார் ஆங்கிலர்களே. இந்திய மிதவாதித் தலைவர்களின் எவ்வளவு பலமான ஆக்ஷேபமும் பயன்படாமல், பொதுக்கூட்டத் தடைச் சட்டம் போல் இதுவும் யாதொரு திருத்தமுமின்றி சட்டமாக்கப்பட்டுவிடுமென்பது நிச்சயம்.

இவையெல்லாம் நல்ல அரசாங்கத்தின் ஒழுங்குகளல்ல. நல்ல காலத்துக்கு இலக்ஷணங்களல்ல. தூமகேது தோன்றியதின் பலனா இது? கெடுவான் கேடு நினைப்பான் என்பது மூதுரை.

விஜயா, 5 பிப்ரவரி 1910
இந்தியா, 12 பிப்ரவரி 1910

ஸர் ஹெர்பர்ட் ரிஸ்லியின் பேச்சு

புதிய பத்திரிகைச் சட்ட மசோதாவை சென்ற வெள்ளிக்கிழமை பிரிட்டிஷ் ஏகாதிபத்திய சட்டஸபையில் அங்கீகாரத்திற்குக் கொண்டு வந்தபோது ஹோம் ஸெகிரிடரி (பிரிட்டிஷ் ராஜப் பிரதிநிதியின் முதல் மந்திரி) ஸர் ஹேர்பர்ட் ரிஸ்லி நீண்டதோர் பேச்சுப் பேசினார். அதில் இந்த சட்ட மசோதாவை இப்போது கொண்டுவரவேண்டிய ஆவசியகம், அதினால் உண்டாகப்போகும் ஸவுகரியங்கள், இது கொடுமையற்ற நீதியான துரைத்தனத்தின் முறைமை, கெட்டுப்போகும் மாணவச் சிறுவர்களை நல்வழிக்குத் திருத்தல், ஸ்ரீ பகவத் கீதை, சகுந்தலை இவர்களின் மஹிமை, இருக்கும் சட்டங்கள் போதாமை ஆகிய இவற்றையெல்லாம் பற்றி நீண்டதோர் பேச்சு ஸபையில் பேசினார். அந்தப் பேச்சை ஒவ்வொருவரும் கட்டாயம் படிக்க வேண்டும். ஏனென்றால் ஸாமான்ய ஜனங்கள் அதிகாரிகள் செய்வதை யெல்லாம் ஸரியென்று பிரமிக்கும்படியாய்ப் பேசியிருக்கிறார். இப்போது இந்தியாவில் நடந்துவரும் பத்திரிகைகளில் இவர் கண்டு பிடித்திருக்கும் குற்றங்களில் சிலவற்றைக் கூறுவோம். அவற்றை இவர் பொய் பேச்சுகள் என்கிறார். அவையாவன:

> (பிரிட்டிஷ்) அரசாங்கம் அன்னிய அரசாங்கம் ஆனதினால் தன்னலப் பேராசை கொண்டு கொடுங்கோன்மையாய் ஆட்சி நடத்தி வருகிறது. அது (பிரிட்டிஷ் அரசாங்கம்) தேசத்தின் செல்வங்களையெல்லாம் உறிஞ்சி வாரிக்கொண்டே போகின்றது. இது ஜனங்களை நித்திய தரித்திரர்களாக்கிவிட்டது. இதனால் இதுவரையில் ஒரு நாளும் கேட்டிராத பெரிய க்ஷாமத்தை இந்தியாவுக்கு (இந்த ஆட்சி) கொண்டுவந்துவிட்டது. இருப்புப் பாதைகள், கால்நடை வண்டிப்பாதைகள் இவைகளைப் போட்டு, வாய்க்கால்களை வெட்டி இப்படிப் பல காரியங்களைச் செய்து இது நாட்டில் விஷஜ்வரத்தைப் பரவச் செய்துவிட்டது. இதுதான் அடங்கியாளும் தேசமானது விருத்தியாவதைத் தடுப்பதற்காக கிணறுகளில் விஷங்கலந்து, பிளேக் (பெருவாரி) நோயைக் கொண்டுவந்துவிட்டது. இது இந்தியக் குடியான வனுடைய நிலத்தைப் பிடுங்கிக்கொண்டு நிலத்திற்கு நீ

சொந்தக்காரனல்லவென்று அடித்தோட்டிவிட்டது. இப்படி இது அனேக குடியானவர்களைக் கெடுத்துவிட்டது. தொழிலாளி களின் வேலையைக் கெடுத்து நாசமாக்கி தொழிலைப் பிடுங்கிக் கொண்டு விட்டது. வியாபாரிகளிடமிருந்து அவர்களுக்கு ஜீவனாதாரமான வியாபாரத்தையும் பிடுங்கிக்கொண்டுவிட் டது. தெய்வபக்தியில்லாத ஒரு படிப்பைச் சொல்லிக்கொடுத்து தேசத்தின் மதங்களை யழித்துவிட்டது. இது தான் கொண்டு வந்து கொடுக்கும் உப்பையும் சர்க்கரையையும் சாப்பிடச் சொல்லி, தனது நாட்டின் துணியை உடுத்திக்கொள்ளச் சொல்லி பலாத்காரப்படுத்தி வஞ்சகமாக நாட்டின் ஜாதி மதாசாரங் களைக் கெடுத்துவிடப் பார்க்கிறது. பிரிட்டிஷ் குடியேற்ற நாடு களில் இந்தியர்களைத் துன்பப்படுத்துவதை ஒப்புக்கொண்டிருக் கிறது. இது ஜனங்களின் தலையின்பேரில் சுமக்க முடியாத அவ்வளவு அதிக பளுவான வரிகளைப் போட்டு, ஜனங்களையே அடக்கி வைக்க ஏராளமாகச் சேனைகள் வைத்துச் செலவிட்டு வருகிறது. அரசாங்க உத்தியோகத்தில் அதிகச் சம்பளம் பெரும் பெரிய உத்தியோகங்களை இங்கிலீஷ்காரர்களுக்கு கொடுத்து, அதிகக் கொஞ்ச சம்பளமுள்ள தாழ்ந்த உத்தியோகத்திலேயே இந்தியர்களை வைத்துவருகிறது. சுருங்கச் சொல்லுமிடத்து, ஸ்வயேச்சையாய் இருக்க (ஸ்வதந்திரமடைய) பிராணாவஸ்தை யுடன் கஷ்டப்படும் ஒரு பெரிய ஜன ஸமூகத்தை விலங்கிட்டு, இது (இந்த பிரிட்டிஷ் ஆட்சி) ஆழ்ந்த அடிமைத்தனத்தில் தள்ளி, அமுக்கி வைத்திருக்கிறது

என்று இப்படி சில வாக்கியங்களை உதாரணமாகக் கூறியிருக்கிறார்.

இவர் இந்த மாதிரியான இந்திய பத்திரிகைகளின் வாக்கியங்களெல் லாம் பொய் என்றும், இந்த பொய்களையெல்லாம் பரவும்படி நாம் விடுவது மெத்தக் கெடுதியானதென்றும் பேசியிருக்கிறார். இந்த வாக்கியங்களில் (ஏதோ இரண்டொன்று தவிர) எவைகளை ரிஸ்லி பொய்யென்று தமது மார்பின்பேரில் கையை வைத்துக் கடவுளுக்குப் பொதுவாய், ஐயந்திரிபற, பஞ்சபூத ஸாக்ஷியாய், மனசாக்ஷிக்கு விரோதமில்லாமல், ஸத்தியமாய்ச் சொல்ல முடியும்? அன்னிய அரசாங்க அதிகாரிகள் பிரிட்டிஷ் இந்தியாவில் நிரங்குசமான பிரபுத்துவம் நடத்துவது பொய்யா? இந்தியாவின் செல்வத்தை வலைபோட்டு வாரி எடுத்துப்போய்க் கொண்டு இந்தியாவை வற்றடிப்பது பொய்யா? இந்தியாவில் பஞ்சமும் பிளேக்குமில்லையா? ஆங்கிலர்களுக்கு உயர்ந்த உத்தியோகமும் அதிக சம்பளமென்பதுவும் பொய்யா? இந்தியர்களுக்குக் குறைந்த சம்பளமும் தாழ்ந்த உத்தி யோகமுமென்பது பொய்யா? (ஒரே ஒரு வருஷத்திற்கு ஸர் ஹெர்பர்ட் ரிஸ்லியை ஒரு கிராம கணக்கப்பிள்ளையாய் இருக்கச் சொன்னால் இதன் உண்மை தெரியவரும்!) அதிக சேனைச்செலவு பொய்யா? ஸ்வதந்திரமடைய விரும்பும் ஜனங்களை வாயடக்கி அடிமைத்தனத்

தில் ஆழ்த்திவைத்திருப்பது பொய்யா? இந்திய தொழிலாளிகளின் தொழில்களும் வியாபாரங்களும், ஆங்கிலத் தொழிலாளிகளும், வர்த்தகர்களும் நாசமாக்கப்படவில்லையா? எது பொய்? எங்கு சிறிது எடுத்துக்காட்டட்டும் பார்ப்போம்? கஷ்டநிலையிலிருப்பவன் தன்னுடைய ஆறாத துக்கத்தில் எத்தனையோ குறைகளை ஸத்தியமாய் உள்ள குறைகளையே சொல்லிக்கொண்டால், இதெல்லாம் ராஜத்துவே ஷமானவைகள் என்பதை நாம் முதல்முதல் உலகத்தில் பிரிட்டிஷ் இந்தியாவில் ஒரு பிரதான மந்திரியின் வாயிலிருந்து ஒரு சட்டசபையில் வெளிவந்ததைக் கேட்கிறோம். தாங்கள் செய்யும் அக்கிரமச் செயல் களுக்கெல்லாம் "தாதாஸ்து" என்று சொல்லும் தாஸனே இவர்களுக்கு யோக்கியன்! என்ன செய்யலாம்? நிர்வாணப் பட்டணத்தில் நீர்ச்சீலை கட்டினவன் பைத்தியக்காரன்; பிரிடிஷ் துரைத்தனத்தில் ஜனங்களின் குறைகளை எடுத்து முறையிடுபவன் ராஜத்துவேஷி, அராஜகன்! இவர் ஆக்ஷேபகரமானவைகள் என்று விவரித்துக் காட்டியிருக்கும் பொதுப்படையான விதிகளை விளக்கிக்காட்ட இவைகள் உதாரணங் களா? கஷ்டப்படுபவன் கஷ்டப்படுகிறேனே என்றுகூட சொல்லிக் கொள்ளக் கூடாதா? சமண ஸந்நியாசிகள் க்ஷவரம் செய்துக்கொள்ளக் கூடாது. ஆகையால் மூன்று வருஷத்திற்கொரு தடவை தங்கள் சீஷர்களைவிட்டு ஒருஒரு மயிராக இழுத்துப் பிடுங்கியெறிந்துவிடும் படி செய்கிறது. அப்போதுண்டாகும் வலி பொறுக்க முடியாததாய் இருக்கும். அப்போது அச்சன்னியாஸிகள் பரமஸுகம்! பரமஸுகம்!! பரமஸுகம்!!! என்று சொல்லிக்கொண்டே இருக்கவேண்டுமாம். அதுபோல பிரிட்டிஷர்கள் தங்கள் சொந்த நலங்கருதி தவறான அரசாங்க முறைமையில் நாடாண்டுக் கொடுஞ்சட்டங்களை விதித்து வந்தால் அதற்கெல்லாம் "ததாஸ்து", "ஆமென்" சொல்வோர்கள்தானா ராஜவிசுவாசிகள். நாளைக்கே நீறுபூசு புதன்கிழமை வருகிறது. அதில் ஒவ்வொருவரும் பெரிய பாதிரியார் சொல்லும் சாபஅனுக்கிரக வாக்கியங்களுக்கு "ஆமென்" ஏராளமாய் ஆலயங்களில் சொல்லப் படுவதைக் கேட்கலாமே! இம்மாதிரியாய்ப் பத்திரிகைகளை வாயடக்க முயல்வதினாலேயே சர் ஹெர்பர்ட் ரிஸ்லி மசோதாவின் எண்ணம் ஈடேறிவிடாதென்பதுக்கு லார்டு மார்லியே ஸாக்ஷி. அவர் "பால்மால்" கெஜட் பத்திராதிபராய் இருந்தது போகட்டும். இப்போது இந்தியா மந்திரியாய் வந்தபிறகுகூட 1908ஆம் டிசம்பர்மீ இந்திய சீர்திருத்த விஷயமாய் இவர் பேசியிருப்பதே நமக்கு போதுமான ஆதாரமாம்.

விஜயா, 7 பிப்ரவரி 1910
இந்தியா, 12 பிப்ரவரி 1910

திருச்சிராப்பள்ளியில் ஒரு தொழிற் கலாசாலை

திருச்சிராப்பள்ளி தெப்பகுளத்துக்கருகில் நம் பொதுஜனங்களின் முயற்சியால், ஒரு தொழில் கலாசாலை ஏற்படுத்தப்பட்டிருக்கிறதைக் கேழ்க்க மிகவும் ஆனந்தமாயிருக்கிறது. இக்கலாசாலையில் எலெக்டிரிகல் இஞ்சினியரிங்கு என்னும் மின்சாரத்தின் மூலமாக அநேக ... மெகானிகல் இஞ்சினியரிங்கு என்னும் அநேக எந்திரங்களைப் புதிதுபுதிதாகக் கண்டுபிடிக்கும் வழியையும், நம் ஜனங்களுக்குக் கற்றுக்கொடுக்கும்பொருட்டு ஒரு பெரிய கலாசாலை நமக்கு மிகவும் அவசியம். நம் சுவதேச இயக்கம் மேன்மேல் வளரவேண்டுமானால், இம்மாதிரியான கலாசாலைகள் நாடெங்கும் ஸ்தாபிக்கப்பட வேண்டும். இக்காலத்தில் ஆங்கில வஸ்துக்களைத் தொடுகிறதில்லை என்று அநேகர் வர்ஜனம் செய்திருக்கிறார்கள். அது நம் தொழிலின் வளர்ச்சிக்கு ஒரு பெரிய தூண்டுகோலைப் போன்றது. இச்சமயத்தில் நாம் அவர்களுக்கு வேண்டிய வஸ்துக்களை நம்மால் இயன்ற அளவு நல்லதாகவும் சரசமாகவும் கொடுக்க வேண்டும். தொழிலாளிகள், வர்ஜனம் செய்யும் தேசபக்தர்களின் கஷ்டத்தைப் பார்த்து வெகு சீக்கிரத்தில் அவர்கள் இதுவரையில் வெளிநாடுகளிலிருந்து வாங்கிவந்த சாமான்களையெல்லாம் உற்பத்தி செய்ய எத்தனிப்பதோடு எவ்வளவு நேர்த்தியாகச் செய்யலாமோ அவ்வளவு செய்துகொடுக்க வேண்டும். நேர்த்தியாகச் செய்யத்தகுந்த கருவிகளில்லாவிட்டால், அவைகளை உடனே வரவழைத்துத் தகுந்த ஆள்களை வைத்துக்கொண்டு வேலை நடத்திவர வேண்டும். இவைகளெல்லாம் ஒரே நாளில் முடிந்து விடாது. அதின் நிமித்தமே வர்ஜனம் செய்பவர்களெல்லாம் கொஞ்சம் விலை கூடக் கொடுத்தாவது உள்நாட்டு வஸ்துக்களையே வாங்குகிற தென்று தற்காலத்தில் தீர்மானித்திருக்கிறார்கள். நம் நாட்டில் பஞ்சம் அதிகரித்துவரும் இக்காலத்தில் நம் பொதுஜனங்கள் ஏற்றுக்கொள்ளும் இக்கஷ்டத்தை நம் தொழிலாளிகள் தெரிந்துகொண்டு அவர்களுக்கு இக்கஷ்டம் நெடுநாளிருக்காதபடி எத்தனம் புரிய வேண்டும்.

ஆனால் சென்ற நூறு வருஷமாக நம் கைத்தொழில்களெல்லாம் நாசமாக்கப்பட்டபடியால், இப்பொழுது தொழிலாளிகள் சீக்கிரத்தில் தம் புத்தி சாதுரியத்தினால், சுலபமாக வஸ்துக்களை உற்பத்தி செய்யும் வழிகளைக் கண்டுபிடிக்கச் சக்தியில்லாதவர்களாயிருக்கிறார்

கள். அவர்களுக்கு முற்காலத்திய திறமை வருகிறவரையில் ஆங்கில நாகரிகம் கற்றவர்கள், ஆங்கிலேயர்கள் கருவியாகக் கொள்ளும் யந்திரங்களை அவர்களுக்குச் சொல்லிக்கொடுத்து அவைகளையே உபயோகிக்க வேண்டும். அம்மாதிரியான யந்திரங்களை வரவழைத்தும், இங்கேயே அவைகளைச் செய்தும் காட்ட வேண்டும். இவைகளை யெல்லாம் தொழிலாளிகள் தாமாகவே தெரிந்துகொள்ள முடியாது. ஜப்பான், இங்கிலந்து, அமெரிக்கா முதலிய தேசங்களுக்குப் போய்ப் படித்தவர்கள் அநேகர் இருக்கிறார்கள். அவர்கள் தொழிற் கலாசாலை களுக்கு வந்து தங்களுடைய படிப்பைச் சொல்லிக்கொடுக்க வேண்டும். அப்பொழுதுதான் நம்மவர்கள் வெகு சீக்கிரத்தில் முன்னுக்கு வரலாம்.

இம்மாதிரியான கலாசாலை ஏற்படுத்துவது என்றால் சுலபமல்ல வென்பது நாம் சொல்லாமலே விளங்கும். இதற்கு வேண்டிய பணத்திற்கு அளவேயில்லை. படிப்பவர்களிடத்திலிருந்து சம்பளமாக ஏதாவது பணம் கிடைக்குமோவென்று பார்த்தால் அதற்கு வழியே இல்லை. நம் தொழிலாளிகள் மகா ஏழை நிலையிலிருக்கிறார்கள். அநேக நாள்களில் சாப்பாடுகூட இல்லாமல் ஒரே வேளை அரை வயிற்றை நிரப்பிப் படுத்துக்கொள்கிறார்கள். அவர்கள் இக்கலாசாலை யில் படிக்கவந்தால், தினம் சில்லரை வேலை செய்து சம்பாதிக்கும் அரைவயிற்றுக் கஞ்சிகூடக் கிடைக்கிறதில்லையென்று வருகிறதுகூட இல்லை. இப்படியிருக்கும்பொழுது கலாசாலையின் சிலவுக்கு யார் கொடுப்பார்கள்? சர்க்கார்தான் கொடுக்க வேண்டும். ஆனால் சர்க்காருக்குத் தொழிலபிவிருத்தி செய்வதில் அவ்வளவு நோக்கம் கிடையாது. அவர்கள் தேசத்தில் நடக்கும் தொழில்களுக்குப் பெருத்த நஷ்டத்தை இக்கலாசாலைகள் உண்டாக்குமாகையால், அவர்களிடத்தி லிருந்து மனப்பூர்த்தியான உதவி எதிர்பார்ப்பது நியாயமல்ல. இருந்த போதிலும் இம்மாதிரியான கலாசாலைகளிருக்க வேண்டியது நமக்கு மிகவும் அவசியம். ஆகையால் கவர்ன்மெண்டார் வீண் கட்டுப்பாடுகள் செய்யாவிட்டால், அவர்கள் கொடுக்கும் சிறு உதவியைப் பெற்றுக் கொண்டு, பெருத்த உதவியை நம் பொது ஜனங்களிடத்தில்தான் எதிர்பார்க்க வேண்டும். பணமிருப்பவர்கள் பணத்தாலும், படிப்பிருப் பவர்கள் தம் புத்தி கூர்மையினாலும், மற்றவர்கள் தேக கஷ்டங்களி னாலும் இக்கலாசாலைக்கு உதவி புரிய வேண்டும்.

இப்பொழுது திருச்சிராப்பள்ளியில் ஏற்படுத்தியிருக்கும் கலாசாலை அந்த ஊருக்கு மட்டுமில்லாமல் தென் இந்தியா முழுதும் பயன்படத் தக்கதாகையால், அக்கலாசாலை நீடித்திருக்கும்பொருட்டுத் தென் இந்தியா வாசிகளெல்லாம் உதவி புரிவார்களென்று நம்புகிறோம்.

விஜயா, 8 பிப்ரவரி 1910

ஸ்ரீ ஜி. எ. நடேசைய்யரும் 'சென்னை டைம்'ஸூம்

பத்திரிகைகளை யடக்கப் புதிய மசோதா சட்டமாவதற்கு முன்னதாகவே 'இந்தியன் ரீவியூ' பத்திராதிபரான ஸ்ரீ ஜி. எ. நடேசைய்யர் வைசிராயிக்கு ஒரு தந்தியடித்தார். அதில் இவர் வைசிராயை கேட்டுக் கொண்டதாவது : "ஸ்வஜனங்களின் விரோதத்தைக்கூடப் பாராட்டாமல் கவர்ன்மெண்ட் பக்கத்திலிருக்கும் அநேக பத்திராதிபர்களின் இராஜவிசுவாசத்தை அழிக்காதபடித் தயவுசெய்து வெகு ஜாக்கிரதையோடு புதிய சட்டத்தைச் செய்யும்படிப் பிரார்த்திக்கின்றேன்".

இந்தத் தந்தியினால் என்ன பிரயோசனம் என்பது சொல்லாமலே விளங்கும். வைசிராய் இதை அணுவேனும் கவனிக்கப் போகிறதில்லை. ஆனால் செலவழித்த ரூபாய்க்கு என்ன பலன் என்றால், இந்த தந்தியையறிந்த 'சென்னை டைம்'ஸுக்கு உண்டான கோபந்தான்.

பம்பாயில் பிரசுரமாகும் சில பத்திரிகைகள் மானமில்லாமல் கவர்ன்மெண்டுக்குப் பின்பாட்டு பாடுகின்றன. அவைகளைப் போல் மானமிழக்காததே ஸ்ரீ ஜி.எ. நடேசைய்யரின் பிழை. மானம், கண்டம், சுயகவுரவம் முதலியவைகளிருக்கும் பத்திராதிபர்களோடு 'சென்னை டைம்ஸ்' எப்படி நட்புப் பாராட்டும்? அதற்கு பிறந்த நாள் முதல் அவ்வழக்கமேயில்லை. தேசத்துரோகம் செய்து ஒரு சிறிதேனும் மரியாதை பாராட்டாமல் வெள்ளையர்கள் காலாட்டுவதைத் தலைப் பொறுப்பாகக் கொண்டிருப்பவர்கள்தான் அதற்கு ஆப்த சினேகிதர்கள்.

'சென்னை டைம்'ஸுக்கு பம்பாயில் இரண்டு ஆப்தர்களிருக்கிறார்கள். இது 'இந்தியன் ஸோஷியல் ரிபார்மர்' எனும் இந்திய ஒழுக்கங்களைச் சீர்திருத்தும்பொருட்டு நடைபெறும் பத்திரிகையாம். இதன் முக்கிய வேலை நம் முன்னோர்களைப் பழிப்பதும், நாம் பரம்பரையாய் அடைந்த நல்லொழுக்க நன்னடைகளை நிந்தித்து இப்பொழுது மேல்நாட்டு நாகரிகங்களால் கொண்டுவரப்பட்ட வெளிவேஷங்களை நமக்கு ஊட்டுவதுமேயாம். இப்பத்திரிகைக்கு சீர்திருத்தமென்றால் இந்தியர்களை அடியோடு ஐரோப்பியர்களாக்கி விடுவதுதான்.

'இந்தியன் ஸோஷியல் ரிபார்மர்' புதிய சட்டத்தைப் புகழ்ந்து தனக்குச் சந்தோஷத்தைக் கொடுப்பதாகச் சொல்லுகிறது. இப்பொழுது

நடைபெறும் அராஜகத் தொழிலுக்கு இம்மாதிரியான சட்டம் வேண்டுமாம். இந்தச் சீர்திருத்தப் பத்திரிகை சிறிதேனும் வெட்கமில் லாமல் இந்திய ஜாதியின் வாயைப் போலிருக்கும் பத்திரிகையை அடக்குவதில் கவர்ன்மெண்டோடு நேசம் பாராட்டுகிறது. இதுவும் ஒரு சீர்திருத்தம்தான். ஏனென்றால், கவர்ன்மெண்டாரோடு பின் பாட்டுப் பாடுவதில் இது ஒரு சிறிது பிசகினாலும் இதினுடைய ஊற்றைவாயை அடக்கத்தகுந்த சட்டம்தான் இப்போது நடந்தேறுகிறது.

இம்மாதிரி அழியாமலிருக்க வேண்டுமானால் இப்பத்திரிகைக்கு ஒரேவழிதான் உண்டு. அதாவது நாய்வாலைப் போல் கோணிக் கொண்டிருக்கும் 'சென்னை டைம்ஸ்' பத்திரிகையின் கோணவாலைப் பற்றிச் சொல்வதே.

'சென்னை டைம்'ஸின் மற்றொரு ஆப்தர் பம்பாயில் பிரசுரமாகும் 'பார்ஸி' எனும் பத்திரிகை. இதின் ராஜவிஸ்வாசத்திற்கு அளவே யில்லை. இதைப் பார்த்தால் இப்போது ஆளும் இராஜாங்கத்தாருக்குக் கூட இவ்வளவு இராஜவிசுவாசம் கிடையாது.

புது பத்திரிகைச் சட்டத்தில் ஒரு குறையிருக்கிறதாம். அதாவது விசேஷ 'டிரிபுனாலு'க்கு அப்பீல் செய்ய இடங்கொடுத்திருப்பது 'பார்சி' பத்திரிகைக்குச் சகிக்கவில்லை. இந்த அபீல் செய்யும் உத்திரவையும் எடுத்துவிட்டால்தான் அதற்கு சந்தோஷமாயிருக்கும். நம் துரைத்தனத்தார் அடிக்கும்போது அழுகிற சுதந்திரம் உனக்கு யார் கொடுத்ததென்று இது கேழ்க்கிறது. இந்தப் பத்திரிகையையாவது கவர்ன்மெண்டார் ஜாமீன் வாங்காமலிருக்க வேண்டும். தம் தேச நலங் கருதாது இவ்வளவு உதவி அன்னிய இராஜாங்கத்துக்குப் புரியும் பத்திரிகை உலகத்தில் எங்கும் அகப்படாது. ஆகையால், கவர்ன்மெண்டார் இந்த விசேஷ வஸ்துவை உயிருள்ளவரையில் புலி முதலியவைகளுள்ள ஜீவராசிகள் தோட்டத்திலும், மரித்த பிறகு முஸியத்திலும் வைப்பார்கள் என்று நம்புகிறோம். இதைக் கவர்ன்மெண்டுக்கு நாம் சொல்ல வேண்டியதில்லை. 'சென்னை டைம்'ஸே சொல்லும்.

விஜயா, 8 பிப்ரவரி 1910

தற்கால இந்தியாவும் ஸ்ரீ விவேகானந்த சுவாமியும்

சென்ற ஞாயிற்றுக் கிழமையன்று சென்னை, பம்பாய், கல்கத்தா முதலிய இடங்களில் ஸ்வாமி விவேகானந்தரின் ஜன்ம மஹோற்சவத்தைக் கொண்டாடினார்கள். அவர் பரலோகம்போய் 8 வருஷங்களுக்கு மேலாயிற்று. அவரால் நமக்கும், நம் தாய்நாட்டுக்கும் வந்த கீர்த்திக்கு அளவேயில்லை. உலகமெங்கும் இந்திய தேசத்தின் மகிமையையும், ஹிந்துமதத்தின் மகத்துவத்தையும் நிலைநாட்டிவந்தார். அவர் அநேக உபன்னியாஸங்களில் தம் நோக்கம் இப்படி வெளிநாட்டில் புகழ்பெறுவதற்கல்லவென்று சொல்லியிருக்கிறார். வெளிநாடுகளிற்போய் நாங்கள் முற்காலத்தில் மகா நிபுணர்களாயிருந்தோம் என்று வீண்பெருமை பேசுவதினால் என்ன பிரயோஜனம். நம்முடைய தற்கால நிலைமை வெகு தாழ்ந்ததல்லவா? இதைச் சீர்திருத்த எத்தனிக்காமல் அன்னிய தேசம் சென்று கதை சொல்லுவதைப்போல் "முன்னொருநாளில் நாங்கள் மகா பராக்கிரமசாலிகளாயிருந்தோம்" என்று சொன்னால், யார் கவனிப்பார்கள். இதையெல்லாம் அந்த மகான் தெரிந்துகொண்டு முன்னாளில் நம்மவர்கள் மகிமையை அறிந்துகொண்டு இப்பொழுது நாம் நல் நிலைக்கு வர எத்தனிக்க வேண்டுமென்று அவர் அநேக தடவை வற்புறுத்தியிருக்கிறார். சில நூற்றாண்டுகளாக நாம் நம்முடைய ஆத்ம சக்தியை மறந்துவிட்டு நாம் அசக்தர்கள், எல்லாம் விதி வழியாகத்தான் நடக்கும், நாம் அதை வேறுவிதமாக மாற்ற எத்தனிப்பது வீண்பிரயாசை என்று எண்ணி எண்ணி, எல்லாச் செல்வங்களையுமிழந்து அடிமைகளாகி விட்டோம் என்பதை ஸ்ரீ விவேகானந்தர் கண்டு மகா துக்கத்தோடு உலகமெல்லாம் திரிந்தார். இந்த பேடித்தனத்தை எப்படி நீக்குவது, அடிமைகளாகிப் பஞ்சத்துக்கு இரையானால் இந்தப் பாரதவாஸிகளை எப்படி முன் ஸ்திதிக்குக் கொண்டுவருகிறது... ஹிமாசலம் முதல் கன்னியாகுமரி வரையில்... திரிந்தார்.

இதற்கு... சாஸ்திரங்கள் சொல்லும் ஆத்ம சக்தியை ஜனங்களுக்கு ஊட்டுவது... என்று நன்குணர்ந்து... தத்துவத்தைக் குறித்து உபன்னியாசம் செய்ய ஆரம்பித்தார். அவருடைய ஒவ்வொரு வார்த்தைகளிலும் கருத்தும் பலமும் வேண்டும், தைரியம் வேண்டும், தேஜா வேண்டுமென்பதே. நிர்ப்பயம்தான் மனிதனுக்கு வேண்டியது.

பயம் என்பதைப் பார்க்கினும் பெரிய பயம் உலகத்தில் கிடையாது என்று அடிக்கடி சொல்லியிருக்கிறார். இப்படி நிர்ப்பயத்தையும் மகாசக்தியையும் மனிதனுடைய முக்கிய நோக்கமாகக் கொண்ட இருவருடைய ஜன்ம உற்சவத்தைத்தான் சென்ற ஞாயிற்றுக்கிழமை சென்னையில் ஸ்ரீ ராமகிருஷ்ண கிரகத்தில் கொண்டாடினார்கள்.

இவருடைய முக்கிய நோக்கத்தைக் குறித்து ஸ்ரீ குமாரசாமி சாஸ்திரியாரும், ஸ்ரீ வி. கிருஷ்ணசாமி ஐயரும் பேசினார்கள். கடைசியாக ஸ்ரீ கிருஷ்ணசாமி ஐயர் சொல்லியதில் நாம் ஸ்ரீ விவேகானந்தர் நமக்கு இட்ட கட்டளையைச் சரிவர நிறைவேற்றுகிறதில்லையென்றும் சொன்னார். அதற்கு நாம் முயற்சிக்க வேண்டும். ஸ்ரீ விவேகானந்தர் வேண்டிய பிரகாரம் இப்பெருமுயற்சியைப் பயன்படச் செய்ய மனிதர்களல்லவோ தேவை. யௌவனமும், தேக பலமுமுள்ள மனிதர்களைத்தான் ஸ்ரீ விவேகானந்தர் தேடியது. தாய்நாட்டுக்கு நிர்ப்பயமாகத் தொண்டு புரிய வலிவோடு கூடிய சிறுவர்கள்தான் தகுந்தவர்கள்.

இப்படிப்பட்டவர்கள் தென்னிந்தியாவில் எவ்வளவு பேர் இருக்கிறார்கள். என்ன வந்தாலும் வரட்டும், நியாயமான நேர் வழியில்தான் நான் நடப்பேன் என்று துணிந்து சொல்லும் மகான்கள் தென்னிந்தியா . . . பெரியவர்கள் முதல் சிறுபிள்ளைகள் வரைக்கும் இக்காலத்தில் இப்படித்தான் இருக்க வேண்டும். நியாயவழியில் செல்வதற்கு இது சமயமன்று, இப்போது பிடிவாதம் செய்வதால் காரியம் கெட்டுப் போய்விடும் என்று சொல்லுகிறார்களேயொழிய நமக்கு ஆபத்து வந்தால் என்ன நாம் கைக்கொள்ளும் நியாயவழி என்றைக்கும் நிலைபெறும் என்பதை நினைப்பவர்களே கிடையாது.

இப்பொழுது கவர்ன்மெண்டார் ஒரு அநியாயமான சட்டம் தயார் செய்கிறார்கள். இது தப்பு என்பது இந்தியாவில் தெரியாத ஆள் கிடையாது. அப்படியிருக்க எவ்வளவு பத்திரிகைகள், எவ்வளவு பெருத்த உத்தியோகஸ்தர்கள் அந்தச் சட்டத்தை ஆமோதிக்கிறார்கள். அதைக் குறித்து இப்போது விரோதமாகப் பேசினால், துரைக்குக் கோபம் வந்துவிடும். தன்மேல் சமுசயம் உண்டாகும் என்று பயப்பட்டுச் சத்தியத்துக்குத் துரோகம் செய்கிறார்கள்.

இவர்கள்தான் ஸ்ரீ விவேகானந்தரைப் புகழ்ந்து அவருடைய ஜன்ம உற்சவத்தைச் சென்னையில் கொண்டாடினது. இவர்களை ஸ்ரீ விவேகானந்தர் கண்டால் என்ன சொல்வாரோ தெரியாது. ஆனால் அவர்களுக்குப் பின்வரும் புத்திமதி சொல்லியிருப்பார் என்று தோன்றுகிறது. "நீங்கள் என் ஜன்ம தினத்தில் என்னைப் புகழாவிட்டாலும் உங்களுடைய சொந்த விஷயங்களிலும் பொது நல விஷயங்களிலும் நியாய வழியைக் கைவிடாது தைரியத்தோடு நடந்துகொள்வீர்களாக."

விஜயா, 9 பிப்ரவரி 1910

மஹாராஷ்டிரத்தில் நடக்கும் நாடகங்கள்

பம்பாய் ராஜதானியில் சில பாகங்களும் மத்திய மாகாணங்களில் சிலவற்றையும் ஒன்று சேர்த்தால் மஹாராஷ்டிர வகுப்பார் வாசஞ் செய்யும் தேசத்தைக் குறிப்பிடும். இந்தியாவில் இவ்வகுப்பார்தான் கடைசியாகத் தங்கள் சுதந்திரத்தை யிழந்து ஆங்கில அரசாட்சிக்குட் பட்டது. இவர்களிடத்தில் இன்னும் சிற்சில சுதந்திர ஜாதியாரிடத்தி லிருக்கும் குறிகள் காணப்படுகின்றன. இவர்களின் நடைஉடை யெல்லாம் சுவகௌரவத்தையும் அதிகாரத்தையும் குறிப்பிடுகின்றன. இவர்களுக்குள் நல்ல ஸ்திதியிலிருப்பவர்களுக்கும் தாழ்ந்த ஸ்திதி யிலிருப்பவர்களுக்கும் ஒருவித சினேகமும் அனுதாபமும் உண்டு. தென் இந்தியாவைப் போல அவ்வளவு வித்தியாசமும் கிடையாது. அவர்களுக்குள்ளிருக்கும் படிப்பாளிகளுக்கு சுவஜனாபிமானம் அதிகம். தம் நாட்டார்களை எப்படி முன்னுக்கு கொண்டுவருகிறதென்று யோசிப்பது அவர்களுக்கு முதற் கடமை. அவர்களுக்குள் சுவதேச முயற்சி வெகுகாலமாக நடைபெறுகிறது. காலம்சென்ற ஸ்ரீ ரணதே முதல் ஸ்ரீ திலகர், ஸ்ரீ கோகலே வரைக்கும் எல்லாரும் சுவதேச நன்மையை தேடுபவர்களே. இவர்கள் எந்த புஸ்தகம் எழுதினாலும் அதை நம் ஜனங்கள் படித்து முன்னுக்கு வரும்வழியை சுட்டிக் காட்டுவதே அவர்களின் முக்கிய நோக்கம்.

புனாவில் பிரசுரமாகும் 'மஹாரட்டா' என்னும் பத்திரிகைக்கு வெகுநாளாக எழுதிவரும் ஸ்ரீ கடில்கர் என்பவர் ஒரு நாடகம் 1907ஹூல் எழுதினார். அதற்கு ....யென்று பெயரிட்டு நம் மஹாபாரதக் கதையை நாடகரூபமாக எழுதினார். அதில் ஸைரேதந்திரி வேஷம் பூண்ட திரௌபதியை கீசகன் அவமானப்படுத்த எத்தனித்தபோது யுதிஷ்டிரரின் பொறுமை வழியை தள்ளிவிட்டு தேகவலிமையையே தர்மமாகக் கொண்ட கீசகனை பீமன் நாசம் செய்ததாக எழுதியிருக் கிறது. இதை நாடகரூபமாக எழுதும்பொழுது அநியாயத்தைக் கண்டித்தும், தேகவலிமையை அதர்மத்தில் உபயோகப்படுத்துபவர்களை பலாத்காரமாகத்தான் நாசம் செய்ய வேண்டுமென்னும் நீதியை எடுத்துரைத்திருக்கிறது. இந்த நீதி தற்கால ஆங்கிலேயர்களுக்கு சரிப்படவில்லை. 'பம்பாய் டைம்ஸ்' பத்திரிகை மூன்று வருஷம் கழிந்த பிறகு இப்புஸ்தகம் ராஜத்துவேஷத்தை பரவச்செய்கிறதென்று

106 பாரதி

பழிக்கிறது. இதில் கீசகன் என்றால் கர்ஜனாம், திரௌபதி என்றால் இந்தியாவாம். பீமன் யுதிஷ்டிரர் என்னும் பெயர்கள் நாஷனலிஸ்ட், மாடரேட் என்னும் இரு கக்ஷிக்காரரை முறையே காட்டுகின்றனவாம். கீசகனைக் கொன்றாற்போல் கர்ஜனைக் கொல்ல வேண்டுமென்பது கருத்தாம். இதெல்லாம் புத்தகாசிரியருக்குப் புதிய அர்த்தங்களாகத் தென்படலாம். ஆனால், 'பம்பாய் டைம்ஸ்' அவரெழுதும்போது அவர் மனதைப் பூதக்கண்ணாடி வைத்துப் பார்த்ததில் அவரும் அறியாத உண்மையைத் தெரிந்துகொண்டுவிட்டது போலும்.

விஜயா, 9 பிப்ரவரி 1910

சென்னை ராஜதானியில் ஸ்வதேசியம்

இப்பொழுது நமது சென்னை நாட்டிலும் ஸ்வதேசிய முயற்சி பெரிதும் பரவி வருவதைப் பற்றி நாம் மெத்த ஸந்தோஷிக்கிறோம். இப்போது திருச்சிராப்பள்ளியில் இயந்திரத்தொழில் வேலையையும், மின்சார சக்தியின் வேலையையும் படிப்பித்துக்கொடுக்கும் ஓர் புதிய வித்தியாசாலையொன்று ஸ்தாபிக்கப்பட்டிருக்கிறது. இதற்கு பிரிட்டிஷ் அரசாங்கத்தினின்றும் யாதொரு உதவியும் கிடையாது. அப்படியிருந்தபோதிலும் இது தானாகவே முன்னின்று தனது வரும்படிகளினாலேயே தன்னைக் காப்பாற்றிக்கொள்கிறது. நமது தென்னாட்டினர்கள் அனைவர்களும் இதைக் காப்பாற்ற வேண்டியது முக்கிய கடமை. அமெரிக்கா, ஐரோப்பா முதலான விடங்களிற் சென்று மின்ஸாரம், இயந்திர இயக்கங்கள் இவற்றை நன்கு கற்றுணர்ந்து வந்த தேசாபிமானிகளான பாரத வாலிபர்கள் இதில் நமது நாட்டுச் சிறுவர்களுக்கு இந்த தொழில் முறைமைகளைப் படிப்பித்துக் கொடுத்து வருகிறார்கள். இந்தப் படிப்பை படித்துக் கொடுப்பதென்றால் ஸாமான்யமல்ல. ஆயிரக்கணக்கான ரூபாய் செலவிட்டு இயந்திரங்களும் உபகரணங்களும் வாங்க வேண்டியதாய் இருக்கிறது. இதை ஒருவரே நிர்வஹிக்க முடியாது. பல துளி பெருவெள்ளம் என்பது போல தேசாபிமானிகள் அனைவரும் இந்த முக்கியமான கைத்தொழிலுக்கு இயன்றவளவு பொருளுதவி செய்யக் கடமைப்பட்டிருக்கின்றனர். இதைக் குறித்து முன்னமே எழுதியிருக்கிறோம்.

மற்றொரு தொழில் தேங்காய்க் கொட்டாங்கச்சியில் பொத்தான் செய்தல். இது தஞ்சாவூர் ஜில்லா பின்னத்தூரில் நடைபெறுகிறது. இதில் தேங்காயின் முற்றல் தன்மைக்குத் தகுந்தது போல் தினுசுவாரிகள் இருக்கின்றன. இளந்தேங்காயில் செய்யப்பட்டவைகள் சிறிது வெளுப்பாயும், அதனிலு முற்றல் சிறிது கருப்பாயும், நல்ல முற்றல் கொட்டாங்கச்சி நல்ல கருப்பாயும் இருக்கிறது. இதனைச் செய்யும் ஸ்ரீயுத பி.ஏ. ஸுப்பிரமண்ய அய்யர் இவற்றை எமது பார்வைக்கு அனுப்பியிருக்கிறார். அவைகள் வெகு கெட்டியாயும் அழகாயுமிருக்கின்றன. ஆனால் பகட்டு கொஞ்சம் குறைவாயிருந்த போதிலும் நாளடைவில் கைத்தேறிவிடுமென்பது நிச்சயம்.

புனலூர் 'லக்ஷ்மீ பேபர் மில்ஸ்' என்னும் காகித இயந்திரசாலை ஒன்று வெகுநாளாக ஏற்பட்டிருக்கிறது. அதற்கு திருவாங்கூர் ஸர்க்கார் வேண்டிய உதவிசெய்தார்கள். அதை ஒரு ஆங்கிலேயன் எடுத்துக் கொண்டு வேலைசெய்வதாக ஆரம்பித்து பெருத்த நஷ்டத்தைக் காட்டி திருவாங்கூர் ஸமஸ்தானம் செய்த உதவியையெல்லாம் வீணாக்கிவிட் டான். அதன் பிறகு எவரெவர்களோ எடுத்து வேலையாரம்பிக்காமலே சும்மா விட்டுவிட்டார்கள். இப்போது சில நாள்களாக சென்னை ராஜதானியிலிருக்கும் சிலரால் அது எடுக்கப்பட்டு நடந்துவருவதாகக் கேழ்விப்பட்டோம். அதினால் நம் சென்னை ராஜதானிக்கே ஒரு நல்ல பெயர் உண்டாகுமென்று ஆனந்தமடைந்தோம். அந்த ஆனந்தத்திற்கு குறைவு நேரிடாமல் இந்த காகித இயந்திரசாலையால் செய்யப்பட்ட காகிதம் நமக்கு அனுப்பப்பட்டது. அது வெளியூர்களிலிருந்து வரும் அன்னிய காகிதங்களுக்கு ஒருவிதத்திலும் குறைவாகவில்லை. சில விஷயத்தில் மேலானதென்றே சொல்லலாம்.

இந்த யந்திரசாலைக்காரர் கூடிய சீக்கிரத்தில் நமது பத்திரிகைக்குத் தகுந்த காகிதங்கள் செய்யும் பக்ஷத்தில் நாமெல்லோரும் அதையே வாங்க வேண்டுமேயொழிய வேறு அன்னிய தேச காகிதங்களை தருவிக்க கூடாது. இந்த காகிதமும் கூடியவரையில் சரசமாகவே கொடுக்கப்படு மென்று நம்புகிறோம். சென்னையில் மெழுகுவர்த்திச் சாலை ஒன்று ஏற்பட்டிருக்கிறது. அதுவும் வெகு நேர்த்தியான வர்த்திகளை செய்த னுப்புவதை நாம் கண்ணுற்றிருக்கிறோம். இந்த வர்த்திகள் அன்னிய தேச வர்த்திகளைப் பார்க்கிலும் நன்றாக நின்று எரிகிறது. கூடிய சீக்கிரத்தில் இவ்வர்த்திகள் வெகு சரசமாகக் கொடுக்கப்படுமாம். இதை செய்யும் சாலைக்கு "பாப்த காண்டில் பாக்டரி" என்று பெயர்.

இவ்விதமாக நமது பாரத மாதா சில விஷயங்களில் கஷ்டப்படுத்தி னாலும் சுதேச வஸ்துக்களின் விருத்தி விஷயத்தில் நமக்கு அளவில் லாத உதவிபுரிந்து வருகிறாள்.

விஜயா, 10 பிப்ரவரி 1910

தேச நிர்வாஸமானவர்களின் விடுதலை

சென்ற செவ்வாய்க்கிழமையன்று நடந்த புதிய சட்டசபையில் வைசிராய் லா மிண்டோ கவர்ன்மெண்டாரால் கொண்டுவரப்பட்ட புது பத்திரிகைச் சட்டம் ஒப்புக்கொள்ளப்பட்டதைக் குறித்து தன் சந்தோஷத்தைச் சொல்லும்போது தேச நிர்வாஸம் செய்யப்பட்டவர் களை விடுதலை செய்வதாகத் தீர்மானித்திருப்பதாகச் சொன்னார். அவர்களை விடுதலை செய்ய தீர்மானித்ததற்கு காரணம்தான் வெகு வினோதமாயிருக்கிறது. அவர் என்ன தப்பிதம் செய்தார் களென்று கவர்ன்மெண்டார் எண்ணியிருந்தார்களோ அது வாஸ்தவ மாயிருந்தபோதிலும் இப்போது இந்தியாவில் நிலைமை முற்றிலும் மாறிவிட்டதாம். இப்போது நடந்தேறும் அரசாங்கத்தாருக்கு தேச நிர்வாஸம் செய்யப்பட்டவர்கள் ஜவாப்தாரியல்ல, அவர்களை விடுவதினால் இந்தியர்களுக்கும் ஆங்கிலேயர்களுக்கும் உண்டாயிருக் கும் ஆபத்தில் ஜனத்தலைவர்கள் மனம் தளர்ந்து கவர்ன்மெண்டா ரோடு ஒத்துழைக்க வழியேற்படுவதற்காகவென்று வைசிராய் கூறினார். இவர்களை விடுதலை செய்யப்போவதற்காக எல்லோரும் வைசிரா யிடத்தில் நன்றி பாராட்ட வேண்டியதுதான். ஆனால் இவர்களை அகாரணமாக பிடித்துவைத்தது பிசகு என்றாவது அல்லது இனி அவ்வாறு நியாயஸ்தலத்தில் குற்றம் ஏற்படுத்தப்படாமல் ஒருவரையும் தேச நிர்வாஸம் செய்கிறதில்லை என்றாவது, உறுதிமொழி கொடுப் பதற்கு முன் நாம் இதை ஒரு பெருத்த நன்மையாக கொள்ளக் கூடாது. கண்தொடைப்பதற்கு இன்று அவர்களை விட்டுவிட்டு நாளைக்கு துரைக்கு கோபம் வந்துவிட்டதென்று பிடித்தடைக்கும் தன்மை கையிலிருக்கும்வரை நாம் மனப்பூர்வமாக சந்தோஷிக்க இடமில்லை.

இவர்களை விட்டுவிடுவதாகச் சொல்லும்பொழுதுகூட தனக்கிருக் கும் உரிமை கைவிடமாட்டேன் என்றும் சமயம் நேர்ந்தால் தன்னால் கூடிய ஒவ்வொரு உபாயத்தையும் பிரயோகிப்பதாகச் சொன்னார். இதினால் கேட்டவர்களுக்கு மனம் புண்ணாகுமேயொழிய வேறொரு பிரயோஜனத்தையும் காணோம். தேச நிர்வாசம் செய்யும் தன்மை தன்னிடத்திலிருப்பதை இந்தியர்கள் மறந்துவிடுவார் போலும். ஸ்ரீ லாலா லஜபதி ராயும் ஸ்ரீ அஜித் ஸிங்கையும் தேச நிர்வாஸம்

செய்தபோது இந்தியா முழுதும் வியந்திருந்தது. இந்த வியப்பின் காரணம் ஆங்கிலேயர் நியாயஸ்தர் என்றிருந்த எண்ணமானது ஒரே நிமிஷத்தில் வேரோடறுக்கப்பட்டது. அதனால்தான் ஜனங்கள் திகைத்து நின்றார்கள். மறுபடியும் வங்காளத்தில் சிலரை வெளியேற்றிய தினால் ஜனங்களுக்கு இவர்களிடத்தில் இருந்த மதிப்பு குறைந்து விட்டதினால் அவ்வளவு துக்கத்தைக் கொடுக்கவில்லை. இவர்களை சும்மா விட்டுவிடுவதினால் ஜனங்கள் ஆறுதலடையமாட்டார்கள். இந்த கொடிய சட்டத்தை உபயோகப்படுத்துகிறதில்லை என்று உறுதியாகச் சொல்லி அதை நிலைநாட்டிவந்தால் மேற்கூறியது போல ஜனங்கள் மனதை ஆற்றுகிறதற்கும் மற்றும் இப்போது நடந்துவரும் சுதேச இயக்கம் அடங்காததினால் இது தேச நிர்வாஸம் செய்யப்பட்ட வர்களை பொருத்தில்லை என்பதையறிந்ததாகவும் தோன்றுகிறது. இந்த இயக்கம் மனிதர்களைப் பொருத்ததல்ல தெய்வீகம் என்பதை கவர்ன்மெண்டார் இப்போதுதான் கொஞ்சம் கொஞ்சமாகத் தெரிந்து கொள்ளுகிறார்கள்.

ஆகையால்தான் லா மிண்டோ இவர்களை வைத்திருப்பதில் பிரயோசனமில்லை யென்றறிந்து விடுதலை செய்கிறார். இதையறியாத சென்னைதான் முன்னிருந்த நம்பிக்கை வரும்.

'டைம்ஸ்' வகையராக்கள் லா மிண்டோ இவர்களை விடுவது பிசகு. விட்டுவிட்டால் தாம் செய்யும் புது சட்டத்திற்கு பலனே இல்லையென்றும் கூக்குரலிடுகிறது. ஐயோ பாவம், 'சென்னை டைம்' ஸுக்கு ஒரு ஆறுதல் வேண்டாமா? எப்போதும் அதற்கு ஒரு குறை இருந்தே இருக்கிறது. அதற்கு இந்தியர்களையெல்லாம் துலைத்து விட்டு சென்னை முழுவதும் 'டைம்ஸ்' பத்திரிகைக்காக கட்டடம் கட்டிவிட்டால் அப்பொழுதாவது மனக்குறையில்லாமல் சாகுமோ என்னவோ.

புது பத்திரிகைச் சட்டம் செய்த கவர்ன்மெண்ட் இதையாவது கொடுத்ததே என்று அநேகர் சந்தோஷப்படுவார்கள். அவர்களுக்கு நாம் முன் சொல்லியதை திரும்பிச் சொல்வோம். இது ஒரு நன்மை யல்ல. இன்றைக்கு விட்டுவிட்டு மறுநாள் பிடித்து வெளியேற்றுவ தினால் என்ன நன்மையுண்டாகும். அழுகிற பிள்ளைக்கு வாழைப்பழம் காட்டி அழாமலிருக்க செய்வதைப் போலத்தானே யொழிய ஒரு பெருத்த லாபம் கிடைத்ததென்று எண்ண இடமில்லை.

விஜயா, 10 பிப்ரவரி 1910

துருக்கி சிம்மாஸனத்தின் வல்லமை

ஹிவிமி பாசா மந்திரி அதிகாரத்தினின்று நீங்கினதைக் குறித்து ஓர் லண்டன் நிருபரிடத்திலிருந்து வரும் வர்த்தமானத்தால் துருக்கி சமஸ்தானத்தில் ஐக்கிய அபிவிருத்தி சபையாருக்கு மிகுந்த செல்வாக்கு உள்ளதென்று தெரியவரும்.

மந்திரி ஹிவிமி பாசா அதிக நாள் அதிகாரம் வகிக்கமாட்டாரென்று பிறந்த வதந்தி, இப்பொழுது உண்மையாக முடிந்தது. அந்த அதிகாரம் வகித்த ஓர் இராஜ நிபுணனுக்கு இருக்கவேண்டிய பிடிவாதத்தைவிட இவருக்கு பிடிவாதம் ஒரு கை அதிகமாகவேயிருந்தது. ஐக்கிய அபிவிர்த்தி சபையார் அவர் ஆஸ்தானத்தைக் காலி செய்யவேண்டி யிருக்குமென்று தெரிவிக்கும் வரையில் இவர் இராஜிநாமா கொடுக்க வில்லை. பாக்தாத்தில் டைக்ரீஸ், யூப்ரடிஸ் முதலிய ஆறுகளிலோடும் வின்சு நீராவிக் கப்பல் கம்பெனி ஐக்கியப்படுத்துவதைக் குறித்துக் கலகம் நேரிட்டிருக்கிறது. இப்படியிருக்கத் தற்கால மந்திரி கொடுத்த இராஜிநாமா துருக்கி தேசத்திற்குத் தொந்திரவு விளைவிக்குமென்று சில இராஜ நிபுணர்களால் கருதப்படுகிறது. துருக்கியைப் பற்றி அதிக நேசமில்லாத அரபியர்கள் பாக்தாத் வாசிகளைக் கலகஞ்செய்ய ஏவுகிறார்கள்.

தற்காலத் தேச ஸ்திதியால் இராஜ்யத்துக்கு எவ்விதக் கெடுதி விளையுமோ தெரியவில்லை. தேக அசௌக்கியத்தால் மந்திரி இராஜி நாமா கொடுத்துவிட்டதாக இராஜாங்க தஸ்தாவேஜுகளால் ஏற்படு கிறது. ஐக்கிய அபிவிருத்தி சபையார் இவரோடு ஒற்றுவராததால் இராஜிநாமா கொடுத்து விட்டார் என்று பொது அபிப்பிராயம். இவர் அதிகாரத்தினின்று நீக்கப்படலாமென்று தெரிந்தபோது இவர் எண்ணியபடியே வேலையை விட்டுவிடும்படி உத்திரவு பிறந்தது. இவர் மாசிடோனியா போலீஸ் இலாக்காத் தலைமை வகித்தபோது சுல்தான் அப்துல் அமீத் இவரிடத்தில் பூர்ண விஸ்வாசம் வைத்திருந்தார்.

இதுபோல், இவர் மேல்உத்தியோகஸ்தர்கள் இவர் மந்திரி ஸ்தானத்தை வகித்தபோது நம்பிக்கை வைக்கவில்லை. கியாமல் பாசா அதிகாரமிழந்தபோது இவர் ஒருவர்தான் அந்த உன்னத பதவிக்குத் தகுந்தவராகயிருந்தார். ஆகையால், ஷை சபையார்

இவரைத் தெரிந்தெடுத்தார்கள். இருதரத்தாருக்கும் பொதுவாகவே இராஜாங்கத்தை நடத்தி இருப்பினும், ஒரு தரத்தாருக்கு மிக்க உண்மையாகவே உழைத்திருக்கிறார். புதுச் சட்டதிட்டங்கள் அமுலுக்கு வருமென்று தெரியும்வரை அவருடைய அபிப்பிராயம் தெரியவில்லை. பால்கன் கமிட்டி ரோடன் பக்ஸ்டன், ஹில்மி பாசாவோடு 1907 வருஷத்தில் சம்பாஷித்தபோது இவர் ஆழ்ந்த ஆத்ம விசாரம் செய்தவரென்றும், எந்த எஜமானனிடமும் நம்பிக்கைத் துரோஹஞ் செய்யாமல் உழைப்பாரென்றும் தெரிவித்தார். இது உண்மையாக முடிந்து விட்டது. இந்தப் புது அதிகாரத்தை மிக்க திறமை, விவேகம், புத்தி கூர்மையுடன் நிர்வகித்து வந்ததாக 'டைம்ஸ்' கூறுகிறது. இராஜாங்கம் புதிதாயிருக்கும் சமயத்தில் எதிர்பார்க்காத கஷ்டங்களை நிர்வகித்து இராஜாங்க விவகாரங்களை நன்குணர்ந்து இளைப்பில்லா மல் பாடுபட்ட துருக்கி தேசத்தில் ஒரு இரக்ஷகனென்றே 'டைம்ஸ்' சொல்லவேண்டுமென்கிறது. ஆங்கில முறைமைகளை யனுசரித்ததால் இவர் அதிகாரமிழந்தாரென்று 'டெய்லி நியூஸ்' என்னும் பத்திரிகை விளக்குகிறது. கியாமில் பாசாவும் இதே காரணத்தை முன்னிட்டே அதிகாரத்தினின்று விலக்கப்பட்டாராம். ஜெர்மனி ராஜ்யத்திற்குப் பின் துருக்கியில் செல்வாக்குள்ள ஆங்கிலர்கள் பிரேரணையால் இவ்விருவரும் அதிகாரமிழந்ததாகவும் ஓர் அனுமானம். ஆங்கிலர்கள் சிநேகமும் மதிப்பும் இவர்களறிந்திருப்பதால் இத்தேசபக்தர்கள் அவர்களை மெச்சித் தங்கள் ஸ்வாதந்திரத்தை யிழக்க இடங்கொடார்.

இந்த அனுமானம் உண்மையாயிருப்பின் ரோமாபுரியில் துருக்கி ஸ்தனாதிபதி ஹாகீபேயைத் தேர்ந்தெடுத்தது மிகுந்த வியப்பையுண் டாக்குகிறது. இவர் சட்ட இலாகாவில் வேலை பார்த்தும், சீமையில் துருக்கி இராஜாங்க போதக ஆஸ்தானத்தில் வேலை பார்த்தும் வந்த ஓர் திறமைவாய்ந்த வக்கீல். சாதாரணமாய் துருக்கி இராஜ்ய நிபுணர் களுக்கு ஆங்கில பாஷாக் ஞானம் அதிகமில்லை. ஆனால் இவர் சீமையில் சில காலம் கழித்ததால் ஆங்கில நடையுடை பாவனைகளை அப்யாசித்துவிட்டார்.

விஜயா, 11 பிப்ரவரி 1910

இராஜமஹேந்திரத்தில் வீடு சோதனை

நம்முடைய மறுபக்கத்தில் இராஜமஹேந்திரத்தில் நடந்த வீடு சோதனையைப் பற்றிய விஷயம் தெரியப்படுத்தியிருக்கிறோம். இதுவரைக்கும் தென் இந்தியாவில் இம்மாதிரியான சோதனை செய்ததேயில்லை. ஒருவன் பேரில் குற்றம் ஏற்பட்ட பிறகுதான் அவனைக் கைது செய்து அவன் வீடு சோதனைபோடுவது வழக்கம். இப்போது நம் போலீஸ்காரரும் வட இந்தியாவில் நடைபெறுவது போல வீடு சோதனைபோட ஆரம்பித்துவிட்டார்கள். ஆள் குற்றவாளியோ அல்லவோ அவன் வீடுசோதனை போட உத்திரவு வாங்கி அவன் வீட்டில் எதாவது விரோதமான சாமான்களைக் கண்டுபிடிக்க வேண்டியதுதான் போலீஸாரின் வேலை. இப்போது தென் இந்தியாவில் போலீஸ் அதிகமாக ஏற்படுத்தியதின் பலன் அவர்கள் துரைகளுக்கு வேலை காட்டவேண்டியதற்கு ஊரிலிருப்பவர்கள்மேல் வீண் பழி சுமத்தி குற்றம் சாட்டிக் கோர்ட்டார் முன் கொண்டுவந்து நிறுத்துவதுதான்.

பிறகு அவரவர்கள் விதி பிரகாரம் விடுதலையோ தண்டனையோ அடைய வேண்டியது அவர்கள் பொறுப்பு. ஒருவன்பேரில் குற்றம் சாட்டி அதற்கு வேண்டிய தஸ்தாவேசுகளுக்காக வீடு சோதனை போட்டால் அதற்கு அர்த்தமுண்டு. அதில்லாமல் முதல்முதல் வீடு சோதனை போட்டுப் பின் குற்றம் ஏற்படுத்துவது மிகப் புதிய வழிதான். ஆனால் அதில் நியாயத்திற்கு இடமேயில்லை.

இக்காலத்து துரைத்தனத்தார் மிரண்டிருப்பதால் அவர்கள் கண்ணுக்கு போலீஸார் காட்டும் இடத்திலெல்லாம் பேய்தான் தென்படுகிறது. கவர்ன்மெண்டார் மிரள, மிரள போலீஸார் பாடு கொண்டாட்டம்தான். இவர்களிட்டது சட்டம். இன்றைக்கு ஸ்ரீ மாமிடி தேவேந்தருடு, நாளைக்கு ஸ்ரீ பெரிராஜு, மறுநாள் ஸ்ரீ யன். சுப்பராவ். இப்படி படிப்படியாக வீடுசோதனைகளதிகப்படுமே யொழிய குறையாது. இதற்கு அத்தாக்ஷி பங்காளமே போராதா? பங்காளத்தில் சோதனை போடாத வீடு கிடையாது. குற்றம் சாட்டக் கூடிய கடிதங்கள் கண்டுபிடிக்கப்படாமலுமில்லை. வாஸ்தவத்தில் சோதனை போடப்பட்ட வீட்டுக்காரர்களும் அவர்களுக்கு

வேண்டியவர்களும் அந்தரங்கத்தில் ஆங்கில துவேஷிகளாயிருந்தால் ஆங்கிலத் துரைத்தனம் நடைபெறுவது கஷ்டம்தான். அவர்கள் அதிகாரத்துக்கு ஒரு குறைவும் நேரிடாமலிருப்பதைப் பார்த்தால் வாஸ்தவத்தில் துவேஷம் கவர்ன்மெண்டார் மிரண்டிருக்கிற அவ்வளவு யில்லையென்று தோன்றுகிறது. போலீஸாரை விருத்தி செய்வதினால் அக்கிரமம் அதிகமாய் ஜனங்கள் மனதைக் கெடுக்கிறதேயொழிய வேறு பிரயோசனமில்லை.

பங்காளத்தைப் போல் தென் இந்தியாவில் குழப்பம் அதிகரிக்க வில்லையே என்று கவர்ன்மெண்டார் கவலை கொண்டிருந்தால் அங்கு செய்வதைப் போல் போலீஸுக்கு ஏகாதிபத்யம் கொடுத்துவிட்டு அவர்கள் செயலையெல்லாம் ஏத்துக்கொள்ளும்படி கோர்ட்டாரை தூண்டுவதே போதும். மற்ற காரியங்களெல்லாம் ஜனங்களின் மன வருத்தத்தினால் நடைபெறும். பொதுவாக விசாரணை செய்ய அன்னிய தேசத்தவர்களிருந்தால் அப்போதுதான் வாஸ்தவம் வெளிவரும்.

மிதுனபுரி வெடிகுண்டு வழக்கில் வெளியான போலீஸ் அக்கிரமும் அதன் பிறகு போலீஸாரின் பேரில் நடந்த போலி விசாரணையும் யாரைத்தான் மனம்நோகச் செய்யாது. போலீஸார் செய்த சதியா லோசனைக்கு ஏதாவது தண்டனை கிடைத்ததா? இல்லை. ஏழை ஜனங்கள் மனவருத்தத்தால் ஏதாவது தப்பு செய்தால் அதற்குண்டான கடுந்தண்டனையை ஏன் இந்த போலீஸுக்கு விதிக்கக் கூடாது? சர்க்கார் சேவகர் செய்தால் அன்னியாயம் நியாயமாய் விடுமோ?

இவைகளெல்லாம் சென்னை கவர்ன்மெண்ட் கண்டு வெகு ஜாக்கிரதையாக இருக்கிறார்களென்றிருந்தோம். அது மாறிவிட்டது போல் தோன்றுகின்றது. சென்னை ராஜதானியிலும் போலீஸ் ஆட்சிதான் ஏற்படும் போல் தோன்றுகின்றது. அப்படி நடக்க வேண்டியிருந்தால் நாமென்ன செய்யலாம். வருவன வந்தே தீரும்.

ஸ்ரீ மாமிடி தேவேந்துருடு என்னும் சிறுவர் இங்கிலாந்துக்குப் போன பாவத்திற்காக போலீஸார் கண் வைத்திருந்தார்கள். சென்ற 10உ அவர் வீடு சோதனை போடப்பட்டது. நாலு, ஐந்து மணி நேரம் சோதனை போட்ட பிறகு ஏதோ ஒரு துண்டுப்பத்திரிகை அகப்பட்டதாம். அதுவும் அவர் தம்பியின் அலமாரியில் அகப்பட்ட தாம். இதை வைத்துக்கொண்டு போலீஸார் ஒரு பெரிய கேஸ் ஜோடிப்பார்கள். அதில் தென் இந்தியா முழுதும் ஆங்கில துவேஷம் பரவியிருப்பதாய் ஏற்படுத்தி விடுவார்கள். சென்னை கவர்ன்மெண் டார் போலீஸாரின் செய்கைகளுக்குட்படாமலிருந்தால் நலம்.

விஜயா, 12 பிப்ரவரி 1910

தேசபக்தர்களுக்கோர் புத்திமதி

கல்கத்தாவில் பிரசுரமாகும் 'கர்மயோகின்' பத்திரிகை "தற்கால நிலைமையின் கடமை" என்ற தலைப்பின் கீழ் ஒரு நீண்ட வியாசம் பிரசுரித்திருக்கிறது. அதின் கருத்து:

இப்பொழுதிய இந்திய ராஜாங்க விஷயத்தில் வலிமையை வலிமை யாலேயே வெல்ல வேண்டும் என்னும் கோட்பாடு விருத்தியாய் வருகிறது. இதைக் கண்ட கவர்ன்மெண்டாரின் நடத்தை மிக இகழத் தகுந்ததாயிருக்கிறது. தேசத்தில் பந்தோபஸ்து குறையவே இவர்களுக்கு வேறொன்றும் தோன்றாமல் நியாயவழிகளால் முன்னுக்குவர எத்தனிப்பவர்களை அடக்கி இந்தியா முழுவதும் ஆங்கில துவேஷி யென்று கூறி பத்திரிகைகளை மூச்சுவிடாமலிருக்கச்செய்ய எத்தனிக் கிறார்கள். இவைகளினால் ஸத்தியமேயில்லாமல் போலி ஆங்கில விசுவாஸமும், கவடும் தலை காட்டும். மனதிற்குள்ளிருக்கும் வாஸ்த வத்தை பகிரங்க உபன்னியாஸங்களிலாவது, பத்திரிகை மூலமாவது வெளியிடக் கூடாதென்றால் நியாயவழியால் விருத்தியடைய மார்க்க மில்லையென்று ஏற்படுகிறது.

சிலநாளாக நடக்கும் கொலைகளால் மிதவாதிகள் மிரண்டு ஒன்றும் செய்யத் தோன்றாமல் அவரவர் தப்பிப் பிழைப்பதுதான் பிரதானமென்று வாயிக்கு வந்தபடியெல்லாம் உளறுகிறார்கள். அவர்களின் நடுக்கத்தையும் திகைப்பையும் கண்மூடித்தனத்தையும் கண்டால் இவர்களா நமக்கு தலைவர்களென்று நினைக்க வேண்டியதா யிருக்கிறது. இவர்கள் தொழில் கவர்ன்மெண்டுக்கு வணங்கி வணங்கி சலாம் போடுவதும், சுட்டவர்களை பேய்கள் பிசாசுகளென்று நிந்திப்பதும், சுடுபட்டவர்களை மகா நிபுணர்களென்றும் தேவர்களைப் போன்றவர்களென்றும் இன்னும் அளவில்லாத புகழ்ச்சிப் பெயர்களை இடுவதும்தாம். சுடுபட்டு மரிப்பதற்குமுன் இந்த உத்தியோகஸ்தனைக் குறித்து இப்போது கண்ணீர் விட்டழும் மிதவாதிகளில் ஒருவனாவது நினைத்ததே கிடையாது. இவர்களிடத்தில் ஜனங்களுக்கு நம்பிக்கை யில்லை என்று தெரிந்திருந்தபோதிலும் இராத்திரியெல்லாம் காவலி ருந்து அராஜகத்தை துலைத்து விடுவோமென்று வீண் பெருமை பாராட்டுகிறார்கள்.

இம்மாதிரியான குரங்காட்டம் ஆட தேசபக்த கக்ஷியாரால் முடியாது. மேலும் நம்முடைய செயல்களெல்லாம் இருதிறத்தாரால் தடை பெறுகிறது. கவர்ன்மெண்டு ஒரு புறத்தில், அராஜகர்கள் மற்றொரு புறத்தில் தேசபக்தர்களின் நியாயவழியை மறுக்கிறார்கள்.

நம்முடைய செயல்களை சிறிதும் மறைக்காமல் வெளியிட்டு நம் ஜாதியின் அபிவிருத்திக்கு வேண்டிய ஏற்பாடுகள் செய்தோம். கவர்ன்மெண்டாரின் தப்புகளை மறைக்காமல் சொன்னோம். இதற்கு கவர்ன்மெண்டு பொதுக்கூட்டத்தைத் தடைசெய்தார்கள். அராஜகர்கள் நாசிகையில் ஜாக்ஸனை சுட்டுக் கொன்றார்கள். மறுபடியும் நம் கடமையை கைவிடாமல் முன்செல்ல வேண்டுமென்று எத்தனித்தால் ஹைகோர்ட் கொலையும், கவர்ன்மெண்டின் பத்திரிகை சட்டமும் குறுக்காக நிற்கின்றன. ஆகையால் சில நாளைக்கு வீண் பிரயத்தினம் செய்யாமலிருக்கத்தான் வேண்டும். ஆங்கிலோ இந்தியப் பத்திரிகைகளும் கவர்ன்மெண்டாரும் அராஜகத் தொழிலுக்கு தேச பக்தர்கள் காரணமென்று நினைத்து அதைத் துலைக்க நம்முடைய வாயை மூடவேண்டுமாம். அதற்கிணங்கி நாமாகவே சும்மாயிருப்போம். நமக்கும் கவர்ன்மெண்டாருக்குத் தடைசெய்ய வேண்டுமென்ற எண்ணமே கிடையாது. அவர்களிஷ்டப்படி நடந்துகொள்ளட்டும். ஏனென்றால் தேசத்தில் பந்தோபஸ்து அவர்கள் தான் செய்ய வேண்டும். அவர்களால் முடியுமென்று நாம் நம்பவில்லை. ஆனாலும் சற்று நின்று பார்ப்போம். ஆங்கிலோ இந்தியப் பத்திராதிபர்களும், கவர்ன்மெண்டாரும் கொடிய சட்டங்கள் செய்து அடக்கட்டும்.

II

கடைசி தரமாக நம் மனதிலிருப்பதை சொல்லி இனி நேரிடும் கெடுதிக்கு நாம் உத்திரவாதியல்லவென்பதை உலகம் அறியட்டும். கவர்ன்மெண்டின் முக்கிய கருத்து தேசபக்தர்களை அடியோடு நாசம் செய்வது. அதற்கு அவர்களுக்கு ஒரு புத்திமதி சொல்வோம். கேட்டால் கேட்கட்டும் இல்லாவிட்டால் அவர்களிஷ்டம். இப்பொழுதுண்டாயிருக்கும் இயக்கம் இந்தியாவிலும் ஆசியாவிலும் மாத்திரமல்ல உலகமெல்லாம் பரவியது. இதை பலாத்காரமாக அடக்க முடியாது. ஜப்பான், சீனா, துருக்கி, பாரஸீகம் முதலிய நாடுகளிலுண்டான கிளர்ச்சியையும், ஐரோப்பா, அமெரிக்கா கண்டங்களின் உயர்ந்த நோக்கத்தையும் அழித்தாலல்லது முடியாது. இந்த இந்திய இயக்கத்தை சில சீர்திருத்தங்கள் கொடுத்து ஏமாற்றவும் முடியாது. பத்து வருஷங்களுக்கு முன் சில சீர்திருத்தங்களைக் கொடுத்தால் அடங்கி இருக்கும் கிளர்ச்சி இப்போது அடங்காது. இன்னும் போகப் போக வளருமேயொழிய குறையாதென்பதை யறிந்து புத்திசாலித்தனமாக ஜனங்களிப்போது கேட்பதை கொடுத்து விட்டால் பின்னாலாவது தொந்தரையில்லாமலிருக்கலாம். மேலும் சில நாள் முன் மிதவாதிகள் ஜனத் தலைவர்களாயிருந்து இப்போது எப்படி தள்ளிவிடப்பட்டார்களோ அப்படியே இப்பொழுதிய தேசபக்த

கக்ஷியாரும் ஆய்விடுமுன் கவர்மெண்டார் ஜனங்களுக்கு வேண்டியதை கொடுக்க வேண்டும். பிறகு இவர்களாலும் முடியாது.

ஆங்கிலோ இந்தியர்களுக்கு நாம் சொல்ல வேண்டியது இந்தியாவில் வீணாக குழப்பத்தை வளர்த்து தங்களுடைய கெடுதியையே தேடுகிறார்கள். இந்தியர் இவர்களை சுதேசிகளென்று எண்ணி இவர்கள் ஆலைகளில் செய்யும் வஸ்துக்களையும் சுதேச வஸ்துக்களாக எடுத்துக் கொண்டார்கள். அந்த நன்றி யறிவுமில்லாத ஜாதியாங்காரத்தினால் கவர்ன்மெண்டாரோடு சேர்ந்துகொள்ளுகிறார்கள். இவர்கள் முயற்சியால் சுழல் துப்பாக்கி, வெடிகுண்டு முதலியவைகளின் ஓசை தவிர வேறு ஓசையில்லாமல் இந்தியா முழுவதும் அடக்கிவிடலாம். தேசபக்தர்கள் வாயை மூடுவதனால் தங்களுடைய ஆபத்தை நினைக்கவில்லை போலும். இந்த ஆங்கிலோ இந்தியர்கள் எப்பொழுதுமே அஹங்காரம் தவிர வேறு ராஜதந்திர மறியாதவர்கள். இவர்கள் மனக் கலக்கத்தினால் அராஜகர்களிடத்திலிருந்து தம்மை காப்பாற்றும் தேசபக்தர்களை அழிக்கிறார்கள்.

நம் பொது ஜனங்களுக்குச் சொல்வது முன்போல வெளிப்படையாயும், மனுஷத்தனத்தோடும் ஸ்வராஜ்யமடைய எத்தனிப்பதே நம் நோக்கம்.

ஆனால் கொடிய சட்டங்கள் செய்யும் கவர்ன்மெண்டில் அது நடைபெறாது. ஜனங்களுக்கு மகா பொறுமை வேண்டும். அராஜகக்காரரும் நம்மைப் போகவிடார்கள். கவர்ன்மெண்டார், அராஜகர்கள், நாம் ஆகிய மூவரும் ஒருவருக்கொருவர் இழுத்துக்கொண்டு நிற்பதில் ஒரு பிரயோஜனத்தையும் காணோம். கவர்ன்மெண்டார் கேட்பது போல் நாம் விலகியிருந்து மிதவாதிகள் உதவி புரியட்டும். அப்போதாவது அராஜகம் குறைகிறதா பார்ப்போம். ஸ்ரீ திலகர் தண்டனையடைந்த உடனே நாம் சும்மாயிருந்தோம். மிதவாதிகள் ஒரு வருஷ காலம் பொதுக் கூட்டங்களிலும் பத்திரிகைகளிலும் ஒரு வருஷம் வீண் பெருமையோடு ஆடிப்பாடி அமர்ந்து விட்டனர். இப்போது நாம் சும்மாயிருப்பதினால் நன்மையே பயக்கும். அராஜகர்களின் சதிசெயல்களால் கவர்ன்மெண்டாரின் கொடிய சட்டங்களை அடக்க நம்மால் முடியவில்லை. கவர்ன்மெண்டின் கொடும் செயல்களால் அராஜகத்தின் வேரையறுக்க முடியவில்லை. இருவரும் நம்மை விலகச் சொல்லுகிறார்கள். சற்று விலகி நிற்போம். முன்போல் நல்ல பயனையே தரும். சிறது தாமதமானாலும் கடவுளால் கொடுக்கப்பட்ட நம்முடைய நோக்கம் கடைசியில் நடைபெறும் என்பது உறுதி.

விஜயா, 11-12 பிப்ரவரி 1910
இந்தியா, 12 பிப்ரவரி 1910

புதுப் பத்திரிகை சட்டம்

இந்த மசோதா பிரரேபித்தபோது ஸ்ரீமான் மதன மோஹன மாளவய்யா, கோகலே, பாசு, ராய்பஹதூர் மதோல்கர், தாதாபாய், நவாப் சயித் மகம்மது முதலிய உத்தியோகஸ்தரல்லாத மெம்பர்கள் ஷ சட்டத்தைத் தடுத்துப்பேசினபோது இக்கஷ்டத்தில் அகப்படாமல் N. சுப்புராவ் தப்பித்துக்கொண்டார். இப்பேர்க்கொத்த மெம்பர்கள் அதிகப்பட்டால் இராஜாங்கத்தாருக்கு எந்த மசோதாவையும் சட்டமாக்கச் சவுகரியம்தான். மசோதாவைத் தடுத்தால் இராஜாங்கத் தாருக்கு வருத்தம்; ஜனங்களுக்குத் திருப்தி. இராஜாங்கத்தாருக்குத் திருப்திகரமாய் நடந்தால் மறுபடி நியமனமடையலாமென்ற கருத்தோ தெரியவில்லை. புதுச் சீர்திருத்தத்தால் விளையாட்டுப் பேச்சும், பயனற்ற வாதமும் அதிகம். இராஜாங்கத்தார் இஷ்டப்படி நடப்பவர் களே ராஜப்பிரதிநிதி சட்டசபையில் அதிகம். ஜனங்களால் சில மெம்பர்கள் தெரிந்தெடுக்கப்படுவது எதற்காகவோ தெரியவில்லை.

மெம்பர்களாகத் தெரிந்தெடுக்கப்படுபவர்களில் பெரும்பான்மை படிப்பாளிகள். இவர்கள் தங்கள் கடமையை அறிந்தவர்களென்று நாம் நம்பலாம். நமது நாட்டில் கௌரவத்திற்காக ஆசித்துச் சிலர் உத்தியோகமடைய வேண்டியே சில கனவான்கள் ஜனப்பிரதிநிதியாக நடித்து அந்தப் பதவியை யடைகிறார்கள். மற்றுஞ் சிலர் பொருள் செலவிட்டு அந்தப் பதவியை யடைகிறார்கள். இவர்களா ஜனப்பிரதி நிதிகள்? ஜனங்களின் சுகதுக்கங்களைப் பக்ஷபாதமில்லாமல் இராஜாங் கத்தாருக்கு அறிவித்து சுயநலத்தை மறந்து உழைத்து ஜனங்களுக்கு நன்மை விளைவிப்பவர்களல்லவோ அப்பெயர் விரும்பத் தகுதியான வர்கள். இராஜாங்கத்தார் இஷ்டப்படி நடித்துச் சட்டசபை மெம்பராக ஒவ்வொரு தடவையும் தெரிந்தெடுக்கப்பட்டாலாவது, இராஜாங்கத்தா ரால் நியமனடைந்தாலாவது இது ஒரு பெருமையாகுமா? உத்தியோகஸ் தரல்லாத மெம்பர்கள் அதிகமாயிருக்கும்போதே இராஜாங்கத்தார் இஷ்டப்படி அடக்கியாளுஞ் சட்டங்கள் அமுலுக்குக் கொண்டுவரு கிறார்கள்.

இவர்கள் எண்ணிக்கையில் அதிகமென்று பெயர். அவர்கள் வஹிக்கும் நிலைமையை யோசித்து உண்மையாய் உழைப்பவர்கள்

சிலரே உளர். இந்த எண்ணிக்கையிலும் சிலர் மௌனம் ஸர்வார்த்த சாதகமென்னும் வடமொழிப் பழமொழிப்படி மௌனம் சாதித்தால், பழிக்கு உத்திரவாதமில்லாமல் தப்பித்துக்கொள்ளலாமென்று கருது கிறார்கள். அச்செய்கையால் தான் தன் கடமையைச் செய்யாமலிருப்ப தல்லாமல் ஜனங்களையும் மோசஞ் செய்வதாகும். இந்தக் கௌரவ அலுவல் பார்த்துத் தன் மனசாக்ஷியையும் ஏமாற்றி இஹபரத்துக் கெடுதி சம்பாதித்துக்கொள்வதே சஹசமாய் விட்டது. இனியாவது இராஜப்பிரதிநிதி சட்டசபை மெம்பர்கள் தங்கள் கடமையை மறவாமல் செலுத்தித் தங்களைத் தெரிந்தெடுத்த தேசத்தாருக்குச் சந்தோஷகரமாய் நடந்து தனக்கும் தனது ஜன்ம பூமிக்கும் கீர்த்தி சம்பாதிக்க வேண்டுகிறோம்.

இப்படிப் பிரதிநிதியாயிருந்து குடிகளுக்குத் தீங்கு விளைக்காம லிருப்பது கலிகாலத்தில் நன்மையாகும். சுப்பராவைப் போலொற்ற கோழை நெஞ்சுள்ளவர்களால் ஜனங்களுக்கு நலமிராதென்றும் எண்ணங்கொள்ளும்படி நடந்துகொண்டிருப்பது விசனிக்கத்தக்கதே. இவர் இம்மசோதா சட்டமாகும்போது அக்கூட்டத்திற்கு விஜயஞ் செய்யாததின் காரணத்தை அவரை ஓர் ஜனப்பிரதிநிதியாகத் தெரிந் தெடுத்தவர்களே கேட்கத் தக்கவர்களாவார்கள். இனியாவது தற்காலம் தான் ஷெ மசோதாவைப் பற்றிப் பேசாமலிருந்து அபகீர்த்தி சம்பாதித் ததை பறக்கடித்துத் தேசத்திற்குச் சேவைசெய்து பெருமையடைவார் என்று நம்புகிறோம்.

விஜயா, 14 பிப்ரவரி 1910

பாரிஸ் மாநகரத்தில் வெள்ளம்

நமக்கு சென்ற வாரம் தபால்மூலமாக கிடைத்த கடிதங்களாலும் பத்திரிகைகளாலும் பாரிஸ் வெள்ளத்தைக் குறித்து பின் எழுதும் விபரங்கள் வந்திருக்கின்றன. கொஞ்சம் கொஞ்சமாக சேன் நதியில் பிரவாகம் அதிகரித்து சுற்றுப்பக்கங்களிலெல்லாம் பரவிவந்தது. பூமிக்குள் இருப்புப்பாதை போட்டு ரயில் வண்டிகள் ஓடிக்கொண்டிருக்கும் சுரங்கவழிகளில் முதல்முதல் தண்ணீர் நிறைந்து அவ்வழியாக ரயில் வண்டிகள் ஓட்டமுடியாமல் நிறுத்தப்பட்டன. பிறகு வெளி ரோட்டுகளில் பரவி பாரிஸில் பள்ளமாக இருக்கும் பாகங்களி லெல்லாம் நீர் தங்கிவிட்டது. குதிரை வண்டிகள் வெகு கஷ்டத்தோடு தெருக்களில் இங்குமங்குமாகப்போய் கடைசியில் தண்ணீர் அதிகரிக் கவே வண்டிகளின் நடமாட்டமேயில்லாமல் போய்விட்டது. டிராம் வண்டிகளும் மேடான தெருக்களில்தான் ஓடிக்கொண்டிருந்தன. வரவர தண்ணீர் அதிகரிக்கவே அநேக தெருக்களில் டிராம்வண்டிகூட செல்ல முடியவில்லை. கேதோர்ஸே என்னும் பாகத்திலிருந்து ரயில்வே ஸ்டேஷன் தண்ணீரில் முக்கால் முழுகிவிட்டபடியால் அந்தப் பக்கத்து ரயில் வண்டி ஓடவேயில்லை.

எங்கெங்கு பார்த்தாலும் தெருக்களில் சுமார் 20 அடி தண்ணீர் நிறைந்திருந்தபடியால் சிறு படகுமூலமாகத்தான் ஜனங்கள் நடமாடிக் கொண்டிருந்தார்கள். வெள்ளம் அதிகமாகும் என்று நன்றாகத் தெரிந்தபொழுதே பாரிஸ்பட்டணத்து முக்கிய போலீஸ் உத்தியோகஸ் தரான (*Prefect de Police*) ஷெர்புர்க், பிரெஸ்ட், தொன் கெர்க்கலே முதலிய துறைமுகங்களுக்கு தந்திகொடுத்து சிறு படகுகளை தகுந்த மனிதர்களோடு வரவழைத்தார். பாரிஸிலுள்ள படகுகளும் இவைகளும் தான் இப்போது தெருக்களில் நடமாடுவதற்கு உபயோகப்படுகின்றன. அநேக தெருக்களில் தண்ணீர் முதல் மாடி வரைக்கும் வந்துவிட்டிருக் கிறது. அந்த வீட்டுக்குள் செல்ல வேண்டியவர்கள் படகுகளின்மேல் மாடியிலிருக்கும் ஜன்னலண்டைப் போய், அதற்குள் நுழைந்து உள்ளே குதிக்க வேண்டியதாயிருக்கிறது. அநேக வீடுகளில் ஜனங்கள் ஜன்னல் வழியாக அடிக்கடி போய்வருவதற்கு தகுந்த சாரம் கட்டி வைத்திருக்கிறார்கள். வீட்டுக்கு கீழ்ப்பாகத்திலிருந்த ஆடு, மாடு, குதிரை முதலிய மிருகங்கள், பக்ஷி வகைகளெல்லாம் அடியோடு

நாசமாய்விட்டன. இவைகளின் சவங்கள் தண்ணீரில் மிதந்துகிடக்கின்றன. மூார்தென் தேப்ளாந்த் என்னுமிடத்திலிருக்கும் உயிர் மிருகங்களெல்லாம் தண்ணீர் தங்குவதினால் கஷ்டப்படுகின்றன. கூண்டிலிருக்கும் பாம்புகளும் கரடிகளும் தத்தளிக்கின்றன. ஆனால் அங்கு சீக்கிரத்தில் நீர் வடிந்து விடும்.

தின்பண்டங்களின் விலை வெள்ளத்தினால் அதிகமாய்விடவில்லை. படகில் ஏறிப்போய் வீடுகளில் கொடுக்கவேண்டியிருப்பதால் ரூபாயிக்கு ஆறுகாசு விகிதம் விலை உயர்த்தப்பட்டது. சில பாகங்களில் ரொட்டி சுடுபவர்கள் அடுப்புகளில் தண்ணீர் நிறைந்து விட்டபடியால் தண்ணீர் எட்டாத இடங்களிலிருக்கும் ரொட்டிக்கிடங்குக்காரர்கள் தங்கள் அடுப்பில் ரொட்டி தட்டிக்கொள்ளும்படி இவர்களுக்கு அனுமதி கொடுத்தார்கள். வெளியில் எப்பொழுதும் பனி பெய்து கொண்டே இருந்தது. ராணுவ உத்தியோகஸ்தர்களும், ராணுவச் சேவகர்களும் ஓச்சல் ஒழிவில்லாமல் ஜனங்களுக்கு ஒரு ஆபத்தும் நேரிடாவண்ணம் இரவும் பகலும் இங்குமங்கும் போய்க்கொண்டிருக்கிறார்கள். ஒரு ஆஸ்பத்திரியில் தண்ணீர் வரக்கண்டு அங்கிருந்த நோயாளிகளையெல்லாம் மெதுவாக எடுத்துக்கொண்டு தகுந்த இடத்தில் கொண்டுபோய்விட்டார்கள். ஜனவரி மீ 28 தேதி வரையில் வெள்ளத்தினால் மரணம் ஒன்றும் காணப்படவில்லை. ஒரேவொரு யிடத்தில் ஒரு ஸ்திரீ ஒரு புருஷன் கையைப் பிடித்துக்கொண்டு போகையில் நீரோட்டத்தினால் கீழே தள்ளப்பட்டு மரணமடைந்தாள். அவள் தேகத்தை உடனே எங்கே தேடிப்பார்த்தாலும் அகப்படவில்லை. நீர் அவ்வளவு வேகமாக ஓடிக்கொண்டிருந்தது.

வெள்ளத்தினால் பெருத்த கஷ்டம் பாரிஸில் ஒரு பாகமாகிய ஆல்போர்வீல் என்னுமிடத்தில்தான். அங்கு தண்ணீர் சுமார் 25 அடி ஆழம் வரைக்கும் தங்கிற்று. அங்கு சுமார் 18000 பெயர்கள் தண்ணீரால் சூழப்பட்டு தம்தம் வீடுகளை விட்டு வெளியில் வர முடியவில்லை. இவ்விடத்தில் அநேக படகுகள் சென்று சுமார் 9000 ஜனங்கள் வரைக்கும் மேல் ஜன்னல்கள் வழியாக இறங்கச்செய்து தப்பித்துவிட்டனர். மற்றவர்கள் அங்கிருக்கும் ஸொத்துகளை காக்கும் பொருட்டு வெளியில் செல்ல ஒப்புக்கொள்ளவில்லை. தங்களுக்கு என்ன கஷ்டம் நேர்ந்தாலும் தாங்கள் அங்கேயிருப்பதாக பிடிவாதம் செய்கிறார்கள். இதற்கு தகுந்தாற்போல் இந்த ஆபத்து காலத்தில் அநேக அபாஷ் என்னும் திருடர்கள் இருட்டில் படகு போட்டுக் கொண்டு போய் காலி வீடுகளையும் கொஞ்சம் பேர்களிருக்கும் வீடுகளையும் கொள்ளையடிக்கிறார்கள். இந்தக் கொள்ளைக்காரர்களைப் பிடித்து நியாயஸ்தலத்தில் விசாரணைக்குக் கொண்டுவருவது இப்பொழுது அசாத்தியமாகையால் அவர்களை உடனே தண்டிக்க பின்வரும் விளம்பரத்தை அதிகாரிகள் செய்திருக்கிறார்கள்.

அனுதாபமே காட்டக்கூடாது. ஆல்போர்வீலிலும் அதை சுற்றியிருக்கும் வீடுகளிலும் ராணுவச் சேவகர்கள் காபந்து செய்து வருகிறார்கள்.

அவர்களுக்குக் கொடுத்திருக்கும் கண்டிப்பான உத்திரவானது "கொள்ளையடிக்கும் 'அபாஷ்'களை உடனே சுட்டுவிட வேண்டியது".

இவ்வளவு கண்டிப்பான உத்திரவில்லாவிட்டால் அச்சமயத்தில் பந்தோபஸ்து செய்வது கஷ்டம். ஷான்ஸ் எலிஸே என்னுமிடத்திலும் சிறிது தண்ணீர் ஏறிக்கொண்டு வருகிறது. அங்கிருக்கும் ஜனங்கள் மண்ணினாலும், சிமெண்ட் சுண்ணாம்புகளினாலும் சுவர் போட்டு தண்ணீரை தடுத்துக்கொண்டுவருகிறார்கள். லூவர் என்னும் அரண்மனைக்கு ஒரு ஆபத்தும் நேரிடாவண்ணம் பாதுகாக்கப்படுகிறது.

பாரிஸ் நகரத்தார் இந்த பெருத்த ஆபத்தில்கூட தங்கள் சுபாவ குணமாகிய காட்சி காணும் விருப்பத்தை கைவிடவில்லை. கூட்டம் கூட்டமாய் இவர்கள் எவ்விடத்தில் அதிக வேகமாய் அறுத்துக் கொண்டு ஓடுகிறதோ அங்கு சென்று வேடிக்கை பார்க்கிறார்கள். அநேக பாலங்களில் தண்ணீர் நிறைந்து ஓடுவதைக் கண்டு "இதற்குமேல் தண்ணீர் வந்தால் அது என்ன செய்யும்" என்று ஒருவரையொருவர் பார்த்து நகைத்துக்கொள்கிறார்கள். இந்த வெள்ளத்தால் தங்களுக்குண் டான விபத்தை சிறிதேனும் கருதாது இந்தப் பெருவெள்ளத்தின் மகத்வத்தை கண்டு களிக்கிறார்கள். இவர்களுக்கு இந்த வெள்ளம் ஊரிலிருக்கும் செடிகளை யழிப்பது மிக வருத்தமாயிருக்கிறது. இந்த பாரிஸ் நகரத்தார் எப்பொழுதும் தங்கள் புன்சிரிப்பை விட்டுவிடுகிற தில்லை. தெருக்களில் படகுகள் போகும்பொழுது பார்த்து சிரித்த முகத்துடன் இந்தக் காட்சியைக் காண வெனிஸ் நகரம் போகவேண்டு மென்றிருந்தோம்; அது இங்கேயே வந்துவிட்டபடியால் நாம் இனி அங்கு போக வேண்டியதில்லை என்கிறார்கள்.

வெள்ளத் தண்ணீர் ஊரெல்லாம் பரவி குடிக்கும் நீரை கெடுத்து விட்டபடியால் ஜனங்களெல்லோரும் தண்ணீரைக் காய வைத்து குடிக்கவேண்டுமென்றும், கறிகாய்களை நன்றாக வேகவைத்துச் சாப்பிடும்படியும் அதிகாரிகள் விளம்பரம் செய்திருக்கிறார்கள். நீர் வடிந்த உடனே வீட்டுக்குள் போவதாயிருந்தால் அங்கு அடைந் திருக்கும் சேறை நன்றாக வாரிவிட்டு சுண்ணாம்பு பூசி பிறகு வாசம் செய்யும்படி கேட்டுக்கொள்ளுகிறார்கள்.

ஜனங்களுக்கு இப்பொழுது நேர்ந்திருக்கும் விபத்தில் உதவி புரியும் பொருட்டு அநேக கணவான்கள் நன்கொடை செய்திருக்கிறார்கள்.

பத்திராதிபர்கள் மூலமாக நன்கொடை ஜனவரி மீ 28உ வரைக்கும் சேர்த்தனுப்பியது 1036302 பிராங்குகள். நன்கொடை செய்ய வேண்டி யவர்கள் கீழ்கண்டிருக்கும் விலாசத்திற்கு அனுப்பலாம்.

Le Syndicat
37, Rue Chateaudun
Paris.

விஜயா, 14 பிப்ரவரி 1910

வர்ஜனம்

இவ்விஷயம் நமது பத்திரிகை வாயிலாக அநேக தடவைகளில் வெளி வந்திருந்தாலும் தற்காலம் சில பரதேசி வியாபாரிகள் செய்கையானது நம்மை இத்திருமந்திரத்தின் பொருளை ஜனங்களுக்கு ஓச்சலொழிவில் லாமல் புகட்டி பயன்படுத்த வேண்டுமென்பதை நினைப்பூட்டுகிறது. வர்ஜனமாவது அந்நிய தேச கைத்தொழில் சாமான்களையும் பஞ் சாடை முதலிய ஸமஸ்தமான வஸ்துக்களையும் வாங்காமல் நமது தாய்நாடாகிய பாரதநாட்டு பொருள்களை வாங்கி ஆதரிப்பதாகும். இச்செய்கையில் நமது தேசத்தில் மலினமடைந்திருக்கும் கைத்தொழில் விருத்தியாவதோடு தொழிலாளிகள் பிறரிடத்தில் கூலிக்கு உழைக்கா மல் யதேச்சயாய் அவரவர்களே உழைத்து தன்னை காப்பாற்றி வருகிறார்கள். நவீன கிளர்ச்சி கிளம்பின 2, 3 வருடங்களாக பாரத தேசமெங்கும் வர்ஜனத்தைக் கைப்பற்றி வருகிறார்கள். வர்ஜனத்தை சபதமாக கருதி நடக்க வேண்டுமென்று நமக்கு போதித்த மாத்ருபூமி திருத்தொண்டர்கள் அறிவித்தது பாரத சகோதரர்கள் முதல் வைத்து நம்மவர்களே உழைத்து நம்மவர்களே மேல்பார்வை பார்த்துவந்து நடைபெறும் கைத்தொழில்களை ஆதரிப்பதே.

மேலும் மற்ற நாடுகளில் புதுமுறைகள்படி விருத்தியடைந்திருக்கும் மின்சார சாஸ்திரம் முதலிய சாஸ்திரத் தேர்ச்சியுமடைய வேண்டும். நமக்கு தினசரி தேவையாயிருக்கும் வஸ்துக்களில் பாரத தேசத்தில் உற்பத்தியாவதை ஆதரித்தபோதிலும் போகத்துக்குரிய பரதேச வஸ்துக் களை வாங்கமாட்டோம். நமது நேயர்கள் சில அவசியமான வஸ்துக்கள் நமது நாட்டில் உற்பத்தியாகாவிடில் நாம் என் செய்வோம் என்று வினவலாம். பாரத நாட்டில் உற்பத்தியாகாத நமக்கு அத்தியாவஸிய மான வஸ்துக்களை பரதேசத்தாரிடமிருந்து சில காலம் வாங்கி வர வேண்டும். நமது நாட்டில் சமஸ்தமான வஸ்துக்களும் கூடிய சீக்கிரத் தில் உற்பத்தியாகும். அப்போது பிறரை நாம் எதிர்பார்க்க வேண்டாம்.

பஞ்சாடை வியாபாரம் வலுத்துவருகிறதுமல்லாமல் ஆங்காங்கு ஆலை ஸ்தாபிக்கப்பட்டு சோப், மெழுகுவத்தி செய்யப்படுகின்றன. கம்பளம், சால்வை முதலியவைகள் கல்கத்தா, லாஹுர் முதலியவிடங் களில் உற்பத்தியாகின்றன. லாஹுரில் அம்பாலா கண்ணாடிச்சாலை

யொன்றும், புனாவில் கண்ணாடிச்சாலை ஒன்றும், டேராடூனில் மற்றொன்றும் தற்காலம் நடந்து வருகிறது. அனுபோகமில்லாத புது கைத்தொழில்கள் நம்மவர்கள் நடத்துவதால் சிலநாள் விலை அதிகப்பட்டிருப்பினும் கூடிய சீக்கிரத்தில் சாமான்கள் விலை சரசப்படும். இயந்திர முதலிய கருவிகளை வாங்கி அதற்கு தக்கபடி கட்டிடம் கட்டவும் மற்றுஞ் சில்லரை சிலவுமிருப்பதால் புதிதாக ஆரம்பித்த கைத்தொழிற்சாலைக்கு முதல்முதலில் சில வருடங்கள் அதிக லாபம் கிடைக்காது. சென்னை தவிர மற்ற மாகாணங்களில் எலும்பினால் சுத்திசெய்யாத சர்க்கரை உற்பத்தியாகிறது. வர்ஜனத்தால் பரதேச வியாபாரம் மலினமடைந்து விட்டதென்பதற்கு அத்தாட்சியாக பரதேசத்திலிருந்து உற்பத்தியாகிவரும் சாமான்களுக்கு இங்கு “ஸ்வதேசி” என்னும் முத்திரையிடுவதாக வதந்தி. நாம் ஊக்கத்தோடு பரதேச சாமான்களை வர்ஜனஞ் செய்ததால் ஸ்வதேசி என்னும் முத்திரையை ஆங்கிலேயர்கள்கூட பரதேச வஸ்துக்களுக்கிட நேர்ந்தது. பொருளின் பொருட்டல்லவா நம்மை கேவலமாக நினைத்த ஆங்கிலே யர்கள் இப்படி செய்ய நேரிட்டது. இந்த ஊக்கத்தோடு “ஸ்வதேசி” திருமந்திரத்தை கைப்பற்றி அனுசரிப்போமானால் ஸ்வராஜ்யம் மிகுந்த தூரமிராது. மேலே சொன்னபடி இந்தியாவில் பரதேசிகள் ஆலையில் உற்பத்தியாகும் பஞ்சாடைகளுண்டு. பக்கிங்காம் மில், கர்னாடிக் மில், சாசூன் மில் முதலிய அநேக ஆலைகள் உண்டு. இவைகளெல்லாம் தங்கள் சரக்குகள் விலையாகும் பொருட்டு சரக்குமீது ஸ்வதேசி என்னும் முத்திரை உபயோகித்து வருகிறது. இத்தகைய காரியம் வெட்கமில்லாதது என்று கூறுவோம். ஏனெனில் பரதேசத்தார் நடத்தி பெரும்பாலும் லாபமடைகிறார்கள். இந்தியா விலே இந்தியர்கள் வேலை செய்யாமல் ஆங்கிலேயன் வந்து வேலை செய்ய அவனிடத்தில் கூலிக்கு நம்மவர்கள் வேலைமாத்திரம் செய்து வருவதால் உற்பத்தியாகும் வஸ்துக்கள் எல்லாம் சுவதேச சாமானா காது. சிலர் சொல்வது போல் நம்மவர்கள் செய்யும் சாமான்கள் ஸ்வதேசியமென்றால் உலகத்தில் 10இல் 3 மடங்கு நம்மவர்கள் செய்யும் சாமான்கள். ஆப்பிரிக்கா, அமெரிக்கா முதலிய கண்டங்களில் கூட நம்மவர்கள் குடியேறி கைத்தொழில்கள் செய்து வருகிறார்கள். ஆகையால் அத்தேச சாமான்கள் ஸ்வதேசி சாமானா?

உலகத்தில் ஒவ்வொரு தேசத்தாரும் தாய்நாடு, நமது சகோதரர்கள், ஸ்வதேச உற்பத்தி என்று பெருமையாய் சொல்லுவது போலவே நமக்கும் தாய்நாடிருக்கிறது. ஸ்வதேசத்தில் நமக்கு வேண்டிய சாமான்கள் அகப் படும்போது பரதேஸ வஸ்துக்களை வாங்குவது இழிவான காரியம்.

நமது சகோதரர்கள் உண்மையான ஸ்வதேச வஸ்துக்களை ஆதரிக்க வேண்டுமென்பதே எமது திண்ணம். உண்மையான ஸ்வதேச சாமான் களையறிந்து நமது சகோதரர்கள் ஆதரித்து தேசம் விருத்தியடைய செய்வது பாரதர்களின் கடமையாகும்.

விஜயா, 15 பிப்ரவரி 1910

ஆகாய விமானமும் சென்னையும்

இப்பொழுது உலகமெல்லாம் ஆகாய மார்க்கமாய் யாத்திரை செய்ய ஆவல் கொண்டிருக்கிறார்கள். நிலத்திலும் நீரிலும் அதிவேக மாய்ச் செல்ல வழியேற்பட்டிருக்கிறது போரவில்லை. புகை வண்டியும், புகைக்கப்பலும் என்ன வேகமாகச் சென்றாலும் அதுகளுக்குண்டான ஸ்தலங்களில்தான் செல்லும். மலை, பள்ளத்தாக்கு, கடல் இவைகளை கவனிக்காமல் எங்கும் விரிந்த ஆகாய மார்க்கமாய் செல்வதென்றால் எல்லோருக்கும் வெகு வினோதமாகத்தானிருக்கும். நித்தியம் வயிற்றுப் பாடே பெரிதாயில்லாத சுதந்திர நாடுகளில் கணக்கில்லாத ஜனங்கள் ஆகாய சலனத்தில் வெகு ஊக்கம் எடுத்துக்கொள்ளுகிறார்கள். ஐரோப்பாவில் ஒவ்வொரு தேசத்திலும் ஒவ்வொரு விதமான விமானம் கட்டாதவர்களில்லை. அநேக உயிர்ச்சேதம் நடந்தாலும் பெருத்த முயற்சியோடு மேலும் மேலும் விமானங்கள் பத்திரமாகக் கட்டப்பட்டு வருகின்றன. இவ்வளவு ஆவலோடு ஜன ஸமூகம் ஒரு விஷயத்தை எடுத்துக்கொண்டால் அது கைக்கெட்டாமல் போகவே போகாது.

ஆனால் ஜனங்களுக்குள் இம்மாதிரியான ஆவலுண்டாவதற்கு சில வெளி விஷயங்களும் ஒத்துக்கொள்ள வேண்டும். எப்போதும் சோறு சோறுயென்று கூக்குரலிடும்படி ஒரு ஜன ஸமூகத்தை வைத் திருந்தால் அவர்களுக்கு விமானங்களைக் குறித்து யோசிக்க மனம் வருமா? சென்ற ஐம்பது வருஷ காலமாக க்ஷாமம் க்ஷாமம் என்னுங் கவலை பரவி வரும் ராஜ்யத்தில் ஆகாய சலனத்தை குறித்து செலவு செய்ய யார் துணிவார்கள். ஆகையால்தான் நமது தேசத்தாரால் இதை குறித்து ஒரு முயற்சியும் செய்ய முடியவில்லை. கொஞ்சம் வயிற்று பாடுக்கு கஷ்டமில்லாத நம் சிற்றரசர்களுக்குக்கூட இதில் மனம் செல்லவில்லை. அவர்களும் இந்தியர்கள்தானே? நம் ஜாதிக்கு நேர்ந்த விபத்து இவர்களையும் விடவில்லை.

இந்திய புத்திரர்களாகிய அரசர்களும் ஜமீந்தாரர்களும் மிறாசுதாரர் களும் இதர ஜனங்களும் மன ஏக்கம் பிடித்து நாள் கழித்து வரும் இக்காலத்தில் இந்தியாவில் மற்றொரு வகுப்பார் வெகு குஸாலாக வாழ்ந்து வருகிறார்கள். இவர்களுக்கும் பொது ஜனத்தின் தாழ்ந்த நிலைமைக்கும் சம்மந்தமேயில்லை போல் தோன்றுகிறது. தாம்

செய்யும் வேலைகளுக்கு நல்ல சம்பளமும் அதிகாரமும் கிடைத்து எதேச்சையாக யிருக்கும் தன்மையுடையவர்களாயிருக்கிறார்கள்.

அவர்கள்தான் புதுப்புது விஷயங்களில் கவனித்து அவைகளை விருத்தி செய்வதற்கு வேண்டிய முயற்சி எடுத்துக்கொள்ள போதுமான சக்தியுடையவர்களாயிருக்கிறார்கள். இப்போது உலகமெல்லாம் மனதைச் செலுத்தும் ஆகாய விமானத்தை குறித்து வேண்டிய யேற்பாடுகள் செய்ய இவர்களால்தான் முடியும். அதினிமித்தம்தான் இந்தியாவில் விமானங்களைச் செய்ய நடந்த சிறு முயற்சிகள்கூட ஆங்கிலேயர்களால் செய்யப்பட்டது.

சில நாளைக்கு முன் கல்கத்தாவில் ஒன்று செய்யப்பட்டு ஆகாயத்தில் பறந்ததாக தெரிவித்திருந்தோம். இப்பொழுது மற்றொன்று சென்னையில் செய்யப்பட்டு வருகிறது. அதுவும் ஆங்கில வண்டி பட்டரையாகிய ஸிம்சன் கம்பெனியால் செய்யப்பட்டுவருகிறது. சென்னை மௌண்ட் ரோட்டில் பெயர்போன ஓட்டல் வைத்திருக்கும் டாஞ்சலிஸ் (டி, ஆஞ்சலிஸ் என்றும் சொல்லுவதுண்டு) என்னும் பிரெஞ்சுக்காரரால் கண்டு பிடிக்கப்பட்டு, தமிழ் வேலைக்காரர்களால் செய்யப்படுகிறது. ஸிம்சன் கம்பெனியின் மானேஜர் மேற்பார்வையின் கீழ் நடந்துவருகிறது. இப்போது 12 குதிரை சக்தியுள்ள என்ஜினினால் நடத்திப்பார்த்தார்கள். சென்னைக்கு அருகில் நடத்தினபொழுது திருப்திகரமாகவேயிருந்ததாம். மறுபடியும் 25 குதிரை சக்தியுள்ள ஒரு என்ஜினை சேர்த்துவிடும்பொழுது எல்லா ஜனங்களுக்கும் காட்டப்படும். இந்த விமானத்தின் மொத்த பளுவு என்ஜின் ஆளோடு சேர்த்து 700 ராத்தால்தான். இந்த சமயத்திற்கு 20 குதிரை சக்தியுள்ள ஒரு என்ஜினை இந்த விமானத்திற்கு முடிக்கிவிட்டு பறக்கவைக்க எத்தனித்து வருகிறார்கள்.

இம்மாதிரியான விஷயங்களில் கூடிய சீக்கிரத்தில் நம்மிந்தியர்களும் அக்கரை எடுத்துக்கொள்ளுவார்களென்று நம்புகிறோம்.

விஜயா, 15 பிப்ரவரி 1910
இந்தியா, 19 பிப்ரவரி 1910

ஒரு மகமதிய ஸாது

கம்பளி ஸ்வாமி என்று இமயமலைப் பக்கங்களில் ஒரு ஸ்வாமி இருப்பதை நம் நேயர்கள் அநேகர் கேட்டிருக்கலாம். அவர் சில காலமாகத் தென் இந்தியாவிற்கு வந்து அநேக இடங்களில் உபன்னி யாசம் செய்துகொண்டிருக்கிறார்.

இப்போது பெங்களூரில் உபன்னியாசம் செய்தார். அதில் ஹிந்துக் களுக்கும் மகமதியர்களுக்கும் ஒத்துமை இருக்கவேண்டுமென்றும், இருவர்களின் மதமும் ஒன்றையே குறிக்கிறதென்றும், நம் மதக்கொள் கையைச் சரியாக அனுசரிக்க வேண்டுமானால் எல்லோரையும் சகோதரர்களாகக் கண்டாலொழிய முடியாதென்றும் பேசினார். இவருடைய உபன்னியாசத்தைக் கேழ்க்க அநேக ஹிந்துக்களும் மகமதியர்களும் கணக்கில்லாமல் வந்திருந்தார்கள். இவர் பேசிய ஒவ்வொரு பேச்சும் கேட்பவர்களுக்கு வெகு ஆனந்தத்தையும் ஊக்கத் தையும் கொடுத்தது. அங்கிருந்தவர்களெல்லோரும் அவர் பேச்சையே எதிர்பார்த்துக்கொண்டு வேறு எண்ணமில்லாமலிருந்தார்கள்.

இந்த ஸ்வாமி ஹைதராபாத்தில் குடுகொண்ட என்னும் கிராமத் தில், ஒரு பெரிய மகமதிய குலத்தில், பிறந்தவர். சையத் மகமத் என்பவரிடத்தில் சிறுவயதில் படித்தார். இவருக்கு மத விசாரணையில் ருசியுண்டானது இவர் தகப்பனாரால்தான். இவருக்குக் கொஞ்சம் சமஸ்கிருதமும் தெரியும். அமரகோசம், ஸ்ரீ பகவத் கீதை இவைகளை சிறுவயதிலேயே வாய்ப்பாடம் செய்தார். கபீர், நானக், கனகா முதலிய மகாத்மாக்களின் கீதங்களை வெகு ஆவலோடு படித்தார். இதே விஷயங்களில் மனதைச் செலுத்திக்கொண்டுவந்தமையால் இவருக்குச் சமுசாரத்தில் வெறுப்பு உண்டாய்விட்டது. தம்மிடத்தை விட்டுவிட்டு அநேக ஸ்தலங்களுக்கு யாத்திரை செய்து கடைசியாக இமயமலைப் பக்கங்களில் வெகுகாலம் வாசம் செய்தார். இவருக்குக் கம்பளி ஸ்வாமியென்ற பெயர் இப்போதுதான் கிடைத்தது. இவருக்கு இவ்வுலகத்திலுள்ள ஆஸ்தி ஒரு கம்பளிதான். இதைப் போர்த்திக் கொண்டு மலைச் சிகரங்களிலெல்லாம் சுற்றித் திரிவார். எங்கேயாவது ஒரு சாதுவைக் கம்பளியில்லாமல் கண்டால் தன் கம்பளியையும் அவருக்குப் போர்வையாகப் போட்டுவிட்டுப் போய்விடுவார்.

இவர் தானாகவே பிரயாசைப்பட்டு கொஞ்சம் பணம் சம்பாதித்து ஒரு பெரிய இரும்பு பாலம் கட்டியிருக்கிறார். இந்தப் பாலத்தினால் இமயமலை ஒரு சிகரத்திலிருந்து மற்றொரு சிகரத்திற்குப் போக ஒரு சுலபமான குறுக்குவழியாயிருக்கிறதாம். இவருடைய பெருமையைக் குறித்து ஸ்வாமி விவேகானந்தரும் அநேக இடங்களில் சொல்லியிருக் கிறார். இவருடைய சரித்திரம் தெரிந்தவர்கள் யார்தான் இவரைப் புகழ மாட்டார். தன்னலமென்பதே தெரியாத இவர் நாடெல்லாம் சுற்றித் திரிந்து ஸத்தியத்தைக் கைப்பற்றி அன்னியர்களுக்கு அதை யூட்டுவதற்கு உலகத்தில் சீவித்திருப்பவரைக் கண்டால் யார்தான் மெச்சார்.

இப்பேர்ப்பட்ட மகான்கள் ஹிந்து முஸ்லீம்களுக்குள் ஐக்கியத்தை யுண்டாக்கக் கருதினால் அது அதிசீக்கிரத்தில் நடைபெறும். இந்தியா வில் மதக் கோட்பாடுகளை நன்றாயறிந்த ஸாதுக்கள் வந்து ஒரு சீர்திருத்தம் செய்யவேண்டுமானால் அதைத்தான் ஹிந்துக்களும் மகமதியர்களும் அக்கறையோடு கேட்டு அனுசரிக்க எத்தனிப்பார்கள். அதில்லாமல் ஆங்கிலேயர்களின் நடவடிக்கையைப் புஸ்தகத்தில் படித்துவிட்டு இங்கிலாந்தில் நடைபெறும் வழக்கங்களையெல்லாம் இங்கு அனுசரிக்க வேண்டுமென்று சில போலி சீர்திருத்தக்காரர்கள் (*social reformers*) கூத்தாடினால், இந்தியாவில் ஒருவரும் மதிக்கமாட் டார்கள். இவர்கள் எவ்வளவு பொதுக்கூட்டம் கூடினாலும், எவ்வளவு பெரியபெரிய உத்தியோகஸ்தரை உதவிக்குச் சேர்த்துக்கொண்டாலும் நமது பழய ஆசாரங்களில் ஒரு அணுவேனும் மாறுபடாது. சமுசாரத்தைத் துறந்து கோமணாண்டியாயிருந்தாலும் அவர் பேச்சுக்கு நம் ஜனங்கள் செய்யும் கௌவரம் எவ்வளவு பெரிய கனவானாயிருந்தாலும், உலக வாழ்க்கையில் பெருமைபெற்றிருந்தாலும் இவர் பேச்சுக்குக் கிடைக்காது.

பொதுஜன நோக்கம் இவ்விதமிருக்கிறபடியால்தான் இந்தியாவில் இந்த இழிவான தசையிலும் கம்பளி ஸ்வாமி முதலியவர்களைப் போன்ற பெரியபெரிய மகான்கள் நமது தேசத்தில் உதிக்கிறார்கள்.

விஜயா, 18 பிப்ரவரி 1910

தீண்டாதவர்கள்

தீண்டாதவர்கள் புலையர்களென்றும், மாலர்களென்றும், தோட்டிகளென்றும் பலவாறாக பிரிக்கப்பட்டிருக்கிறார்கள். பூமியில் அநேக ஜாதியார் பெருமையிழந்து பேடிகளாய்விட்டார்கள். ரணஜித் சிங், குரு கோவிந்து, நானக் முதலிய உத்தமர் சிறப்பாய் வாழ்ந்த ஜன்ம பூமியின் ரூபம் மாறிவிட்டது. இந்நவீன இயக்கம் பிறந்தும் புலையர்களை நாம் பாதாளத்தில் அமுக்கிவைத்திருப்பது நியாயமாகாது. அவர்களுக்குத் தக்க கல்விகளில் பயிலவைத்து அவர்களை உயர்ந்த அந்தஸ்துக்குக் கொண்டுவர வேண்டும். இந்திய ஜன சங்கையில் இவர்கள் 5இல் ஒரு பங்கு. இவர்களின் அபிவிருத்தி பாரத நாட்டிற்கு மிகவும் அவசியமானது.

எல்லா ஜாதியாரும் ஸ்வய ஆட்சி விரும்பும்போது நமது சகோதரர்களாகிய புலையர்கள் மிகக் கேடுகெட்ட நிலையில் புலையர்களாகவே எக்காலமும் ஜீவிக்க வேண்டுமா? இச்சாதியாரில் பெரும்பான்மையோர் விவசாயிகளாகவும், குதிரையாளாகவும், துரைகள் பட்லராகவும், தோட்டிகளாகவும் ஜீவித்துக் காலங்கழித்து வருகிறார்கள். பாரதர்கள் ஸ்வய ஆட்சி ஆசிக்குங் காலத்தில் புலையர்களுக்கு நல்ல அந்தஸ்து வேண்டாமா? அவர்கள் கல்வி தேர்ச்சியடைந்து இராஜாங்க உத்தியோகங்கள் மற்றும் அநேக கைத்தொழில்கள் செய்து முன்னுக்கு வரவேண்டுவதும் நியாயமே. ஸ்வய ஆட்சி விரும்புகிறவர்கள் தமது சகோதரர்களைச் சமமாக பாவிக்க வேண்டும். நம்மவர்களில் ஒவ்வொரு ஜாதியாரிலும் அநேகர் அசுத்தமாயிருந்தால் அவர்களைக் கீழ்ஜாதியாகக் கருதுவதுண்டா? ஹிந்துக்களின் உணவு காலத்துக்கேற்றபடி மாறியிருக்கிறது. காலத்தையொத்தே பாபாதிகளும் மாறிவருகின்றன. ஜப்பானில் இம்மாதிரி வேற்றுமையிருந்து சமரசப்பட்ட பிறகுதான் அந்நாடு உலகத்தில் ஒரு வலிமைவாய்ந்த இராஜ்யமாக கருதப்படுகிறது. நாம் இந்த ஜாதியாரில் ஒவ்வொருவனும் நற்குணமில்லாதவனென்று கருதுவது கண்மூடித்தனமாகும். உலகத்தில் ஒவ்வொரு ஜாதியாரும் பெருமையாய் வாழ விரும்பவேண்டுவது இயற்கை. ஒருவன் பிறப்பில் தாழ்ந்த ஜாதியென்றும் மேலான ஜாதியென்றும் பிரிக்கப்படுவது நியாயமாகாது. எல்லோரும் தெய்வ

சிருஷ்டி. குணாதிசயங்களால் மாத்திரம் உயர்ந்த வகுப்பான், தாழ்ந்த வகுப்பான் என்று கூறலாம். ஒவ்வொரு ஜாதியாரும் மற்றொன்றுக்கு மேல் என்று சொல்லிக்கொண்டே மதத்துவேஷம், பொறாமை, ஒற்றுமையின்மை ஆகிய துர்குணங்கள் படிந்து வருகின்றன. உலகத்தில் ஒரு பெரும் ஜாதியாராக விளங்க ஐக்கியம் அத்யாவஸ்யம். ஆகையால் நாட்டில் தற்காலமிருக்கும் மதங்கள் முடியுமானவரையில் வித்தியாசம் பாராட்டாமலும் ஒன்றோடொன்று சண்டையில்லாமலுமிருக்க வேண்டும். தீண்டாதவர்களின் குறைகளையும் தீர்க்க வேண்டும்.

விஜயா, 18 பிப்ரவரி 1910

ஐரோப்பியர்களும் இந்தியர்களின் உடையும்

தற்காலத்தில் ஐரோப்பா, அமெரிக்கா முதலிய கண்டங்களில் வாசஞ்செய்யும் ஜனங்கள் உடுக்கும் உடை சீன தேசத்தாரிடத்திலிருந்து தான் தெரிந்துகொள்ளப்பட்டது. கிரேகர், ரோமியர் நாள்களில் இவர்களெல்லாம் இடுப்பில் சல்லடம் என்று சொல்லப்படும் ஒரு சிறு காற்சட்டையும், மேற்போர்வைக்கு ஒரு நீண்ட வஸ்திரமும் தரித்திருந்தார்கள். இந்த நீண்ட வஸ்திரத்திற்கு 'டோகா' என்று அவர்கள் பாஷையில் பெயர். காலுக்கு இப்போதிய இந்தியர்கள் போட்டுக்கொள்ளும் செருப்பைப் போல ஒரு பாதரக்ஷை ஒன்று போட்டுக்கொள்வார்கள். இதுதான் ஐரோப்பியர்களின் புராதன உடை. ரோமியர்களின் ஆட்சி போய்விட்ட பிறகு சீன தேசத்தார் ஐரோப்பாவில் ருஷியா பரியந்தம் தங்களுடைய செங்கோலின்கீழ்க் கொண்டுவந்தபோது ஐரோப்பியர்கள் கொஞ்சம் கொஞ்சமாகச் சீனரின் நடைஉடைகளை அனுசரிக்க ஆரம்பித்தார்கள். ருஷியாவின் பழய ராஜதானியான மாஸ்கோ நகரத்திலிருந்த அரசர்கள் சீன தேசாதிபதிக்கு எழுநூறு வருஷம் வரையில் கப்பங் கட்டிக்கொண்டு வந்தார்கள். அந்தச் சமயத்தில்தான் அவர்களைப் போல் உடுப்பதையும் அவர்களைப் போல் சாப்பிடுவதையும் தெரிந்துகொண்டார்கள். சீன தேசத்தாருடைய சம்பந்தம் நீங்கின வெகுநாளைக்குப் பிறகு தாங்களாகவே சில மாறுபாடல்களைச் செய்துகொண்டார்கள். அப்போதுதான் தற்காலத்திய உடைகளின் ஏற்பாடுகளெல்லாம் செய்யத் துவக்கினார்கள். சீனர்களின் காற்சட்டையைப் போல அகலமாக வைக்காமல் காலோடு ஒட்டிக்கொண்டிருக்கும்படி நெருக்க மாகத் தைக்கத் தொடங்கினார்கள். முன்போர்வைகளை நீக்கிவிட்டு சீனர்களின் சட்டையைப் பார்க்கிலும் அதிக நெருக்கமான சட்டையைத் தரித்துக்கொண்டார்கள். இதே மாதிரி ஐரோப்பிய ஸ்திரீகளும் சீன தேச ஸ்திரீகளைப் போல் பெரிய ஆடை உடுத்தாமல் சுருக்கமானதாக வும், தேகத்தை நெருக்கக்கூடியதாகவும் தரித்தார்கள். இதேவிதமாக அநேக நூற்றாண்டுகள் கழிந்தன. இப்பொழுது நாம் தரித்திருக்கும் உடை சரியானதல்லவென்று சிலருக்குப் பட்டிருக்கிறது. ஜெர்மனி தேசத்தில் பர்லின் நகரத்தில் சிலர் உடம்பை முழுதும் மூடிக்கொள்வது தேக ஆரோக்கியத்திற்கு ஒத்ததல்லவென்று தெரிந்துகொண்டு

கொஞ்சம் ஆடைகளையே தரித்துவருகிறார்கள். உடம்பு தோலெல்லாம் வெளிக்காற்று பட்டுக்கொண்டிருந்தால்தான் அதில் சேரும் அழுக்கும் துர்நாற்றமும் போகும் என்பதை யறிந்து இம்மாதிரியாகச் செய்கிறார்கள். புருஷர்களும் ஸ்திரீகளும் தேகப்பயிற்சி, பர்லின் நகரத்துக்குப் பக்கத் திலிருக்கும் ஒரு பெரிய மைதானத்தில் சுவல்ப்ப உடையோடு செய் கிறார்கள். இப்படித் தேகத்தின் மேல் எப்போதும் காற்றடிப்பதினால் தேகத்துக்கு ஒருவிதமான உறுதியும் அழகும் மேனியும் வளருகிறதாம். ஆகையால், பர்லின் ஸ்திரீகளில் அநேகர் இந்தியாவில் இருக்கிறதைப் போல் வஸ்திரங்கள் தரிக்கத் தொடங்கி இருக்கிறார்கள். நம்முடைய உடைகள் சுகாதர முறைக்கு விரோதமில்லாமல்தான் ஏற்படுத்தியிருக் கின்றன. அதை நம்மவர்களிற் சிலர் விட்டுவிட்டுத் துரையாய்விட வேண்டுமென்று அனாவசியமாகச் சட்டையின்பேரில் சட்டை போட்டுக்கொள்கிறார்கள். இந்த உஷ்ண பூமிக்கு இது வெப்பத்தைக் கொடுப்பதால் தாமிருக்குமிடத்திற்குப் பங்கா போடவேண்டியதாயிருக் கிறது. இவைகளெல்லாம் செய்துகொண்டால்தான் பெரிய மனுஷத் தனமென்று எண்ணுகிறார்கள். ஐரோப்பா குளிர்தேசமானபடியால் இம்மாதிரி யுடுப்பு ஒருவேளை வேண்டியதாயிருக்குமென்று எண்ண லாம். அவர்களே இதை விட்டுவிட்டால் நம்மவர்களுக்கு இது எதற்கு? அமெரிக்காவிலும் இதனுடைய உண்மையையறிந்து சிலர் வஸ்திரந் தரிக்கிறார்கள். அந்நாடுகளில் முகம், தலை தவிர வேறு எந்தப் பாகம் வெளியில் தெரிந்தாலும் அது மரியாதைக்குக் குறைவாம். நம்ம நேயர்களிலொருவர் அமெரிக்காவில் ஸான் பிரான்ஸிஸ்கோ என்னுமூருக்குப் போனார். அங்கு நம்முடைய வஸ்திரமுடுத்திக் கொண்டு பூட்ஸு, சட்டை, தலைப்பாகை முதலியவைகளைத் தரித்துக் கப்பலிலிருந்து இறங்கி ஒரு இடத்திற்குச் செல்லும்போது நடுவழியில் ஒரு அமெரிக்கன் இவரைத் தடுத்து நீர் இந்த உடையோடு எங்களூரில் நடக்கக்கூடாதென்று தடுத்தான். ஊர் அதிகாரியாக விருந்தால் இவரைச் சிறைப்படுத்தியிருப்பதாகவும் சொன்னானாம். இம்மாதிரி அவர்களூரில் உடைகளை மாற்றுவதே பெரிய குற்றம். அப்படியிருக்க இப்பொழுது சிலர் மாற்ற எத்தனப்படுகிறார்கள். அவர்கள் தம் குழந்தைகளுக்கும் இதேமாதிரி உடைகளை அளித்து வருகிறார்கள். இதற்காக ஒருவர் குற்றம் சாட்டப்பட்டு விசாரணை நடந்து விடுதலையடைந்தார்.

இம்மாதிரியான சில்லரை விஷயங்களில்கூட அவர்களுக்குள் ளிருக்கும் கட்டுப்பாட்டைப் பார்த்து நாமும் நமக்குள் சில கட்டுப் பாடுகள் செய்துகொள்வது அவசியம்.

விஜயா, 19 பிப்ரவரி 1910

ஆங்கில பாஷை
இந்தியர்களுக்குக் கற்பித்ததின் காரணம்

முதல்முதலில் ஆங்கிலேயர்களில் சிலர் இந்தியர்களுக்கு ஆங்கிலத்தில் பயிற்சி கொடுக்கக்கூடாதென்றே எண்ணினார்கள். அவர்களில் பெயர்போன ஸமுஸ்கிருத பண்டிதரான *H.H.* வில்சன் என்பவர் ஒருவர். இவரைக் கேட்டபோது இந்தியர்களுக்கு ஆங்கிலப் பயிற்சி கொடுத்துப் பரீக்ஷைகளுக்குரிய பட்டங்களைக் கொடுத்துவிட்டால் ஆங்கிலேயர்களைப் பார்க்கிலும் சிலசமயம் மேன்மையாக நடத்த வேண்டி வருமென்றும் அது ஆங்கிலேயர்களுக்கு வெகுகுறைவானதென்றும் 1835ஷூத்தில் சொன்னார்.

இந்தியர்கள் புத்திசாலிகள்தான். ஆனால் ஆங்கிலோ இந்தியர்கள் இவர்களைச் சமானமாக நடத்த ஒப்புக்கொள்ளார். சமுத்திரத்தில் ஒரு துளி போன்ற இந்தச் சிறு ஆங்கிலக் கூட்டத்திற்கு இந்தியா முழுதும் கீழ்ப்படிந்திருக்க வேண்டுமென்பதுதான் இவர் கருத்து. ஆனால் புத்தியபிவிருத்திக்கு ஆங்கிலம் ஒன்றுதானா, சுயபாஷை உதவாதா? என்று சிலர் கேட்டார்கள். அதற்குச் சுயபாஷையில் இந்தியர்கள் என்ன தேர்ச்சியடைந்தாலும், ஆங்கிலம் தெரியாது என்னும் காரணங்கூறி கீழ் உத்தியோகங்களிலேயே நிறுத்திவிடலாம். மேல் உத்தியோகங்களையெல்லாம் ஆங்கில ஆட்சியிருக்கும்வரையில், கெட்டிக்காரர்களாயில்லாதிருந்தாலும் ஆங்கிலர்களுக்கே கொடுக்கலாம் என்று எண்ணி *H.H.* வில்சன் என்பவர் ஆங்கில பாஷையை இந்தியர்களுக்குச் சொல்லக்கூடாது என்று வற்புறுத்தினார். இவரது ஒரு பக்ஷம். மற்றொரு பக்ஷத்தார், ஆங்கிலம் சொல்லிக்கொடுப்பதுதான் மேலென்றும், அதைவிட்டு இந்தியர்களைத் தம் முக்கிய பாஷைகளான ஸமுஸ்கிருதம், அரபி முதலானவைகளில் பயிலச்செய்தால் ஆங்கில ராஜ்யத்திற்கே கேடு வருமென்றும் சொன்னார்கள். சமுஸ்கிருதத்தைப் படித்த ஹிந்துக்களெல்லாம் ஆங்கிலேயர்களை இழிவான மிலேச்சர்களென்றும், அவர்களின் நடை, உடை, பாவனையெல்லாம் ஆரிய தர்மத்துக்கு நேர் விரோதமென்றும், அவர்களோடு ஒரு மாதிரியான வியாபாரமும் வைத்துக்கொள்ளக் கூடாதென்றும், அவர்கிட்ட நெருங்குவதுகூட மகா பாவமென்றும் கருதுகிறார்கள். இப்படியிருக்க இவர்களுக்குத் தம்முடைய பரம்பரையின் பெருமையைக் கூறும்

ஸமுஸ்கிருதப் பயிற்சி கொடுத்தால் ஆங்கில ஆட்சி நிலைபெறாது. மேலும் முஸல்மான்களுக்கு அரபி சொல்லிக்கொடுப்பதைப் பார்க்கிலும் ஆபத்து வேறு வேண்டியதில்லை. முஸல்மான்களின் ஆட்சியை ஆங்கிலேயர்கள் இப்போதுதான் நாசம் செய்திருக்கிறார்கள். அவர்களைத் தம்முடைய பெருமையையே புகட்டும் அரபிக் கல்வியில் பயிலவைத்தால் அவர்கள் பெருத்த ஆவேசத்தோடு ஆங்கிலேயர்களை இந்தியாவினின்றும் துரத்த எத்தனிப்பார்கள். முஸல்மான்களின் கொள்கைகளில் ஆங்கிலேயர்களாகிய 'காபீர்'களைக் கொன்றால் தமக்கு மோக்ஷத்திற்குச் சமுசயமில்லை என்பது முக்கியமான கொள்கை. இம்மாதிரியாகச் சுயஜாதி நலமும், மதக் கொள்கையும் ஒன்றுசேர்ந்து பெரிய சூரர்களாகிய முஸல்மான்களை ஏவினால் ஆங்கிலேயர்கள் வெகுநாள் ராஜ்யஞ் செய்ய முடியாது. ஆகையால், எவ்விதத்தாலும் இந்துக்களுக்குச் சமுஸ்கிருதமும் முஸல்மான்களுக்கு அரபியும் சொல்லிக்கொடுப்பது கூடவேகூடாதென்று மற்றொரு கக்ஷியார் வற்புறுத்தினார்கள்.

இவ்விரு கக்ஷியார்களின் விவாதத்தால் என்ன வெளிவருகிறதென்றால், இந்தியர்களை எந்தமாதிரியான கல்வியில் பயிலவைத்தால் அவர்கள் ஆங்கிலேயர்களுக்கு எப்போதும் அடிமைகளாகவிருந்து தம் பழய உயர்ந்த நிலையை மறந்து விடுவார்கள் என்னும் ஒரே நோக்கம்தான் இரு கக்ஷியாரும் கொண்டது. இப்பொழுது சில அரைவாய், கால்வாய் படிப்போடு சிலர் சொல்வது போல இந்தியர்களைக் கடை தேரவைப்பதற்குத்தான் மகா கருணையுள்ள ஆங்கிலேயர்கள் ஆங்கில பாஷையை நமக்குச் சொல்லிக்கொடுத்தார்கள் என்பது சுத்த பிசகு.

ஆங்கில பாஷையை இந்தியாவில் பரவச்செய்ய வேண்டுமென்று பெரிய முயற்சி செய்த கவர்னர் ஜனரல் இந்தியர்களுக்கு பெருத்த துரோகி. இந்த லார்ட் வில்லியம் பென்டிங்கு சென்னை கவர்னராக இருந்தபோதுதான் சென்னை சிப்பாய்களை அடக்க முயல, அவர்கள் வேலூர் கலகத்தை நடத்தினார்கள். இவருக்கு இந்தியர்களை மேலுக்கு வரவொட்டாமல் தடுப்பதே முக்கிய நோக்கம். இவர் கவர்னர் ஜனரலாயிருந்தபோதுதான்ஆங்கில பாஷையில் இந்தியர்கள் ஆங்கிலத்தில் பயில வேண்டுமென்றும், இனிக் கவர்ன்மெண்டு பணத்தில் ஒரு காசுகூடச் ஸமுஸ்கிருத புத்தகங்களையும் அரபி புத்தகங்களையும் அச்சிடச் செலவழிக்கக் கூடாதென்றும் உத்திரவு பிறந்தது.

H.H. வில்சன் சொல்லியதை போல் ஆங்கிலம் படித்த இந்தியர்களுக்கு ஆங்கிலேயர்களுக்குச் சமானமான உத்தியோகங்கள் கொடுக்க வேண்டி வருமே என்பதற்கு, இந்தியர்கள் என்ன படித்தாலும் சரி அவர்கள் பெரிய வேலைக்கு அருகரல்லரென்று செய்துவிட்டால், ஆங்கிலேயர்களின் பிழைப்புக்குக் கெடுதலுண்டாகாது என்றும், இது போதுமான காபந்து என்றும் எண்ணினார்கள். இன்னொரு யுக்தி இவர்கள் செய்தது என்னவென்றால், பெரிய உத்தியோகங்களுக்கு

வர ஸிவில் ஸர்விஸ் என்று ஒரு பரிக்ஷை ஏற்படுத்தி, அதை இங்கிலாந்தில் நடைபெறும்படி செய்து இந்தியர்கள் அதில் தேரவேண்டுமானால், அதிக சிறுவயதிலேயே அந்தப் பரிக்ஷை கொடுக்கவேண்டும் என்னும் கட்டுப்பாடு செய்தார்கள். இதனால் இந்தியர்கள் சிறுவயதிலேயே ஆங்கிலம் பயின்று இங்கிலாந்துக்குப் போய் பரிக்ஷை கொடுப்பது முடியாத காரியம் என்று எண்ணிச் செய்தார்கள் போலும். இந்தியாவை ஆள 8000 மையிலுக்கப்புறமுள்ள ஒரு சிறு தீவில் பரிக்ஷை சிறுவயதிலேயே கொடுக்க வேண்டுமாம். என்ன அழகான ஏற்பாடு! இதற்கும் பின்வாங்காமல் ஒரு இந்தியர், ஸ்ரீ ராஜா ராம்மோஹன ராய் என்பவர் தன் மகனை இங்கிலாந்துக்கே அழைத்துப்போய் அந்த ஸிவில் ஸெர்வீஸ் பரிக்ஷையைச் சிறு வயதிலேயே தேரும்படி செய்தார். அப்போது நம்மீது கருணையுள்ள கவர்மெண்டார் இந்த இந்தியனுக்கு வேலை கொடுத்தால் ஆங்கிலேயருக்குக் கோபம் வரும் ஆகையால் இவருக்கு வேலை கொடுக்க முடியாதென்று கண்டிப்பாய் சொல்லிவிட்டார்கள்.

இவ்வளவு கட்டுப்பாடோடு இந்தியர்களுக்கு ஆங்கிலத்தில் பயிலக் காலேஜுகள் கட்டி ஆங்கிலேய உபாத்தியாயர்களுக்கு ஆயிரம் ஆயிரமாக ஏழைக் குடிகளின் வரிப்பணத்தில் கொடுக்கப்படுகிறது. இந்தப் பெருத்த கருணையுள்ள செயலுக்கு நம்மவர்களில் அநேக புத்திமான்கள் ஆங்கிலேயர்களுக்கு விழுந்துவிழுந்து வணங்குகிறார்கள்.

விஜயா, 22 பிப்ரவரி 1910

கவர்ன்மெண்டாரின் மிரட்சியும் ஸ்ரீ பாபா பாரதியும்

ஆங்கிலேய கவர்ன்மெண்டாருக்கு இந்தியாவில் ஒருவரையும் நம்ப முடியவில்லை. வாஸ்தவத்தில் அவர்களுக்கு வெகு சினேகமாயிருக்கும் இராஜபக்தர்கள்கூடத் தமக்குக் கெடுதி நினைப்பதாகவேதான் எண்ணம். இப்படித் தமக்கு வேண்டியவர்களிடத்தில் இவ்வளவு அவநம்பிக்கைப்பட்டும் கவர்ன்மெண்டார் தமக்கு எப்போதும் வீண் சமுசயங்களை விளைவிக்கும் போலீஸார் வார்த்தையில் பரிபூரண நம்பிக்கையுண்டு. கவர்ன்மெண்டாருக்கு இப்போது கெட்ட காலம் என்பதற்கின்னும் வேறு உதாரணம் வேண்டுமா? கவர்ன்மெண்டார் பாடு இப்படியிருக்கட்டும், நம்மிராஜபக்தர்களாகிய இந்தியர்களின் கதியென்னவென்று பார்க்கலாம். இவர்களை வெளிக்குத் தடவிக் கொடுக்கிறார்களேயொழிய அந்தரங்கத்தில் இவர்களிடத்தில் கவர்ன்மெண்டாருக்கு நம்பிக்கையில்லை. இதை அநேகர் தெரிந்து கொள்ளாமல் ஏமாந்துவிடுகிறார்கள். கவர்ன்மெண்டதிகாரிகளின் வெளிவேஷத்தைப் பார்த்து இவர்கள் வாஸ்தவத்தில் கவர்ன்மெண்டார் தம்மை மதித்து நம்புகிறார்களென்று எண்ணுகிறார்கள். இவர்களுக்குக் கொடுத்திருக்கும் பெரிய உத்தியோகங்கள் தம்முடைய புத்திசாலித்தனத்தைப் பார்த்து ஸர்க்கார் கொடுத்திருக்கிறார்கள் என்று எண்ணுகிறார்கள். இதெல்லாம் உண்மையல்ல. ஜனங்கள் புகார்செய்யாதிருக்கும் பொருட்டுச் சில பெரிய உத்தியோகங்களை இந்தியர்களுக்குக் கொடுக்க வேண்டியதாயிருக்கிறது. பத்து ஆங்கிலேயர்களுக்கு பெருத்த அதிகாரம் கொடுத்தால், ஒரு இந்தியனுக்காவது கொஞ்சம் பெரிய பதவி தந்தால்தான் ஜனங்களுக்கு நம்பிக்கை யுண்டாகும். இதினிமித்தம் இருக்கும் இந்தியர்களுக்குள் எவன் தமக்கு அடங்கி இருப்பானோ அவனைப் பார்த்து அவன் எவ்வளவு புத்திசாலியாயில்லாமலிருந்தாலும் அவனுக்கு வேலை கொடுத்துவருகிறார்கள். கவர்ன்மெண்ட் உத்தியோகஸ்தர்கள் கெட்டிக்காரராக இல்லாவிட்டாலும் அடங்கியிருக்க வேண்டியது முக்கியம். வேலைக்கு வருகிறவர்கள் இப்படி இருப்பதால்தான் கவர்ன்மெண்டாரையே நம்பித் தம்மை அவமதிப்போடு நடத்தினாலும் அவர்களே கதியென்றிருக்கிறார்கள். இதையறிந்த கவர்ன்மெண்டார் இவர் அவமதிப்போடு நடத்துவதுமன்றி நம்புகிறதுகூட இல்லை. இவர்கள் ராஜதுரோகம்

செய்வார்களோ என்னமோவென்று போலீசாரை ஏவிவிட்டு வெகு ஜாக்கிரதையோடு கவனித்து வருகிறார்கள். ஒரு இந்தியன் எந்த பெயர் வைத்துக்கொண்டிருந்தாலென்ன? வெளிக்கு ராஜபக்தி பாராட்டி உள்ளுக்குள் ராஜதுவேஷியாயிருக்கக் கூடாதா? ஸ்ரீ அரவிந்த கோஷ் என்று பெயர் வைத்துக்கொண்டு உள்ளுக்குள்ளே தேச பக்தராயிருந்தால் பெரிய ஆபத்தல்லவா? என்று இம்மாதிரி கவர்ன்மெண்டார் பயம் கொண்டிருக்கிறார்கள். ஆகையால் அவர் களுக்கு ஸ்ரீ அரவிந்தரைப் பார்க்கிலும் பூனை போலிருக்கும் ஜட்ஜ் ஸ்ரீ கிருஷ்ணசாமி அய்யர் வகைறாக்களை வெகு ஜாக்கிரதையாகக் கவனிக்க வேண்டியிருக்கிறது. ஸ்ரீ பாபா பாரதி என்னும் சன்னியாசி ஸ்ரீ கிருஷ்ணசாமி அய்யர் வீட்டில் வந்திருக்கையில் அவர் பேரில் வேவு போலீஸ் வைத்ததின் காரணம் இதுதான்.

கவர்ன்மெண்டார் செய்வது சரிதான். அவர்களோ அன்னியர்கள். முன் லா. மார்லி சொல்லியவாறு அவர்களுக்கு இந்தியர்களெல்லாம் விரோதிகள்தான். இன்று வேலைபார்த்து விட்டாரானால் இந்தியனின் குணம் மாறிவிடுமோ? நம்மிடத்தில் வேலை செய்துகொண்டே நமக்கு விரோதியாய் விடுகிறானோ என்று அவர்கள் கவனிக்கத்தான் வேண்டும். தப்பெல்லாம் வேலைபார்க்கும் இந்தியர்கள் பெயரிலேதான் இருக்கிறது. இவர்களைச் சரிசமானமாக நடத்துகிறதில்லையென்பது இவர்களுக்கு நன்றாகத் தெரியும். இவர்களை உத்தியோகத்துக்கு நியமிக்கும் சட்டத்திலேயே அநேக வித்தியாசம் ஏற்பட்டிருக்கிறது. ஆங்கிலேயனை ஒரு வேலைக்கு வைத்தால் அதே வேலையிலிருக்கும் இந்தியனைவிட அரைமடங்கு சம்பளம் அதிகமாகக் கொடுக்கப்படு கிறது. வேலையில் தப்பு ஏற்பட்டாலோ இந்தியனாயிருந்தால் அவன் கழுத்துக்கு ஆபத்து வந்துவிடும். ஆங்கிலேயனாயிருந்தாலோ அவனுக்குக் கீழிருந்த இந்தியன்தான் அதற்கு உத்திரவாதம். இது பொதுவாகத் தெரிந்த விஷயம். இதல்லாமல் அநேக சில்லரைத் தொந்தரவுகள் இந்தியனுக்குண்டு. இதையெல்லாம் சகித்துக்கொண்டு வேலை பார்த்தால் ஆங்கிலேயர்களுக்கு இவர்களிடத்தில் என்ன கௌரவமுண்டாகும். இவர்களை ஏன் அவமதிப்போடு நடத்தக் கூடாது? ஸ்ரீ பாபா பாரதி விஷயத்தை எடுத்துக்கொள்வோம். இவர் முந்திச் சென்னைக்கு வந்திருந்தபோது இவர் பச்சையப்பன் கலாசாலை யில் செய்த உபன்னியாசத்தை அனேகர் கேட்டிருக்கலாம். அப்போது இவர் ஸ்ரீ திலகர், அரவிந்த கோஷ் முதலிய தேசபக்தர்களைத் தூஷித்ததையும் கேட்டிருக்கலாம். இவரைச் சபையோர் பேசா வண்ணம் செய்த பிறகு சன்னியாசியென்று மரியாதைக்குச் சும்மாவிருந் ததும் தெரிந்திருக்கும். சுவஜனதுரோகத்தையும் நினைக்காமல் கவர்ன் மெண்ட் பக்கம் பேசின இந்தச் சன்னியாசி கவர்ன்மெண்டார் பூர்ண நம்பிக்கை வைத்திருப்பதாகப் பாவிக்கும் ஜட்ஜ் ஸ்ரீ கிருஷ்ணசாமி அய்யர் வீட்டுக்கு இரண்டு நாளைக்கு வந்தால் அவரை வேவு போலீஸ் வைத்துக் கவனிக்கிறார்கள். இதனால் இவ்விரண்டு ராஜபக்தர் களிடத்திலும் எவ்வளவு தூரம் நம்பிக்கையிருக்கிறதென்று

விளங்குகிறது. இவ்வளவு அவ நம்பிக்கையோடு இவரை வேலையில் வைத்திருப்பது நாம் வீடுகளில் வேலைக்காரர்களை நம்பாமல் எப்போது திருடுகிறானோவென்று ஜாக்கிரதையாய்ப் பார்ப்பது போல இவரைப் பார்த்து வருகிறார்களென்று தெரியவில்லையா? சில வேலைக்காரர்கள்கூட இம்மாதிரியான அவநம்பிக்கையைச் சகியாமல் வேலையை விட்டுவிடுகிறார்கள். ஸ்ரீ கிருஷ்ணசாமி அய்யர் என்ன செய்யப் போகிறாரோ தெரியவில்லை. இவ்வளவு அவநம்பிக்கை வைத்திருக்கிறார்கள் என்று தெரிந்த பிறகாவது தைரியமாய் கவர்னரிடத்தில் போய் இனி இதுமாதிரி நடத்தினால் நான் வேலைக்கு இராஜினாமா கொடுத்துவிடுவேன் என்று சொல்லு வாரா? இவர் வயிற்றுப்பாடுக்கு வேலை பார்க்கிறதில்லை, கௌரவத் திற்குத்தானே உழைக்கிறார்? அதுவும் போய்விட்ட பிறகு இவர் எதற்காக வேலையிலிருக்க வேண்டுமோ தெரியவில்லை.

ஆனால், இவர் வேலையை விடவாவது அல்லது தன் மரியா தையைக் காப்பாற்றிக்கொள்ளவாவது கவர்ன்மெண்டாரிடத்தில் பிரயத்தினப்படுவாரென்று நம்ப இடமில்லை.

விஜயா, 23 பிப்ரவரி 1910

ஸ்வதேசப் பத்திரிகை மசோதா

ஸ்வதேசப் பத்திரிகை மசோதா ராஜ்ய சட்டப் புத்தகத்தில் தாக்கலாய் விட்டது. 1818 வருடம் 3 நிபந்தனையைப் போல் இதுவும் தேச சட்டமாய்விட்டது

எதற்காக இந்த மசோதா? ஐரோப்பிய இந்திய ஆங்கில ஸ்வபாஷா பத்திரிகைகளைச் சரியாக அடக்கும் பொருட்டும் அவைகளுக்கு கொடுத்திருக்கும் வரம்புகளைக் கடக்காமலிருக்கும் பொருட்டும்தான்.

இதற்கு ஒரு பிரத்தியேகச் சட்டம் தேவையா? சாதாரணக் குற்றச் சட்டத்தோடு சர்க்கார் திருப்தியாயிருக்கக் கூடாதா? இந்தச் சட்டத்தில் இராஜநிந்தனைக் கூட்டச் சட்டம், தேச நிர்வாசம் பீனல் கோர்ட்டுச் சட்டத்தில் எல்லாம் அடங்கியிருக்கின்றன. சென்ற வருடம் கடைசி வரையில் 47 பத்திரிகைகள் குற்றஞ் சாட்டப்பட்டன. இவைகளில் ஒரு வழக்காவது தள்ளப்படவில்லை.

இதை நடத்தும் வழி பின்வருமாறு: பத்திராதிபர் அவருடைய நன்னடக்கைக்கு ஜாமீன் தர வேண்டும். முதற் தடவை சட்டத்தைக் கடந்தால் ஜாமீன் இழந்துபோக வேண்டும். இரண்டாவது தரம் குற்றம் செய்தால் பத்திரிகை அச்சு யந்திர சாலையாகிய சமஸ்த சொத்தையும் மாஜிஸ்திரேட்டுக்கு ஒப்புக்கொடுக்க வேண்டும். மறுபடியும் பிடிவாதமாயிருந்தால் நீர் நாசமடைவீர், உமது சமஸ்தமான சொத்துக்களும் இழந்துவிட வேண்டும்.

தற்காலம் நடந்துவரும் பத்திரிகைகள் விஷயத்தில் சில மாறுதல்கள் உண்டு. ஆரம்ப முதற்கொண்டு நன்னடக்கை ஜாமீன் வேண்டாம். ஒரே பிடிவாதமாய்க் கீழ்ப்படியாமலிருந்தால்தான் ஜாமீன் தேவை. மற்றப்படி எல்லாருக்கும் ஒரே மாதிரிச் சட்டந்தான். சர்க்கார் இவ்வளவு இடங்கொடுத்ததற்குச் சந்தேகமில்லாமல் வந்தனஞ் செய்கிறோம். கலியுகத்தில் நிரபராதி என்று நம்மைப் பிறர் சொல்லும் வரையில் நமது நக்ஷத்திரங்களை ஆசீர்வதிக்க வேண்டும்.

ஆனால் குற்றம் எப்பொழுது ஏற்படும்? பத்திரிகைச் சட்டத்திற்குள் அகப்பட்டால்தானே. இதுவெல்லாம் இராஜாங்க ரகஸ்யம். நீர் ஏன் யோசிக்கிறீர், சட்டமானது எல்லா விஷயங்களிலும் குற்றம் கண்டுபிடிக்கத் தகுந்ததாயிருக்கிறதுதான் உமக்குத் தெரியுமே.

மசோதா தெளிவாய் இல்லாவிடில் என்ன? எல்லாம் எழுத்து மூலமாக எழுதப்பட்டிருக்க வேண்டுமா? சர் ஹர்பட்டு ரிஸ்லிதான் சந்தேகத்தை நிவர்த்தி செய்யக் காத்திருக்கிறாரே? "தாம் பத்திரிகைகளின் பேரில் வழக்கு நடத்தியும் சர்க்காரைப் பரதேசத்தாரென்று பத்திரிகைகள் கூறுகின்றன. தேசத்தின் ஐசுவரியத்தைச் சர்க்கார் வடிகட்டி எடுத்துக்கொள்கிறார்கள். ஜனங்களை ஏழையாக்கி விடுகிறார்கள். இந்திய தொழிலாளியின் கைத்தொழிலை நாசமாக்கினார்கள். ஜாதி மதங்களைப் போக்க முயற்சி செய்கிறார்கள். குடியேறின பிரிட்டிஷ் நாடுகளில் இந்தியர்களை ஹிம்சிக்க இடங்கொடுக்கிறார்கள். பளுவான தீர்வை வசூலித்து ராணுவத்திற்குச் செலவிடுகிறார்கள். இங்கிலீஷ்காரர்களுக்கு அதிக சம்பளம் தருகிறார்கள் என்று பத்திரிகைகள் கூறுவதாக ரிஸ்லி சொல்லுகிறார். பத்திரிகைகள் இவைகளைக் கூறுவதைத்தான் ராஜாங்கத்தார் குற்றம் என்று சொல்வது. இச்சட்ட நிபந்தனைகளில் அநேக அம்சங்கள் தெளிவாயில்லையென்று ஒருவரும் இதைக் குறித்து யோசிக்க வேண்டியதில்லை.

இது வெளிப்படையாயிருக்கிறது கண்மூடி கபோதிக்கும் தெரியும். இப்படியிருந்தும் ஜனங்கள் குறை கூறுகிறார்கள். இன்னும் சில முக்கிய அம்சங்களை இங்கு நாம் கூறுவோம். சில சாதாரணப் பிரமாணங்களையும் இங்கு விவரிப்போம். இப்பிரமாணங்களின் தெளிவு வெளிப்படும்.

ஸ்வதந்திரமில்லாத விடத்தில் ஸ்வதந்திரமாயிருக்கும் பத்திரிகைகளை நிறுத்த முடியாது. ஏனென்றால் அவைகள் இல்லவேயில்லை. நீதியற்ற விடத்தில் ஒருவன் ஒழுங்கு தவறி நடப்பதாகச் சொல்லி அவனைத் திட்டக் கூடாது. இந்தியப் பத்திரிகை யென்றால் ஸ்வதேச இந்தியப் பத்திரிகைதான். கனாடா தேசத்திய தோல்சட்டை இந்தியா தேசத்தில் பிரயோஜனப் படாது. மதிப்பில்லாத விடத்தில் மகான்கள் பிரமாணங்களைக் கூறுதல் உபயோகமில்லை. சக்திமான்களைத் தடுப்பவர்கள் எப்போதும் இழிவாகத்தான் நடத்தப்படுகிறார்கள். நியாயாதிபதிகள் சட்டம் படித்த வக்கீல்கள்தானே? அவர்கள் எல்லாவற்றிலும் நுட்ப விசேஷங்களைக் கண்டுபிடித்து நடத்துவார்கள். ஆகையால்தான் பத்திரிகைச் சட்டக் கேஸுகள் அவர்களிடத்தில் கொண்டுவரப்பட்டது.

தற்காலம் இது போதும். வைசிராய் சட்டசபையில் மசோதாவைச் சட்டமாக்கி விட்டவர்கள் யாரென்று குணதோஷங் கூறுவோர்க்குத் தெரியவில்லையா? ஒரு ஸிக் சர்தார், ஒரு பம்பாய் பார்ஸி, ஒரு ரஜ புத்திர முசல்மான், ஒரு மகம்மதிய வக்கீல், ஒரு சென்னை மகம்மதீயர், ஒரு மகம்மதிய முசல்மான், ஒரு முசல்மான் முசல்மான், ஒரு முசல்மான் மகம்மதியர், ஒரு மகம்மதிய மகம்மதியர் ஆகிய இவர்களே உழைத்துவரும் வாயில்லாத இந்தியர்களின் பிரதிநிதியாகத் தெரிந்தெடுக்கப்பட்டார்கள். அவர்களின் உரிமையை யார் கேட்கலாம்? அவர்கள் ஏகோபித்திருந்தார்கள். மூன்று தரம் பொது ஜனங்கள் நல்வரவு கூறினார்கள். பிற்பாடு ராஜாவைத் தெய்வம் காப்பாற்ற

வேண்டுமென்று பாடினார்கள். இவ்வளவு சுபசகுனங்களோடு மசோதா சட்டமாக்கப்பட்டது. யார் துணிவாய் இதை எதிர்ப்பார்கள்?

பேமானி பி.ஏ.களும், சில கூச்சலிடும் அனாமதேயர்களும்தான் எதிர்ப்பார்கள். அவர்கள் யார் தெரியுமா? போஸ் பாபு. ஏன் இவர் தான் மகுடாபிஷேகஞ் செய்யப்படாத பங்களா ராஜாவாகிய ஸ்ரீ பானர்ஜியின் பிராண சிநேகிதர். மாளவய்யா இவர் காங்கிரஸ் அக்ராசனாதிபதிதானே. நடேசன் வருஷத்திற்கு 'இந்தியன் ரிவ்யூ'வுக்கு 5 ரூபாய் சந்தா என்று பிரசுரித்தவரல்லவா? கோகலே அல்லது பர்துவான் கீர் ஹார்டியை வெள்ளைய கூலிகளின் சர்தாரென்று சொல்லி பத்திரிகை மசோதாவைத் தாங்கிப் பேசவில்லையா? வாஸ்தவம்தானே! இங்கிலாந்தில் ராஜாவின் முடியை உருக்கிவிட வேண்டுமென்று என்ன தைரியத்தோடு சொன்னார் இந்த கீர் ஹார்டியர் பார்த்தீர்களா?

பத்திரிகைகளுக்கு நல்ல காலந்தான். குணா தோஷங் கூறுபவர் களுக்கே இடங்கொடுக்காமல் இவை வர்த்தமானத்தை வெளியாக்கும். டைப்ரைடிங் இயந்திரம் இறகு கரிபூசிய கார்பன் காகிதம் முதலிய வைகள்தான் குணதோஷங்களைச் சொல்லாமல் கவர்ன்மெண்டார் மசியில் எழுதும் ஆங்கில இந்தியா பத்திரிகைகள் உபயோகமுள்ள உதவிகளே.

முன்யோசனையுள்ள ஒரு ராஜ நிபுணன் பிரமாணங்களை இங்கு சொல்லி முடித்தல் தகுதியாகும். "பரதேச கவர்ன்மெண்டாரும் ஸ்வதேச ஸ்வதந்திர பத்திரிகைகளும் பொருந்தாதவைகள். இப்படியே சில காலம் கழிந்தால் பத்திரிகையைச் சர்க்கார் நிறுத்தி விடுவார்கள். இல்லாவிடில் பத்திரிகைகள் கவர்ன்மெண்டார் வாயை யடக்கிவிடும்." இதினிமித்தம்தான் மசோதா சட்டமாய்விட்டது.

விஜயா, 23 பிப்ரவரி 1910

இந்திய குருவும் ஆங்கில குருவும்

உலகத்தில் வாலிப பருவத்தில் ஒருவன் எவ்வாறு பழகினானோ அப்படியே வயோதிக பருவம் வரையில் நடக்கிறான் என்பது உண்மை. ஐந்தில் வராதது ஐம்பதில் வராது என்பது திண்ணம். ஆகையினால்தான் 'இளமையிற் கல்' என்பது ஆன்றோரின் மூதுரை.

நமது பாரத நாட்டில் ஜனங்களுக்கு மதந்தான் பிரதானமானது. பாரதனுக்கு எது எப்படி போனபோதிலும் ஸரி; அவன் மதம் போய்விடுகிறதென்றால் பிராணனையும் துரும்பாக நினைப்பான். தற்காலம் பாரத ஜனங்களில் வெகுவாய் ஆங்கிலம் கற்றவர்களில் பலர் ஹிந்துக்களின் ஸனாதன தர்மத்தை அதிக ஸமீப காலத்தில் இரண்டு வழிகளால் நன்கறிந்துகொண்டிருக்கின்றனர். ஒன்று ஸ்ரீமத் ராமகிருஷ்ண பரமஹம்ஸரின் இயக்கம். மற்றொன்று பிரமஞான இயக்கம். ஸ்ரீமத் ராமகிருஷ்ண பரமஹம்ஸரின் உபதேச ஸித்தாந்தங்களை வெளியிட்டவர் ஸ்வாமி விவேகாநந்தர். இவருடைய உபந்நியாஸங்கள் இனி உலகம் உள்ளவரையில் கீர்த்திபெற்று விளங்கக் கூடியவைகள். மற்றொன்று பிரமஞான இயக்கம் எனும் தியாஸபிகல் ஸங்கம். இந்த இயக்கத்திற்கு இப்போது தானாகவே தலைமை வஹித்து நடத்துவது *Mrs.* ஆனி பீஜாண்ட் என்னும் ஆங்கில மாது. இவளையே தெய்வமாகவும் குருவாகவும் நமது பாரத நாட்டினர்களில் ஒருசிறு பகுதி ஆங்கிலம் படித்தக் கற்றறிமேழைகள் கருதுகிறார்கள். அவர்கள் கருதட்டும். இவளுக்கு இந்திய ஜனக் கூட்டமான காங்கிரெஸ், ஜனத் தலைவர்களான ஸ்ரீ திலகர், ஸ்ரீ அரவிந்தர் முதலானவர்கள் ஆகிய இதெல்லாம் ஒன்றும் பிடிக்காது. இவள் தான் குருவென்று தன்னைச் சொல்லிக்கொண்டாள். விவேகானந்தரை ஜனங்கள் தாங்களாகவே குருவாகக் கொண்டனர். ஆங்கிலம் படியாத அநேகரும் அவரைக் குருவாகக் கருதுகின்றனர்.

இந்த இருவரும் இந்தியர்களுக்குக் கற்றுக்கொடுத்த படிப்பின் தாரதம்யத்தை இங்கு எடுத்துக்கூறுவோம்.

Mrs. பீஜாண்ட் காசியில் ஏற்படுத்தியிருக்கும் பிராதன ஹிந்து காலேஜின் வருஷோத்ஸவம் ஸமீபத்தில் நடைபெற்றது. அதற்கு அந்தப் பள்ளிக்கூடத்துப் பழைய மாணவ சிறுவரில் ஒருவன்

தென்னாட்டின் தமிழ் ஜில்லாவிலிருந்து போயிருந்தான். இச்சிறுவர் அந்தக் காலேஜில் வெகு சிறப்புப் பெற்று விளங்கினவனாம். இவன் காசிக்குச் செல்லுகையில் ஏதோ ஒரு இடத்தில் இறங்கி மறுபடியும் ரயில் வண்டியில் ஏறப்போனான். அப்போது அதில் ஒரு ஆங்கிலன் உட்கார்ந்திருந்தான். அது ஒரு இரண்டாவது வகுப்பு வண்டி. இந்த ஹிந்து மாணவன் அதில் ஏறக் கால் வைத்தவுடன் அந்த ஆங்கிலன் வாயிலிருந்த சுருட்டைக் கையில் எடுத்துக்கொண்டு "ஓடிப்போ இந்திய நாயே" என்று பூட்ஸ்காலைத் தூக்கினான். இத்துடன் இந்தச் சிறுவன் பாடு வெலவெலத்துப் போய்விட்டது. இவனுடைய படிப்பு ஸரியான படிப்பானால் இவன் தைரியமாய் இருந்து நடந்துகொண்டிருப்பான்.

ஆங்கிலப் பள்ளிக்கூடத்தில் இந்தியனுக்கு எங்கேயாகிலும் ஸ்வதந்திரம், ஸ்வஜனாபிமானம், ஸ்வகவுரம் இவற்றைப் படித்துக் கொடுப்பதுண்டா? கிடையவே கிடையாது. ஒருநாளும் கிடையாது. மேலும் பீஜாண்ட் பாய் வைத்திருக்கும் காலேஜில்—இந்தியன் தலைமை வஹித்தால் நான் அதைப் பிரிட்டிஷ் பகையானதென்று கருதுவேனென்று அந்தக் காலேஜுக்குப் பணம் கொடுக்கும் ஹிந்துக்களை மிரட்டிய பீஜாண்டின் காலேஜில்—ஒருநாளும் இந்தியர்களுடைய உண்மையான ஸ்வதந்திர மார்க்கத்தைப் படிப்பித்துக் கொடுக்க மாட்டார்கள். அந்தப் பள்ளிக்கூடத்தில் படித்த இந்த இந்திய மாணவன் தனது படிப்பின் முறை தவறாமல் அந்த ஆங்கிலேயனின் மிரட்டுக்குப் பயந்து வேறொரு வண்டியில் ஏறிக்கொண்டான். காசிக்குப் போய்ச்சேர்ந்த பிறகு இவன் தனது துக்கத்தையெல்லாம் அந்தக் காலேஜ் தலைவர் மிஸ்டர் அரண்டலிடம் சொல்லி ஒரு குரல் அழுது தனது துக்கத்தை ஆற்றிக் கொண்டான். *Mrs.* பீஜாண்டும் தனது உபன்னியாசத்தில் இதைப் பற்றிப் பேசி தான் இந்தியர்களையும் ஐரோப்பியர்களையும் இப்போதிருக்கும் ஸ்நேக பாவத்திலேயே நடத்திவர போதித்துச் சிறுவர்களின் மனதை ஒரு வழியாய் நடத்தி வருவதை இந்த அவசரக்காரனான ஆங்கிலன் கெடுத்துவிட்டதாய்ச் சொல்லி அவனைக் கண்டித்து அந்தச் சிறுவனைத் தட்டிக்கொடுத்துப் பேசினாள். எல்லாம் முடிந்துவிட்டது. வசவு கேட்ட சிறுவனுக்கு இதெல்லாம் என்ன ஆறுதல்? (இப்படிப் பட்ட வீரத்தனத்தில் இந்தியர்களைப் பழக்க இந்த தான்தோன்றி குருவான பீஜாண்ட் கல்கத்தாவில் அராஜகத்தை யடக்கவும் ஆங்கில இந்திய தேசப்பான்மையை விருத்தியாக்கும் பொருட்டும் 'இந்தியன் கடெட் கோர்' எனும் இந்திய வாலிபவீரர்களின் ஸங்கம் ஒன்று ஏற்படுத்தியிருக்கிறாள். இந்திய ஜாதியர்கள் பேடிகளென்பதற்கு இப்படிப்பட்ட அவமானகரமான ஸங்கங்களைவிட வேறு என்ன வேண்டும்?) ஸ்வாமி விவேகாநந்தர் சென்னையிலிருந்து கல்கத்தாவுக்குச் செல்ல ரயில் ஸ்டேஷனுக்குப் போனார். அவரை வழிகொண்டு விட்டுவர அவருடைய ஆப்த நண்பர்களான சிலர் அவருடன் ரயில் ஸ்டேஷனுக்குச் சென்றனர். ஸ்வாமிஜீயினுடைய மூட்டைகள்

ஒரு முதல் வகுப்பு வண்டியில் வைக்கப்பட்டிருந்தன. சென்னைவாஸிகளில் ஸ்வாமிக்கு அத்யந்தபிரிய ஸ்நேகிதரான ஸ்ரீயுத ம—ச—அ என்பவரை அந்த ஸாமான்களுக்குக் காவலாக வைத்துவிட்டு மேடையில் மற்ற ஸ்நேகிதர்களுடன் உலாவிக்கொண்டிருந்தார். அப்போது ஆங்கில ராணுவ அதிகாரி ஒருவன் வெகு தடபுடலாய் வந்து இந்த முதல் வகுப்பு வண்டியைத் திறந்து “வை இதில் என் பெட்டி முதலியவற்றை” என்று வெகு முடுக்காய்த் தனது சேவகனுக்குக் கட்டைளையிட்டான். ஸ்வாமிஜீயின் பரிஜனங்களுக்கும் மூட்டைகளுக்குமே அந்த வண்டி ஸரியாய் இருந்துவிட்டது. ஸ்ரீ அ——— “இங்கு இடம் கிடையாது, வேறு வண்டியில் இடம் பார்த்துக்கொள்ளும்” என்று ஸாதாரணமாய் ஆங்கிலத்தில் சொன்னார். உடனே அந்த ராணுவ ஆங்கிலனுக்கு வந்த கோபத்திற்கு அளவேயில்லை. அவன் ஸ்ரீ அ———வைக் கீழே இறங்கும்படி இறுமாப்புடன் கட்டளையிட்டான். அதற்கு ஸ்ரீ அ——— “அது நடவாத காரியம்” என்றனர். உடனே ஆங்கிலன் வண்டிக்குள் பாய்ந்து அவரைப் பிடரியைப் பிடித்துத் தள்ளப்பார்த்தான். இவர் அவனுடைய கையை நன்றாய்க் கடித்துவிட்டனர். உடனே துரை தனது பிரம்பை எடுக்க வெளியே சென்றான். ஸ்ரீ அ——— தமது ஸ்நேகிதர்கள் பெயரைச் சொல்லிக் கூப்பிட்டார். உடனே ஸ்வாமியும் மற்றவர்களும் ஓடோடியும் வந்தனர். இவர்களைக் கண்ட ராணுவ உத்தியோகஸ்தன் மூட்டை முடிச்சுகளுடன் ஒருவரோடும் சொல்லாமல் வேறு வண்டி பார்த்து ஏறிக்கொண்டான். ஸ்வாமிஜீ வந்து பார்த்து “நீ செய்தது சரிதான். நீயோ அசக்தன். அவனோ பலிஷ்டன். அசக்தனான நீ இவ்வளவு துணிவாய் அவனை எதிர்த்தது ஆச்சரியமே. ஒருவனிடத்தில் உதைபட்டுக்கொண்டு வீட்டுக்குவரும் பிள்ளைகளைத் தாய் சீராட்டுவதில்லை; ஸஹோதரிகள் இழித்துப் பழித்துக் கூறுவார்கள்; பெண்சாதி முகங்கொடுத்துப் பேசமாட்டாள்; குழந்தைகள் கைகொட்டி ஏளனம் செய்வார்கள். இது புராதன காலத்தில் பாரத நாட்டு வழக்கம். இப்போது அமெரிக்கா ஐரோப்பா முதலான ஸ்வதந்திர தேசங்களில் இது வழங்கிவருகிறது. ஆகையால் நீ செய்தது ஸரிதான். வண்டிச்சத்தம் நீயெப்படி கொடுத்திருக்கிறாயோ அப்படியே அவனும் கொடுத்திருக்கிறான் என்பதை இவனுக்கு உணர்த்தி வைத்தாய்; நல்லது செய்தாய் அ———” என்றார்.

இந்த ஸ்ரீ அ——— வயது சென்றவர். இவர் சென்னைக் கல்லூரிகள் ஒன்றில் உபாத்தியாயராய் இருந்தவர். நாலைந்து பிள்ளைகள் பெற்றவர். ஸ்வயம் பலவீனர். இவர் இவ்வளவு தைரியமாய் இருந்தார். இவர் ஸ்வாமி விவேகாநந்தரின் அருள் பெற்றவர். ஆனால் இந்த மாணவர் *Mrs.* பீஜண்டின் உபதேசம் பெற்றவர். வாலிபர் தேடிவரும் யானையைத் தடுத்தடிக்கும் வயது. ஓடும் பாம்பை மிதிக்கும் வயது. பெருகும் ஆற்றைத் தாண்டும் வயது. இவரே இத்தனை பயங்காளியாய் இருந்தால் இவர் வயிற்றில் பிறப்பவைகள் எப்படியிருக்குமென்பதை நேயர்களே ஊஹித்தறியவும். இதுதான் இந்திய குருவுக்கும் ஆங்கில

குருவுக்கும் உள்ள வித்தியாசம். ஸ்வதந்திரம், ஸ்வஜனாபிமானம், ஸ்வஜாதி கவுரவம், ஸ்வதர்ம ஸ்தாபனம் ஆகிய இவைகளை இனாமாக பாரத ஆசிரியர்கள் பாரதர்களுக்கு உபதேசிக்கிறார்கள். ஆனால் இந்தியர்களின் ஆங்கில குருக்களோ இந்தியர்களுக்கு, கோழைத்தனம், ஆங்கில தாஸத்துவம், ஜன்மாந்திரக்கணக்கான அடிமைத்தனம், ஸ்வஜாதியைப் பழித்தல் இவற்றைக் கூலி வாங்கிக்கொண்டு கற்பித்து வருகிறார்கள். ஏ பாரதா! இவ்விரண்டில் நீ எதை அங்கீகரிக்க வேண்டுமோ அதை அறிந்துகொள்.

விஜயா, 25 பிப்ரவரி 1910

திபேத்தும் இந்திய கவர்ன்மெண்டும்

சென்ற இரண்டு மூன்று நாளாக திபேத்தில் நடைபெறும் விஷயங்களால் இந்திய கவர்ன்மெண்டாருக்கு தூக்கம் பிடிக்கவில்லை. அங்கு சீன தேசத்தாருடைய சேனை ஸேசுவன் வழியாக திபேத்துக்கு வந்து சேர்ந்தது. ஜப்பானிய முறைமைப் பிரகாரம் பயிற்சியடைந்த 25000 போர் வீரர்களோடும், கம்பியில்லாமல் தந்தியனுப்பும் இயந்திரங்களோடும், அநேக பீரங்கி குண்டுகளோடும் ஸேசுவன் மாகாண ராஜப் பிரதிநிதியின் சகோதரரின் தலைமைகீழ் ஒரு பெரிய சேனை அனுப்பப் பட்டிருக்கிறது. இவ்வளவு ஏற்பாடுகளோடு வரும் சேனையைக் கண்டால் ஆங்கிலேயர்களுக்கு கஷ்டமாகத்தான் இருக்கும். சீனத்தார் இம்மாதிரி போர்க்கருவிகளோடு இந்தியாவுக்குப் பக்கத்திலிருக்கும் திபேத்தில் நிலையாக நின்றுவிட்டால் இந்திய கவர்ன்மெண்ட் எப்படி சும்மாயிருக்க முடியும். இதுவரையில் இந்தியாவின் வடகிழக்கு எல்லையில் ஒருவித ஆபத்துமில்லையென்று எண்ணி இருந்தார்கள்.

வடமேற்கு எல்லைதான் எப்போதும் அபாயகரமானது; அந்தப் பக்கத்தில்தான் ருஷியர்கள் வரக்கூடும்; ருஷியர்கள் ஐரோப்பியர்களாகையால் ஆங்கிலேயரை வெல்ல அவர்களால்தான் முடியும்; அவர்களைத் தடுக்க வேண்டிய முயற்சி செய்துவிட்டால் கோடானகோடி ஆசியர்கள் சேர்ந்தாலும் ஒரு பயமுமில்லையென்று எண்ணியிருந்தார்கள்.

இப்பொழுது காலம் மாறிவிட்டது. வெகு கெடுதியாயிருக்கிறது. ஆசியாவில் ராஜ்யபாரம் வகிக்கும்பொழுது ஆசியர்கள் அடங்கியிருந்தால் வேறு ஐரோப்பியர் வராதபடி வேண்டிய ஏற்பாடுகளை ஆசியர்களின் பணத்தையும், ஆள் உதவியையும் கொண்டு செய்யலாம். இதனால் உண்டாகும் கீர்த்தியையும் தாமடையலாம். ஆசியர்களே தலையெடுக்க ஆரம்பித்துவிட்டால் தம் சொந்த பணத்தாலும் தம்முடைய சொந்த பலத்தாலுமே எல்லாம் செய்ய வேண்டியதாயிருக்கிறது. அது முடியாத விஷயம் என்பதை தெரிந்துகொண்ட ஆங்கில கவர்ன்மெண்டாருக்கு இப்பொழுது சீனர் திபேத்துக்கு வருவதினால் தூக்கம் பிடிக்கவில்லை. மேலும் இந்த விஷயத்தில் ஆங்கிலேயர்களுக்கு ஆறாத மனவருத்தத்திற்குக் காரணம் இன்னம் ஒன்றிருக்கிறது. பயித்தியக்காரர் என்று சொல்லிவரும் மகமத் பின் தொக்ளக்காகிய டில்லி அரசன் செய்த பிழையை இருபதாவது நூற்றாண்டில் மகாபுத்தி

சாலியென்னும் செருக்கு கொண்ட லார்ட் கர்ஜன் ஏழு வருஷங் களுக்கு முன் செய்தார்.

அதாவது ஒரு பெரும் சேனையை சம்பி பள்ளத்தாக்கு வழியாக திபேத்தைத் தாக்க ஒரு சேனை அனுப்பப்பட்டது. இந்த சேனை திபேத்தின் முக்கிய பட்டணமாகிய லாஸாவுக்குப் போய் சேருவதே பெரும் கஷ்டமாய்விட்டது. இவ்வளவுக்கும் அத்தேசத்து ஜனங்கள் தடை ஒன்றும் செய்யவில்லை. போகும் வழியில் உண்டான குளிர்ச் சியை ஆங்கிலேயர்களால் தடுக்க முடியவில்லை. லாஸா பட்டணத்தில் பெருத்த பொருள் கிடைக்கும் என்ற பேராசைதான் இவர்களை யிந்த குளிரை பொறுத்துக்கொள்ளச் செய்தது. இவ்வளவு கஷ்டப் பட்டுப் போய் கிடைத்தது, அங்கு சென்ற படையைச் சேர்ந்தவர்கள் அடித்த கொள்ளையில் கிடைத்த பொருள்தான். அவைகளில் சில பிரிடிஷ் மூஸியத்திற்கும், தம்தம் சொந்தக்காரர்களுக்கும் கொடுக்கப் பட்டன. கவர்ன்மெண்டார் திபேத்து தேசத்தையே கைவசப்படுத்திக் கொள்ள எத்தனித்தபொழுது சீன தேசத்தார் அது நடவாத விஷய மென்றும் அங்கு இவர்கள் படை எடுத்ததற்கு காரணம் சொல்ல வேண்டுமென்றும் சொன்னார்கள். பின்பு இந்திய கவர்ன்மெண்டு ஏதோ சில நஷ்டமுண்டானதாகவும் அதை கொடுத்துவிட சீன தேசத்தார் ஒப்புக்கொண்டால் தாம் திபேத்து வழியே போகிறதில்லையென்றும், இனி திபேத்தினால் ஏதாவது நஷ்டங்கள் தமக்குண்டானால் அதை கட்டிகொடுக்க வேண்டுமென்றும் கேட்டார்கள். அதற்கு சீன தேசத் தார் ஒப்புக்கொண்டு இவர்கள் கேட்ட மொத்தத்தில் அநேகமாகத் தள்ளும்படி செய்து ஒரு சிறிய துகை கொடுத்து இவர்களை திபேத்து விஷயத்தில் பிரவேசிக்கவொட்டாமல் செய்துவிட்டார்கள். இதுதான் இந்திய கவர்ன்மெண்டாருக்கு பெரிய துக்கம். தூங்கிக்கொண்டிருந்த புலியைத் தட்டியெழுப்பியது போலாயிற்று. சும்மாயிராமல் வீணாக திபேத்தோடு சண்டைசெய்து சீனா தேசத்தின் ஆதீனத்தில் அதை விட்டுவிட்டாற் போலாயிற்று. திபேத்து சுயஆட்சியிலிருந்தபோது அவர்கள் ராணுவப் பயிற்சியில்லாமலும், ஆங்கிலேயர்களின் வழிக்கு வராமலுமிருந்தார்கள். இப்படிப்பட்டவர்களை விட்டுவிட்டு ராணுவ பயிற்சியோடு எப்போதும் ஆபத்தை விளைவிக்கக்கூடிய சீன தேசத் தாரை வரும்படி செய்தது பெரும் பயித்தியக்காரத்தன மென்பது இப்பொழுது நன்றாக விளங்குகிறது. ஆனால் அதை மாற்ற ஒரு வழியுமில்லை. 'டெய்லி நியூஸ்' என்னும் பத்திரிகை இப்போது திபேத் தில் நடக்கும் குழப்பம் நம்மால்தான் உண்டாயிற்று, அதைத் தடுக்க நாம் அசக்தர்களாயிருப்பதாகச் சொல்லுகிறது. லண்டன் 'டைம்ஸ்' பத்திரிகை திபேத்து அதிபராகிய 'தலை லாமா' இந்தியாவுக்கு வந்தால் அவருக்கிருக்க இடம் கொடுக்கலாமேயொழிய வேறொன்றும் செய்ய முடியாது. வேண்டுமானால் நாம் சீன சக்கிரவர்த்தியை சிநேகிதர் களைப் போல் கேட்டுக்கொள்ளலாம் என்கிறது.

இப்படி ஆங்கிலேயர்களே கலவரப்படுஞ் சமயத்தில் 'தலை லாமா' சீனப் படையை எதிர்க்க முடியுமா? அவர் இப்பொழுது

இந்தியாவுக்கு ஓடிவந்துகொண்டிருக்கிறாராம். அவர் இந்தியாவுக்கு வந்தால் கல்கத்தாவிலிருக்கும் 'ஹேஸ்டிங்க்ஸ் வீடு' என்னும் கட்டிடத்தில் இருக்க இடங்கொடுப்பதாக கவர்ன்மெண்டார் தீர்மானித்திருக்கின்றார்கள். இந்திய கவர்ன்மெண்ட்டுக்கு கீழ்படிந்த அநேக புத்த மதஸ்தர்களுக்கு இவர் குருவாகையால் இவரை தகுந்த மரியாதையுடன் வரவேற்பு செய்யப்படுமாம். ஒருவித ராணுவ உதவியுஞ் செய்யப்பட்டதாம்.

கடைசியாக வந்த தந்தியில் தலை லாமா பிரம்மபுத்திரா நதியை கடந்து இந்தியாவுக்கு வரும்பொழுது பின்தொடர்ந்து துரத்துஞ் சீனர்களை தடுக்க சில போராட்களை விட்டுவிட்டு சிக்கீம் நாட்டுக்கு வந்துசேர்ந்துவிட்டாராம். இனி என்னென்ன நடக்குமோ பார்க்க வேண்டும். ஆனால் இந்தியர்களுக்கு இதினால் ஒருவித நன்மையும் விளையாது, தீமையுமிருக்காதென நம்புகிறோம்.

விஜயா, 26 பிப்ரவரி 1910

தென் ஆப்பிரிக்காவுக்குப் போகும் கூலிகளை தடுத்தல்

இப்பொழுது நடந்துவரும் சட்டசபையில் ஸ்ரீ கோக்கலே ஒரு தீர்மானம் நடைபெறவேண்டுமென்று கேட்டிருக்கிறார். அதன் முக்கிய கருத்து இந்தியாவிலிருந்து தென் ஆப்பிரிக்காவுக்கு கூலியாட்களை யேற்றிவருவதை தடுக்க வேண்டுமென்பதே. இவரும் மற்றுமுள்ள இந்திய பிரதிநிதிகளும் இதைத் தடுக்க வேண்டிய சட்டத்தைச் செய்து உடனே அமுலுக்குக் கொண்டுவந்தால் இந்தியர்களுக்கு நலமென்கிறார்கள். இவர்கள் சொல்வதைப் போல் கூலிகளைத் தடுத்துவிட்டால் அங்கு கஷ்டப்பட வேண்டிய அவசியமே யில்லை யென்பது வாஸ்தவம்தான். போனவர்கள் எப்படியாவதிருக்கட்டும், இனியாவது போய் துன்பப்பட வேண்டியதில்லை என்பது நியாயமே. இதை இந்திய சட்டசபையார் ஒப்புக்கொள்ளப் போகிறார்களோ, தள்ளிவிடப் போகிறார்களோ? எப்படி இருந்தாலென்ன, இந்த தீர்மானத்தால் நம் ஜாதியாரைச் செய்யும் அவமானம் போகுமா? இந்திய சட்டசபை நம் ஜாதீய சபையாயிருந்தால் அதையல்லவோ கவனிக்க வேண்டும். அதில்லாமல் நாம் ஆப்பிரிக்காவுக்குப் போயிருந் தால் அங்கு படும் அவமானத்திற்கு ஆளாக வேண்டியதில்லை யென்பது குழந்தைக்கும் தெரியும். இதற்கு சட்டசபை தீர்மானம் எதற்கு? ராணுவ பலத்தோடு கூடி நம்முடைய தீர்மானங்களை நிறைவேற்றும் தன்மையுள்ள ஒரு பெரிய ஜாதீய சபை இவ்விதமாகவா நடந்துகொள்ளும்? துஷ்டரைக் கண்டு தூரவிலக வேண்டியது புத்தி சாலித்தனந்தான். அது தனித்தனி மனிதர்களுக்குத் தகுந்ததேயொழிய ராஜ நீதியல்ல. அரசன் துஷ்டர்களைக் கண்டிக்காமல் ஒதுங்கி நின்றால் அது நியாயமாகுமா? இம்மாதிரியான 'தர்ம ஸங்கரத்தை' யல்லவோ ஸ்ரீ கிருஷ்ண பகவான் கீதையில் கண்டித்தது.

இந்தியக் கூலிகளை தென் ஆப்பிரிக்காவுக்குப் போகாமலிருக்கச் செய்வது நம் கடமைதான். ஆனால் நாங்கள் குடியேறிய நாட்டுக்கு சுதந்திர இந்தியர்கள் வரக்கூடாதென்று சொல்லும் தென்ஆப்பிரிக்கா வெள்ளையரை கேழ்ப்பார் யார்?

நம்மிந்தியர்களை வதைத்து வருகிறார்களே இதற்கு என்ன முடிவு? இந்த ஆங்கிலேயர்களுக்கும் தென் ஆப்பிரிகாவுக்கும் என்ன சம்மந்தம்?

இவர்களும் குடியேறினவர்கள்தானே? இனி நாம் தென் ஆப்பிரிகாவுக்கு போகவே கூடாதா? அப்படி நம்மைத் தடுப்பதற்கு நியாயமென்ன? என்னும் கேழ்விகளை யார் கேட்டு மறுமொழியடைவார்கள். நம் ஜாதீய சபையார் ஒதுங்கியிருக்கும்படி நம்மை கேட்டால் நாமடையும் மானக்கேடை போக்குவது யார்? பிரதிநிதியாகிய ஸ்ரீ தாதாபாய் சொல்லியது போல் இந்த சபையார்தான் நம் மானக்கேட்டை போக்க வழி கண்டுபிடிக்க வேண்டும். ஆங்கில தேச கவர்ன்மெண்டார் ஒன்றும் செய்யமாட்டார்கள். ஆனால் இந்த சபையாரும் ஒதுங்கியிருந்து அவமானமடையாமலிருக்கும் வழியை விட்டுவிட்டு வேறுவிதமான தைரிய வழிகளால் நம் ஜனங்களின் உரிமையைக் காப்பாற்ற முயல வேண்டும். நமக்கு தென் ஆப்பிரிகாவில் சம உரிமை வாங்கிக் கொடுக்க வேண்டும். இதற்காகத்தான் ஸ்ரீ காந்தி முதலானவர்கள் விடாமுயற்சி செய்கிறார்கள். அவர்களை நாம் கைவிட்டுவிடக் கூடாது.

விஜயா, 26 பிப்ரவரி 1910

ஸ்ரீ சிவாஜி உத்ஸவமும் ஆங்கிலோ இந்தியர்களும்

இப்போது சில ஆங்கிலோ இந்திய பத்திரிகைகள் ஸ்ரீ சிவாஜி மஹாராஜாவின் ஜன்ம நாளன்று நடக்கும் உத்ஸவத்தைத் தடுக்க வேண்டுமென்கிறார்கள். இதனால் அராஜகம் விருத்தியாகிறதாம். ஐரோப்பாவில் அராஜகர்களென்றால் எவ்விதமான அரசாட்சியும் கூடாதென்பவர்களைத்தான் குறிப்பிடுகிறது. இதுதான் நியாயமான அர்த்தம் என்பது தானாகவே விளங்கும். இந்தியாவில் அராஜகர்கள் என்னும் சொல்லைத் தாறுமாறாக உபயோகப்படுத்தி ஐரோப்பா விலிருக்கும் ஜனங்களுக்கு நம்மவர்களின்மேல் வெறுப்புண்டாகும் பொருட்டுத் தேச துரோகிகளென்றும், பொதுஜன விரோதிகளென்றும் அர்த்தமாகும்படி ஆங்கிலோ இந்தியர்கள் உபயோகப்படுத்துகிறார்கள். இவர்கள் எந்த மாதிரி சொன்னால்தான் என்ன? காக்கை வெளுப்பென் றால் அதினுடைய வர்ணம் மாறிவிடுமா? அது ஒரு நாளுமில்லை.

அவர்கள் செய்யும் தப்பு அர்த்தத்தை விளக்க இப்போது ஒரு புதிய உதாரணமிருக்கிறது. ஸ்ரீ சிவாஜி உத்ஸவத்தினால் நாடெங்கும் அராஜகம் எப்படிப் பரவும்? இவருடைய ஜன்ம தினத்தன்று இவருடைய ஜீவ சரித்திரம் ஒவ்வொரு கூட்டத்திலும் நன்றாக விளக்கப்படுகிறது. இவருடைய அந்தரங்கக் கருத்தை ஒரு சிறிதுகூட மறைக்காமல் வெளியிடுகிறார்கள். இவர் முதல்முதலில் சிறு கூட்டம் கூட்டமாக மராட்டியர்களைச் சேர்த்துக்கொண்டு மகமதிய அதிகாரி களைத் தாக்கினதையும், அவருடைய சேனை மெல்லமெல்ல அதிகரித் ததையும், அவருக்கு நேர்ந்த தோல்விகளையும் கஷ்டங்களையும் வெளிப்படையாகத்தான் சொல்லுகிறார்கள். அவர் அப்சல் கான் என்னும் மகமதிய அதிகாரியைக் கொன்றதையும், அவர் தனித்தனி மகமதியர்களுக்குச் செய்த உதவியையும் ஒத்திட்டுப் பார்த்தால் அவருடைய செய்கை சுயநலத்தின் பொருட்டல்லவென்றும், மகமதியர் களின்பேரில் வீணான துவேஷத்தால் செய்யவில்லையென்றும் விளங்குகிறது. அவர் விடாமுயற்சியோடு போர் செய்தது கொடுங் கோன்மையோடுதான் என்பது அவர் ஆட்சிக்குள்ளிருந்த மகமதிய குடிகளின் காபந்து ஒன்றினாலேயே விளங்கும்.

மகமதிய தர்மம் அபிவிருத்தியடைய எப்படி துருக்கி, அராபியா, பாரசீகம் முதலியவை இருக்கின்றனவோ அதேமாதிரி ஆரிய

தர்மம் அபிவிருத்தியடைய உலகத்தில் ஒரு இடம் வேண்டாமா என்னும் சர்ச்சைதான் அவர் மனதை வாட்டிக்கொண்டிருந்தது. ஆரிய தர்மம் தழைத்தோங்க ஆரிய பூமியாகிய இந்தியாவைவிட வேறு எந்த இடம் சிலாக்கியமானது? இந்தியாவில் ஆரிய தர்மம் வளர வேண்டுமானால் ஹிந்துக்கள் சுதந்திரமடைவது முக்கியமல்லவா? இதுதான் மஹாராஜாவாகிய சத்திரபதி சிவாஜியை ஸ்வராஜ்யம் ஸ்தாபிக்க முயலும்படிச் செய்தது. ஒரு ஹிந்து சமஸ்தானம் மகாராஷ்டி ரத்தில் ஏற்படுத்தி ஹிந்துக்களையும் மகம்மதியர்களையும் பிரஜை களாகக் கொண்டு பரிபாலனம் செய்த இந்த மகாராஜாவின் சரித்தி ரத்தைக் கேட்டு சிறுவர்கள் அராஜகர்களாய் விடுகிறார் என்றால் யார் நம்புவார்கள். தேசம் செழித்தோங்கி நீதி தலையெடுக்கும் இந்த அரசன் சரித்திரத்தை கேட்டால், சிறுவர்கள் அநீதியான செயல்களை யும் தேச நாசமும் செய்கிறார்கள் என்பது எவ்வளவு உண்மையாயிருக் கலாமோ தெரியவில்லை. இவ்விரண்டிற்கும் காரிய காரண சம்மந்தமே யில்லை என்பதைச் சொல்ல வேண்டியதில்லை.

ஆங்கிலோ இந்தியர்களுக்கும் இந்த விஷயம் தெரிந்ததே. அதை ஒரு நியாயமாக எல்லோருக்கும் காட்டும் பொருட்டுத்தான் ஸ்ரீ சிவாஜி மஹாராஜாவின் பேரில் அளவில்லாத அவதூறு கூறுவது. அவருடைய பெயரை வெறுக்கும்படி செய்துவிட்டால் அவரை தெய்வமாகக் கொண்டாடுகிறவர்களும் வெறுக்கத் தகுந்தவர்களாய் விடுகிறார்களல்லவா? ஆங்கிலோ இந்தியர்களுக்கு அது போதும். தமக்கு வேண்டாதவர்களுக்குக் கெட்ட பெயர் கிடைக்கும்படி செய்வதுதான் அவர்கள் முக்கிய நோக்கம்.

ஸ்ரீ சிவாஜி மஹாராஜாவின் ஜன்ம தினத்தைக் கொண்டாடுவதினால் தேசபக்தக் கக்ஷிக்காரர்கள் அதிகமாகிறார்களாம். இந்தக் கக்ஷியாரால் தான் சிறுவர்கள் தூண்டப்பட்டு கொலைச் செயல்கள் நடைபெறுகின் றனவாம். ஆகையால் ஸ்ரீ சிவாஜி உத்ஸவம் கெட்டது, அதை நிறுத்த வேண்டுமென்று வேறு சில ஆங்கிலோ இந்தியர்கள் கூறுகிறார்கள்.

இதில் ஒன்று வாஸ்தவம்தான். ஸ்ரீ சிவாஜி உத்ஸவத்தினால் தேசபக்தர்கள் அதிகமாகிறார்கள். இந்த உத்ஸவமே அதற்காகத்தான் ஏற்பட்டது. நமக்குள் தேசபக்தியில்லையென்பது ஒரு குறைவாக ஆங்கிலேயர்களே சொல்லியிருக்கிறார்கள். அதை நம்மில் நிலைநாட்டு வதற்காகத்தான் நம் தேச சரித்திரங்களை நமக்குச் சொல்வதாக பெருமை சொல்லிக்கொண்டு வந்தார்கள். இந்த தேசபக்தி ஆங்கிலே யர்கள் நமக்குச் சொல்லிக்கொடுக்க வேண்டியதில்லை, நம் முன்னோர் களின் சரித்திரத்திலேயே இருக்கிறதை நம் ஜனங்களுக்கு தெளிவாக எடுத்துக்காட்ட ஸ்ரீ சிவாஜி உத்ஸவம் நடத்தினால் இவர்களால் பொறுக்க முடியவில்லை. ஆகையால்தான் தேசபக்தர்களினின்று அராஜகர்கள் உண்டாகிறார்கள் என்கிறார்கள்.

தேசபக்தர்களின் கொள்கையைக் காட்ட அநேக பத்திரிகைகளுண்டு. அவைகளெல்லாம் முன்குறிகளைத் தெரிந்துகொண்டு, அடக்கியாளும்

சட்டங்களால் வீண் கொலைகள் அதிகமாகும் என்று ஆங்கிலேய அதிகாரிகளுக்குச் சொல்லுகிறார்கள். துரைகளாகிய இவர்கள் முன்கோபத்தால் தேசபக்தர்களின்மீது பகைகொண்டு அவர்களையே அடக்க முயலுகிறார்கள். ஆபீஸுக்குப் போக நாழியாய் விட்டதென்று குறிப்பிடுவதினால் கடியாரத்தின் மீது கோபங்கொண்டு, அதை உடைத்துவிடும் உத்தியோகஸ்தன் புத்திக்கு என்ன சொல்லலாம். ஆங்கிலோ இந்தியர்களின் நிலையும் இதைப் போன்றதுதான். முன்கோபத்தினால் தேசபக்தர்களை நாசம் செய்துவிடுவதினால் தமக்கு நேரிடும் துன்பத்தை அறியாமல் நடந்துகொள்ளுகிறார்கள். கவர்ன்மெண்டும் இதை ஒப்புக்கொண்டுதான் இருக்கிறது.

விஜயா, 28 பிப்ரவரி 1910

தலை லாமா

யங் ஹஸ்பெண்டு படையெடுத்த பிறகு சீனாவால் நியமிக்கப்பட்ட மாகாண கவர்னர்களிடமிருந்து நிர்வாக அதிகாரத்தைப் பெறவேண்டி தலை லாமா மூன்று மாதத்திற்குமுன் லாசாவுக்கு வந்து சேர்ந்தார். இவர் வெளியே சென்றிருந்தபோது மாகாண கவர்னர்கள் ஆண்டுவந்த முறைமைகளைப் பற்றி விசாரித்து வர 3,4 உத்தியோகஸ்தர்கள் வந்தார்கள். இந்த விசாரணையால் டபாங் மடத்திற்கு விரோதமாக சில நடவடிக்கைகள் வெளிவந்தன. ஆகையால் இவர்கள் மனங்குழம்பி தலை லாமா லாசாவுக்கு வருவதை எதிர்க்க முயற்சி செய்தார்கள். பொடாலாவில் தலை லாமா ஸ்தானத்திற்கு உயர்த்தப்பட்ட லாமா விஷயத்தில் பெரும்பான்மை திபேத்தியர்கள் சந்தோஷித்தார்கள். யங் ஹஸ்பெண்டு படையெடுத்தபோது அவனுக்குச் சகாயஞ் செய்தவர்களை அலுவலிலிருந்து நீக்காமல் அவர்களை மன்னித்து வந்ததில் அரசாங்கம் நல்லபடியே நடந்துவந்தது. சிச்சுவன் எல்லையில் ஏராளமான சீனப் பட்டாளங்கள் இருந்தன. லாமாவுக்கு இஷ்ட மில்லாததால் சீனா ஸ்தானாதிபதியோடு மனஸ்தாபம் நேர்ந்தது. மேலும் ஸ்தானாதிபதி அநேக லாமாக்களை கொன்றும் மடங்களை கொள்ளையடித்தும் வந்தார்கள். இந்த மனஸ்தாபத்தால் தலை லாமா அதிகாரமும் சீன ஸ்தானாதிபதி யதிகாரமும் இவ்வளவென்று தெரியவந்தது. ஸ்தானாதிபதி திபேத்து சீன மாகாணமென்று ராஜவிளம்பரஞ் செய்யப்பட்டதென்றார். ஆகையால் எல்லைக் கலகக்காரர்கள் சம்பந்தமாய் தகுந்த வழிகளை யனுசரிக்க தனக்கு நன்கு தெரியுமென்றார். பிகிங்கில் தலை லாமாவுக்குத் தகுந்த அதிகாரத்தைப் பற்றி அவர் கூறினார். திலாங் மடத்தார்கள் சேனாதி பதிக்கு தெரிவித்த விஷயங்களால் தலை லாமாவுக்கு திபேத்தில் செல்வாக்கில்லையென்று கருத நேரிட்டது. சேரா மடத்திற்கு குருவை நியமிக்கும் விஷயத்தில் ஸ்தானாதிபதிக்கும் தலை லாமாவுக்கும் மனஸ்தாபம் முற்றிவிட்டது. திபேத்திலிருந்து ஆங்கில பட்டாளம் இந்தியாவிற்கு திரும்பின பிறகு சீனா ராணுவ பலம் நாளடைவில் அதிகரித்து வந்தது. லாசாவுக்கு 3 மைல் கிழக்கே பட்டாளம் தங்க ஒரு கோட்டை ஸ்தாபிக்கப்பட்டது. தலை லாமா லாசாவுக்கு திரும்பிப்போனபோது ராணுவப் பயிற்சியுள்ள 1500 சிப்பாய்கள்

கோட்டையிலிருந்தார்கள். இவர்கள் துப்பாக்கியும் வெடிமருந்தும் சேகரித்திருந்தார்கள். கோட்டைக்கு அநேக பீரங்கிகள் வந்துகொண்டிருந்தன. தலை லாமா இஷ்டப்படி ஸ்தானாதிபதி நடக்க வேண்டுமென்று அவர் விரும்பினால் பட்டாளத்தை லாசா பட்டணத்திற்குள் கொண்டுவருவதாக பயமுறுத்தினார். சில உத்தியோகஸ்தர்கள் சகாயத்தை நம்பி ஸ்தானாதிபதி பட்டாளம் லாசாவில் வந்தால் குடிகள் போர் புரிவார்கள் என்று சொல்ல உடனே ஸ்தானாதிபதி பட்டாளத்தை யனுப்பிவிட்டார். இவர்கள் லாசா கிழக்கு ரஸ்தா மார்க்கமாய் பிரவேசிக்க சில லாமாக்கள் எதிர்த்தார்கள். ஆனால் ஆயுதமற்ற லாமாக்கள் சுடுபட்டார்கள். இது நடுவில் பொடாலா பின் வாயிற்படியிலிருந்து 63 உத்தியோகஸ்தர்கள் பட்டாளத்தைப் பார்த்து சுட்டுவந்தார்கள். தலை லாமாவை சீனர்கள் பின்தொடர்ந்த விஷயத்தைப் பற்றி உண்மையான செய்தியொன்றும் தெரியவில்லை. தலை லாமாவை சீனர்கள் இழிவாக நடத்திவந்ததால் கோபங்கொண்ட சில திபேத்தியர்கள் சிம்போ, கூரோ கணவாயிலிருந்த சீனர்களைச் சுட்டுவந்தார்கள்.

தற்காலம் தலை லாமா கிலிம்பாங்கைச் கடந்து போவாரோ என்னமோ தெரியவில்லை. ஆனால், டார்ஜிலிங் திபேத்தியர்கள் தலை லாமாவுக்கு விருந்தளிக்க முயன்றுவருகிறார்கள். இவர் இந்தியா கவர்ன்மெண்டார் உதவியை அபேக்ஷிக்கவில்லை. பயமில்லாமல் மேற்குத் திபேத்தில் சௌகரியமாயிருக்கலாம். பிகிங்குக்கு கல்கத்தா மார்க்கம் கிட்டினபடியால், இங்கு வந்து சீனாவுக்குச் சென்று சக்ரவர்த்தி முன்பு தனது குறைகளை ரூபில் தெரிவிப்பார். தலை லாமா ஓடிவந்த பிறகு லாசாவில் ஒரு தொந்திரவுமில்லையென்று நம்பப்படுகிறது. லாமா ஆட்கள் தோல்வியடைந்த பிறகு ஸ்தானாதிபதி தனது பட்டாளத்தை அடக்கி வந்தான். லேச்சிப்பீ என்னும் உக்கிராணக்காரரையும் மற்றும் மூன்று உத்தியோகஸ்தர்களையும் ஸ்தானாதிபதி நியமித்தார். ஷி காட்ஸ்லிருந்தும் தாக்ஷிலாமா எந்த விஷயத்திலும் கவனிக்கவில்லை ஆகையால், கிபாண்டிசி பிரதேசத்தில் கலகமுண்டாகத் தருணமில்லை. தலை லாமா திபேத்தியர்களைத் தயாளமாய் நடத்தாததால், அவர்களுக்குத் தலை லாமா விஷயத்தில் திருப்தியில்லை. மேலும் சீனர்கள் ராதாரியில்லாமல் திபேத்தியர்களைச் சீனாவில் பிரயாணஞ் செய்ய அனுமதி தந்திருப்பதால் நன்றி பாராட்டி வருகிறார்கள். ஆகையால், பிரத்தியேகமாயிருக்கும் பானா சீன உத்தியோகஸ்தர்களைக் கொலை செய்வது சுலபம். அவர்கள் நிலைமை ஆபத்தானது. பிச்சையெடுப்பது சீனர்களுக்குக் குற்றமானதால் திபேத்திய பிச்சைக்காரர்கள் சிக்கீமுக்குத் திரள்திரளாக வந்துகொண்டிருக்கிறார்கள்.

விஜயா, 28 பிப்ரவரி 1910

பாரிஸ் வெள்ளக் காட்சி

பாரிஸிலுள்ள பெரிய தெருக்களிலொன்றான ருதே லீபோல் என்னும் தெருவில் தண்ணீர் நிரம்பியிருக்கிறதை அங்கிருந்து ரயில் ஸ்டேஷனுக்குப் போய் வெளியூர் செல்லவேண்டிய பிரயாணிகள் சிறுபடகு மூலமாய் ஸ்டேஷனுக்குப் போகிறார்கள். கட்டிடங்களின் கீழ்ப்புறமெல்லாம் தண்ணீர் நிறைந்துவிட்டது. வெளியே போக இஷ்டமில்லாத ஜனங்கள் மாடியிலேயே வசிக்கிறார்கள்.

'விஜயா', 25 பிப்ரவரி 1910

இணைப்பு 1

'விஜயா' படங்கள்

கிடைக்கப்பெற்ற 'விஜயா' இதழ்களின் நகல்களில் இடம்பெற்ற படங்கள் தெளிவற்றிருப்பதால் அவற்றில் ஒன்று நீங்கலாகப் பிறவற்றை மறுபதிப்பிட இயவில்லை. அவற்றில் இடம்பெற்ற வாசகங்கள் மட்டும் இங்குத் தரப்பட்டுள்ளன.

1. 13 ஜனவரி 1910

ஸ்ரீமான் லாலா லஜ்பத் ராய்
லாகூரின் பிரபல பாரிஸ்டர்

இவர் 1907ஞ மேமீ 10உ 1818 ஞூத்திய 3வது ரெகுலேஷன்படி தேச நிர்வாஸம் செய்யப்பட்டு 1907ஞ நவம்பர்மீ 11உ விடுதலையடைந்தனர். இவர் சிறை வாஸத்தால் மேல் பர்மா மண்டலே கோட்டையானது புனிதமாக்கப்பட்டது. இப்போது ஸ்ரீ பாய் பரமானந்தரின் வீட்டில் எழுதினதாய்ச் சொல்லப்படும் இரண்டு முக்கியமான கடிதங்கள் அகப்பட்டனவாம். அவற்றை நேற்று தந்திப் பத்திரிகைகளில் நாம் பதிப்பித்திருந்தோம். இவர் விஷயமாய் பலமான நடவடிக்கைகள் நடத்த பிரிடிஷ் அரசாங்கத்தார் யோசனை [செய்து கொண்டு வருகிறார்களாம்.]

2. 1 பிப்ரவரி 1910

ஸ்ரீமதி மாதம் காமா
பிரபல பார்ஸீ பண்டிதை

ஐரோப்பா கண்டத்து ஸ்விட்ஜர்லாண்டு தேசத்திலுள்ள ஜெனீவா நகரத்தில் வெளியாகும் 'வந்தே மாதரம்' பத்திரிகைக்கு அதிபர். இவர் இப்போது பாரீஸில் இருக்கிறார்.

3. 2 பிப்ரவரி 1910

அத்தங்கி மஹா நகரம்

இது வெகு அழகான பட்டணம். இந்தியாவுக்கு ஒரு வாசற்படி போன்றது. மேலண்டை கோடியில் பாலத்தின் பேரில் இருப்புப் பாதை ஓடுகிறது. இது அக்பர் சக்ரவர்த்தியால் புதுப்பிக்கப்பட்ட பட்டணம்.

4. 3 பிப்ரவரி 1910

பர்மா தேசத்தில் பெகு எனும் பட்டணத்தருகிலிருக்கும் பிரமாண்ட மான ஸ்ரீ கவுதம புத்த விக்ரஹம்

(181 அடி நீளம், தோள் வரையில் குறுக்களவு 46 அடி உயரம், 12 அடி கனம்)

*1757*ஹூல் இந்தக் கோயில் அலம்புரா எனும் அரசனால் இடித்து நிரவப்பட்டது. பிறகு அதின்பேரில் காடு முளைத்து மூடிப் போய் விட்டது. *1881*ஹூல் பெகுவுக்கு இருப்புப் பாதை போடும்போது சிறு மலை போலிருந்த இதின்பேரில் முளைத்திருந்த மரங்களை வெட்டித் தோண்டிப் பார்த்ததில் இந்த விக்ரஹம் அகப்பட்டது. நேர்த்தியான கோவில் கட்டப்பட்டு யாத்ரை ஸ்தலமாய்விட்டது.

5. 4 பிப்ரவரி 1910

டில்லிப் பட்டணத்திலிருக்கும் ஸ்ரீ ராஜதேவன் ஜயஸ்தம்பம்

66 அடி உயரம், 16 அங்குல கனம் உள்ள கெட்டி இரும்பு ஸ்தம்பம்.

6. 5 பிப்ரவரி 1910

பம்பாய்க்கருகில் யானைத்தீவிலுள்ள குகை ஆலயங்கள்

பெரிய கெட்டிப் பாறாங்கல்லில் செதுக்கப்பட்டிருக்கும் பெரிய குகையின் திரிமூர்த்தி ஸந்நிதானத்தின் வெளிவாசற்படி. இதில் ஒரு கல்லின் மேல் ஒரு கல் வைத்துக் கட்டிய கட்டிடமே கிடையாது. அம்மாதிரியான கற் சிற்ப வேலை உலகத்தில் வேறெங்கும் கிடையாது. இது கி.மு. 250ல் செதுக்கப்பட்டதாம்.

7. 7 பிப்ரவரி 1910

கல்கத்தா ஹைகோர்ட்டு

உட்புறம்: இந்தப் படத்தின் இடப்பக்கத்தில் + இந்த அடையாள மிட்ட இடத்திலிருந்து வீரேந்திரநாத தத்த குப்தா ரஹஸ்ய போலீஸ் டிப்டி சூப்ரிண்டெண்டெண்டு கான் பஹதூர் ஷாம்ஷுல் அலமை சுட்டுக் கொன்றான். இதன் வலப்பக்கம் கோடியில் படிகட்டில் இறங்கும்போதுதான் அலம் சுடப்பட்டான்.

வெளிப்புறம்: பழைய தபாலாபீஸ் தெரு. + இந்த அடையாளமிட்ட இடத்தில்தான் விரேந்திரன் தப்பியோடியபோது அகப்பட்டுக்கொண் டது. ஹைகோர்ட்டு பட்டை சேவகனும் குதிரை வீரனும் வீரேந்தி ரனைப் பின்சென்று துரத்திப் பிடித்த இடம் இதுவே.

8. 8 பிப்ரவரி 1910

கொலையுண்ட போலீஸ் உத்தியோகஸ்தர் பஹதூர் மௌல்வீ ஷாம்ஸுல் அலம்

இவர் போலீஸ் டெபுடி சுபரிண்டெண்ட் கான் பஹதூர் ஷாம்ஸுல் அலம். அலிபூரில் நடந்த வெடிகுண்டு கேஸில் வெகு

ஊக்கத்தோடு கவர்மெண்ட் தரப்பில் நடந்துகொண்டவர். இவர் நெடுநாள் கஷ்டப்பட்டு நல்ல பெயர் வாங்கினவர். இவருக்கு கவர்ன்மெண்டார் ஒரு ஜாகீர் கொடுக்கப் போகிறார்கள். முன்னதாக இவர் குடும்பத்து கஷ்டங்களை நிவர்த்திக்க 1500 ரூபாய் இனாமாக கொடுக்கப்பட்டன.

9. 9 பிப்ரவரி 1910

இமய மலை காட்சி. கங்கோத்திரி ஆலயம்.

இந்த ஆலயத்திலிருந்துதான் பாகிரதியென்று பெயர் கொண்ட ஸ்ரீ கங்கா நதி வெளிவருகிறது. யாத்திரை செய்பவர்களெல்லோரும் இவ்வாலயத்திற்கு போகாமலிருப்பதில்லை.

10. 10 பிப்ரவரி 1910

மொகலாயரின் இரத்ன கசித வாசற்படி

இந்த வாசற்படியானது மொகலாய தர்பார் நாளில் இரத்தினங்களாலும் வைரங்களாலும் இழைக்கப்பட்டு வெகு அழகாக அவர்கள் அரண்மனையில் விளங்கிற்று.

11. 11 பிப்ரவரி 1910

பாரஸீக சக்ரவர்த்தியின் பெயர்போன சிம்மாசனம்

சுதந்திரம் செழித்தோங்கும் இந்தப் பாரஸீக ராஜ்யத்தின் முக்கிய பட்டணமான தெஹரானிலிருக்கும் அரண்மனைக்குச் 'சூரிய அரண்மனை' என்று பெயர். அதினுள்ளிருக்கும் ஆபரணங்களெல்லாம் சூரியனின் காந்தி போலப் பிரகாசிக்கும் விலையில்லாத மாணிக்கங்களும் முத்துகளும் போர் போராகக் கிடக்கும். மேலே எழுதியிருக்கும் சிம்மாசனமானது 10, 15 அடி அகல நிகளமுள்ள வெண் சலவைக் கல்லால் செய்யப்பட்டுப் பொன்னாலும் வைரங்களாலும் இழைக்கப்பட்டு ஜொலிக்கின்றது. கீழ் தேசத்துச் செல்வமென்றால் இங்கல்லவோ பார்க்க வேண்டும்.

12. 12 பிப்ரவரி 1910

மொகல் சக்ரவர்த்தியான ஹுமாயூனை புதைத்த மஸ்ஜித்

1857 நடந்த சிப்பாய்க் கலகத்தின் முடிவில் டில்லி பாதுஷாவாகிய பஹதூர் ஷா தன் குடும்பத்தோடு இந்த மஸ்ஜிதில்தான் போய் அடைக்கலம் புகுந்தார். ஹாட்ஸன் என்னும் ஆங்கில உத்தியோகஸ்தன் பஹதூர் ஷாவின் பிள்ளைகளாகிய குர்ஜா மொகல், மிர்ஜா கிர்ஜா என்பவர்களை இங்கிருந்து டில்லி அரண்மனைக்கு அழைத்து வரும்பொழுது சுட்டுக் கொன்றுவிட்டான். இந்த மஸ்ஜித் டில்லியிலிருந்து ஒரு மைல் தூரமிருக்கிறது. தாஜ் மஹாலைப் போல் ஒரு தோட்டத்துக்கு நடுவில் விலையுயர்ந்த கருங்கற்களாலும் வெண் சலவைக் கற்களாலும் கட்டப்பட்டு விளங்குகிறது.

13. 14 பிப்ரவரி 1910

பாரீஸ் வெள்ளக் காக்ஷி

12 அடி உயரத்திற்கு தண்ணீர் நிறைந்திருந்த அநேக தெருக்களில் இது ஒன்று. இதில் சிறு படகுகளிலேறித்தான் ஜனங்கள் இங்குமங்கும் செல்கிறார்கள். இதில் காணப்படும் கட்டடம் இவ்ரீக்குப் போகும் வழியிலுள்ள சுங்கச் சாவடி.

14. 15 பிப்ரவரி 1910

சென்னையில் செய்யப்பட்ட ஆகாய விமானம்

15. 18 பிப்ரவரி 1910

இஃஸு இஃஸி என்ற பெயர்பெற்ற சீன தேசத்து மகாராணி

இந்த பெயர்போன மகாராணியின் படம் ஹுபர்ட் வோஸ் என்னும் சித்திரமெழுதுவோரால் செய்யப்பட்டது.

16. 19 பிப்ரவரி 1910

கிரகரான மெனெலாஸ் என்பவரும் பெனெலோப்பென்னும் அவர் பெண்ஜாதியும்

இவர்களை நியூ யார்க் பட்டணத்தில் நியாயாதிபதி முன் போலீஸார் கொண்டுவந்து தம்முடைய குழந்தைக்கு சரியான உடை கொடுக்காமல் கஷ்டப்படுத்துகிறார்களென்று குற்றம் சாட்டினார்கள். விசாரணை செய்த பிறகு நியாயாதிபதி இவர்கள் பேரில் குற்றமில்லையென்று விடுதலை செய்தார்.

17. 22 பிப்ரவரி 1910

ஸ்ரீ கிருஷ்ண குமார மித்தர்: *இவர் 'ஸஞ்ஜிவனீ' என்னும் பங்காள பத்திரிகைக்கு அதிபர். இவர் நிர்வாஸம் செய்யப்பட்டவர்களில் ஒருவர். பதினாலு மாசம் நிர்வாஸமான பிறகு ஆக்ரா சிறைச்சாலையிலிருந்து கல்கத்தாவுக்குக் கொண்டுவந்து விடப்பட்டார்.*

ஸ்ரீ சுபோத சந்திர மல்லிக்: *இவர் பெயர்போன வம்சத்தைச் சேர்ந்தவர். இவர்தான் கல்கத்தாவில் ஜாதீய கல்விச்சாலைக்கு பண உதவி புரிந்தவர். இவரை ஜனங்களெல்லாம் ராஜாவென்று அழைக்கிறார்கள். இவரும் 14மீ தேச நிர்வாஸம் செய்யப்பட்டு இப்போது விடுதலையானார்.*

18. 23 பிப்ரவரி 1910

பாரிஸ் வெள்ளக் காட்சி

அநேக வீடுகள் இடிந்து கற்களும் மரங்களும் இங்குமங்குமாக இறைக்கப்பட்டு நீர் வடிந்த உடனே காணப்படும் காட்சி. இதே மாதிரி பாரிஸில் அநேக இடங்களில் காணப்படுகிறது.

19. 25 பிப்ரவரி 1910

பாரிஸ் வெள்ளக் காட்சி

பாரிஸிலுள்ள பெரிய தெருக்களிலொன்றான ரூ தே லீயோன் என்னும் தெருவில் தண்ணீர் நிறைந்திருக்கிறது. அங்கிங்கும் ரயில் ஸ்டேஷனுக்குப் போய் வெளியூர் செல்ல வேண்டிய பிரயாணிகள் சிறு படகு மூலமாய் ஸ்டேஷனுக்குப் போகிறார்கள். கட்டிடங்களின் கீழ்புறமெல்லாம் தண்ணீர் நிறைந்துவிட்டது. வெளியே போக இஷ்டமில்லாத ஜனங்கள் மாடியிலேயே வசிக்கிறார்கள்.

20. 26 பிப்ரவரி 1910

ஸர் ஹெர்பர்ட் ரிஸ்லி, கெ.ஸி.ஐ.இ., ஸி.யஸ்.ஐ

சென்ற புதன்கிழமை 23 தேதி ஸர் ஹெர்பர்ட் ரிஸ்லி கப்பலேறி இங்கிலாந்துக்குச் சென்றார். இவருக்கு இப்பொழுது வயது 59. இவர் இதற்குள் 37 வருஷம் கவர்ன்மெண்ட் வேலை பார்த்தார். ஜாதி பேதங்களைக் குறித்து அநேக புஸ்தகம் எழுதியிருக்கிறார்.

சென்ற 4, 5 வருஷங்களாக இவர் பெயர் இந்தியாவில் முழுதும் பரவிவிட்டது. சுதேச இயக்க ஆரம்ப முதல் சிறுவர்களை அடக்குவதே இவர் நோக்கம். மாணாக்கர்களைத் தடுக்க இவர் செய்த உத்திரவுக்கு 'ரிஸ்லி சர்குலர்' என்று பெயர்.

கடைசியாக இவர் செய்த மசோதாவால் இவரை பத்திராதிபர்களில் ஒருவரும் மறக்க மாட்டார்கள்; புது பத்திரிகை சட்டத்துக்கு இவர்தான் மூல புருஷர். இதற்கு மேல் ஒன்றும் செய்ய முடியாமையால் இவர் தம் தேசம் போய்விட்டார்.

21. 28 பிப்ரவரி 1910

கங்கையும் சமுத்திரமும் ஸந்திக்குமிடம்

இவ்விடத்தில் மாசி மகத்தின்பொழுது இந்த புண்ய தீர்த்தத்தில் ஸ்னாநத்திற்கு அநேக லக்ஷ ஜனங்கள் செல்லுகிறார்கள். அங்கு கவர்ன்மெண்டார் கப்பல்களுக்காக ஒரு விளக்குக் கூண்டு கட்டியிருக்கிறார்கள். அதின் பக்கத்திலிருப்பது தந்தியாபீஸ்.

இணைப்பு 2
'விஜயா' விளம்பரங்கள்

இந்தியன் ப்ரின்டர்ஸ் ஏஜென்ஸி
சென்னை

A Boon to Printers
Best quality of printing types with moderate charges

English, Roman types Pica. L. Primer & Brevier with Antiques & Italics. English Small Pica with Italics. Tamil types Pica & Small Pica. Telugu & Canarese are cast to order. We also undertake to supply Printing Machines, Treadles, Presses, and all Printers' & Binders' materials & Stationery. We guarantee our materials to be strong & superior.

Apply to
The Indian Printers' Agency Co.
180-81, Popham's Broadway, Madras.
or to
The I. P. Agency Co. Industrials
Ice House Road, Triplicane, Madras.

O

வெண்பட்டு

இது சுத்தமான வெண்பட்டாடைகள் நாகரிகமான சிகப்பு கம்பிக் கரையுள்ளது.

அகலம்		நீளம்		விலை
இஞ்சு	—	முழம்	—	1க்கு
27	—	4—ரூ		4—0—0
44	—	5—ரூ		7—0—0
48	—	6—ரூ		8—0—0
48	—	7—ரூ		9—0—0
48	—	8—ரூ		11—0—0
48	—	10—ரூ		13—0—0
44	—	16—ரூ		20—0—0

சாதாரண நித்திய தினங்களிலும், சுபதினங்களிலும் அழகாயும் ஆசார மாகவும், புருஷர்களும் ஸ்திரீகளும் குழந்தைகளும் அணிந்துகொள்ள தகுதியுள்ளது. மிருதுவும், நாணயமுமுள்ளது. சலவை செய்தாலும் திரைந்து போகாது. மேல்நாட்டு மல் வஸ்திரங்களை தோற்க்க செய்யும்படியான அழகும் சகாயமுமுள்ளது. பரிக்ஷியுங்கள்.

கே. எஸ். முத்தையா அண்டு கம்பெனி
பட்டுப் பீதாம்பர வர்த்தகம்
ஸ்ரீ காசி

❍

'விவேக போதினி'

ஓர் அருமையான மாதாந்திரத் தமிழ்ப் பத்திரிகை

இப்பத்திரிகையில் பிரசுரமாகும் விஷயங்களாவன

1. ஜாதி மதாசார சம்பந்தமானவை
2. உலக ஒழுக்கங்கள்
3. கல்வியபிவிருத்திக்குரிய பாஷா விஷயங்கள்
4. வியவஸாயம், கைத்தொழில், வியாபாரம்
5. தக்கவர்களைக் கொண்டு எழுதப்பட்டுவரும் நாவல்களும் நாடகங்களும்
6. சிறுவர்க்கான நன்னெறிக் கதைகள்
7. ஸ்திரீகளுக்கேற்ற நற்போதங்கள்
8. சாஸ்திரீகமான விசேஷ வர்த்தமானங்கள்

நமது பத்திரிகைக்கு விஷயதானம் செய்வோர் மிகவும் பிரசித்தி பெற்றவர்களும் உலக அனுபவம் உள்ளவர்களும் மிகவும் இனிய செந்தமிழ் நடையில் சிறுவர்கள் சிறுமிகள்கூட படிக்கக்கூடியவண்ணம் எழுதப்படுகிறது.

சந்தாவின் விபரம்
தபால் கூலியுள்பட வருஷ சந்தா

இந்தியா, பர்மா, ஸிலோன்...	3	0	0
பினாங்கு, சிங்கப்பூர், நேட்டால் வகையரா இடங்களுக்கு	4	8	0
தனிப்பிரதி	0	5	0

மற்றை விவரம் எழுதித் தெரிந்துகொள்ளலாம்

மானேஜர்
"விவேக போதினி"
மைலாப்பூர், சென்னை

❍

விஜயலட்சுமி

இது ஒரு சிறந்த தமிழ் நாவல்

இது மங்களாம்பாள் என்னும் புத்தகம் இயற்றிய தேவகுஞ்சரியம்மாள் என்னும் ஓர் பிராம்மண மாதால் எழுதப்பட்டது. இதில் தெய்வ பக்தி, சிநேகவிசுவாசம், கல்வியின் மாட்சி, சேவகாவிர்த்தியின் இழிவு, பரிதானம் வாங்குவதாலான துன்பம், புத்தி சாதுர்யமான பிரசங்கங்காஸ்திரீ, புருஷர்களுடைய சரீரவியல்பு, கதாநாயகன் நாயகி இவர்களுக்குள் நடக்கும் சமயோசிதமான சம்பாஷணை முதலிய அருமையான விஷயங்கள் நமது தமிழ்நாட்டு ஸ்திரீகள் புருஷர்கள் படித்து பயன்பெறத்தக்கவாறு தெள்ளிய தமிழ் நடையில் விளக்கிக்காட்டியுள்ளன. இத்தகைய புஸ்தகம் ஒவ்வொரு இந்துக்கள் வீட்டிலும் இருப்பது அவசியம். விலை அணா 8.

மானேஜர்
லோகோபகாரி ஆபீஸ்
திருவல்லிக்கேணி

நம் ஏஜெண்டுகள்

Djt D M D ஆப்பிரகாம் பிள்ளை, ரைட்டர், 213 திம்மைய ரோட், பெங்களூர்

P K இஸிம் ஸா ராவுத்தர், 111 மான்கோமெரித் தெரு, ரங்கூன்

K. சுப்பிரமணிய அய்யர், செக்ரிடரி, லாலா லஜபதி ராய் வாசிப்புக் கூடம், செவ்வாப்பேட்டை, சேலம்

R. பழனியப்பன், பெரிய கடை வீதி, கோயமுத்தூர்

○

பார்வை தோட்டம்

நல்ல செடிகள் வேண்டுமா!!
புது விதைகள் வேண்டுமா!!!

சேலம் ஒட்டுமாங்கன்றுகள், அநேக ஜாதிப் பழவகை ஒட்டுசெடிகள், புஷ்பம் காய்கறி விதைகளின் *1909—*ம் வருஷத்திய புதியக் கேட்லாக் அரையணா ஸ்டாம்பு அனுப்பிப் பெற்றுக்கொள்ளலாம்.

ச. கோ.இ. அப்துல் ரக்மான் சாயபு,
விதைகள் மற்றும் மாங்கன்று வியாபாரி, சேலம்

○

தூத்துக்குடி சுதேசீயக் கப்பல் கம்பெனி லிமிடெட்

கடல் யாத்திரை விஷயத்தில் தற்காலத் தமிழர்கள் எடுக்கும் முதலாவது எடுப்பு. அன்னிய வர்த்தகர்களே நமது கடல்களில்

ஸ்டீமர்களோட்டுவதில் தனியரசு செய்து வந்ததற்கு இக்கம்பெனியே முதலெதிரியாகத் தோன்றி நமது ஜாதீய மானத்தைக் காப்பாற்றுகின்றது. இரண்டு வருஷங்கள் நன்கு பாடுபட்டால் பிறகு கம்பெனிக்கு மட்டுமேயலாது நாடு முழுமைக்கும் அளவிறந்த லாபம் விளைவிக்கத் தக்க முயற்சி. மூலதனம் இருபது லக்ஷ ரூபாய். பங்கொன்றுக்கு 25 ரூபாய். தமிழ் நாட்டாரெல்லோரும் பங்குகளெடுத்துக்கொண்டு உதவி செய்யும்படி கேட்டுக்கொள்ளுகிறோம். தற்கால அவசியத்தை உத்தேசித்து பிரயாண அனுமதிச் சீட்டுகள் ஒரு ரூபாய்க் கிரயத்திலும் இரண்டு ரூபாய்க் கிரயத்திலும் விற்கப்படுகின்றன. வேண்டுவோர் காரியதரிசிக் கெழுதிப் பெற்றுக்கொள்ளலாம். வாலிப வயதும் தேச பக்தியும் உடைய ஏஜெண்டுகள் தேவை.

S.D. கிருஷ்ணய்யங்கார், பி.ஏ.,பி.எல்.
கவுரவ காரியதரிசி
தூத்துக்குடி சுதேசிக் கப்பல் கம்பெனி
தூத்துக்குடி

❍

ரங்கோன் ரஞ்சிதபோதினி

மானிட மர்ம சாஸ்திரத்திலடங்கிய விஷயங்களைக் கைகொண்டு வருபவர்களின் அபிவிருத்திக்காக சித்திரப் படங்களுடன் பிரகாசிக்கும் மாதாந்த பத்திரிகை.

வருஷ சந்தா தமிழ் ரூ. 2

இங்கிலீஷ் ரூ. 1

இரண்டும் ரூ. மாதிரிப் பிரதி 4 அணா

எஸ். சாமிவேல், பி. ஏ.
11, 12 ஷனர் ரோடு, ரங்கோன்

❍

மதன கெம்பீர மாத்திரை

உபயோகிக்கும் விதம் மருந்துடன் தெரிவிப்போம்.

கனவான்களே! அனேகர் மிதமிஞ்சிய விஷயத்தால் வீரியமிழந்து பலங்குன்றி மனக்கவலை யடைவதைப் பார்கின்றோம். இந்த நோயை நிவிர்த்திக்கக் கருதியே நெடுநாளாக பலவிடங்களிலு முபயோகித்து நிச்சயங்கண்டு யாவர்க்கு மிதனை வெளியிட்டேன். இதன் விசேஷச் செய்கையை ஒரே தடவை யுபயோகித்தறிந்துகொள்ளலாம். சேர்க்கை காலத்தில் நாதம் விரைவில் வெளிப்படாமல் கட்டுதல், ஸ்வர்ப்பன ஸ்கலிதத்தை நீக்குதல், பலமற்ற ஆண் மர்மஸ்தானத்தைப் பலப்படுத் தல், வீரியத்தை யிறுக்கல் ஆகிய குணங்களைச் செய்வதில் இது

முதன்மை பெற்றது. ஒருமுறை உபயோகப்படுத்தினால் இதன் தன்மை உடனே விளங்கும். பேப்பர் பேரைக் கண்டெழுதவும்.

24 மாத்திரை	2 8 0
வி—பி—உட்பட	2 11 0
12 மாத்திரை	1 4 0
வி—பி—உட்பட	1 7 0

ஐ. குலாம் தஸ்தகீர் சாஹெப் அண்ட் கோ
நெ. 14 அப்பு, மேஸ்திரி தெருவு
மஹ்பூஸ்கான் தேவிடி, மதறாஸ்

❍

முக்கிய விளம்பரம்

லோகானுகூலன் என்னும் ஓர் வாராந்திர தமிழ் பத்ரிகை பிரதி சனி வாரந்தோறும் கும்பகோணத்திலிருந்து பிரசுரமாய் வருகிறது. நம் ஹிந்து மதாபிவிர்த்தியைப் பற்றிய வியாஸங்கள் எளிய நடையில் தக்க பண்டிதர் பண்டிதைகளால் எழுதி வரப்படுகின்றன. சந்தாத் துகையும், விளம்பர விகிதங்களும் கூடியவரையில் சகாயமாக வைக்கப்பட்டிருக்கிறது.

உள்ளூர் வெளியூராருக்கு வருஷ சந்தா 2. வெளிநாடுகளுக்கு ரூ. 4. தனிப்பத்திரிகை விற்கவும் சந்தாதார்கள் சேர்க்கவும் யேஜண்டுகள் தேவை.

லோகானுகூலன் ஆபிஸில் கிடைக்கும் புஸ்தகங்களாவன

ஜகத்குரு சங்கர பகவத் பரதாசார் சரித்திரம்
போதேந்திரஸ்வாமி சரித்திரம்
கோவிந்தபுரம் பகவந்நாமம் 0—1—0
கங்கையை வரவழைத்த திருவிடைநல்லூர் வெங்கிடேச அய்யர்வாள் சரித்திரம் 0—1—0
ஸத்குரு தியாகராஜ ஸ்வாமி சரித்திரம் 0—1—0
ஞானேந்திரன் இனிய தமிழ் நாவல் 0—6—0

புரோபறைட்டர்
லோகானுகூலன்
கும்பகோணம்

❍

இதை நினையுங்கள்

குழந்தைகள் விளையாடும் பாத்திரம் வெங்கலத்தால் செய்த குடம்; விளக்கு, கரண்டி, தவலை, செம்பு போன்ற 32 சாமான்கள் அடங்கியது.

மத்திம சயிஸ் விலை : ரூ 1—8—0
பெரிய சயிஸ் விலை : ரூ 3—8—0

இது பளபளப்பும், அழகும், சகாயமுமுள்ளது. ஒவ்வொரு செட்டு வாங்குகிறவர்களுக்கு உருத்திராக்ஷ மகிமை, பில்காயம் என்ற புத்தகங்கள் இனமாக அனுப்புவோம்.

கே.எஸ். முத்தையா அண்டு கம்பெனி
பட்டு பீதாம்பர வர்த்தகம்
ஸ்ரீ காசி பெனாரேஸ் சிட்டி

❍

சொலைன்ஸின் மருந்தை வாங்குவோர் தேவை!

சொலைன்ஸின் வெட்டை நிவாரணி மருந்து ஆச்சரியமான குணமுள்ளது. இது பிரமேகம், வெள்ளை, பொறுக்கை, அரையாப்பு, மதுமேகம் முதலானவைகளையும் ஸ்திரீ புருஷனின் ஜலத் துவாரங்களில் உண்டாகும் எரிச்சல் முதலான ஜாட்டியங்களையும் ஒரே தடவையில் குணமாக்கும். கீழ்க்கண்டவைகளுக்கு நாம் உத்தரவாதம்:

1. ஒரே முறையில் உடனே குணம் தெரியும்.
2. எல்லாவிதமான அசுத்தமான வெளிப்போக்குகளையும் 24 மணி நேரத்தில் நிறுத்திவிடுகிறது.
3. எல்லா துர்வியாதிகளையும் 5 நாட்களில் அடியோடு சொஸ்தப்படுத்தி ஸுகத்தைத் தருகிறது. இஞ்ஜெக்ஷன் உபயோகமில்லை.

அநேக கீர்த்தி பெற்ற நற்சாக்ஷி பத்திரங்கள் இருக்கின்றன. அநேக டாக்டர்களும் நோயாளிகளும் இதைப் புகழ்ந்திருக்கின்றனர். விஸ்தாரமாய் இதன் குணத்தை எடுத்துரைக்க வேண்டிய அவசியமில்லை.

ஒருமுறை பரீக்ஷித்துப் பாருங்கள்! குணம் உங்களுக்கே தெரியும்! தயவுசெய்து கடிதத்தை இங்கிலீஷில் எழுதவும்.

ஒரு புட்டியின் விலை (தபால் சார்ஜ் உட்பட, 2—7—9

2 புட்டிகளின் விலை .... 3—10—0

3 ..... 6—12—0

எங்கள் மருந்துக்கு உலகம் முழுவதும் ஏஜெண்டுகள் வேண்டும்.

Apply to Dr. Polines & Co
16, South Sealdah Road (V), Calcutta

❍

இந்தியன் ப்ரீண்டர்ஸ் ஏஜன்ஸி, பிராட்வே மத்ராஸ்

சில மெஷீன்களின் விவரம்

புஸ்தகங்கள், பத்திரிகைகள் அச்சிடக்கூடிய வார்ப்டேல் மெஷின்கள்.

இவை அப்போதைக்கப்போது புதிதுபுதிதாகச் செய்யப்பட்டு ஐரோப்பா, அமெரிக்காவிலிருந்து வரவழைக்கப்படுகின்றன. இவைகளைச்

செய்பவர்கள் உலகமெல்லாம் கீர்த்தி பெற்ற பெரிய பெரிய இரும்பு வார்பட சாலைகளை யுடையவர்களாய் அச்சியந்திரங்களைச் செய்வதிலேயே மகா பயிர்ச்சியுடையவர்கள். மனுஷிய கஷ்டத்தைக் குறைத்து, வேலை நேர்த்தியாகவும் சுத்தமாயும் இருக்கும்படியான அநேக சமவகார யந்திர சூக்ஷ்மங்கள் ஒவ்வொரு புதிய மெஷின்களிலும் சேர்க்கப்பட்டுக்கொண்டே வருகின்றன.

முக்கியமாய் நாம் வரவழைப்பது காலஞ்சு மெஷின் கம்பெனி, ஹோஜன் போர்ஸ்ட் கம்பெனி, எலியெட் கம்பெனி முதலியவர்களாம்.

விலாசம்
இந்தியன் பிரிண்டர்ஸ் ஏஜென்ஸி கம்பெனி
180—181, ப்ராட்வே, மதறாஸ்

○

இது என்ன?

சுத்தமான கம்பளி ரோமத்தால் நெசவு செய்த மடித்தாவணி.

அகலம்	நீளம்	விலை
இஞ்சு —	முழம் —	1க்கு
24 —	5 —	ரூ 0—13—0
24 —	6 —	ரூ 1—0—0
29 —	7 —	ரூ 1—6—0
29 —	8 —	ரூ 1—10—0
29 —	9 —	ரூ 1—12—0
37 —	10 —	ரூ 2—8—0
40 —	12 —	ரூ 3—0—0
40 —	15 —	ரூ 4—0—0

இது வெண்மை நிறமும் மிருதுவுமுள்ளது. வைதீகர்கள் மடியாக அணிந்துகொள்ள தகுதியுள்ளது. ஆசாரத்துக்கு மிக பொருத்தமுள்ளது. உடனே எழுதுங்கள்.

கே.எஸ். முத்தையா அண்டு கம்பெனி
பட்டு பீதாம்பர வர்த்தகம்
ஸ்ரீ காசி

○

குழந்தைகள் குழந்தைகள் குழந்தைகள்

குழந்தைகள் விளையாடக்கூடிய பித்தளை வெங்கலத்தால் செய்த செம்பு, குடம், கரண்டி முதல் 30 சாமான்கள் அடங்கிய அழகும் நேர்த்தியும் நைசும் பளபளப்புமுள்ள அழகிய பாத்திரங்கள் 30 உள்ள

சிறு செட்டு 1க்கு 2—0—0

பெரிய செட்டு 1க்கு 4—0—0

உடனே எழுதுங்கள்

விலாசம்
மானேஜர்
பட்டு பீத்தாம்பர கம்பெனி
Benares

'சந்திரிகா'
பிரதி புதவாரம்
தமிழ் பத்திரிகை
கும்பகோணம்

வருடச் சந்தா ரூ 1—8—0
வெளியூருக்கு அணா 0—8—0
தபால் கூலியாக பிரத்தியேகம்

ஸ்ரீநிவாசன்
பத்திராதிபர்

○

BALA BHARATA

A Monthly Review of Indian Progressive Thought

Edited by Sri C. Subramania Bharati

Inland... I year ... Rs 3/-
For students I year Rs 2/-
..... 6 months.... Rs 1/12
Foreign ... I year .... sh 6/-
One copy of Sriman Aravinda Ghosh's lectures will be given away free to all old and new subscribers.

Apply to
The Manager
"Bala Bharata"
Pondicherry

○

பனி பனி!

பனிக்கு அடக்கமான சுத்தமான கம்பளி ரோமத்தால் செய்த உறுதியும் நைசும் நேர்த்தியுமான கம்பளிப் போர்வைகள் 6 முழ

நீளம் 3 முழ அகலமும், சிகப்பு முதலிய சகல நிறத்திலும் தயாராக இருக்கிறது. உருப்படி 1க்கு ரூ 5—3—0.

மானேஜர்
பட்டுப் பீதாம்பரம் கம்பெனி.
ஸ்ரீ காசி

○

நம் சகோதரர்களே

நம் கெட்டி சாய ஜமக்காளங்களை இந்தியாவில் இதுபோல் பார்த்திருக்க மாட்டீர்கள். ஒன்று வாங்கிப் பாருங்கள்.

ஜமக்காளங்கள்

கெட்டி சாயம் பூராவேலை	4 மு—	17—8—0
ஷெ	4 மு—	16—18—0

முக்கால் சாயம் ஜெமக்காளம்

பேட்டு வேலை	4 மு—	6—14—0
”	4 மு—	6—4—0
5 வேலை	”	5—10—0
வேலை	”	4—6—0
முறுக்கு	”	4—1—0
சாதாபச்சீஸ்	”	4—0—0
3 சாதா	”	3—0—0

ஆர்டருடன் அட்வான்சு அனுப்ப வேண்டும்

25 முதல் 50ரூ வரைக்கும் 100க்கு பனிரெண்டரை கமிஷன்

50ரூ முதல் 100ரூ வரைக்கும் ” 100—க்கு 18’4

100ரூக்கு மேல்பட்டால் ” 25 கமிஷன்

காடேஜிலும் இன்டஸ்டிரி
சேலம்

○

மன்மத வீரிய புருஷாந்த
சுவர்னகாந்த இந்திரியஸதம்பன லேகியம்

தேக சுகத்தை சிற்றின்ப மோகத்தால் இழந்த அன்பர்களே! எத்தனையோ லேகியங்களையும் வாங்கி வாங்கி உபயோகித்திருப்பீர்கள். இந்த லேகியத்தைப் போல் சீக்கிரத்தில் குணத்தைக் கொடுத்து மனதை உற்சாகப்படுத்தும் லேகியத்தைக் கேள்விப்பட்டும் இருக்க மாட்டீர்கள். இந்த லேகியம் மிகுந்த கால் அநுபோகத்திலுள்ளது; இது வீண் போலி பண்டிதர்கள் வெளிப்படுத்தி விற்றுவரும் பிரயோஜனமில்லாத மருந்தைப் போல் கெட்டுப்போகும் லேகியமல்ல. ஒவ்வொரு கம்பெனி

லேகியத்தையும் வாங்கி பரீட்சித்த கனவான்கள் நீங்கள் கொடுத்தது ரூபாய் ஒன்றரையும் திரும்ப கொடுத்துவிடுவது சத்தியம். ஆனால் ஒவ்வொரு கன தனவான்களும் மேற்படி லேகியத்தைச் சாப்பிட்டதால் தங்களுக்கு ஏற்படும் சகாயத்தை சத்தியமாய் எழுதவேண்டியது. இவ்விடம் ஏற்பட்ட சபைவாத சபதத்தால் மிகவும் குறைந்த விலைக்கு இந்த லேகியத்தை வெளியிட்டோம். மற்ற லேகியத்தைப் போல (40) நாள் (20) நாள் சாப்பிட வேண்டியது இல்லை. எட்டு நாள் ஒரு வாரந்தான் சாப்பிட வேண்டியுள்ளது. இதன் குணத்தை ஒரே வேளையில் தெரிந்துகொள்ள நாடுவோர்க்கு லேகியம் அனுப்பும்போது ஒரு இரகசியம் எழுதப்படும். அது போல நடந்துகொள்ள வேண்டும்.

இதன் உபயோகம் பற்பல காரணத்தாலுண்டான தேக உஷ்ணத்தை சமனப்படுத்தும். கெற்ப சூட்டால் உற்பத்தியான கெட்டச் சூட்டைத் தணிக்கும். இரத்தக் கொதிப்பை ஆற்றும். உடம்பின் வரட்சியை நீக்கும். தடிப்பட்டு நீற்றுப்போன இந்திரிய விகற்பத்தை கெட்டிப்படுத் தும். தூக்கத்தில் உண்டாகும் விந்துஸ்கலிதத்தை நிறுத்தும். போக காலத்தில் சீக்கிரம் வெளிப்படும் நாதத்தை மிகுந்த நேரம் வரையும் சுகஸ்தனம்பனஞ்செய்யும். மேக வியாதி நீரிழிவு இரத்தங் கெட்டுண்டா கும் சொறி சிரங்கு படை தீரும். நல்ல பசியை உண்டாக்கி ஜீரண சக்தியைக் கொடுக்கும். பார்ஸ வாய்வு, பித்தாதிகள், உஷ்ண வாய்வு முதலிய வியாதியை நிவர்த்தி செய்யும். மலந்தாது சதாதினமும் சரியாயிருக்கும். குறைந்துண்டான திரேக வழுப்பை மாற்றும். தளர்ந்த நரம்புகளைப் பலப்படுத்தும். ஆண் தன்மையை அதிகப்படுத்தும். ஸ்திரீகள் மனதை சந்தோஷிக்கத் தக்கவிதமாய் போக இன்பத்தை விர்த்தி செய்யும். சம போக சந்தோஷத்திற்கு இது வொப்பற்ற அமிர்த சஞ்சீவியாகும்.

எட்டு நாள் சாப்பிடும் லேகிய டப்பி கிரையம் 1—8—0

ஒரே முறையில் 6 டப்பி கிரையம் ரூபாய் 8—0—0

கவனிப்பு : மற்ற வியாதியுடையோர் குணக்குறிகளை எழுதினால் தகுந்த மருந்து செய்துங் கையிலிருந்தும் அனுப்பப்படும். கடிதம் எழுதுவோர்கள் தங்கள் விலாசத்தை தமிழிலாவது இங்கிலீஷிலாவது தெளிவாக எழுத வேண்டும். ஒவ்வொரு மருந்துக்கும் விபர நோட்டீஸ் மருந்துடன் அனுப்பப்படும். எம்மால் வீ. பீ.யில் அனுப்பும் மருந்து விபர நோட்டீஸில் என் கையெழுத்து சைன் இந்த மாதிரி இருக்கும்.

கையெழுத்து
எஸ். முகம்மது ஜெயினுல்கவுஸ் பாவலர்
கவுதியா ஆயுர்வேத யூனானி வைத்தியசாலை
கூடலூர் பழைய பட்டணம்

நமது ஆபிஸில் கிடைக்கக்கூடிய

புஸ்தகங்கள்

ஆனந்த மடம்	*0—8—0*
சந்திரகேரன்	*0—8—0*
மதனமனோஹரி, ஓர் இனிய செந்தமிழ் நாவல்	*0—8—0*
பாவலர் விருந்து	*0—8—0*
மான விஜயம்	*0—8—0*
மதிவாணன்	*0—8—0*
தோவோப சனாதீபம்	*0—8—0*
ஸ்ரீ விபின சந்திரர் உபன்யாசம்	*0—6—0*
தனிப் பாசுரத் தொகை	*0—4—0*
ராணி லக்ஷ்மீபாய் சரித்திரம்	*0—3—0*
ஜன்ம பூமி	*0—3—0*
ஸ்ரீ திலகர் சரித்திரம்	*0—3—0*
ஆர்ய மத உபாக்கியானம்	*0—2—0*
ஸ்ரீ சிதம்பரம் பிள்ளை சரித்திரம்	*0—2—0*
சுதேச கீதங்கள்	*0—2—0*
எங்கள் காங்கிரஸ் யாத்திரை	*0—2—0*
தற்கால நிலைமை	*0—2—0*
கிரிஸில்டின் கதை	*0—4—0*
பயித்தியக்கார முல்லா	*0—0—6*
நிர்மலா	*0—1—6*
ஸ்ரீ சிதம்பரம் பிள்ளை படம்	*0—0—6*
ஸ்ரீ திலகர் உபன்யாசம் (தெலுங்கு)	*0—0—6*
லக்ஷ்மீ தியானகானாம்ரிதம்	*0—1—0*

மானேஜர்
விஜயா பத்திரிகாசாலை
புதுவை

❍

"INDIA" Office
Pondicherry

Ready for sale *Ready for sale*

Sjt, Lala Lajpat Rai: The man in his Word	*1-4-0*
Surat Congress	*0-8-0*
Sjt Swami Rama Tirtha: His Poems & Life sketch	*0-3-0*

Sjt V.O. Chidambaram Pillai's life	*0-3-0*
Sjt Arabindo Ghose on the Present Situation	*0-2-0*

Manager
"India" Office
Pondicherry

❍

வித்யா விஹாரிணி

சித்தரசகிதமாயுலாவும் சிறந்த ஓர் மாதந்த தமிழ்ப் பத்திரிகை.

பத்திராதிபர் ஸ்ரீமான் சி.என். கிருஷ்ணசாமி அய்யர், எம்.ஏ, எல்.டி

சில பத்திரிகைகளின் அபிப்பிராயங்கள்:

சுதேசமித்திரன்: தமிழ் பாஷை விருத்தியடைவதற்கும், தமிழ் மக்கள் நலம் பெறுவதற்கும் இப்பத்திரிகை ஓர் சிறந்த சாதனமாக இருக்கிறது என்பதில் சிறிதும் ஐயமில்லை.

லோகோபகாரி: இது ஒரு சிறந்த தமிழ்ப் பத்திரிகை என்பதிலையமில்லை.

லோகானுகூலன்: இம்மாதிரி திருவுருவப் படங்களுடன் தமிழ்ப் பத்திரிகை இக்காலத்திற் நடந்துவருகின்றதெனச் சிறிது சொல்லலாம். விஷயங்களும் மிக்க அரிய பெரிய விஷயங்களாகவேயிருக்கின்றன.

நாகை நீலலோசனி: உலகத்துக்குப் பெரும் பயன் விளைவிக்கும் என்பது நன்கு தெரிகிறது.

திராவிடாபிமானி: தமிழ் பாஷை விருத்தியடைவதற்கு இப்பத்திரிகை ஓர் சிறந்த சாதனமாகும்.

படிக்கப்படிக்க இன்பத்தைக் கொடுக்கும் 40 பக்கங்கள் கொண்ட விஷயங்கள் அடங்கியுள்ளது.

வருஷ சந்தா ரூ 5

ஏஜெண்டுகள் தேவை
நல்ல கமிஷன் கொடுக்கப்படும்

பிரசுரர்கள்
கணேஷ் கம்பெனி
தம்புச் செட்டி தெரு
சென்னை

❍

கர்மயோகி

இனிய, தெளிய, தமிழ் நடையில் பிரசுரமாகும் மாதாந்தப் பத்ரிகை. கல்கத்தாவில் ஸ்ரீமான் அரவிந்த கோஷ் 'கர்மயோகின்' என்ற பத்ரிகையில் எழுதும் உபந்யாஸங்களும், குறிப்புகளும் இதில் அனைவருக்கும் பொருள் விளங்கும்படி எளிய நடையில் மொழிபெயர்த்துக் கொடுக்கப்படும். இது தவிர வேறு பல வியாசங்களும் சரித்திரங்களும் வர்த்தமான குறிப்புகளும் தேசபக்தி பாடல்களும் அடங்கியிருக்கும். சித்திரங்கள் பதிப்பிக்கப்படும்.

ஆரிய தர்மம், பாரத நாட்டு கலைகள், தொழில்கள், காரியங்கள், சாஸ்திரங்கள், ராஜாங்க விஷயங்கள் முதலானவற்றையெல்லாம் பற்றி விவகரிப்பது.

விஷயதானஞ் செய்வோர்
ஸ்ரீ ஸி. சுப்பிரமணிய பாரதி

சந்தா: வருஷமொன்றுக்கு 3 ரூபாய், வெளிநாடுகளுக்கு ரூபாய் 4.

ஏழை மாணாக்கர்களுக்குக் குறைந்த சந்தா. இதை எழுதிக் கேட்டுக்கொள்ளலாம்.

கார்யகர்த்தா (மானேஜர்)
'கர்மயோகி' கார்யஸ்தலம்
வெள்ளாளத் தெரு, புதுச்சேரி

II

அரசு வாராந்தர அறிக்கைகளில் 'விஜயா'
(ஆங்கிலம்)

The Condonation of Political Offenders	183
Students and Politics	185
Lord Curzon on Indian Affairs	187
Mrs. Annie Besant	188
The Haldibari Plunder	190
The Viceroy and Rana of Udaipur	192
The Ten Avatars	194
A New Law in the Transvaal	195
The Policemen in India	196
The Duty of the Vaisyas of Our Land	197
The New Legislative Councils	199
The Reforms of Lord Morley	201
The New Legislative Councils	203
The Two Faces of England	204
Surendranath Banerji and the New Council	204
Babu Surendranath Banerji and the New Legislative Council	206
The Native Rajas and the English Authorities	207
The Budget Debate in England	208
The People of Bharata in South Africa	209
The Tax of Three Sovereigns on Indian Women in Natal	211
The Kolar Gold Mines	213
The Viceroy's Tour in South India	214
The Suffering of the Indians in South Africa	*215*

The Indian Policemen and the Freedom of the Bengalees	216
Elections to the New Council	217
The Viceroy's Visit to Madras	218
The Students of National Colleges	219
The Moghuls and the English as Rulers of India	220
The Leaders of the Moderate Party in Madras	221
The Fate of Nine Deportees	222
The Indians in the Transvaal	224
A 'Censor' to the Newspapers in India	226
The Lieutenant-Governor of the Punjab and the Public	227
The Prevention of the Public Meetings Act and the Criminal Law Amendment Act	228
The Extreme Loyalty of the Indian Princes	229
The Duty of the Brahmans in Regard to Sedition	231
The Railways in India	233
India and the Present Situation	234
Indians and Englishmen	236
Egypt and India	238
The Supply of Provisions by Village Munsiffs to Government Officials	239
The Somalis and the Englishmen	241
Indian Ships and Steamers	242
How to Suppress Anarchism	243
The English Government and Its English Critics	248
The Nasik Murder	251
The Native Princes and the Officials	254
The Liberals and India	255
The Liberals and India	256
The Jail Experiences of Kolhatkar	257

The Indians in the Transvaal	258
The Prohibition of the India *Newspaper*	259
Sanitary Science in India	260
The Relics of Buddha and the English Government	261
Negligence of the English Soldiers	262
The Nasik Murder	263
Treatment of Prisoners in Indian Jails	265
The New Press Act	267
Frontier Raids and the Arms Act	268
The Elections at Pondicherry	269
Government in Ancient India	270
The Swadeshi Steam Navigation Company of Tuticorin	271
The Chairmanship of the Madura Municipality	272
How to Suppress Anarchism	273
National Colleges	274
The Effects of English Education	275
Destruction of Indian Industries by Englishmen	276
Prohibition of Certain Newspapers by Native Princes	277
Comments on Dadabhai Naoroji's 'Poverty and Un-British Rule in India'	278
Will Swadeshism Attain Success?	279

இந்தப் பகுதியில் 'விஜயா'வின் கிடைக்கப் பெறாத இதழ்களில் வெளிவந்த கட்டுரைகளின் ஆங்கில மொழிபெயர்ப்பு அன்றைய சென்னை அரசாங்கத்தின் இரகசிய வாராந்திரப் பத்திரிகை அறிக்கைகளிலிருந்து திரட்டித் தரப்பட்டுள்ளது.

பதிப்பாசிரியர்

The Condonation of Political Offenders

Most of the persons who have been punished in British India for political offences are not guilty of preaching or practising the tenets of certain political parties in Europe who aim at subverting the existing Governments, but they simply hope to change the present form of Government by peaceful means. Even when the Government in other countries is enraged at such reformers, it never dares touch their persons. For example, Dr. Clifford, in England, maintains both by precept and practice that none should pay taxes so long as the House of Lords has the prerogative of vetoing, but he has not been deported for it by the Home Government. In India, Mr. Tilak is only a reformer of the type of Dr. Clifford, though he does not go so far as inciting the people not to pay taxes. The gist of Mr. Tilak's preaching is simply this: "The Government prevailing in India is incompatible with democratic principles and until a democratic form of rule is established in India, we should not help the Government by accepting appointments under it", and for this he has been sentenced to six years' rigorous imprisonment. As to the justice or otherwise of such a punishment, we leave it to God to judge, since it does not lie within our scope. In this connection we have to refer to the reply given by Lord Morley in answer to a question recently asked by Dr. Rutherford, whether it will not be advisable to grant a general pardon to all political offenders in India in view to secure better results from the proposed reforms and the co-operation of the popular leaders. Lord Morley's reply was that that question could not be considered at all, but that the prisoners might be released if it appeared from the official reports received from India that the state of affairs in that country would justify such a step. In our view, there will be no unrest in India, if only the Government would keep aloof without interfering in the *Swadeshi* movement. It is the Government that raised the cry of unrest by spoiling a peaceful movement and creating unrest as a result of that. It is not at all likely that the officials will put an end to the unrest. Even if the unrest should cease, they will not be convinced of its cessation and, even if they should be so convinced, they will not report accordingly. For if they should once admit that unrest has disappeared, they will be prevented from resorting to unconstitutional acts. So, the reply given by Lord Morley is tantamount to saying that the nationalist offenders will be released only when all these improbabilities are possible. By that time, we are afraid, the period of the punishment itself would have nearly expired and Lord Morley's mercy would no longer be necessary.

Vijaya, 20 October 1909

Students and Politics

Though it may be useful for students to study the general principles of politics, it is not advisable that they should take part in the burning questions of current party politics. But this is only a general rule and every general rule has got its exceptions. For example, it is students that take a prominent part in the efforts made in Russia to overthrow despotism and establish a representative form of Government, such as is found in England and other countries, and nobody finds fault with them. They are on the other hand, appreciated for their endeavours by the whole world. Similarly, the work done by the students in the political revolutions in Persia and Turkey is in no way insignificant, and hence they have not been reproached by intelligent men. Methods differ with circumstances and no sane man will say that the methods adopted in the United States will suit the circumstances in Russia. It is but proper that students in America should receive only such training as will befit them for their after-life and for social service at large, but it will not be right to think that the same kind of training will suit the students in India. In India the students are not given that training which will help them to improve their life and render social service, but they have to spend their time only in such training or want of training as will prepare them to serve foreigners for the benefit of the latter. This country is in a diseased condition and how can the young generation be healthy when their country is going down? The welfare of this land thus rests with students alone. The present situation in the country is such as to demoralize any man and it is only among students that the necessary moral courage, zeal for high ideals and sharpness of intellect required to withstand such temptations are found as against the appalling illiteracy of the masses. The only redeeming element of any knowledge of letters is in the students of our schools. And the enemies of our country want to prevent even this section of the people from taking any part in the work of regenerating our land and some of the thoughtless men among us play second fiddle to them. It is not our desire that our students should take great interest in such questions as Morley's reforms, Legislative Councils and Civil Service examinations. But matters like *Swadesi*, national education and physical culture are not of the nature of mere politics. They are but the preparatory exercises of the new faith which is born in the country and those who say that the students should not practise such exercises can only be said to wish destruction to that faith. But their desire will never be realized. For *Vande Mataram* is a faith, which is as strong as adamant and has enthroned itself in the heart and life of the young generation and will not depart.

Vijaya, 25 October 1909

Lord Curzon on Indian Affairs

The *Vijaya* comments as follows on a speech delivered at Edinburgh by Lord Curzon on Indian affairs. Lord Curzon said in his speech: "If we are to lose India, we will cease to be one of the great powers of Europe, which we now are and be reduced to the position of a third-rate power." We cannot contradict the opinion of Lord Curzon as he is a past master in politics, but we have heard that many European political philosophers hold that if England loses her power over India, she will become a petty kingdom like Switzerland and there will be absolutely no such thing as the British Empire. It seems, however, that Lord Curzon thinks that India has not got the least idea of severing herself from England's authority, but we do not believe that he really means what he says. He further says that the Native Princes are enthusiastically devoted to their British connection, meaning thereby that the Residents in those states are devotedly attached to the British connection. Our information is that the Resident is the chief factor in a Native State and that what is called a "Raja" is an unknown quantity. Lord Curzon says that the gain which the Englishmen acquire by ruling India in the shape of political training and the improvement of martial qualities is greater than the material advantages which such rule may naturally give them. But here also there is a difference of opinion. It is believed by many learned Englishmen that the despotic British rule in India gradually develops in the English race qualities which are opposed to their love of liberty and independence. It is on account of this that the British statesmen are averse to have anything to do with the retired Anglo Indian officials. When these men who wielded despotic power and lived like angels in India return home, they do not get any responsible political position and consequently become merged in the common crowd. The statesmen in England fear that if the number of such fangless serpents increases abnormally, it will do harm to the democratic form of rule in that country.

Vijaya, 25 October 1909

Mrs. Annie Besant

Mrs. Besant has been, of late, directing her power and influence against the new movement of *Swaraj* in this country. While she was in England sometime ago, she told a press representative that Aravinda Babu was a fanatic and a dangerous man and would not scruple to employ any means to destroy the British Empire, and for this she was condemned by the Indian press and was pressed to give reasons for spreading such a calumny against Aravinda Babu. Thereupon she has expressed in her Central Hindu College Magazine the opinion which her Mahatmas hold regarding Aravinda. There it is stated that Aravinda's unwillingness to work in co-operation with Englishmen is the sole reason for the Mahatmas getting so much incensed at him. While we are gratified at the interest taken by the Mahatmas in our political affairs, we are obliged to observe that they have not evidently understood that the term "Co-operation" with the Englishmen should only mean subordination, as they do not want any other help from us than our working as servants under them. It is not only in politics, but even in the case of the Central Hindu College, which she is conducting with the aid of funds collected from our people by employing various tactics, Mrs. Besant holds the strong view that our people should not have any prominent power but should act in subordination to the authority of the Englishmen. When, some months ago, the question of appointing a Principal to her college came up, she strongly opposed the appointment of an Indian to that place and in consequence of this an Englishman was appointed. The evil does not stop here. The Mahatmas have further decreed that even the post of the President of the Theosophical Society, which has come into existence to spread a belief in Besantism, Tibetan ghosts, and a host of other falsehoods, should be hereditarily held by Europeans, while the Hindus should merely furnish it with funds. This is co-operation indeed! We should furnish the money and foreigners should wield the authority. It is because Aravinda could not consent to such co-operation that the Tibetan ghosts are furious with him. What stronger proof can there be for the degeneration of the Hindu race than the fact that Mrs. Besant should be regarded by some of us as their spiritual guide and *Guru* and the modern representatives of the Aryan Rishis? The policy of independence - and no other - is the only path to achieve our regeneration.

Vijaya, 30 October 1909

The Haldibari Plunder

Plunders like the one that was recently committed at Haldibari are of frequent occurrence in Bengal. The Police have been telling that the students who desire to bring about a political revolution indulge in such plunders in order to get the necessary funds for carrying out their revolutionary ideas. They, therefore, try to catch hold of some educated young men of respectable families and to connect them with their "Revolution" theory, but it cannot be said that the Police have as yet in a single case satisfactorily proved such a connection to exist between the revolution movement and these plunders. The Bengalee press is of the opinion that the high prices of food grains have forced many people to have recourse to plunder and that the Police who are incapable of detecting the real culprits make a scapegoat of the *Bande Mataram* men in the vicinity, harass them in several ways and release them at last when they see that the case cannot stand. We believe that this is the true explanation of these murders. In the case of the Haldibari plunder too, the Police version is incredible. If it is true that these plunderers are members of secret societies, why should they make known their correspondence and pledges to the Legislative Council? Every such member will pledge himself to secrecy about the objects of the society even at the risk of his life and will naturally give a written statement to that effect to his leaders; but that he should entrust the Legislative Council and the Police with such secrets is in the least credible. The fact is that the administration in Bengal is powerless and the *Swaraj* spirit is growing at a rapid pace which is beyond human power to control. And as the movement keeps itself within constitutional bounds, it so happens that the huge secret Police force which has been specially organized to suppress this, cannot justify its existence unless it brings up false cases. When suddenly thousands of secret policemen are appointed and told that they can maintain their posts only if they bring some news or other against the people, the annoyance caused to the people thereby may be imagined. But if it is a fact that young men belonging to respectable families are committing acts of plunder for furthering the revolution in Bengal, it is undoubtedly an unsatisfactory state of things and will cause the new movement to be looked upon with distrust and disgust, and the Government will have to thank itself for bringing the youngsters to such a state by their own acts. When the authorities suppress popular movements which keep themselves within constitutional limits, the people are necessarily obliged to unconstitutional acts. The leaders of Bengal like Aravinda preach to the people that they should make constitutional efforts for the realisation of the *Swaraj* ideal; but the Bengal authorities obstruct such attempts by their violent acts of folly, with the result that the youngsters get irritated and wreak their vengeance. When the King himself transgresses the law, how can he expect the people to obey it?

Vijaya, 2 November 1909

The Viceroy and Rana of Udaipur

Commenting on the Viceroy's speech at the recent dinner given by the Rana of Udaipur, the *Vijaya* remarks:

The Viceroy said in his speech that, in the conflicts arising between the people and the British Government, the Native Princes should stand by the side of the latter and that they should realize that their destinies are identical to those of the British Government. The second part of this advice to the Rana is, in a sense, true, in that there will be no such entities as Native States in India in the near future as they will become merged in the British Empire if the present state of things is to continue for nearly half a century more and thus their destinies will become thoroughly identical. It should not be thought that we are indulging in fun, for there is sufficient warrant for our statement in the very speech of Lord Minto. The truth of our statement will further be borne out by a comparison of the Proclamation of 1858 with that of 1908. In the former the "Native Princes" were differentiated from the people and separate messages were addressed to them, whereas in the proclamation issued in the name of the King Emperor 44 years later, both the above parties are spoken of together as "our feudatories and subjects in India". Therefore we repeat that if things continue to be for 44 years more as they are at present, there will be no more necessity to talk of "our feudatories and subjects" separately, as the difference between the two classes will have completely vanished. But even among "our feudatories" all are not like those of the Rana of Udaipur. There is such a person as the Gaekwar of Baroda whose views in politics are not like those of the Rana of Udaipur. He says, "We are not foreigners, but form part and parcel of the Indian race. So we are naturally aware of the wants and wishes and the hardships of the people. The interests of the people will not come into conflict with our interests. Our destinies and those of the people of India are bound up together to the very last". These words of immortal wisdom were spoken by the Gaekwar only a few days ago and our people will never forget them.

Vijaya, 9 November 1909

The Ten Avatars

When virtue goes down and vice raises its head and the devotees of God are harassed, God incarnates to put down vice and restore virtue. God has appeared in flesh nine times till now in India and the tenth incarnation will take place in this *yuga*. At the present time vice is preponderant and virtue is at a low ebb in India and therefore we know that God will incarnate himself once more. From this we conclude that the vice which is in the ascendant at present will be destroyed and virtue firmly established in its place. At the time of each Divine incarnation, many are born as forerunners to help the special mission of that incarnation. At that time is also born a man representing the collective vice of the age or a nation comes into existence and God annihilates vice through that nation.

Vijaya, 10 November 1909

A New Law in the Transvaal

From an account of a new law introduced in the Transvaal, published in a recent issue of the *African Vartamani,* we understand that according to the provisions of the new law, coloured people will not be allowed to dwell or carry on trade of any kind on land belonging to the Whites, that if any European landowner rents his land to coloured people in contravention of this law, his land will be forthwith confiscated by the Government and that the owner will not be entitled to any compensation for it. It is stated that in Natal too a resolution has been passed by the Government that the Indians cannot become permanent subjects of that colony like Europeans, but that as the colony will be ruined if our people do not go there as coolies under the registration system, it should be arranged to send them back immediately after the expiry of their stipulated periods. These instances only illustrate the fact that Government intends to convert South Africa into a purely White colony by exterminating all other races except the White as has been done in America and Australia. When this is the lot of our people in the countries which are under British rule, we are mere eunuchs if we do not understand what it means and act accordingly.

Vijaya, 13 November 1909

The Policemen in India

The *Vijaya* publishes an article above the signature 'Jananukulan' of which the following is a summary:

It has been notified in the gazette that 50 out of the 150 silver medals to be awarded annually will be given to the Policemen in India. It is certainly a good thing to award medals, because it will make the Policemen work with greater enthusiasm and earnestness. But we think that such rewards are suitable only to the Policemen in England who discharge their duties honestly and efficiently. The Policemen here do not deserve them, since they do not acquit themselves honourably and creditably. From the Himalayas to Cape Comorin, all are unanimous in decrying the Policemen in India. Learned men, judges and editors of newspapers, condemn the Policemen. From the Police administration report for 1908, sent for our review, we understand that many of the Policemen in India were punished for offences such as bribery, illegal arrest, etc. Others again were degraded and given black marks. So our readers can easily understand how far the Policemen in India are discharging their duties efficiently. We are, therefore, of opinion that the Policemen in India do not deserve to get any kind of reward.

Vijaya, 16 November 1909

The Duty of the Vaisyas of Our Land

In India the average annual income of a person is Rs.15, if both the rich and the poor are taken into consideration. If the rich are eliminated, the condition of the poor will be appalling. O! Vaisyas of the land of Bharata! It is your bounden duty to save the land from this horrible state. Many are the reasons which have brought about this dreadful poverty. The East India Company, during its administration, ruined the commerce and industries of our land by introducing many unjust laws. After the abolition of this Company the English authorities do not seem to have adopted more liberal principles in this matter. According to the estimate of William Digby, 9,000 crores of rupees have been taken away to England within the last 65 years from 1835 to 1900. Now, as the majority of the Vaisyas of our land are entangled in the net of the foreign traders, our country loses 45 crores of rupees every year. If all the Vaisyas should now at least make it a principle to boycott foreign goods and go in for *Swadesi* ones, we can prevent the major portion of this above sum from being carried to foreign lands. Should not our land prosper? Will you not direct your attention a little to this matter? Adopt at least the principle of "Boycott". Then only can you be called Vaisyas in the real sense of the term.

O

According to the Bhagavat Gita, the duties of the Vaisyas are threefold, viz., agriculture, protection of cows and trade. Let us examine in what state we find these three things in our land. Lakhs of people die every year for want of food. Such is the state of agriculture in our land. Secondly, it is unnecessary to state how essential is the preservation of cows to those whose only calling is agriculture. Thirdly, trade is the most important duty. Trade, in its true sense, should be so carried on as to increase the wealth of our country by bringing the wealth of foreign countries to our land. Many of our so-called Vaisyas are either brokers under, or agents of, foreign merchants and we rarely find merchants who carry on business of their own and thus do good to themselves and their countrymen. Do you reflect for a moment how the Vaisyas of other countries carry on their business intelligently? You need not go so far for an example. Look at the "lords" who rule our land. These were, in the beginning, mere traders. Now, they are the rulers of our land. Should not our Vaisyas also become great like these? It is certainly a difficult task to restore our land to a flourishing state. It is not for your good alone that you should become real Aryans and obtain wealth. You must understand that it is for the common good. If you will give up your service under foreign merchants and adopt "Swadesi and Boycott" and work intelligently and devotedly – it is only then that you and your land will prosper. But, if you think that you should live comfortably by taking service under foreign merchants and thus spoiling the wealth of our country, you will suffer both in this world and the world to come. O! Vaisyas, once again we say that you should adopt "Swadesi and Boycott". This is the only way for our emancipation.

Vijaya, 16-17 November 1909

The New Legislative Councils

The new Legislative Councils have come into force. The popular leaders, i.e., those of our English educated men who are considered to be leaders by the Government may acquire by means of these councils more influence in political matters than that possessed by them hitherto. The number of non-official members of the Legislative Councils has been increased and they may ask more questions now than they were allowed to do before. The non-officials members of the Provincial Councils may also ventilate their views on the budget, though no real advantage need be expected from their speeches.

It is stated in the government resolution itself that, in these circumstances, the speeches of these non-official members will be nothing but ineffectual and discursive discussions. That the non-official members shall be in a majority in the Provincial Councils is but a new trick, for it will be patent even to persons of very ordinary understanding that most of the non-official members will take the side of the Government. After all, if the non-official members were to move a resolution against the wishes of the authorities, the Governor is invested with the discretion to throw it out. Besides, the non-official members have not the power to move any resolution bearing on any vital question of government. Thus the new members have no real power of any kind and the Government will continue to be irresponsible, autocratic and despotic as usual. But even supposing that the non-official members have been invested with some real powers, the people are in no way benefited thereby. Poverty, unmanliness, and illiteracy are the three great enemies of the Indians at present. Have the Indian members of these councils any means of rectifying any of these evils? Certainly not. Can they reduce the taxes? Can they promote our industries by creating obstacles to the importation of foreign articles? Have they the capacity to legislate against the exportation of indigenous grains when the country is in a state of famine? Have they the power to do good to the poor ryots by reducing the military or any other expense? Have these members the power to repeal the Arms Act in view to promote the manliness of the people? Can they have a hand in the Budget? Have they any means to decide for an increased allotment of 50 lakhs of rupees for public instruction?

There is not an iota of truth in the statement that these reforms have given a greater share in the Government of the country to the people. Such harms as the giving of separate representation to the Muhammadans are likely to result from these reforms to their fullest extent. But we are glad that this scheme does not contain any measures that will produce more harm than what we have already anticipated. We, therefore, tender our heartfelt thanks to Lord Morley, Lord Minto and Mr. Gokhale for their kindness in not doing more harm to this country.

Vijaya, 18 November 1909

The Reforms of Lord Morley

The *Vijaya* reproduces the opinion of the people of Bengal on the reforms thus:

(1) Babu Surendranath Banerji says in the *Bengalee* that the Reformed Council is worse than the old council in that it does not allow any one to express his independent views. Not only will Lala Lajpat Rai, Aswini Kumar Dutt, Tilak and others be excluded from these councils, but even such men as Surendranath and Chaudhuri will have no place in them. Even those who were fit to be members of the old Councils will not be allowed to become members of the new councils. Some among the European members, some Mohammedans elected by the officials and some Zamindars who are terribly afraid of collectors have more seats in the new Councils and we have the farce of a non-official majority in these Councils.

(2) The *Amrita Bazar Patrika* says that patriots who hold independent views and are bold enough to represent the grievances of the public, to the displeasure of the officials, cannot step into the new Council. Moreover, what is the fun of "reform", if only the number of members is increased without giving them any voice in it? A zero will be a zero by whatever number we multiply it.

(3) Newspapers in Bengali also say that these reforms are deceptive. At the recent Nadiya conference, Aswini Kumar Banerji, in his presidential speech, said, "It is very foolish to think that the general unrest in India can be put down by highhandedness. Others think that the new reforms will pacify the unrest. The name "new reforms" is only a misnomer. In fact, no new powers and privileges have been given to the people in

the slightest degree. On the other hand, some of the old privileges have been taken away from us. Our people should understand that these reforms are deceptive and farcical." Thus the people of Bengal have understood the real nature of these reforms, while the so-called leaders of Madras come forward as candidates for the new Council like so many winged white ants and do not speak the truth.

Vijaya, 25 November 1909

The New Legislative Councils

Candidates for the new Legislative Councils rush forward as if to do good to the country. They think they can represent the grievances of the people and maintain their own views and defeat the officials. Alas! How much they are to waste in this fight! Why should they not give all the money to the *Swadeshi* Steam Navigation Company? Are there not ways in which they can spend their money? What are they going to do in these Legislative Councils, where they have no voice whatever? Why should so many people come forward for this? Why should there be so much fuss about it? Why so many agents? None came forward anywhere to improve the industries of our land and thus protect the poor. The prominent leaders of Bengal have decided to boycott these new Councils. They openly say that we should not care for these reforms which are worthless in their nature and harmful in many respects. We deeply deplore the state of our country where we do not find men of the type of Babu Surendranath Banerji and Ambikachurn Mazumdar. How can our land prosper? O! leaders of our land! How long are you going to be idle? Will you not have the boldness to boycott the new Councils and represent the true state of facts to the people? There is no use of trusting these false leaders. People should convene meetings of their own in different places and analyse the new reforms. These new reforms do not in the least satisfy our ideal of *Swaraj*. Therefore our public should decide to boycott them, if they are convinced that they do not satisfy our ideals.

Vijaya, 27 November 1909

The Two Faces of England

The *Vijaya* publishes a cartoon on the Parliament in England depicting it with two faces and explains it thus: Addressing the Lords, England says, "Representatives have no doubt the power to consider the question of taxation. But you are not the elected representatives of the people. You are only hereditary members. You cannot, therefore, interfere in the matter of taxation." Turning to the people of India, she says, "You will not be given the privilege of representation. Such a demand of yours is something like that of a child to get the deer in the moon. Pay the taxes to us. We shall dispose of the affairs of your country to suit our convenience just as we think best to do so." The Englishmen say that the House of Lords should not interfere in the Budget in view of this principle, "No taxation without representation." But the English authorities forget this principle entirely in Indian affairs.

Vijaya, 1 December 1909

Surendranath Banerji and the New Council

Babu Surendranath Banerji was for eight years a member of the Legislative Council. Under the new rules, however, he is ineligible to become a member, because dismissed Government servants and those who were punished by the court for some offence or other, are prohibited from becoming members of this council and Babu Surendranath Banerji is disqualified in both ways. In spite of this the Lieutenant-Governor of Bengal with a view to please the public by giving a special concession to Babu Surendranath, has stated that the Government has exempted him from all his disqualifications and that he could stand as a candidate for election to the new Council. But Surendranath Banerji seems to have declined to stand as a candidate, since he knows well that the new Council is of no good to the people. He did not like to sin against his conscience.

Vijaya, 1 December 1909

Babu Surendranath Banerji and the New Legislative Council

The *Vijaya* publishes a cartoon describing Babu Surendranath Banerji as guarding the treasure containing national respect and national policy and the Lieutenant-Governor of Bengal as trying to bind the eyes of Babu Surendranath Banerji with a cloth, for which the latter does not give room, and explains it thus: the Lieutenant-Governor of Bengal, with a view to admit Babu Surendranath Banerji in the new Legislative Council, granted certain special concessions to him. But Surendranath Banerji, who knew well that the approval of the new reforms would not be consistent with national respect and national policy, expressed his intention not to stand as a candidate for election to the new Council.

Vijaya, 2 December 1909

The Native Rajas and the English Authorities

It is one of the important terms of the agreement between the Native States and the Englishmen that the English authorities should not interfere with the internal administration of the Native States. But this condition seems, in the majority of cases, to be violated. The Maharaja of Baroda spoke in the following strain to the Viceroy when His Excellency visited that state: "All the Native States, so far as their own administration is concerned, are foremost in seeking the welfare of their subjects and in advancing the interests of their countrymen in proportion to the liberty they are given. If our freedom in the internal administration is curtailed, our responsibility in the welfare of the subjects diminishes and the tendency to do good slackens." From this statement we can easily gather that the British Resident in Baroda tried to shake its foundation. The Resident in Mysore was a tutor to the Maharaja during his minority and, as such, must have been very influential with him. The Private Secretary to His Highness is also a civilian. He seems to interfere even in matters decided upon by the Diwan and his council and sent for the approval of the Maharaja. And if this is not enough, another officer called the Huzur Secretary, who is next in rank to the Private Secretary, has been appointed. This Huzur Secretary was a petty tutor under the Resident when the latter was teaching His Highness and the Resident seems to command a great influence over these two Secretaries. Therefore, if these three persons should combine, they could make the Diwan and his Council mere puppets. The people of Mysore openly say that the Diwan and his Council are Ministers only in name, and that it is doubtful whether the Resident or the Maharaja is at the head of the state. In fact the condition of the Native Rajas is extremely pitiable.

Vijaya, 2 December 1909

The Budget Debate in England

The budget debate in the Parliament has called into play the factious spirit of the several political parties. The idea underlying this party struggle is whether it is desirable to have two houses of Parliament and whether it is not enough to have but one, and England is very anxious to come safe out of this crisis. England has already become weakened in many respects and wise men consider the present crisis fraught with grave dangers to her. But we know one thing for certain and that is this. If England should think that she can maintain justice in her internal affairs while ignoring it in the case of her dependencies, it will be certainly a vain dream. If England does not grant justice to her dependencies, it will surely fail in her internal affairs as well, and when injustice spreads, all her greatness will vanish.

Vijaya, 3 December 1909

The People of Bharata in South Africa

A correspondent writes: It is a well-known fact that in the Transvaal and Natal the Indians are every day being sent to jail one after another. If we examine why this is so, the following moral can be deduced from it. No man should lose his liberty. It is better to live in jail than to be a slave to another. Our brethren in the Transvaal do not struggle for seats in the Parliament. They only want the rights of ordinary men, viz., to travel in railways, to walk on the beach, to trade and to learn in schools. The Whites ask, "Why should these rights be given to the Indians who are a race of slaves?" A recent issue of the *African Varthamani* contained the news that the Judge of the Supreme Court ordered a Muhammadan boy to be expelled from school, as he was over 14 years of age. It was so ordered because he was an Indian. The Christians, Muhammadans and Hindus of India may be granted new Council reforms which are deceptive, the Muhammadans may get independent privileges which are but toys, the Christians may have faith in the Whites and many of the Hindus may be loyal to the Government. But in South Africa, these cannot have higher education. Neither can they have free air to breathe. Will the goddess of Dharma bear it patiently if you remain inactive after reading all the news of South Africa? Will any other nation remain indifferent like you? Does not the blood of the heroes Arjuna, Guru Govind and Sivaji run in your veins? If the Japanese should suffer such a disgrace, what will happen? All readers of history know very well that about 300 years ago, a war took place between England and Spain, because a Spaniard cut the ear of an Englishman. Though the people of Bharata do not perform heroic deeds can they not at least adopt the effeminate plan of "Boycotting"? Instead of attempting to boycott foreign goods, Legislative Councils and Government service, they come forward as candidates for election to the Legislative Councils like so many winged white ants during the winter season. When will the general public acquire the courage to excommunicate such men? Oh! Bharata Mata! Why are you silent? Christ said, "If thy neighbour gives a slap on the cheek, show thy other cheek". Lord Krishna said, "Destroy your enemies, live comfortably and put down injustice. Then only you can have salvation". The disciples of these two prophets have exchanged the doctrines preached to them. Swami Vivekananda says that the Europeans please Lord Krishna and the Aryans, Christ. Only one or two among the Aryans can become saints, but not the rest, who must therefore try to do their duties as good householders. Oh! Aryans, impress these sayings in your mind. On this, the editor makes the following comment: Will the blind Christians and hypocritical Hindus of French India who read this take a lesson and remove the work of servitude allotted to us by the Whites? Will they recognize that the Whites and the Hindus are equal in all respects and choose for themselves an Indian as their Viceroy?

Vijaya, 3 December 1909
Suryodayam, 5 December 1909

The Tax of Three Sovereigns on Indian Women in Natal

In spite of the several complaints made by our Indian sisters in Natal for the last two years against the tax of three sovereigns imposed on them, no notice seems to have been taken in the matter. It appears to us that the Parliament turned a deaf ear to all the petitions of the different associations and threw them in to the waste paper basket. Of the above petitions, that of the Indian Women's Association is most important because its members were bold enough to come forward and represent all their grievances to the Parliament, setting aside all feelings of bashfulness. It is regrettable that the Parliament took no notice of their petition in spite of their clear statement that such tax tends to undermine their chastity. Even the Protector and the Colonial Magistrate seem to have written to the Government in favour of these women. While so, we cannot understand why the Parliament and the Ministers are silent in this matter. We doubt whether the members of Parliament possess anything like mercy and pity. The people in India shudder at the very mention of the name of Natal. If the Parliament should act according to the recommendations of the Immigration Commission, no Indian will step into Natal any more. These Commissioners work for their own self-interest, and not for the welfare of the poor Indians. On learning all these things, the Government of India and the natives intend to entirely stop all the immigration of Indian coolies to Natal. If the Natal Government will not abolish the tax on women, we hear that the latter are prepared to go to jail. These belong to the party of passive resistance. So far as we understand, these are bent upon maintaining their independence. If women are obstinate according to their natural bent, they are sure to succeed. If women adopt passive resistance, there will not be sufficient room for them in the Natal jail. Moreover it is not charitable that women should be made to pay for the expenses of the Government. Therefore, we trust that the Natal Government will repeal the tax on women. Else, it is certain that these women will make the law a dead letter.

Vijaya, 7 December 1909

The Kolar Gold Mines

It is indeed surprising to find that our Native Rajas and well-to-do men do not have the common sense to manage their work themselves instead of entrusting it to foreigners. Our wealthy people are managing the affairs of the country like eunuchs with scythes in their hand and donkeys carrying a load on their back. Unless and until the masses open their eyes and work hard to save the land, we can have no hope of redemption.

Vijaya, 7 December 1909

The Viceroy's Tour in South India

We understand that the programme of Lord Minto to visit Madura, Trichinopoly, Tanjore and other places has been cancelled on account of his illness. There is no doubt that this is, in some respects, beneficial to the people. First, the tax collected from the people and set apart for the reception of the Viceroy is saved. Some may think that the good, which may come out of this visit, has been lost. But we do not believe this, because neither will he have the time to attend to all the grievances of the people, nor will he have the time to redress them. Secondly, there will be no more inconvenience and trouble which will be otherwise caused by the Policemen. We do not know why the Policemen of these parts entertained the idea that the Viceroy should be guarded from all danger in a place where the people live in peace. We can very well imagine the troubles which the Policemen would cause to the people if the former are in such great dread. Now, all these difficulties have disappeared. Lord Minto will return in peace and the people are also benefited. As we have no ill-will against Lord Minto, we do not take delight in his illness. We are only glad that Lord Minto returns home in peace without causing any inconvenience to the people.

Vijaya, 8 December 1909

The Suffering of the Indians in South Africa

Mingled feelings of sorrow and joy fill our mind, when we think of the troubles that our brethren undergo in South Africa to establish the principle that we should maintain equality with foreigners and that we should not allow ourselves to be treated like slaves by them. The reasons for sorrow are manifest. Whatever difficulties our men have to face for maintaining equality and independence, the thought that our prosperity is drawing near brings us joy. The Goddess of Dharma was waiting to see when the people of Bharata will assume that manliness, and the time has now come for it. In the Transvaal, inhuman pigs and wolves reign. If human beings govern that country they will not allow great persons like Gandhi to suffer. But Gandhi says that the sufferings of a person in the cause of the country and in the cause of Dharma are nothing. When one of the warders asked Mr. Gandhi to clean the privy of the senior warder, he went to do it without the slightest compunction. Mr. Gandhi writes "Let the Government of India distinctly understand that it cannot undermine the strength of our mind by making us undergo these difficulties." Even if he is subjected to worse troubles, the minds of Gandhi and other heroes of Bharata under his leadership cannot be shaken. Their minds have been hardened by patriotism. Is it enough for us to praise the heroism displayed by our men in saving the reputation of our race? The women and children of our brethren suffering in jails are starving and yet the gems of our land have calmly entered jails. Even these women encourage their husbands not to give up the cause of their country. Is it not our duty to help these women and their children?

Vijaya, 8 December 1909

The Indian Policemen and the Freedom of the Bengalees

The *Vijaya* publishes a cartoon in which the goddess of Bengal presents a flag bearing the words "Freedom for our countrymen in this land" to Surendranath Banerji who advocates "Freedom for our countrymen in the Transvaal", and explains it thus. At a general meeting held in Calcutta to consider the grievances of the Indians in the Transvaal, Babu Surendranath Banerji said that we should try our utmost to secure independence to the people of Bharata in South Africa so that they might travel anywhere as they pleased. In this connection, there is one circumstance which deserves to be pitied more than the state of our brethren in the Transvaal. The people of Bengal find it difficult to travel in our own parts as they please. Unless a Bengali who is travelling out of Bengal is a well-known person, the Policemen trouble him throughout the country. Even Native States have joined in this hunting down of the Bengalis. If a poor and unknown Bengali should travel in our parts, there is no doubt he will have to undergo greater troubles here than in the Transvaal. There is no use blaming the English authorities alone in this matter. We have sufficient grounds to think that it is due more to the troubles caused by our own men in the Police department. These low-bred men not only cause inconvenience to the public but also undermine the very foundation of the English administration. This the English authorities do not understand and we shut the stable after the horse is stolen.

Vijaya, 9 December 1909

Elections to the New Council

Mr. K.R. Guruswami Aiyar was not eligible to stand as a candidate to the new Legislative Council, as he was not a member of either the Municipality or the Local Board. The Collector, with a view to admit him in this Council, specially nominated him as a member of the Local Board and published the appointment in the Gazette. In Poona, on the other hand, Mr. Kelkar is a member of the Municipality and stood as a candidate for election to the Legislative Council. The Government of Bombay issued a special order that he should not be elected and that his election would not be approved. Mr. Guruswami Aiyar will not be very useful to whatever side he may lean, and yet the Government volunteers to get him to their side. Mr. Kelkar, on the other hand, will strengthen the official side and weaken that of the people, if he becomes a member of the new Council, and the Government rejects him, though he volunteers for the purpose.

Vijaya, 10 December 1909

The Viceroy's Visit to Madras

We were under the impression that only *Swadesi* dealers and innocent preachers of *Swadesi* were in danger of being prosecuted by the policemen. We now understand that even the Viceroy could not tour round India fearlessly. That the Viceroy should be afraid of bombs in the Madras Presidency is, we think, groundless. Those who cause fear to others unnecessarily are themselves put to unnecessary fear.

Vijaya, 10 December 1909

The Students of National Colleges

The *Vijaya* publishes the order of the Government of Bombay prohibiting the admission of the students of four national colleges into Government colleges or colleges receiving the aid of Government, and remarks thus:

The Government of Bombay has stated that objectionable lessons are taught in these colleges. Is it right to ruin four colleges by using the term "objectionable", without clearly explaining what is meant by it? Is it not bound, by its own laws, to prove in courts of law that these schools teach sedition? If, without doing so, the Government attempts to close the colleges, simply on the reports of a few persons, will the people brook it? Education in this land is as rare as the disc of the moon in the month of *Karthigai*. It is difficult to find even one well-educated man in a thousand. Education is one of the indispensable ancient benefits to our countrymen. That education, again, should be like a mirror to our national life and an incentive to its welfare. It is the duty of the Government to establish schools for the purpose of providing such education. But as the authorities are foreigners who do not know the nature of our country, they are unable to carry out this object directly. Moreover, these authorities are, in general, more inclined towards increasing the army and constructing railways, consistent with military policy than towards improving the education of the people. Therefore, not only do they not discharge their duties towards the people, but they also frustrate the attempts of our men, who have undertaken this cause, without fully inquiring into the matter. Can this decrease the discontent of the public?

Vijaya, 13 December 1909

The Moghuls and the English as Rulers of India

Though we lacked union to some extent when the Mussalmans ruled India, they did not throw obstacles in the way of improving other good qualities. The Rajputs and other Indians were heroic and skilful in the art of war. They were strong, not afraid in the least and always truthful. Even though the king was a Mussalman, the Government was in the hands of the Hindus. Therefore it is that there were no obstacles to the progress of our race, when the Moghuls ruled India. When the Englishmen, whose antecedents we do not know, conquered India, we did not understand their course of action. They ignored what we thought to be the just course and acted with self-interest both in times of war and at other times. It was evident that the army was a source of strength to this just principle and that without it no justification could avail. The English, with the object of establishing their rule by the strength of the army, took away all arms from the Indians with a view to diminish their military prowess. They have dismembered many societies, which were established to impart physical culture. The people in this country would have been ruined on account of disasters like this, but for the pious deeds of our ancestors, which have given rise to the new spirit. This "new spirit" will make the latent good qualities of our people brilliant. Its chief strength lies in the fact that it does not expect anything from strangers, but has self-exertion as its object. The aim of this new spirit is that the attainment of good by our self-exertion is far better than the advantages obtained from the Englishmen at our request and it is only then that we will be entitled to that benefit.

Vijaya, 14 December 1909

The Leaders of the Moderate Party in Madras

Adverting to the circular issued by Dr. Rash Behari Ghose, Babu Surendranath Banerji and other Moderates of Bengal on the reforms of Lord Morley, the *Vijaya* observes as follows:

We trust that the leaders of the Moderate party in Madras will have the good sense to speak the truth to the people, at least after seeing the action of their Bengali brethren. We have to face a difficulty in speaking of the leaders of the Madras Moderates. We do not know who is their leader. We have been marking out Mr. V. Krishnaswami Aiyar as their leader until he was purchased by the Government. Many people of mediocre ability are scattered in different directions. They somehow meet at the time when it is necessary to seek the ruin of the country. But they abscond in corners on occasions when they can do good to the country and preserve silence, thinking that they have come as guests of somebody.

Vijaya, 15 December 1909

The Fate of Nine Deportees

Some of the tyrannical rulers pretend that they are sorry that they have to swerve from the path of justice and do unjust acts and that it is necessary to do so against their will, since they cannot help it. The present Liberal Government in England affords a good illustration of this. Ever since Lord Morley left school, he has been condemning such acts as deportation of persons without trial. For the last fifty years, the people believed him to be one of the chief advocates of a humane and just Government but they were disappointed. When Ireland was under his control for some time, it became evident to the people that there was a good deal of difference between his precepts and practice. It is in order to show him in his true colours that God linked him with the British administration, which is unequalled in its unbridled and irresponsible character. This Government which appeared to be civilized so long as we kept quiet, began to show its real nature the moment we were a little dissatisfied. Now, some simpletons among us looked to Lord Morley. He said, "What can I do? It is a great bother even to me. Yet I have no go." So saying, he began to spread before us the policies of a Sultan one by one. The act of deportation was one of them. It caused real dissatisfaction to some of the Members of Parliament. Many Members began to ask repeatedly and in a thousand and one ways, "What injustice is this! Is it right to deport honourable persons without trial and without proper grounds? Is it proper to annoy with imprisonment?" Lord Morley has himself and through his Under Secretary said that these persons have been a source of hindrance to peace in the land and that they would be released as soon as peace was restored and that it was good that they should be kept in prison till the reforms were out. Now that the reforms have come, some members press him with questions such as "Why should they not be released?" They trouble not only Lord Morley and his Under Secretary but also the Prime Minister, Mr. Asquith. After giving many evasive answers, Mr. Asquith at last said that if the condition of the country permitted the release of the deportees, they would soon be released. From this, many of us have begun to believe that the nine deportees would soon be released. But the Liberal Government itself is to end very soon and therefore we cannot say with certainty that the deportees will soon be released.

Vijaya, 17 December 1909

The Indians in the Transvaal

Though the Whites of South Africa are justified in a way in preventing the Indians from entering the land where the former have settled, yet it is very unjust to treat them like beasts when the Whites themselves sent for them. We must say that those who treat men in this abhorrent manner are the most degraded specimens of humanity. The fact that those who receive this treatment are Indians, while those who mete out such treatment are the relations of the English Government, acts as an incentive to our national spirit. That the Englishmen who deprived us of our arms should not try to stop this unjust act is not creditable to them. But the Indians are fighting against this even when no assistance comes to them from India and when the English statesmen give silly excuses. It is impossible to mention the difficulties which these Indians undergo in order to establish the rights of mankind and to show the paths by which the Indians can attain *Swaraj*. In order that they may come out successful, one of the following things should be done. First the Government of England should settle this matter; but this is impossible. For, though South Africa is only a tail of England, yet she will not consent to act in any other manner than what she dictates to England in her affairs. Secondly, the Government of the Transvaal should itself feel for this and stop its cruel action. Or the poor Boers, in consideration of the benefits they derive from the Indians, should make the Transvaal Government act in a just manner. But there is no room for this, because the Boers will never forget the help which the Indians gave the English in the war against the Boers. Why should the Boers sympathise with the Indians who have made them their enemies unnecessarily? Again the Indians in the Transvaal can get their rights through the Government of India. But what can the Government do in the face of the cry of the Whites? No doubt they like to give some rights to the Indians in South Africa in order to strengthen their rule in India. But who is to listen to them? In fine, the Indians in the Transvaal can acquire their rights by their spiritual strength. This is why they should not give up, and for this our Indians should help them with money, as much as they can. We should convince every one of our countrymen of the unjust treatment accorded to our brethren beyond the far off seas. This is the only help which we can give them until India attains *Swaraj*.

Vijaya, 17 December 1909

A 'Censor' to the Newspapers in India

It was the custom in Russia to appoint a Censor (one who determines on examination that certain things may or may not be published) in order to prevent the publication, in newspapers, of matters which the Government do not like. We understand that this practice has been discontinued. There is no doubt whatever that such an arrangement in India will be beneficial. Recently, Mr. Stead, an English editor, suggested the same thing in his open letter to Lord Morley. Mr. Bipin Chandra Pal, in the paper *Swaraj* published by him in England, wrote an essay on the origin of the bomb. The seller of the paper which contained this article was sentenced by Mr. Ashton, the Presidency Magistrate of Bombay, to undergo imprisonment for one month, and this sentence was confirmed by the High Court. Mr. Stead published, in the October edition of his newspaper, the important points contained in the essay of Bipin Chandra Pal and said that there was nothing wrong in it, and that the Presidency Magistrate who thought it was seditious was such a big fool as to be unfit even for a post of a watchman and challenged the Government of India to take action against him. Newspaper dealers, fearing that the circulation of that issue of the paper would land them also in trouble, handed it over to the Police. Upon this, Mr. Stead wrote the above said open letter to Lord Morley. He said that it would be better to appoint a "Censor" even against the principles of the Liberals than to be in the present deteriorated condition. If there is a Censor, it is enough if we can satisfy him. But now we have to be afraid of each and every Police Magistrate.

Vijaya, 27 December 1909

The Lieutenant-Governor of the Punjab and the Public

The Hindu leaders of the loyalists in the Punjab under the leadership of the Maharaja of Dhurbanga waited on His Excellency, the Lieutenant-Governor and presented an address to him, in which they stated that the new reforms granted by the Government were very liberal, but that they would be very glad if the grievances of the Hindus of that province regarding the regulations were removed. But the Lieutenant-Governor of the Punjab is no ordinary man. He considers himself superior to the Viceroy. He replied to them in the following manner: "It is all useless talk to say that you condemn and abhor the matters represented by you in public meetings and by writing to newspapers. All this proceeds from your lip and it is not enough. The authorities expect that the leaders of the people should show in action their co-operation with the Government by suppressing anarchism and outrages. Those who do not co-operate with the Government are its enemies. It is the duty of the leaders to suppress the irresponsible papers and societies. All should conduct themselves like Dr. Lalcaca and the Maharaja of Burdwan. There is a limit even to the patience of the Government." The address presented by the leaders and the reply given by the Lieutenant-Governor are nice! Though the Hindu leaders took all this trouble to show their loyalty to the Government, we do not find any trace of convenience in the useless new council. In this matter, the present Governor is worse than the former Governor.

Vijaya, 5 January 1910

The Prevention of the Public Meetings Act and the Criminal Law Amendment Act

It is very wrong to prevent the optionsinions of the people being expressed in a public meeting. By this the Government has lost the opportunity of knowing the real views of the people. The notification of these Acts is itself a great authority for preventing the meeting of national assemblies such as the Congress. Hereafter, the "license" of the Police should be obtained for the Congress of the Moderates also. If there is no "license" of the Police, they will say "silence". The Moderates and the loyalists do not consider it a disgrace to ask for the "license" of the Police. If the "license" of the Police is required for the Congress itself, it goes without saying that other Provincial associations, District associations and the twenty five or thirty conferences which were held this year should be at the mercy of the Police. As Mr. Aravinda Ghose has written to the *Karmayogin* in an article entitled "An open letter to my countrymen" that a meeting should be held in the month of March this year for the good of the country, it may be that the fear and suspicion of the British Government are the cause of the introduction of these Acts. However this may be, these are not good signs of the year 1910. These severe Acts have come into operation in the beginning of the year itself. Further developments will be known later on. When this Prevention of Public Meetings Act was brought into the Legislative Council for approval, Dr. Rash Bihari Ghose gave the following warning to the British Government which itself will be a great teaching: "If this bill should be passed into law, it will be a great cause for the creation of secret associations, wicked acts and many troubles in a country which is in a peaceful condition. The histories of many countries will themselves be evidence of the fact that such horrible events occur in any country which adopts cruel Acts." It is good for the British Government to listen to the good words of Dr. Rash Bihari Ghose.

Vijaya, 18 January 1910

The Extreme Loyalty of the Indian Princes

Almost all the Princes of India are very much wanting in capacity and independence of action. Many of these Princes do not possess even the few rights which an ordinary poor man has in British India. What is said to be the poor Indian's estate being very small, the British are not much concerned about him. But the Indian Princes have a great deal of what they call an estate and therefore the British are bestowing much attention on such estates, and the restrictions imposed on them by the British are likewise many. These Princes must maintain the British army and meet its boarding charges, etc. from their own funds. They are also required to pay the expenses, salaries, etc. of the Resident who is an English official and his establishment. Further, when the Viceroy, the Governor, the Resident's men or any other officials in high rank visit their States, the large expenditure incidental to their reception has also to be incurred by these States. Apart from this, the cows which are slaughtered for the Englishmen who may come to these States as guests, are numberless. Many of these States are required to render an account to the British government of even their private expenses. There are many more of such ignominious restrictions and if an act is done in contravention of any of these, the case of the defaulting Prince is serious indeed. It is because of an eager desire on the part of these princes to maintain the little liberty which they enjoy, at the expense of so much wealth, and because of the fact that their destinies are in the hands of the British Residents who are Englishmen, these princes are extremely loyal to the British Empire. In their extreme loyalty, they apparently do not know what they are doing. It would appear that the British Government is using them as tools to justify to the Indians the oppressive laws which they are promulgating in India. In November last, before the Viceroy went to Jaipur, three Bengali editors were not allowed to enter that State, though they had brought letters of recommendation to the Private Secretary of the Maharaja. The Princes of Kashmir, Gwalior, Jaipur and other States have further prohibited the circulation, in their respective States, of many journals which are considered innocent and enjoying a wide circulation in British India. Among these Princes, the Maharaja of Jaipur in Rajaputana has much of this extreme loyalty to the British Government, for he has prohibited 45 papers from entering the limits of his State. Apart from there being no gain, there is a great loss to the State by the prohibition of these papers which have been improving the knowledge of the people. But we are unable to know the extent to which the Maharaja and the Resident have individually played their parts in committing this blind act. There is reason to think that it is most likely the work of the Resident. This is nothing but a stratagem on the part of the Government of India to make it appear that the Native Princes are in fact more severe than the British, so that the oppressive and wicked laws which the British Government enacts may be regarded as good by foreigners who know nothing of India and by the ignorant people in India. But the Indians and the foreigners who are well acquainted with British tactics are sure to regard these acts of stratagem, as they should be.

Vijaya, 26 January 1910

The Duty of the Brahmans in Regard to Sedition

Commenting on the speech delivered by the Governor of Bombay in the first meeting of the Legislative Council of the Province held under the new Regulations, in which His Excellency is said to have remarked, with reference to the recent murder of Mr. Jackson by a Brahman at Nasik, that it was the chief duty of the Brahmans to show by their example that they detest sedition and acts of anarchism and with reference to the remarks of the *Times of India* thereon, the *Vijaya* writes:

After the judgement of the District Judge, Mr. Pinhey, in the famous Tinnevelly sedition case, which was brought against Sriman Chidambaram Pillai and Srijut Subrahmaniya Sivam, we thought that there were no Government officials who could give curious interpretations of "sedition". Sir George Clarke, the present Governor of Bombay, has now got the great luck of occupying the second place (under this head). The Anglo Indian papers have been giving all sorts of fanciful interpretations of "sedition". But the *Times of India* published at Bombay makes these statements, which seem to be novel feats of Anglo-Indian journalism. They are – (1) the Nasik murder is a crime committed by a Brahman; (2) with a view to put a stop to the Chitpavan Brahmans teaching, on the false authority of the Bhagavat Gita and other scriptures, that the murder is the Brahman's duty, the Sastris should preach to the people that seditionists will go to hell; and (3) the proud threat of the race exercising authority that "if they (the Sastris) do not do so, we know how to treat them and their words." Because the Nasik assassin is a Brahman, should the entire Brahman race be censured for this? Is the whole world responsible for the crime of a single individual? Is this Christian feeling? Is it like the curse of God, which subjects all mankind to death for the sin of Adam? How many Indians are being killed daily by Englishmen? How many Indians are being tortured for their amusement? Was the Englishman who recently shot down an Indian woman mistaking her for a dog, hanged? Surely, all the Englishmen are not accused of murder on that account? Was not that Englishman, too, let off on the ground that he committed the act by a slip of the hand? Before accusing others it is better to touch one's own heart and realize one's position. Secondly, the *Times of India* is sorry for the rules of our Sastras getting corrupted. Has this journal observed Christianity which is its own Sastra? Leaving aside the manner in which the Christian Government is treating the Hindus in ... South Africa, how does it treat its own co-religionists, the Indian Christians? This is known to the *Times* itself. Who listens to the words of Brahmans during the British rule? All the Indian editors of newspapers who speak the truth are Brahmans; and if these are confined in jail as seditionists, how can the Brahmans think of assisting the British? If the ... *Times of India* praise the modes of manufacturing bombs and who throw them, there is none to question them. On the other hand ... Bala Gangadhara Tilak Maharishi, who wrote some ordinary ... whereon, has been sentenced to six years' transportation. What punishment has the British Government inflicted on the English papers which spread racial hatred? Thirdly, this paper says that if the Sastris... this manner it knows how to deal with them. What proceedings... been withheld? All the weapons from the quiver called the British... have been discharged? What remains is only the martial law. Perhaps, their desire that the Brahmans should say "Amen" to all the ... done by the British. Efficient statesmanship consists in governing people in such a way as to please them by granting the necessary rights. Such tension will only break the rope. Excess of nectar too becomes... the good will of the people is the chief strength of the Government.

Vijaya, 28 January 1910

The Railways in India

Comparing the railways in India with those in the United States of America, the *Vijaya* observes:

It is only in India that all the railways belong to the Government. The railways which were laid in India from the beginning were constructed without expecting any passengers. Though it is said ostensibly that they were started for the convenience of the Indians, they were, in reality, constructed for conveying the troops from one place to another in order to keep the Indians under subjection.

Just as the term Indian army means the army which keeps the Indians under subjection, the Indian railway is a railway which takes away the wealth of the Indians. Though this was constructed at first for self-interest, the Government said that the railway was of great use for conveying the articles of food in times of famine, from a place where they were abundant to a place where they were scanty. The truth of this has now come out very plainly. Even when severe famine prevails in India, articles of food are exported to foreign countries through these railways. Thus, they are not only not useful in times of famine, but they give a good deal of trouble to the people. Not to speak of the want of convenience in many places, there is no end to the troubles caused by the Englishmen and East Indians. When a large number of Indians have to proceed on pilgrimage the carriages which are provided for them are only those intended for cattle and goods. It is only these (passengers) from whom the bulk of the revenue is derived. But all that is utilized for making suitable arrangements for the Englishmen when they go to the hills during the summer season. It is only in the English regime that such conduct is said to be not partial in the least. Moreover, all these railways have been constructed with the revenue paid by the people and is under the control of the British Government. If this is described in detail, it will be against the new Press Act.

Vijaya, 21 February 1910

India and the Present Situation

Mr. Swinny writes as follows about the present situation in India in an English journal called the *Positivist Review*. It is wicked to disregard the warning of the popular leaders, and this is the cause of the present situation. The English Lords are guided in their action by the advice of Chamberlain, who is famous for his repressive policy. Curzon and Milner who became renowned in India and South Africa (respectively) are the leaders of this movement. Arbitrary government in subject countries will not be compatible with the enjoyment of liberty by the people in the mother-country. Some of the Governors who had been mercilessly treating the people in the dependent lands think that they can treat us also in the same way. It is to this that the present situation is due.

It is unfortunate that the arbitrary rule has not changed in India, whichever of our parties may be in power. This is the meaning of our ruling India without including her in our party struggle. As a result of this, despotism gets a firm footing in India. The spread of Western learning and principles in India may afford scope for the repetition of western rebellion in India; but there are some obstacles to this. Their civilization and national history are very strong. Western sciences must be imbibed for the advancement of the country; but their ancient traditions need not be given up. The Government may be conducted by means of representatives according to the Western methods. Even in doing so, it is better to adapt them to their needs. The credit of increasing the number of representatives in the Legislative Council is entirely Lord Morley's. But in the working of the reformed Councils, a new struggle has been created between the Hindus and the Muhammadans. It is, of course, creditable to the English Government that the various races in that country have been brought together and united into one Indian nation. It is against the principle of past statesmanship to arrest the growth of unity between the Hindus and the Muhammadans and create hostilities in its place. Meanwhile, two blunders are left unrectified. The partition of Bengal effected in utter disregard of the opinions of the Indians and the deportation of nine persons without any inquiry indicate the extent of generosity which the Liberal Party evinces in the case of the dependent people. It is unnecessary to say that I condemn murder. It will not be just to take secret vengeance for any crime. How can murders cease by imprisoning without inquiry gentlemen who have become famous in the world for their philanthropic acts. Justice is like the strength of the innumerable soldiers who are guarding our Empire. The authorities who mar the beauty of justice are themselves the originators of sedition.

Vijaya, 21 February 1910

Indians and Englishmen

Many are the divergent opinions held by Englishmen in regard to the Indians. Some Englishmen thought that no kind of liberty should be given to the Indians, that these should be slaves for ever to the Englishmen and eke out their livelihood by performing menial work under them and that the Englishmen alone should be masters throughout India. They wanted to destroy us like the American Indians, who are day by day becoming extinct, and to live in this holy land. It is with this view that the native Indians were not admitted to Government service during the regime of the East India Company. The only man who found out for the first time that such a thing could not be done in India and that the Europeans could not thrive here without the help of the Indians, was a Frenchman named Dupleix. Seeing him employ Indian sepoys in his wars with successful results, the Englishmen also began to follow his example. As the latter were the inhabitants of an island and were merchants they did not admit the Indians to any other service other than the army, so that they might monopolise all the profits.

As the English territories began to increase gradually, it appeared that it would be impossible to carry on their administration unless the Indians were admitted to some of the posts. The Board of Directors, being unwilling to pay high salaries, decided to appoint the Indians only to a few posts. This was not done out of mercy to the Indians. They were obliged to take them, as there was no alternative. As the total destruction of the Indians was an impossibility the Englishmen of that time consoled themselves in a way by deciding to give the uncivilized Indians menial work and to reserve high salaries and power to the Englishmen. After the lapse of a few years, they came to know that the Indians were intelligent and would serve them as good clerks if they were taught English, and with this view they taught them their language. It was in these days that the sepoy mutiny took place in Northern India. With its termination also came the end of the company's rule. A Proclamation was issued that the Indians and the Englishmen would be given equal rights. It was published only to put down the disturbance at that time and for nothing else for they never acted in accordance with the statement made in the Proclamation. All the benefits which have been conferred on the Indians till now were entirely prompted by the self-interest of the Englishmen. As the ruling authorities were merchants, they openly confessed that the benefit of their own race was their aim. As the later authorities were highly civilized Government servants, they were ashamed to admit that pecuniary gain was their object and began to say that the aim of their rule was to spread civilization. They pretended that they would willingly make over the administration of the country to the Indians, if the latter became civilized like themselves. It is at this time that a third class of Englishmen came into existence, and it was by this class the Congress was established. This class was saying that the Indians were fit for self-government and that they could be permitted to manage their own political affairs under the supervision of the Englishmen. As against this view, the Government authorities said that the Indians knew nothing on the whole and that only a few Congresswallahs were unnecessarily raising a cry. The English friends of the Congress promised to fight in their Parliament to secure rights to the Indian people, if the latter were prepared to spend money. Believing this, the Congress met and several thousands of rupees were sent to England year after year. In return for all this money, these English friends of India have spent several years in publishing some weekly paper, and in asking a few questions in the Parliament about India, during their leisure. A few useless rights have been secured by this. A Municipality under the control of an English authority and a Legislative Council, with restricted powers of speech, were introduced. When the Indians, in course of time, impelled by famine and poverty, tried of their own accord to promote a national feeling among themselves, all the Englishmen who were divided into so many classes have at once united together and are trying to suppress this. Though the Englishmen may greatly differ now in their opinions with regard to India, all are unanimous in doing away with this national party. From Sir Henry Cotton, who is called the friend of India, to Lord Curzon, who advocates a repressive rule for India, all are bent upon doing away with the national party.

Vijaya, 2 March 1910

Egypt and India

Comparing the two countries of Egypt and India, the *Vijaya*, of the 2nd March, observes: There is no doubt that the eminent nationalists in both countries will condemn the outrageous act of murder. But it is not known whether it is God's will that a country can attain liberty only by committing outrageous acts of murder, involving the shedding of blood.

Vijaya, 2 March 1910

The Supply of Provisions by Village Munsiffs to Government Officials

Mr. Kesava Pillai has announced that he intends moving a resolution in the Madras Legislative Council on the 5th April 1910, that the Governor in Council be requested to modify the order now in force under which the village officers are required to supply the Government officials on tour with provisions and other conveniences. Though the good that will result from this to all the inhabitants of villages may not be known to the Government, the people at large will understand it well. Even the taxes which are paid to the Government are unbearable. If, in addition to this, all the officials from the Governor to the Revenue Inspector are to come to the villages, it is all so much expenditure of money to the ryots and no good will come out of it. Sometimes, the Sub-Collectors used to take their friends with them. There is nothing on earth which these friends do not want. They will ask for anything useful which they see. If refused, they will appeal to the Sub-Collector and get it. If these friends happen to be Englishmen, the villagers will receive blows and kicks too. When an English District Surgeon accompanied a Sub-Collector to a village, the only cow in that village could not supply the milk required for them. The little milk which it gave was reserved by the village munsif for the Sub-Collector. Seeing that no milk was supplied to him, the English Surgeon was enraged and sent for the village munsif to explain his conduct. The latter spoke the truth, but the Surgeon, unable to control himself, beat and kicked him. The village munsif who was thus kicked made a complaint to the Sub-Collector who sent him away with a reprimand for carrying tales against his friend. Oppressions like this are indulged in in many places. When so much has to be done in the case of a Collector, one need not ask to what extent arrangements should be made to receive a Governor. No carriage should pass the road by which he comes. Welcome pandals and festoons have to be put up on the way. If there is a halt anywhere, all the villagemen have to put on decent dress, borrowing it, if necessary, and go there, headed by the highest rate-payer with big garlands of flowers to welcome the dignitary. When the Viceroy goes by rail, not only have the stations to be decorated, but a man should stand by the side of every telegraph post holding a torch light in his hand in the night time. There is nothing in the law to enforce all this. If one reads only the laws which were enacted four or five years ago under the English rule and speaks of its glory, he will say that it is Rama's rule or Dharma's rule. But whatever may be laid down in law, practice is different. Therefore, it is beneficial to make certain alterations in the law. If the law requiring articles to be supplied by the village officers is altered and if the articles are directly purchased from the villagers for cash, the present oppression will disappear. If the Government asks its officials to incur the expenditure in advance and recoup the amount by a bill, it is the villagers supplying the articles who will have to suffer. If the officials are provided with an advance of money and prohibited from incurring any expenditure in excess of the prescribed scale, the present unjust practice will cease. When there is money on hand, the officials will not be willing to force the supplier of the articles to give them without payment.

Vijaya, 3 March 1910

The Somalis and the Englishmen

The people of Somaliland are at present great enemies of the Englishmen. The Englishmen being jealous of the power and fame of their leader Haji Muhammad Beg Abdullah began to worry his people unnecessarily. Seeing that the Englishmen were becoming more and more oppressive to his people and that he himself was treated by them with disrespect, the Somali Chief wrote a letter for the last time to the Englishmen, saying that he was prepared for a war and that if the Englishmen wanted to be on terms of peace with him, they should pay a stipulated fine. This incensed the Englishmen who sent an army against the Mullah and spent about 50 lakhs of rupees. Not one inch of Somali ground was gained, though 50 lakhs of rupees from the revenue paid by the poor Indians was thus wasted. After all, it only brought discredit on the strength of the British. Now instead of the Englishmen invading the Somaliland, it will be sufficient if the Mullah does not lead an expedition against the Englishmen. It will be good for the Indians who boast of their civilization of 5,000 years, if they pay some attention to the greatness achieved by these uncivilized people of Somaliland during a period of twenty years.

Vijaya, 5 March 1910

Indian Ships and Steamers

Ever since the Englishmen set their feet in this country the maritime trade of India began to decline. Within a century after the commencement of the connection with this race, all the trades were driven out of the commercial centres which had existed for a long time and were ruined. The most respectable mercantile vessels met with a gradual decline. Many ports which were noted for the manufacture of ships were in course of time closed. All the famous ports have disappeared and their places have been taken by petty fishing villages. The supremacy of the maritime trade of ancient India has been destroyed without leaving the least trace. If we are to regain our former position, we must maintain steamers and prevail upon the native merchants to load their bags in the Indian steamers and not in those belonging to English companies. If this is done, we can see that in a few days no other ship except the English men-of-war are allowed to come into the Indian seas. It is a known fact that such action cannot be treated as disloyalty, and this is what our Swadeshi Steam Navigation Company of Tuticorin is trying to do.

Vijaya, 9 March 1910

How to Suppress Anarchism

Various means have been suggested by the English papers, the British Government, the Native Chiefs and the loyalists for suppressing the anarchism that has arisen in India. The English papers and the English Trade Unions say that not only should the native newspapers and printing presses be got rid of and the *Swadeshi* efforts such as *Swadeshism,* boycott, and national education be completely suppressed, but that all the patriots who are actively interested in such efforts should be deported. A few others say that these should be completely got rid of by being blown from the mouth of the cannon or be hanged. We need not speak about the wisdom and benevolence of suggestions of this class. It is this class which is mostly responsible for the several troubles caused by the Government and the political restrictions imposed upon the people. Not only has the Government been rewarding those belonging to this class for their several wicked and unjust deeds but it has also conferred on them several benefits even against the welfare of the country. Even in several of the disputes which have occurred between the men of this class and the natives, the Government officials have given their decisions with a partiality for these men. In all the cases in which a White coffee planter kicked a coolie in the chest with his nailed boots and killed him, the accused persons have been acquitted on the ground that the coolies died of chest pain. On all occasions when the English soldiers and planters who came for stealing fowls and sheep had a quarrel with the villagers and coolies and shot down some people, these have been excused on the ground that the people were shot by mistake owing to carelessness or drunkenness while shooting birds, and sometimes they have been fined 2 or 3 rupees. If it is thought that the case might become serious, the White man who shot down the people is sent to a hospital as a lunatic and made to enjoy the pleasures and comforts there for some time.

If cases of rape committed on native women come up, they are dismissed on the ground that the women were given to prostitution and such outraged women have committed suicide. Therefore it is but reasonable that this party should feel grateful to the Government for the kindness shown by it and offer the aforesaid good counsel.

The idea of the British government is that separate rights can never be granted to India, that the wealth of India and the lives of the people therein have been entrusted by God to its possession and that statesmanship consists only in creating as much difference as possible among the people, curtailing unity and adopting the policy of divide and rule.

Therefore those Indians and their papers which act contrary to these views become seditious. It is sedition to speak of the enormous wealth annually drained from India for meeting the expenditure of the India Office in England, the military expenditure and all other items of expenditure of any kind. It is also sedition and creating racial hatred to say that all the higher appointments are given only to the Englishmen and not to the natives. It is also sedition and creating racial hatred to say that an English planter beat some coolies to death or committed rape on some coolie girls. It is also sedition to say that the people in India die of hunger and disease, for want of food. It is also wrong to say that currency notes are given in lieu of gold and silver coins. It is also sedition to speak of these things. If it is sought to strengthen the body by performing this or that exercise cases are brought against the persons who do these things for causing revolution and sedition. It is sedition and creating racial hatred to say to a bazaar-man, in the presence of a few people, that I do not want foreign cloths and to ask for *Swadeshi* cloths. It is also an offence to say to a bazaar-man: "Today is the annual ceremony of my grandfather, give me *Swadeshi* sugar which has not been rendered impure by the addition of the bones and blood of oxen." Woe unto him who, standing before the temple of a goddess, prays to her, saying *Vande Mataram,* to bestow riches and liberty upon him. If a wife talks of the welfare of the country the husband should hand her over to the Police. It is only then that he is a loyalist. The son should betray the father and the wife the husband. It is only then that the Indians will be said to be loyalists. It is only for having the pleasure of being dubbed in this way that Mrs. Sarojini Nayudu spoke ill of her brother Sri Virendranath Chattopadhyaya, a precious son of mother *Bharata* and also repudiated her relationship with him. It seems the District officials should quietly put up with the acts of one like the medical officer of North Arcot, even if he breaks the hand, bites the ear and kicks the feet. If a little resentment is shown behold there is sedition. Nothing should be said whatever the White Missionaries might speak in the villages and even if they take away the boys and girls; for he is a White man and the government is that of the White man. The people should not become *Sanyasis* because some two hundred years ago (some) *Sanyasis* established a monastery called the 'Ananda Mutt' and tried to shake the stability of the English Government during the time of Warren Hastings. Even if an Indian leaves his place and goes out on a pilgrimage to any holy place for bathing, he will be arrested as having come (there) to throw bombs and be imprisoned. There should be no native schools in which "Hari Om Namassivaya", etc. are taught. They are all places where disloyalty is incited. The Bhagavat Gita should not be read. There should be no Harikatha performances. There should be no newspapers. One should bear the taxes imposed by the Government and the wicked acts of the Government officials, the English merchants and the Missionaries. One should not talk of *Swadeshi* and the like. Every bigwig and Native Chief is bound to hand over the patriots and those who are loyal to their country. In return for that they are told that they would be allowed to have some of the 26 English letters hanging around their necks for some time. Those who do not like to do this are enemies of the King. All those who help native charitable institutions and colleges with money should be deported. Even these are deemed to be endeavoring to bring about a revolution.

The Native Princes play second fiddle to the officials in every place, thinking that they would (otherwise) lose their maintenance allowances and titles. If one or two papers are prohibited from entering the English territory, these prohibit 200 papers. If one or two are accused of sedition (in English territory), 200 or 300 persons are charged (by these Princes). There is no use blaming these. Their condition is pitiable. If ordinary people are charged with an offence, there is at least a Police enquiry. In the case of Native Princes, it is only God that should help them. If the Resident likes, he can send these Princes to the abode of Yama (god of death) just as the ruler of Manipur was sent some years back. Then, the native gentleman, officials, title-holders, and others are the only persons left. Many of these are the brothers of Maricha. They are not really loyalists. Though they greatly detest the acts of Government, they are either cowards who incessantly pose as loyalists through love of self or the worst sinners who spend their time as spies, carrying tales to the Government against their people for the purpose of eking out a livelihood, while some others have got entangled in Government service and resemble public women who lead a life of prostitution for the love of money. All these show loyalty, hiding their real feelings. Even these point out that it is only the *Swadeshi* efforts that are the cause of disloyalty. These will come forward to give false evidence against their brethren. These are the people who help the ruin of those patriots who speak about *Swadeshi* matters and of the newspapers, printing presses and associations. Anarchism cannot be got rid of by any efforts like these. If a tank is to be secured against the breach, there must be a *calingula* to serve as an outlet. Only as much benefit will result from the attempt of the Government to suppress completely the new spirit that has now arisen in the minds of the people, as will result to a tank by the act of an Engineer who, with a view to store up all water, prevents the same flowing out through the *calingula*. It is only because the Government conducted the administration without caring in the least for the happiness or misery of the people and having only self-interest as the chief factor, all those who were loving the King have begun to revile him. It is only because the Government would not yield then, those who reviled the King have become anarchists. This argument was accepted by Lord Minto himself, when he spoke in the last meeting of the Legislative Council. While speaking about the release of the nine Bengali leaders, he said: "The Government imprisoned these persons, because they reviled the King. As anarchists have now appeared, we release these (deportees), with the object of arresting those (anarchists)." God alone knows how far this object will be realized.

If anarchism is to be really got rid of, it may, perhaps be accomplished by the Government acting as stated below:

That is, improving the *Swadeshi* movement, that is, the *Swadeshi* trade which has now come into existence among the people; asking them to avoid the use of foreign articles; improving national education; providing for physical culture, military training, etc., which are required for the strength of the body and the protection of the country;

recognizing and supporting the associations of national volunteers, established with the view of helping the people on great festival occasions and in times of danger like famine, plague, fire, flood, etc.; introducing in (India) itself examinations in political science, political economy and law, a knowledge which is necessary for its administration; and conferring according to educational qualifications all the high appointments with all rights on the native students who pass in these examinations without making any distinction of race, religion and caste and without any distinction in the matter of salary, etc. and giving the remaining appointments to foreigners; conferring all the appointments except those of the Viceroy and the Commander-in-Chief, only on duly qualified natives; establishing representative councils, without distinction of race or religion and in proportion to the population, for the purpose of making laws and regulations and controlling the income and expenditure in India, and acting according to their decision; the King alone should have the power either to modify or to annul this decision, taking the opinion of the Privy council; one of the Members of the Privy Council should be taken from the Parliament of India and there should be a Colonial Secretary attached to that Council. The Viceroy of India should either be a member of the Royal family or a high nobleman, equal in status to Native Princes. Unless such rights are granted, and unless an attempt is made to rule with a *bona fide* sympathetic heart, giving up the cunning ways by which it is intended to rule the country on the principle of divide and rule by offering sham reforms and rights, just as plantains are offered to crying children, and by creating internal dissensions, anarchism cannot be suppressed. Even if it is attempted to suppress it in that manner, it is certain that troubles and loss will be caused to the people and harm to the Government.

– Swatantrananda (One Who Delights in Liberty)

Vijaya, 11 March 1910
India, 19 March 1910

The English Government and Its English Critics

When the new Press Act was approved by the Indian Council, Sri Gokhale and others believed that the Government would check the babblings of the English papers too. They thought that, at least when the ruling race is checked, the Government will punish them according to law, forgetting that they were of the same race. Though the Englishmen may among themselves, be great enemies and do injustice to one another they will never show it before the eyes of the Indians. The same is the intention of the Government of India. The *Madras Times*, the *Englishman* of Calcutta, the *Times of India* of Bombay, the *Civil and Military Gazette* of Lahore, the *Pioneer* of Allahabad — all these are friendly to the Government. If any of these papers say anything defamatory of the Government, its editor will be invited to the "Club" of the ruling race or to the Government House and sent away with an advice, but will never be dragged to the Court and disgraced like the Indians. If he does not yield, and is stubborn, he will be let off saying that "he is a wicked man; let him go".

All this is not the fault of the English Government, but should be said to be only one of its natural virtues. It is the duty of the English Government to foster the Englishmen in the same way in which a mother fosters her child, while it is its nature to treat the Indians like a step-mother. Further, however much the Englishmen may revile the Government of India, they cannot but wish in their hearts that that Government should last forever. However loyal the Indians may be, they will not agree to the permanent existence of the English Government in India. Though the Indians may for the time being think that the Englishmen should remain (here) at present, it will never be their sincere wish that India should for ever remain in subjection to the Englishmen.

As the very birth in human form is for endeavouring to realise a lofty position, every one in India will say that India will, one day at any time, acquire liberty, but he will never admit that she will always remain subject to the Englishmen. No matter how loyal he is, he will be strict in what he says in this matter. Even among the Englishmen many will not deny this. They will say, "India should certainly attain *Swaraj* one day, but it is not now." Though all the Englishmen do not feel this in reality, they will speak only like this, at least for external appearance. There are some others, who, though they know that India will surely acquire *Swaraj*, also echo this statement, thinking that it is enough if India continues to be under subjection until their days are passed. All the same, it is a fact that the Englishmen will never be inimical towards the present Government of India. It is on account of this that whatever the editors of Anglo-Indian papers or other Englishmen may say regarding the Government, it cannot at all be either hatred of the Englishmen or disloyalty. Though the *Madras Times* has often reviled the Government in various ways such as that the Governor-General is a coward and does not enforce the laws strictly and that the Madras Government has failed to prosecute Bipin Chandra Pal, through vain fear, nothing was done to that paper. However violent may be the tone of this paper, it will never think of conscientiously doing harm to the present Government. It is because there is so much unity, that Pinhey, the Sessions Judge, who convicted Sri Chidambaram Pillai, stated in his judgment that even if the Indians begin to hate ordinary Englishmen, it would be regarded as hating the Government.

Even though Mrs. Annie Besant has, in her letter purporting to have been written in defence of a Hindu youth, strongly reviled the English authorities, the Government took no action. An unnecessary fuss was made that a prosecution would be launched, but the news has come out that the letter written by Mrs. Annie Besant, in reply, is itself sufficient and that no prosecution proceedings are to be taken. There is nothing to be surprised in this. Is not Mrs. Annie Besant an English woman?

If at times she is angry and utters some harsh words, it will not be made a serious matter of, and no unnecessary action will be taken against her. When the real object is known, why should there be any unnecessary action?

It is a known fact that Mrs. Annie Besant will not bear to see any harm happening to the Englishmen. Such being the case, what is the good of annoying her by unnecessarily dragging her to the court. It is not right to say that the Indians are not let off so easily. There is difference between the Indians and the Englishmen in their very birth. Their aims are likewise different in all matters. Though there may be agreement in certain matters now, there is no reason to suppose that it will last long. Nor is there reason to think that, when any harm happens to the Englishmen, the loyal Indians too will keenly feel for it. There are so many nations in Europe and when any of them is in distress, do the Indians feel for it? When such is not the case, there is no ground to suppose that they will, without any reason, love the Englishmen alone who rule over them.

We think that it is only after knowing all this, that the English Government awards greater punishment to the Indians who criticise it mildly and light punishment to the Englishmen who criticise it very severely. We think there is nothing wrong in this.

The following matter confirms the above statement of ours. To the two questions asked by Mr. Seshagiri Aiyar in the Madras Legislative Council, viz., whether the Government noticed certain articles which appeared in the *Madras Times*, and if so, what action it proposed to take, the following reply was given:

Answer to the first question: Yes, it was noticed.

Answer to the second question: the Government has informed the Editor of that paper that those articles were objectionable; no further action will be taken.

These questions were asked and answers were given only on Saturday last.

Vijaya, 14 March 1910

The Nasik Murder

Murder is naturally a detestable act, and we, who are armless, shudder at the very word. Some of the anarchists scattered here and there dare to commit such acts. All the students above the age of fifteen talk of the disorderly condition of the Government during their leisure at home, in the playground, and in schools. The talk of these boys has increased owing to the movement which has come into existence in our country during the last five years. As this generation is bound to check the unjust measures of the Government after the present statesmen, it will do them good in future if they are trained in political matters in their youth. It is clear that one of these boys who devoted his attention to politics was pained at heart and, unable to suppress his fury, has committed this wicked act. What is the cause of this action? A European named Williams caused the death of a cart man by driving his motor car against him. This case was enquired into by Jackson, who decided that the death was caused by accident. If a native had caused similar death to an Englishman, would he not have been condemned to be hanged the very next day? As if this is not enough, even Savarkar has been sentenced to transportation. The people will have confidence in the Government so long as the Judicial department is impartial. When this disappears, the Government will be ruined thus confirming the saying "Folly precedes destruction." While there is the same law for the Englishman and the Indian, it is the fault of those who administer justice if a distinction is made. So long as they pose to be the representatives of the Judicial department, they should not really act against their conscience. The Government is held responsible for the faults committed by them and the cry spreads through the country that the Government is adopting repressive measures. Judging from the acts of the Government we make bold to say that the authorities would have been warned to administer justice partially.

In the course of the hearing of this case, so far as it has proceeded, it would appear that the Police caught hold of two of the accused persons, tied up their legs and beat them with their fists on the backs and chests, one sitting on each shoulder. What will be the result of all these tortures? Those who were beaten pointed out two Police officers who beat the accused in this manner. This seems to be the only way for the Police to elicit a statement like this. This is the present Police administration. How long will the inculcation of others last? Is it not against nature? The accused have been plainly saying before the Court that they made a false statement at first by the pressure of the Police. Even if the unjust acts of the Police department come out, the Government will not mind them. Whatever wicked acts the Police may commit for putting down anarchism, the Government will not take notice of. Hence does not the Police administration exist for destroying many noble families? God alone knows who the culprit is. If the Police are unable to detect him, is any other man in the country responsible for the crime? As the repressive laws come into force, the Police are in doubt whether they are on this earth or in Kailasa (abode of Siva). On account of these laws, the Police have now lost the respect which they commanded a few years ago. Similarly, the people have lost their confidence in the Government. It is as a result of this that there is unrest in the country. The people have become discontented by several unjust acts like this. Men advanced in years are in a dilemma. But active young men assert everything plainly, while others, knowing that there is no use in vain words, take to practical action and forgetting themselves, commit some wicked acts too. This is one of such acts. So long as the guardians of justice discharge their duty in such a way as to give no room to the people to have confidence in the Government, they are the very persons who cause the ruin of the Government. As their number increases, anarchism increases and the Government will be tottering. Unless those who carry on the Government treat the people in a friendly manner and gain their confidence by their good qualities, anarchism cannot exist (sic). How can anarchism come into existence as long as the Government is in order?

The best way to suppress anarchism is for the court to take proper evidence again from the witnesses who have been unjustly cited by the Police and in treating the accused with clemency. All the outcry of the native papers will be in vain and the Government will take no notice of them.

Vijaya, 15 March 1910

The Native Princes and the Officials

At the present time all the Indian Chiefs have no doubt forgotten the greatness of their ancestors. Gradually they have been adopting the customs and habits of the Europeans and spending their time. Even the very mothers of these Princes will boldly assert that they were not born to them, if they should see their present condition. No one expects the valour of Sri Rama, or the statesmanship of Sri Krishna from these Princes. Though they do not provide scope for those of our countrymen, who are inspired with heroic fervour to show their valour in foreign countries, they could have at least resolutely prevented our motherland being insulted when the foreigners came in and treated our men ignominiously. If they were unable to do even that, they could have at least preserved their self-respect by being resolute in their own affairs. Is not the folly of the Native Kings who, listening to the vain words of foreigners that they (Kings) do not know their own self-interest, entered into agreements with them according to their dictation, to be wondered at? Even if these Native Kings, want to spend a small sum, they have to get the orders of the superior authorities, who say that they have been appointed for their (Native Kings') benefit, without incurring their displeasure. Every Native Chief has got a superior official, just as there is a guard for every mad man. This official should offer advice for every affair, from domestic details to matters of administration. But these Kings should not reject the advice offered as a mad man rudely does. It is not known when our Native Kings will get out of this plight and realize their self-interest.

Vijaya, 16 March 1910

The Liberals and India

Both the Liberals and Conservatives in England are at one in their views with regard to India, that is, that India should not acquire liberty and that it should be held under subjection only for the benefit of the British. Even as the adage "Man proposes, God disposes", the movement for Indian liberty is gradually gaining ground by the objects and deeds of these people. This is God's grace.

Vijaya, 16 March 1910

The Liberals and India

Bipin Chandra Pal was all along speaking about Indian politics. He has now begun to deal with English politics. In the recent contest between the Liberals and the Conservatives during the Parliamentary elections in England, he delivered some speeches on behalf of the Liberal Party. In these he stated that there would be benefit to India only if the Liberal Party came to power. God alone knows what this benefit is. The Sedition Act, the Prevention of Public Meetings Act, the Deportation Act, the Press Act and other such oppressive Acts and reforms which have created dissensions among the people that the people of the land of Bharata have derived from the power of the Liberal Party during the regime of Lord Morley and the rule of Lord Minto. You also stated that if the Conservatives came to power, the statement of the Anglo-Indian papers, like the Englishmen, would surely come to pass. But it will not make any difference to India whichever party comes to power, as the object of both the parties is the same as regards India.

Vijaya, 17 March 1910

The Jail Experiences of Kolhatkar

The *Vijaya* concludes, as follows, a leader describing the jail experiences of Sri A. B. Kolhatkar, the editor of a Mahratta paper named *Desasevak*, who was released on the 28 February 1910:

Who can describe the self-denial of Sri Kolhatkar who endured all these troubles and difficulties? Nobody understands the cause of all these troubles. It will be very curious to think about the offence with which he was charged and the punishment awarded to him for it. His chief offence was the printing and publication of Sri Aravinda Babu's lecture at Nasik, which is said to abound with sedition according to the view of the Judge of Nagpur. It was however held by a Calcutta Judge that these lectures contained no kind of sedition, and Sri Aravinda, their author was, therefore, acquitted and is now free from any trouble. When this lecturer himself has thus been acquitted, we do not see what justice it is to torture Sri Kolhatkar who printed and published the lecture for the good of his country. When judges differ thus, it will be just not to punish Sri Kolhatkar. Though he was punished, he might have at least been not troubled in the jail.

Vijaya, 19 March 1910

The Indians in the Transvaal

We understand that the Transvaal Government is going to do some good as a result of the incessant efforts of the Indians. The rumour is that the Government intend making arrangements to improve the condition of the Transvaal Indians, as soon as the new Parliament meets in England. If we give up our own efforts, believing in this rumour and the words of the Transvaal Government, then the English and the Transvaal Governments will join together and see that the Indians are not given any rights. As the Englishmen are in power, both in England and in the Transvaal, they will co-operate and deceive the Indians. It is the habit of the Englishmen to agree to give whatever their enemies want, whenever any danger is impending. Even after this, they will try to postpone the thing as long as they can. If the enemy is an intelligent man, he would carry out the terms of the agreement before he gets vexed with the delay. If this is done among equals, it will seem proper in a way; but if the same is done in the case of Government and its subjects how can there be mutual trust between the two? The Englishmen are behaving in the same way even with the Native Chiefs. All the agreements made with them will show that the tendency has been to reduce the strength of these Chiefs gradually and also to curtail their duties to these Chiefs while increasing the duties of these Chiefs to themselves. So the Indians in the Transvaal should not give up their own efforts to secure their rights gloating over the fact that they have secured a few of them. They must act together without caring for difficulties and losses until they are treated equally with the English colonists.

Vijaya, 22 March 1910

The Prohibition of the India *Newspaper*

It seems that the English Government has given instructions to all post offices to send all the future issues of the *India* to the Commissioner of Police at Madras. It is not known what the Police Commissioner will do with these issues. As he will be obliged to know the contents of that paper through a Translator, we believe he will listen to whatever the translator may say and then do as he pleases. It is, of course, natural in this world that in most cases trouble befalls those who speak the truth, and in India, suffering is the certain reward for the last four or five years. As for the *India,* there is no one in Southern India who does not read it eagerly. Though it was at times strict in giving good advice to the English Government, the advancement of the Indians was the only object which that paper had in view. The English Government, too, says that it (the Government) seeks the benefit of the Indians. While such is the case, we do not see why that Government should be so angry with that paper. We hear that ever since this paper was started, the Government has been telling the subscribers through its officers that it did not in the least like their subscribing for it. But the regard of the people for it did not diminish. If what was written in that paper was not just, but was vain story, the people would not have supported it against the Government. However that may be, the *India* has now fallen a victim to the rage of the English Government, and has been stopped. What we now submit to the subscribers of the *India* is that we intend to convert our daily paper *Vijaya* into a weekly and to discuss only the ways by which the welfare of the Indian people at large may be promoted without touching in the least any matters relating to the English Government.

Vijaya, 23 March 1910

Sanitary Science in India

The modern Englishmen talk a good deal of the excellence of their sanitary science. They say that sanitary principles, as known to them, prevail in no other country in the world, and that the arrangements in that connection should be made by them and kept under their control. They have appointed an Englishman to preside over the sanitary department which they have created in India, and it is stated that the health of the general public in every town is thus promoted. We do not object even to the payment of a large salary to the English head of this department; but it will be good if the right of making sanitary arrangements in our towns is left to the Indians themselves. Even if they are employed on small salaries, the work which they turn out will be useful to the people. The present authorities are not acquainted with our habits and customs. There is a good deal of difference between the Englishman's ideas of cleanliness and ours. The Englishmen care much for outward cleanliness, however dirty they may be within. While it is difficult for them to bathe and wash their persons, how can they wash their houses? When the cleanliest among them bathe only once in eight days, the condition of the other uncleanly persons may be imagined. It is ridiculous that one of the persons, whose habits are like this should be paid a salary for promoting sanitation in India.

Vijaya, 23 March 1910

The Relics of Buddha and the English Government

However uncivilised a country may be, it is usual for the people of every country in the world to preserve safely the precious materials found therein. Even so, all the races in India, without distinction of caste or creed, requested the English Government to retain in India itself the relics of Buddha found near Peshawar and to preserve the same in a suitable temple to be built for it. But the Government, as usual, ignored this request and gave them to the Buddhists of Burma. This is another patent illustration of the fact that the English Government does not in the least heed the wishes of the people of India. Will this English Government keep quiet, if the ashes of Shakespeare, an ordinary mortal, who lived and died in its country are sent out of England? We are not at all sorry that the Burmese have taken away the relics of Buddha; for we do not regard them as foreigners. By this act, the English Government tries to separate us from the Burmese. But quite contrary to this it is by this act of the Government the bond of friendship between the two countries has been greatly strengthened. So, the English Government having disregarded our wishes has resulted in our good.

Vijaya, 25 March 1910

Negligence of the English Soldiers

The *Vijaya* reports that two soldiers, while out shooting on the beach, killed a woman, and says:

From this one understands how lightly the English soldiers treat our people. It is not known whether this was the result of negligence or they fired in fun. There will be some trial, and these soldiers will be sentenced to rigorous imprisonment for four days or a week or they will be warned and sent away. Whatever this may be, those who die will not come back, nor will the negligent shooting of the English soldiers cease. Negligence will leave these soldiers forever, if they are punished like the anarchists, on the principle of "a life for a life". The court can attend to this at least hereafter.

Vijaya, 26 March 1910

The Nasik Murder

It is certain that the decision in the Nasik murder case will make the anarchists shudder. Kanhari, the murderer, Karve and Deshpande were sentenced to be hanged and the fourth, fifth, and sixth accused were transported for life, while the seventh accused was awarded two years' rigorous imprisonment. Unless the Government inflicts such punishment as this on the anarchist criminals, anarchism cannot be suppressed. However, it is reasonable on our part to consider whether the procedure of the Government is just. The first accused admitted that he committed the murder. Therefore, nothing can be said about the sentence passed on him that he should be hanged. Karve and Deshpande were hanged on the ground that they abetted the murder. Did not the accused persons say that Justice Davar had already prepared the statement to be given by them, while taking down their depositions? Did not the witness, Chandravati, depose to having gone to the house of Karve on the pressure of the Police? Did the court make any enquiry about the statement that she had been starved, beaten and kicked by the Police? Is it not a fact that Karve gave his statement as required by the Police fearing their torture? Did the court thoroughly enquire into the matter of the Police constables, Ali Khan and Naoroji, torturing the accused? When the Chief Judge came to know that the court did not read over to the accused the statement given by them, did he not condemn it? From these instances, we can boldly say that the court's proceedings were not properly conducted. Where did the Government get any other proof than that furnished by the statement which was made owing to inability to bear the torture of the Police? Is it justifiable to obtain a statement by the application of pressure? Can these proceedings be legal? What can we say of the decision of the court based on such worthless statement? What justice is there in not reading over to the accused the statements made by them? Would this not give room to the court's writing down a statement different from the one made by the accused and taking action thereon? Is not the court bound to provide the accused with all the necessary facilities for proving their innocence? The court should base its decision on the evidence given on both sides, and it would be transgressing the limits of justice if it decides in favour of one side after hearing that side alone. If a special tribunal decides the case, there is no room for appeal. In these courts, no assessors who understand the vernacular in which the accused make their statements are appointed. English assessors alone are, for the most part, appointed. As the Englishmen have been pained at heart at the occurrence of some anarchical acts, it is certain that they will not love us. The assessors can give an impartial verdict only when they view the case with an unbiased mind. If these assessors have a low opinion of the Hindus, even before they are appointed as such, will they be just in their verdict? Will an enemy, whose feelings have been wounded, conduct himself without going against his conscience? The decision of the special tribunal cannot be said to be of superior merit. How can justice be had if there are no assessors who understand the vernacular? How can the decision of the court which relies on the statement of the Police be just? Can we forget the contemptuous terms in which Sir Lawrence Jenkins, the Chief Justice of Calcutta, referred to the conduct of the Police in the bomb case of Bengal?

It has not been clearly made out that the second and third accused abetted the murder. Therefore the sentence of death in their case is unjust; and the sentence of transportation for the other accused persons is very severe. So long as assessors ignorant of the vernacular and the court decides cases, relying on the words of the Police as gospel truth, the people have no reason to think that justice is administered properly. The people will have no faith in justice. If the people have no faith, there will be no public opinion that the Government is carried on properly. Therefore, it is certain that popular discontent will increase by enquiries being held by such special tribunals.

Vijaya, 31 March 1910

Treatment of Prisoners in Indian Jails

It is reported that the prisoners in Indian jails are greatly ill treated. Some six months back, Mr. Kesava Pillai also has openly complained in the Legislative Council that the prisoners are very cruelly treated in the Indian jails. Even the patriot V.O. Chidambaram Pillai, who is now confined in the Coimbatore Jail, made a statement some months ago before a Court as to how the prisoners are oppressed in jails. Surendranath Etiraj Arya, who was convicted for sedition, being unable to bear this torture, attempted to commit suicide. But his statement before the Court was not believed, and his punishment was enhanced for attempting to commit suicide. It is stated that the torture of various kinds to which the British Government subjected the patriot Sri Kolhatkar in the Nagpur Jail is indescribable. We become very much depressed in mind when we hear of prisoners being thus oppressed. No such torture as this exists in our civilized French Government, and we greatly rejoice at it. Moreover, they make a difference in the French Government between prisoners convicted for sedition and those convicted for such crimes as fraud, theft and murder. Those who are punished for sedition, being respectable men, are not oppressed to do mean work. There is a law here that nobody should be imprisoned for more than three months for sedition. This shows that the French Government is highly civilized.

The British Government awards very severe punishments for sedition. The sentences passed on Tilak, Chidambaram Pillai, Subramanya Siva, Etiraj Arya and others may be cited as examples. Further, the British Government makes no difference between those convicted for sedition and other offenders. This is not good.

On the other hand, many of the suffragettes in England are now imprisoned. Has not the Government made arrangements for their proper treatment in the jails? But we are at a loss to know what sins the Indians alone have committed. May the British Government therefore improve their jails a little, at least after seeing the example of the French Government.

Vijaya, 15 April 1910

The New Press Act

The Press Act newly framed by Lord Morley causes great astonishment to us all in French India as often as we hear of it. It would appear that Lord Morley is intent upon suppressing all the papers in India. There was a rumour sometime back that Lord Morley would introduce certain reforms and give some greater power to the British Indians in conducting the affairs of Government. This new Press Act too appears to be one of those reforms. Very excellent! If what Lord Morley had once written in the *Pall Mall Gazette* be compared with this new Act, the contributor to the *Pall Mall Gazette* would appear to be a different man bearing the name of Morley. The new Press Act now introduced is directly opposed to what is written there.

We greatly rejoice at the absence of all such laws in our French India. In our kingdom, the principles of liberty, equality and fraternity are well observed. There is no gagging law like this. We can ourselves prescribe the laws we want. All powers are in the hands of the people themselves.

Vijaya, 15 April 1910

Frontier Raids and the Arms Act

Referring to the recent raids in the frontier, the *Vijaya,* of the 15th April, remarks: Such raids are of frequent occurrence in the frontier. Sometimes the people who fall into the hands of the plunderers are killed, while on many occasions they have been robbed of all their money. It is also stated that at times the robbers carried off women. It is a great mistake to allow such misdeeds to be done in the country. The Government of India should try to put an end to this. It is very difficult for the people to protect themselves, as there is a law that they should not carry arms. It will be a great advantage if the British Government passes a law permitting at least the inhabitants of the frontier regions to possess arms.

Vijaya, 15 April 1910

The Elections at Pondicherry

In announcing the ensuing election at Pondicherry, the *Vijaya* states that every French citizen will vote in the election and observes:

Is there such liberty in British India? Are not all these slaves to the British Government? The Britishers try to tend the Indians just as a shepherd tends his flock of sheep.

Vijaya, 15 April 1910

Government in Ancient India

The *Vijaya* describes the system of Government which prevailed in ancient India as follows:

In those times, neither Dasaratha, the emperor who was reigning in Ayodhya or King Janaka, who was reigning in Mithila, extorted taxes from their subjects. They did not impose heavy taxes on the people. They did not spend the public revenue for their benefit or without consulting the people. They did not imprison anybody without trial. Famine or plague did not at all exist in those times. If there was a solitary instance of any such distress, the king would feel for it, thinking that it might have been caused by some unjust act of his and would set about remedying it at once. It is only such persons that should be called real kings.

Vijaya, 15 April 1910

The Swadeshi Steam Navigation Company of Tuticorin

In exhorting the people to support the Swadeshi Steam Navigation Company of Tuticorin, the *Vijaya* writes: If this company should fail, there cannot be a greater disgrace than this for the people of Southern India. We will be looked down upon by the Englishmen and other foreigners. They have already no respect for the Indians, and in the case of the Southern Indians, it is still worse. The Britishers consider the people of Bombay as friends, those of Bengal as tigers, and those of Madras as slaves. If our chief Swadeshi enterprise should also fail, we need not state to what further extent we will go down in their estimation?

Vijaya, 15 April 1910

The Chairmanship of the Madura Municipality

We are very much pleased to hear that Mr. Ramachar has been nominated as the Chairman of the Madura Municipality. It is said that he had to contest the place against an Englishman over whom he gained a victory by 13 votes. In such contests with Englishmen, the Indians, as a rule, used to be defeated. Hence, our surprise at the greater number of votes secured by Mr. Ramachar. Otherwise, there is no necessity at all to be astonished at a local man getting a greater number of votes than an Englishman who is a foreigner. It is, however, necessary that the Indians should little by little, take hold of high positions in these days, when the Englishmen compete with Indians everywhere and become successful. It is also consistent with justice, though it may not commend itself to the Englishmen holding high authority. Though the people of Madura have elected Mr. Ramachar in preference to Mr. E. O. King, an Englishman, it will not be of use. The Collector of Madura should approve this and report it to the Madras Government for orders. If the Government does not sanction it, all the efforts of the people will be in vain. Whether after all Mr. Ramachar gets this place or not, it is a great thing that the representatives of Madura have elected him. If they should only act with the same unanimity in every matter, no authority, however great he may be, can prevent their aspirations being realized.

Vijaya, 15 April 1910
India, 9 April 1910

How to Suppress Anarchism

A meeting was recently held in Culcutta under the presidency of Sri Surendranath Banerji with the main object of discussing the means to be adopted for suppressing the anarchists. It was proposed to carry out this object by arranging for the delivery of lectures for the intellectual improvement of the people, by organizing throughout the country small clubs for the discussion of political and other matters, by establishing libraries in all the important stations, by inculcating religious ideas, by promoting social reform and by spreading education among the people, besides impressing on the people their real condition and teaching them sanitary science and the industries. Though anarchism cannot be entirely got rid of by these means, they are certainly calculated to produce good results for the country and to promote the welfare of the people. But there are many impediments in the way of carrying out these ideas completely because the Government which always looks upon us with distrust, suspects us whenever we take up any good cause in the interest of the public. All these appear to it to be seditious. There in no use of blaming it for this. As the Government, which is a small minority, has to rule such a large empire as this, it is but reasonable that it should be afraid of every movement on the part of the people. At the same time the people will not be justified if they refrain from making strenuous efforts to realize their aspirations. It is because the Bengalees have felt this, that they have organized a society for the suppression of anarchism and are making the necessary arrangements to promote the true interests of the country. It is regrettable that we, in Southern India, do not make any such endeavour on behalf of the real welfare of the country. It is indispensable that our Southern Indians too should try to become great by their own exertions without hankering for the vain titles of the Government.

Vijaya, 15 April 1910
India, 9 April 1910

National Colleges

Referring to the suggestion made by a correspondent in the *Hindu* that National Colleges should be established in all important cities in Southern India, the *Vijaya* remarks that the new University Regulations have made it extremely impossible for the Indians to get higher education, and says: It seems that the Government does not wish that the Indians should be given higher education. The Englishmen are of opinion that it is by the European education which has been imparted to the Indians, the latter have awakened and begun to try to acquire liberty. It is only after the partition of Bengal that they came to know that a sort of movement for liberty was coming into existence among the Indians. Therefore, Lord Curzon thought that the Indians should not be given English education and sought the means by which they could be gradually prevented form acquiring that education. Hence the new Regulations have been passed. The new Press Acts have also been passed with the view that the Indians should not talk of liberty.

Vijaya, 22 April 1910
India, 23 April 1910

The Effects of English Education

The English education got by the Indians at present is productive of more evil than good. In the first place, the education imparted by the Englishmen is not suited to the Indians, nor is it on Indian lines. Since instruction is imparted in all the English schools, in the English language, our boys have to spend ten or twelve years in learning a foreign language. Even at the end of that period, they can talk a little of English and have no real and deep knowledge in any subject. Look at the face of every boy reading in the English schools as he returns home in the evening. Is there any strength or gay or spirit or courage or any appreciable quality visible in his face? It is dried up, emaciated and contracted. His body is weak and lean and is useful for nothing. Thus one becomes semi-old before he passes the B.A. examination and what is he going to earn after this? Therefore, O people of the land of Bharata try to establish National Colleges.

Vijaya, 22 April 1910

Destruction of Indian Industries by Englishmen

The *Vijaya* remarks as follows, in an article describing the origin of the Swadeshi Steam Navigation Company of Tuticorin:

After the Indian Empire passed into the possession of the English Kings from the hands of the Mogul Emperors, *Swadeshism*, patriotism, etc., have been gradually declining in this country. The Englishmen are the cause of the ruin of all indigenous industries. Many Englishmen themselves admit that they have destroyed many industries in India to serve their own interests. As all these industries were destroyed, the people began to use foreign articles to a large extent and the country has been deteriorating.

Vijaya, 22 April 1910
India, 23 April 1910

Prohibition of Certain Newspapers by Native Princes

Referring to the order passed by the Maharaja of Kapurthala, prohibiting such papers as the *Amrita Bazaar Patrika*, the *Indian Empire*, the *Bangabasi*, etc., from entering his territory, the *Vijaya* observes:

These as well as other papers are published in British India, and the British Government itself does not seem to have any objection to their being conducted. Still, it is a wonder that Rajas and Maharajas, born of the Kshatriya race, should proscribe these papers within their territories. Some of the Chiefs of Native States would not stop here and they have threatened with imprisonment those who purchase these papers. Is this the justice they administer to their subjects? Would any man of common sense approve this act? After all, none of these papers say anything about the Chiefs of the Native States. Their object is only to secure good administration from the British Government. Such being the case, what can be the cause of all the kings of Kshatriya descent in this country proscribing the papers within their states? Fear is the only cause of all this.

We are glad that there is no such order in our French Government that this or that paper should not enter its territory.

What we say to the general public at present is that in as much as all the newspapers have been stopped and the gagging Act is in force, the people can neither speak nor write. All the people should therefore set about to think for themselves and do good to their country.

Vijaya, 22 April 1910

Comments on Dadabhai Naoroji's 'Poverty and Un-British Rule in India'

In publishing a translation of certain passages from the English book of Dadabhai Naoroji, entitled *Poverty and Un-British Rule in India*, the *Vijaya* makes the following comments:

Mr. Naoroji says that the British have imparted to us higher education. But this cannot be believed. The Englishmen have taught us nothing but the knowledge which is required for a karnam's business. After the advent of the Englishmen, even the man who was talking boldly with the sword in his hand, began to take up the pen and write petitions. Is this higher education? All the pledges made by the British are only on paper and nothing is seen in practice.

Then the paper publishes the following passage from the above book:

Destructive and Despotic to the Indians

In the letters written by the Members of the Cabinet and others on the 17th May 1766, it is said: "Every Englishman in India uses the power he has acquired only to oppress the helpless people of that country. We are well aware of the pitiable state of affairs produced by the deeds of wickedness and cruelty committed by our servants there .... The cruel and miserable sight which is presented there cannot be witnessed, at any time in any country. Therefore the relations between Britain and India have been of this kind even from the very beginning, i.e., the English authorities are actuated by avarice and a sort of cruelty from the time of their coming to India. Further, as our misfortune and ruin would have it, the above evils have continued unchecked to this day and are going on increasing day by day, without our knowing it, impoverishing all the people of the country."

Vijaya, 22 April 1910

Will Swadeshism Attain Success?

Ever since the new Press Act came into force and the *India* was prohibited from entering the Indian territory belonging to the Englishmen, many having become disturbed in mind, ask whether *Swadeshism* will still grow? They say that the English Government has laid down severe punishments, and, with the repressive laws which strangle the editors of newspapers, have caused the fame of the authorities of the present day to be sung throughout India with one voice. Seeing all this, we were also a little disheartened and doubted whether our people had any patriotism. *Swadeshism* does not consist in the publication of newspapers. All the newspapers are nothing but mere prickers to kindle the lamp of *Swadeshism*. Just as a lamp which is too much kindled becomes useless, the Press Act seems to have been framed only to prove that newspapers are unnecessary in the present time. Hereafter, our people should, with a view to strengthen the clearness of mind which they have acquired from newspapers, meditate on them alone, and there is no use in stuffing the mind with vain matters more and more. We need not tell our Indian friends about the power produced by meditation in silence. Our ascetics and fakirs are showing this even now. By increasing perseverance in mind *Swadeshism* will of its own accord grow luxuriantly and rise high. No law can prevent this. The laws which have now been framed have done nothing to *Swadeshism*. It does continue to grow. A native Chamber of Commerce has been established in Bengal, and its members have entered into an agreement that no articles except those manufactured in India should be sold by them. We have frequently written that there has been a great reduction in foreign cloths in Southern India. The Indians in South Africa have shown a new way to our Southern Indians for promoting *Swadeshism*. It appears that the Nestlé's Milk Manufacturing Company has refused to send its milk tins direct to the Indians of Natal, saying that they should get them only through the local Englishmen. The Indians, unable to bear this contemptuous treatment, have resolved to refrain from buying the milk tins from the Nestlé's Company and have started a large co-operative society to get milk tins from some other company. We, in Southern India, should also avoid the milk tins of the Nestlé's Company which has thus insulted us and try to prepare such milk here. Though it may seem impossible at present to prepare such milk here and send it to Natal in tins, it is very necessary to avoid the use of Nestlé's milk. If owing to the fear of subjecting ourselves to difficulties and losses, we do not boycott, as far as it lies in our power, those who despise our race, both here and in foreign countries, our children who are brought up in the atmosphere of the new movement will necessarily boycott them in order to preserve our national dignity. There is no doubt about it. If we are not to be despised by the great men of our posterity who will acquire fame throughout the world, we may also get fame by fostering our national feeling from this moment and punishing, as far as possible, those who outrage it.

Vijaya, 22 April 1910

III

அரசு வாராந்தர அறிக்கைகளில் 'விஜயா'

(தமிழாக்கம்)

ராஜரீகக் குற்றவாளிகளை மன்னித்தல்	287
மாணவர்களும் அரசியலும்	289
இந்திய விவகாரங்கள் பற்றி லார்ட் கர்ஜன்	291
மிஸஸ் ஆனி பிஜாண்ட்	292
ஹல்திபாரி கொள்ளை	294
வைஸிராயும் உதயபூர் ரானாவும்	296
தசாவதாரங்கள்	298
திரான்ஸ்வாலில் புதிய சட்டம்	299
இந்தியாவில் போலீஸ்	300
நம் நாட்டு வைசியர்களின் கடமை	301
புதிய சட்டசபைகள்	303
லார்டு மார்லியின் சீர்திருத்தங்கள்	305
புதிய சட்டசபைகள்	307
இங்கிலாந்தின் இரட்டை முகம்	308
சுரேந்திரநாத பானர்ஜியும் புதிய சட்டசபையும்	309
பாபு சுரேந்திரநாத பானர்ஜியும் புதிய சட்டசபையும்	310
சுதேச அரசர்களும் ஆங்கில அதிகாரிகளும்	311
இங்கிலாந்து பட்ஜட் விவாதம்	312
தென் ஆப்பிரிக்காவில் பாரத ஜனங்கள்	313
நெட்டாலில் இந்தியப் பெண்களுக்கு மூன்று சவரன் வரி	315
கோலார் தங்க வயல்கள்	317
வைஸிராயின் தென்னிந்திய விஜயம்	318
தென் ஆப்பிரிக்காவில் இந்தியர்கள் படும் கஷ்டங்கள்	319
இந்தியப் போலீஸாரும் வங்காளிகளின் சுதந்திரமும்	320

புதிய சட்டசபைத் தேர்தல்கள்	321
வைஸிராயின் சென்னை விஜயம்	322
தேசியக் கல்லூரிகளின் மாணவர்கள்	323
இந்திய ஆட்சியாளர்களாக முகலாயரும் ஆங்கிலேயரும்	324
சென்னை நிதானக் கட்சியின் தலைவர்கள்	325
நிர்வாஸம் செய்யப்பட்ட ஒன்பது பேரின் கதி	326
திரான்ஸ்வாலில் இந்தியர்கள்	328
இந்தியப் பத்திரிகைகளுக்குப் பரிசோதகர்	330
பஞ்சாபின் லெப்டினண்ட் கவர்னரும் பொது ஜனங்களும்	332
பொதுக்கூட்டத் தடைச் சட்டமும் கிரிமினல் சட்டத் திருத்தமும்	333
இந்திய அரசர்களின் தீவிர ராஜ விசுவாசம்	334
ராஜதுரோக விஷயத்தில் பிராமணர்களின் கடமை	336
இந்தியாவில் ரயில்வே	338
இந்தியாவும் தற்கால ஸ்திதியும்	340
இந்தியரும் ஆங்கிலேயரும்	342
எகிப்தும் இந்தியாவும்	345
அரசாங்க அதிகாரிகளுக்கு கிராம முன்சீபுகள் சாமான்கள் கொடுத்தல்	346
சோமாலியரும் ஆங்கிலேயரும்	348
இந்தியக் கப்பல்களும் ஸ்டீமர்களும்	349
அராஜகத்தை ஒடுக்குவது எப்படி?	350
ஆங்கில அரசாங்கமும் அதன் ஆங்கில விமர்சகர்களும்	355
நாசிகைப் படுகொலை	358
சுதேச அரசர்களும் அதிகாரிகளும்	361
லிபரல் கட்சியும் இந்தியாவும்	362
லிபரல் கட்சியும் இந்தியாவும்	363
கோல்ஹட்கரின் சிறைவாசம்	364
திரான்ஸ்வால் இந்தியர்கள்	365
'இந்தியா' பத்திரிகைக்குத் தடை	367

இந்தியாவில் சுகாதார சாஸ்திரம்	368
புத்தரின் நினைவுச் சின்னமும் ஆங்கிலேய அரசாங்கமும்	369
ஆங்கிலேய சிப்பாய்களின் பொறுப்பின்மை	370
நாசிகைப் படுகொலை	371
இந்தியச் சிறைகளில் கைதிகளின் நிலை	373
புதிய பத்திரிகைச் சட்டம்	375
எல்லைப்புறத் தாக்குதல்களும் ஆயுதச் சட்டமும்	376
புதுச்சேரியில் தேர்தல்	377
புராதன இந்தியாவில் அரசாங்கம்	378
தூத்துக்குடி சுதேசிக் கப்பல் கம்பெனி	379
மதுரை நகராட்சியின் சேர்மன் பதவி	380
அராஜகத்தை ஒடுக்குவது எப்படி?	381
தேசியக் கல்லூரிகள்	382
ஆங்கிலக் கல்வியின் விளைவுகள்	383
ஆங்கிலேயர் கையில் இந்தியத் தொழில்களின் நசிவு	384
சில பத்திரிகைகளுக்கு சுதேச அரசர்களின் தடை	385
தாதாபாய் நவுரோஜியின் புத்தகம் பற்றிச் சில குறிப்புகள்	386
சுதேசியம் வெற்றி பெறுமா?	387

'விஜயா'வின் கிடைக்கப்பெறாத இதழ்களில் வெளிவந்த கட்டுரைகளின் ஆங்கில மொழிபெயர்ப்பு அன்றைய சென்னை அரசாங்கத்தின் இரகசிய வாராந்திரப் பத்திரிகை அறிக்கைகளிலிருந்து திரட்டி இரண்டாம் பகுதியில் வழங்கப்பட்டுள்ளது. அதன் மீள் தமிழ் மொழிபெயர்ப்பு இப்பகுதியில் தரப்பட்டுள்ளது. மொழியாக்க நடையும் சொற் களஞ்சியமும் கூடுமானவரை பாரதியை அடியொற்றி அமைந்துள்ளன.

பதிப்பாசிரியர்

ராஜரீகக் குற்றவாளிகளை மன்னித்தல்

பிரிட்டிஷ் இந்தியாவில் ராஜரீகக் குற்றங்களுக்காகத் தண்டிக்கப் பட்டுள்ள பெரும்பாலோர், ஐரோப்பாவில் உள்ள சில ராஜீய கட்சிகளைப் போல் நிலவுகின்ற அரசாங்கங்களைக் கவிழ்க்கும் கொள்கைகளைப் பிரச்சாரம் செய்பவர்களோ, அவற்றை நடைமுறைப் படுத்துபவர்களோ அல்லர்; இப்பொழுதுள்ள அரசாங்கத்தை சாத்வீக மான வழிகளிலேயே மாற்றியமைக்க விரும்புகின்றனர். பிற தேசங் களிலே இத்தகைய சீர்திருத்தக்காரர்களைக் கண்டு அரசாங்கம் வெகுண்டபொழுதிலும் அவர்களைத் தொடுவதற்கு அஞ்சுகின்றது. உதாரணமாக, இங்கிலாந்திலுள்ள டாக்டர் க்ளிஃபோர்ட் என்பவர், லார்ட்ஸ் சபைக்கு 'வீட்டோ' அதிகாரம் இருக்கும்வரை எவரும் வரி செலுத்தத் தேவையில்லை என்று சொல்லிவருவதோடு, செயலிலும் காட்டிவருகிறார். இதற்காக அரசாங்கம் அவரை தேச நிர்வாசம் செய்துவிடவில்லை. இந்தியாவில் ஸ்ரீமான் திலகர், டாக்டர் க்ளிஃபோர்டைப் போன்றவொரு சீர்திருத்தக்காரரே ஆவார்; மேலும் அவர் மக்களை வரி செலுத்தக் கூடாது என்று சொல்பவருமல்லர். ஸ்ரீமான் திலகரின் கருத்துகளின் சாரம் இதுதான்: 'இந்தியாவில் நிலவும் ஆட்சி ஜனநாயகக் கோட்பாடுகளுக்கு முரணானது; ஜனநாயக முறையிலான ஆட்சி அமையும்வரை இந்த அரசாங்கத்திற்கு உதவி செய்வது போல் அவர்கள் வழங்கும் வேலைகளை நாம் ஏற்றுக் கொள்ளக் கூடாது.' இதற்காக அவருக்கு ஆறு வருஷக் கடுங்காவல் தண்டனை கொடுக்கப்பட்டுள்ளது. இத்தண்டனை நியாயமானதா, அநியாயமானதா என்று ஈசனே தீர்மானிக்க முடியும்! இந்தச் சந்தர்ப்பத்திலே, டாக்டர் ரூதர்ஃபோர்ட் என்பார் கேட்ட கேள்விக்கு லார்டு மார்லி அளித்த பதிலைக் கவனிப்போம். உத்தேசிக்கப்பட்டுள்ள சீர்திருத்தங்கள் வெற்றி பெறுவதற்காகவும், அதற்கு ஜனத் தலைவர் களின் ஒத்துழைப்பைப் பெறுவதற்காகவும் இந்தியாவில் ராஜரீகக் குற்றவாளிகள் அனைவருக்கும் பொது மன்னிப்பு வழங்குவது உசித மாகாதா என்று டாக்டர் ரூதர்ஃபோர்ட் கேட்டுள்ளார். இந்தக் கேள்வியே எழவில்லையென்றும், இந்தியாவிலிருந்து வரும் அறிக்கைகள் இத்தகைய மன்னிப்பு வழங்குவதற்கு ஏற்றதாக இருக்கும் என்று தோன்றினால் மட்டுமே அத்தகைய நடவடிக்கை எடுக்கப்படும்

என்றும் லார்டு மார்லி கூறியுள்ளார். சுதேசி இயக்கத்தில் அரசாங்கம் தலையிடாமல் இருந்தால், இந்தியாவில் எந்தக் குழப்பமும் ஏற்படாது என்றே நாம் கருதுகிறோம். சாத்வீகமான ஓர் இயக்கத்தை அரசாங்கம் கலைக்க முற்பட்டதனாலேயே குழப்பம் ஏற்பட்டுள்ளது. இந்தக் குழப்பம் நீங்கிவிட்டாலும், இந்திய அரசாங்கம் அதை ஒப்புக்கொள்ளாது; ஒப்புக்கொண்டாலும் அவ்வாறு அறிக்கை அனுப்பாது. குழப்பம் நீங்கிவிட்டது என்று ஒப்புக்கொண்டுவிட்டால் சட்ட விரோதமான செயல்களில் அரசாங்கம் ஈடுபட முடியாது. சாத்தியமற்ற இவை யெல்லாம் நடந்தால்தான் ராஜரீகக் குற்றவாளிகள் விடுதலை செய்யப்படுவார்கள் என்று சொல்வதற்கு லார்டு மார்லியின் கூற்று ஒப்பாகும். அதற்குள் தண்டனைக் காலமே முடிந்துபோய்விடும்; லார்டு மார்லியின் கருணையும் தேவைப்படாது.

விஜயா, 20 அக்டோபர் 1909

மாணவர்களும் அரசியலும்

அரசியல் கோட்பாடுகளை மாணவர்கள் படிப்பது நல்லதேயா யினும், அன்றாட ராஜீய விஷயங்களில் அவர்கள் ஈடுபடுவது உசிதமல்ல. ஆனால் இது ஒரு பொது விதியேயாகும்; ஆகவே இதற்கும் விலக்குண்டு. உதாரணமாக, ருஷ்யாவில் எதேச்சாதிகாரத்தை வீழ்த்தி, ஐரோப்பிய தேசங்களைப் போல் ஜனநாயக ஆட்சியை அமைப்பதில் மாணவர்களே முக்கியப் பங்கு வகிக்கின்றனர்; இதற்காக அவர்களை யாரும் குறை சொல்வதில்லை. மாறாக, உலகமே அவர்களது முயற்சிகளைப் போற்றுகிறது. இதைப் போலவே பாரசீகம், துருக்கி ஆகிய தேசங்களின் ராஜீய புரட்சிகளிலும் மாணவர்களின் பங்கு எவ்விதத்திலும் குறைவானதல்ல; ஆகவே புத்தியுள்ள மனிதர்கள் அவர்களைக் கண்டிப்பதில்லை. சூழ்நிலைகளுக்கேற்ப வழிமுறைகள் மாறுகின்றன. அமெரிக்காவில் கைக்கொள்ளும் வழிமுறைகள் ருஷ்யா வுக்குப் பொருந்தும் என்று புத்தியுள்ளவன் எவனும் சொல்லமாட் டான். அவர்களது பிற்கால வாழ்க்கைக்கும் சமூக சேவைக்கும் தேவையான கல்வியே அமெரிக்க மாணவர்களுக்கு வழங்கப்பட வேண்டும்; ஆனால் இதே கல்வி இந்திய மாணவர்களுக்கும் உரியது என்று சொல்வது சரியாக மாட்டாது. தமது வாழ்க்கை முன்னேற்றத் திற்கும் சமூக சேவைக்கும் உரிய கல்வி இந்திய மாணவர்களுக்குத் தரப்படுவதில்லை. அந்நியர்களுக்கு உபயோகப்படக்கூடிய அளவிற்கே அவர்களுக்குப் பயிற்சி வழங்கப்படுகிறது அல்லது வழங்கப்படு வதில்லை. இந்த தேசத்தைப் பெரும் பிணி பீடித்துள்ளபொழுது அதனுடைய இளைய தலைமுறை மட்டும் எப்படி ஆரோக்கியமாக விளங்க முடியும்? எனவே, இந்த தேசத்தின் சுபிட்சம் மாணவர் களையே நம்பியுள்ளது. தேசத்தின் தற்கால நிலை எந்த ஒரு மனிதனையும் ஊக்கமிழக்கச் செய்துவிடும். பொது ஜனங்களின் எழுத்தறிவின்மையை நோக்க, தார்மீக பலமும், உன்னத லட்சியங்களுக் கான வேட்கையும், புத்தி கூர்மையும், சபலங்களை வெற்றி கொள்ளும் ஆற்றலும் மாணவர்களிடமே காண முடியும். நமது கல்விச்சாலை களில் நம்பிக்கை தரும் ஒரே அம்சம் மாணவர்கள் மட்டுமே. நமது தேசத்தைப் புனரமைப்பதில் இவர்கள் பங்கு பெறுவதை தேச விரோதிகள் தடுக்க முற்படுகிறார்கள்; நம்மில் அறிவற்ற

மூடர்கள் சிலரும் அவர்களுக்கு ஒத்து ஊதுகிறார்கள். மார்லியின் சீர்திருத்தங்கள், சட்டசபைகள், சிவில் சர்வீஸ் பரீட்சைகள் முதலான வற்றில் நமது மாணவர்கள் அக்கறை செலுத்த வேண்டும் என்று நாம் ப்ரியப்படவில்லை. ஆனால், சுதேசியம், சுதேசியக் கல்வி, சரீரப் பயிற்சி ஆகியவை சாதாரண அரசியல் விஷயங்களல்ல; நமது தேசத்தில் பிறந்துள்ள புதிய சக்திக்கான ஆரம்பப் பயிற்சிகளேயாம். இவற்றில் மாணவர்கள் ஈடுபடலாகாது என்போர் அந்த சக்தியின் அழிவையே விரும்புகின்றனர். ஆனால் அவர்கள் விருப்பம் ஈடேறாது. ஏனெனில், வந்தே மாதர உணர்ச்சி மிக உறுதியாக நமது இளைய சந்ததியின் உள்ளங்களிலே ஊன்றியுள்ளது; அது இனி விலகாது.

விஜயா, 25 அக்டோபர் 1909

இந்திய விவகாரங்கள் பற்றி லார்ட் கர்ஜன்

எடின்பரோ நகரில் ஆற்றிய ஓர் உரையில் லார்டு கர்ஜன் இந்திய விவகாரங்கள் பற்றிப் பின்வருமாறு கூறியுள்ளார்: 'இந்தியாவை நாம் இழப்போமானால் ஐரோப்பாவின் வலுவான சக்தி என்ற நிலையிலிருந்து விழுந்து, ஒரு மூன்றாந்தர நிலைக்கு வந்துவிடுவோம்.' லார்டு கர்ஜன் பெரிய ராஜீய நிபுணராதலால் அவர் கருத்தை நாம் மறுப்பதற்கில்லை. இந்தியாவின் மீதான ஆதிக்கத்தை இழக்கும் பட்சத்தில், ஸ்விட்சர்லாந்து போன்றதொரு சிறிய அரசாக இங்கிலாந்து இழிந்து விடுமென்றும், பிரிட்டிஷ் சாம்ராஜ்யம் என்ற ஒன்றே இல்லாமல் போய் விடுமென்றும் ஐரோப்பிய ராஜீய ஞானிகள் பலர் அபிப்பிராயப்படுகிறார்கள். இங்கிலாந்தின் ஆதிக்கத்திலிருந்து மீளும் எண்ணம் இந்தியாவிற்கு இருக்கக் கூடும் என்பதை லார்டு கர்ஜன் மறந்திருக்க மாட்டாராதலால் அவர் சொல்வதை நாம் அப்படியே எடுத்துக்கொள்ள வேண்டியதில்லை. சுதேச ராஜாக்கள் பிரிட்டிஷ் ஆதிபத்தியத்திற்கு விசுவாசமாக இருக்கிறார்கள் என்றும் அவர் சொல்கிறார். ரெசிடெண்டுகள் மிக விசுவாசமாக இருக்கிறார்கள் என்பதே இதன் அர்த்தம். சுதேச சமஸ்தானங்களில் ரெசிடெண்டுகளே பிரதானம் என்றும், ராஜாக்கள் என்றால் யாருக்கும் தெரியாது என்றும் நாம் அறிகிறோம். இந்தியாவை ஆளுவதன் மூலம் ஆங்கிலேயர்களுக்குக் கிடைக்கும் ராஜீய பயிற்சியும் படை வன்மையும், லௌகீக லாபங்களைவிட மிக அதிகம் என்றும் அவர் கூறியுள்ளார். இதிலும் அபிப்பிராய பேதம் உண்டாக ஏது உண்டு. கல்வியில் சிறந்த ஆங்கிலேயர்கள் பலர், இந்தியாவில் நடக்கும் எதேச்சாதிகார ஆட்சி, ஆங்கிலேய ஜாதியின் சுதந்திர உணர்ச்சிக்கு மாறான தன்மைகளை மெல்ல வளர்த்து வருவதாகக் கருதுகிறார்கள். இக்காரணம் பற்றியே பிரிட்டிஷ் ராஜீயவாதிகள் பலர் ஆங்கிலோ—இந்திய அதிகாரிகளிடம் எந்த சம்பந்தமும் வைத்துக்கொள்வதில்லை. எதேச்சாதிகாரம் செலுத்தி தேவர்களைப் போல் இந்தியாவில் வாழ்ந்த இவர்கள், தாய்நாடு திரும்பியதும் எந்தப் பொறுப்பான ராஜீய பதவிகளும் பெறாமல் சாதாரண ஜனங்களோடு சேர்ந்துவிடுகிறார்கள். இத்தகைய பல் பிடுங்கிய பாம்புகள் அபரிமிதமாகப் பெருகினால், தம் தேசத்தின் ஜனநாயக ஆட்சி முறைக்கு பங்கம் ஏற்படுமோ என இங்கிலாந்து ராஜீயவாதிகள் பயப்படுகிறார்கள்.

விஜயா, 25 அக்டோபர் 1909

மிஸஸ் ஆனி பிஜாண்ட்

சமீப காலமாக மிஸஸ் ஆனி பிஜாண்ட் தமது சக்தியையும் செல்வாக்கையும் புதிய சுயராஜ்ய இயக்கத்திற்கு விரோதமாகத் திருப்பி வருகிறார். கொஞ்ச காலத்திற்கு முன்பு இங்கிலாந்துக்குச் சென்றிருந்தபொழுது, அரவிந்தர் ஒரு தீவிரவாதி என்றும், ஆபத்தான வர் என்றும், பிரிட்டிஷ் சாம்ராஜ்யத்தை அழிக்க எவ்வித உபாயத்தை யும் கைக்கொள்ளத் தயங்காதவர் என்றும் ஒரு பத்திரிகை நிருபரிடம் கூறினார். இதற்காக இந்தியப் பத்திரிகைகள் அவளைக் கண்டித்ததோடு, அரவிந்தரைப் பற்றி இதுபோல் அபவாதம் செய்வதற்கு முகாந்திரம் கூறுமாறும் கேட்டன. இதற்குத் தமது மகாத்மாக்கள் அரவிந்தரைப் பற்றிக் கொண்டுள்ள அபிப்பிராயத்தைத் தமது பிரதான ஹிந்து காலேஜின் பத்திரிகையில் தெரிவித்திருக்கிறாள். ஆங்கிலேயர்களோடு ஒத்துழைக்க மறுப்பதே அரவிந்தரைப் பற்றி அம்மகாத்மாக்கள் கோபங் கொண்டிருப்பதற்குப் பிரதான காரணம் என்று சொல்லப்பட்டுள்ளது. இந்த மகாத்மாக்கள் நமது ராஜீய விஷயங்களில் அக்கறை பாராட்டு வதற்கு நாம் வந்தனம் செய்கிறோம். அதே சமயத்தில், ஆங்கிலேயர் களுடன் 'ஒத்துழைத்தல்' என்பது அவர்களுக்குக் கீழ்ப்படிதல் என்பதும், அவர்களுக்குச் சேவகர்களாகப் பணிபுரிவதைத் தவிர வேறு எந்த உபகாரத்தையும் அவர்கள் எதிர்பார்க்கவில்லை என்பதையும் சொல்லக் கடமைப்பட்டுள்ளோம். ராஜீய விஷயங்களில் மட்டுமல்லாமல், பல்வேறு மார்க்கங்களில் ஜனங்களிடமிருந்து பணம் திரட்டி அவள் நடத்தும் பிரதான ஹிந்து காலேஜிலும்கூட நம்மவர்கள் எந்த உயர் பதவியிலும் அமராமல் ஆங்கிலேயரின் அதிகாரத்திற்குக் கீழ்ப்படிந்து நடக்க வேண்டும் என்று விரும்புகிறாள். சில மாதங்களுக்கு முன்பாக அந்தக் காலேஜுக்குப் புதிய பிரின்சிபல் நியமிக்கப்பட்டபொழுது, இந்தியர் எவரையும் அப்பதவிக்கு அமர்த்துவதை எதிர்த்தாள். இதன் காரணமாக ஓர் ஆங்கிலேயர் அப்பதவியைப் பெற்றார். இந்த அக்கிரமம் இம்மட்டோடு நிற்கவில்லை. பிஜாண்டிசம், திபேத்திய ஆவிகள் முதலான அநேக பொய்ம்மைகளைப் பரப்புவதற்காக உருவாக்கப்பட்டுள்ள தியோசாபிகல் சங்கத்தின் தலைவர் பதவி ஐரோப்பியர்களால் மட்டுமே வகிக்கப்பட வேண்டுமென்றும், ஹிந்துக் களுக்கு அதற்குப் பணம் கொடுக்கும் உரிமை மட்டுமே உண்டு

என்றும் மகாத்மாக்கள் ஆஞ்ஞாபித்துள்ளனர். இதுவே ஒத்துழைப்பு போலும்! நாம் பணம் கொடுக்க, அந்நியர்கள் ஆதிக்கம் செலுத்த வேண்டும். அரவிந்தர் இத்தகைய ஒத்துழைப்புத் தர சம்மதிக்காத தாலேயே திபேத்திய ஆவிகள் அவர்மீது கோபம் கொண்டுள்ளன. மிஸஸ் பீஜாண்டைத் தம் ஆன்மீக வழிகாட்டியாகவும், குருவாகவும், புராதன ஆரிய ரிஷிகளின் நவீன பிரதிநிதி என்றும் நம்மில் சிலர் நம்புவதைவிட நமது ஹிந்து ஜாதி க்ஷிணித்துவிட்டது என்பதற்கு வேறு ஆதாரமும் வேண்டுமோ? நமது புனருத்தாரணத்திற்கு சுதந்திரம் என்ற குறிக்கோளைத் தவிர வேறு எந்த உபாயமும் இல்லை.

விஜயா, 30 அக்டோபர் 1909

ஹல்திபாரி கொள்ளை

சமீபத்தில் ஹல்திபாரியில் நடந்தது போன்ற கொள்ளைகள் வங்காளத்தில் அடிக்கடி நடந்தேறிவருகின்றன. ராஜரீகப் புரட்சியை ஏற்படுத்த விரும்பும் மாணவர்கள் தமது புரட்சிகரக் கொள்கைகளை அனுஷ்டானத்திற்குக் கொண்டுவரும்பொருட்டு இது போன்ற கொள்ளைகளை நடத்துவதாகப் போலீஸார் கூறுகின்றனர். இதன் விளைவாக, கௌரவமான குடும்பங்களைச் சேர்ந்த சில படித்த இளைஞர்களைக் கைது செய்து, எவ்வாறேனும் இந்தப் 'புரட்சி'க் கோட்பாட்டோடு முடிச்சுப் போட முயல்கின்றனர். ஆனால் இதுவரை ஒரு கேஸிலேனும் புரட்சி இயக்கத்திற்கும் இந்தக் கொள்ளைகளுக்கும் சம்பந்தமுண்டென்று போலீஸ் ருஜுபிக்க முடியவில்லை. உணவு தானியங்களின் விலை மிக அதிகப்பட்டுவிட்டதால் பலர் கொள்ளையடிக்கப் புகுந்துள்ளனரென்றும், உண்மையான குற்றவாளிகளைக் கண்டுபிடிக்க இயலாத போலீஸார் அந்தப் பக்கத்திலுள்ள வந்தே மாதரம் இயக்கத்தினரைப் பலிகடா ஆக்கி, பலவழிகளிலும் துன்புறுத்திக் கேஸ் நிற்காது என்று கடைசியில் அவர்களை விடுவித்துவிடுகின்றனர் என்றும் வங்காளப் பத்திரிகைகள் கருதுகின்றன. இந்தக் கொலைகளுக்கு இதுவே உண்மைக் காரணம் என்று நாமும் அபிப்பிராயப்படுகின்றோம். ஹல்திபாரி கொள்ளை விஷயத்திலும்கூடப் போலீஸார் கூற்று நம்புதற்கிடமில்லாமல் இருக்கிறது. இந்தக் கொள்ளைகளை நிகழ்த்துவோர் ரகசிய சங்கங்களின் அங்கத்தினர்களாக இருக்கும் பட்சத்தில், இவர்கள் தமது கடிதப் போக்குவரத்துகளையும் பிரதிக்ஞைகளையும் சட்டசபை அறியத் தருவானேன்? அங்கத்தினர் ஒவ்வொருவரும் உயிரே போனாலும் சங்கத்தின் கொள்கைகளைப் பகிரங்கம் செய்யமாட்டேனென்று பிரதிக்ஞை செய்வதோடு, அவ்வாறு சங்கத்தின் தலைவர்களிடம் பிரமாணமும் எழுதித் தருவார்கள். அவ்வாறிருக்க சட்டசபையிடமும் போலீஸாரிடமும் அந்த ரகசியங்களை வெளிப்படுத்துவார்கள் என்பது கொஞ்சமும் நம்பும்படியாக இல்லை. உண்மை என்னவென்றால் வங்காள நிர்வாகத்தினர் அசக்தர்களாகிவிட்டார்கள். சுயராஜ்ய உணர்ச்சி, மனித சக்தியால் கட்டுப்படுத்த முடியாத அளவிற்கு மிக வேகமாக வளர்ந்து வருகிறது. சுயராஜ்ய இயக்கம் சட்ட விதிகளுக்குட்பட்டுச் செயல்பட்டுவரும்வரை, இவ்வியக்கத்தை அடக்குவதற்காகவே

உருவாக்கப்பட்ட பெரும் ரகசிய போலீஸ் படை, இந்தப் போலி கேஸுகளை ஜோடிக்காவிட்டால் தன் ஜீவிதத்தை நியாயப்படுத்த முடியாது. திடீரென ஆயிரக்கணக்கில் ரகசிய போலீஸ்காரர்கள் அமர்த்தப்பட்டு, ஜனங்களின் மீது இல்லாததும் பொல்லாததுமாக ஏதாவது சமாச்சாரங்கள் கொண்டுவராவிட்டால் வேலை பறிபோய் விடும் என்று சொன்னால், அதனால் சாதாரண ஜனங்களுக்கு ஏற்படும் தொந்திரவுகள் சொல்லுந்தரமல்ல. கௌரவமான குடும்பங்களைச் சேர்ந்த இளைஞர்கள் வங்காளத்தில் புரட்சி ஏற்படுத்தும்பொருட்டு கொலை கொள்ளைகளில் ஈடுபடுவது உண்மைதான் என்றால் நிலைமை கவலைக்கிடமானதே; இதனால் புதிய இயக்கத்தின் மீது நம்பிக்கைக் குறைவும் வெறுப்புமே உண்டாகும். தனது செய்கைகளால் இளைஞர்களை இந்த ஸ்திதிக்குக் கொண்டுவந்ததற்கு அரசாங்கமே பொறுப்பேற்க வேண்டும். சட்டத்திற்குட்பட்டுச் செயல்படும் வெகுஜன இயக்கங்களை அதிகாரிகள் அடக்கும்பொழுது, சட்ட விரோத உபாயங்களை ஜனங்கள் கைக்கொள்ள நேர்கிறது. சுயராஜ்ய லட்சியத்தை அடைய சட்டத்திற்குட்பட்ட பிரயத்தனங்களையே மேற்கொள்ள வேண்டும் என்று அரவிந்தரைப் போன்ற வங்காள ஜனத்தலைவர்கள் உபதேசித்தபோதிலும், வங்காள அதிகாரிகள் தமது அறிவற்ற வன்முறைச் செயல்களால் தடுக்கும்பொழுது, இளைஞர்கள் கோபமுற்று வஞ்சந் தீர்த்துக்கொள்கிறார்கள். ராஜாவே சட்டத்தை மீறும்பொழுது, எப்படி ஜனங்கள் சட்டத்தை மதித்து நடப்பார்கள்?

விஜயா, 2 நவம்பர் 1909

வைஸிராயும் உதயபூர் ரானாவும்

சமீபத்தில் உதய்பூர் ராஜா அளித்த விருந்தில் வைஸிராய் ஆற்றிய உரை பற்றி 'விஜயா'வின் கருத்துகள்:

பொது ஜனங்களுக்கும் பிரிட்டிஷ் அரசாங்கத்துக்கும் இடையில் ஏற்படும் பிரச்சனைகளில் சுதேச மன்னர்கள் பிரிட்டிஷார் பக்கம் நிற்க வேண்டுமென்றும், அவர்களுடைய எதிர்காலமும் பிரிட்டிஷாரின் எதிர்காலமும் ஒன்றே என்றும் வைஸிராய் கூறியிருக்கிறார். ரானாவுக்கு வைஸிராய் செய்த உபதேசத்தின் இரண்டாம் பகுதி மெத்தவும் உண்மை. ஏனெனில் வெகு சீக்கிரத்தில் சுதேச சமஸ்தானங்களே இருக்கப் போவதில்லை; இன்னும் அரை நூற்றாண்டுக்கு இதே போக்கு நீடித்தால் அவை எல்லாம் பிரிட்டிஷ் சாம்ராஜ்யத்துடன் சங்கமித்துப் போகும். அதன் பிறகு இருதரப்பின் எதிர்காலமும் ஒன்றாகத்தான் இருக்கும். நாம் வேடிக்கை செய்வதாக வாசகர்கள் கருதக்கூடாது. லார்டு மிண்டோவின் பேச்சிலேயே இதற்குத் தகுந்த ஆதாரம் உள்ளது. 1858 மற்றும் 1908 ஆகிய வருஷங்களில் வெளியிடப் பட்ட பிரகடனங்களை ஒப்பிட்டாலும்கூட நம் கூற்றின் உண்மை புலப்படும். 1858 பிரகடனத்தில் 'சுதேச மன்னர்கள்' பொது ஜனங் களிடமிருந்து வேறுபடுத்தப்பட்டு தனித்தனியாக அறிக்கை தரப்பட்டது. 44 ஆண்டுகள் கழித்து, சக்கரவர்த்தியின் பெயரில் வெளிவந்துள்ள அறிக்கையில் இரு தரப்பாருமே "நமது இந்தியக் குறுநில மன்னர்களும் பிரஜைகளும்" எனச் சேர்த்தே குறிப்பிடப்பட்டுள்ளனர். இப்போதுள்ள நிலையே மேலும் 44 வருஷங்கள் நீடிக்கும்பட்சத்தில், "நமது குறுநில மன்னர்களும் பிரஜைகளும்" என்று தனியே பிரித்துப் பேச வேண்டி யிராமல், இரு பிரிவினரிடையேயும் வித்தியாசம் மறைந்து போகும் என்று மீண்டும் வற்புறுத்திக் கூறுகிறோம். "நமது குறுநில மன்னர்க"ளி டையிலும் அனைவரும் உதய்பூர் ரானா போன்றவர்களல்லர்; அவருடைய ராஜீய கருத்துகளிலிருந்து முற்றிலும் வேறுபட்ட பரோடா கெய்க்வார் போல்வாரும் உண்டு. "நாம் அந்நியர்களல்ல; நாம் இந்திய ஜாதியில் ஒரு பகுதி. நாம் ஜனங்களின் தேவைகளையும் அபிலாஷைகளையும் நன்கு அறிவோம். எனவே ஜனங்களது நலன் களுக்கும் எங்களது நலன்களுக்குமிடையே எந்த மோதலும் உண்டா

காது. எங்கள் விதியும் இந்திய ஜனங்களின் விதியும் கடைசிவரை ஒன்றாகவே இருக்கும்." சில தினங்களுக்கு முன்புதான் கெய்க்வார் மஹாராஜா ஆழந்த அர்த்தமுள்ள இந்த வார்த்தைகளைக் கூறியுள்ளார். நமது ஜனங்கள் இவற்றை எக்காலத்தும் மறக்க மாட்டார்கள்.

விஜயா, 9 நவம்பர் 1909

தசாவதாரங்கள்

தர்மம் அழிந்து, அதர்மம் தலைதூக்கி, பக்தர்கள் துன்பத்திற்குள்ளாகும் காலங்களில் அதர்மத்தை அழித்து, தர்மம் தழைக்க இறைவன் அவதாரம் செய்கிறான். இந்தியாவில் இதுவரை ஒன்பது முறை இறைவன் அவதரித்திருக்கிறான். பத்தாவது அவதாரம் இந்தக் கலியுகத்திலே நடைபெறும். இந்த க்ஷணம் தர்மம் பலமிழந்துள்ளது; அதர்மம் ஓங்கி நிற்கிறது. இறைவன் அவதரிக்கும் காலம் சமீபித்து விட்டது உறுதி. இப்பொழுது ஓங்கியுள்ள அதர்மம் அழிந்து, தர்மம் அதன் இடத்தில் ஸ்திரமாக நிற்கும் என்பது இதிலிருந்து தெளிவு. ஒவ்வொரு தெய்வ அவதாரத்திற்கும் முன்னோட்டமாக, அவதார நோக்கம் ஈடேறும் வகையில் சில மகான்கள் தோன்றுவார்கள். அதே வேளையில் காலத்தின் அல்லது தேசத்தின் மொத்த அதர்மத்தின் பிரதிநிதியாக ஒரு மனிதனும் தோன்றுகிறான். இறைவன் அதர்மத்தை அத்தேசத்தின் மூலம் அழிக்கிறான்.

விஜயா, 10 நவம்பர் 1909

திரான்ஸ்வாலில் புதிய சட்டம்

'ஆப்பிரிக்க வர்த்தமானி' என்ற பத்திரிகை சமீபத்தில் வெளியிட் டுள்ள வியாசத்திலிருந்து திரான்ஸ்வாலில் அமல் செய்யப்பட்டுள்ள ஒரு புதிய சட்டம் பற்றி அறிய வருகிறோம். இதன்படி, வெள்ளையர் களுக்குச் சொந்தமான நிலங்களில் கறுப்பர்கள் எந்தவகையான வியாபாரமும் செய்ய முடியாதாம். இச்சட்டத்திற்கு மாறாக எந்த ஐரோப்பியனாவது தன் நிலத்தை வெள்ளையரல்லாதவர்க்குக் குத்தகைக்குக் கொடுத்தால் அரசாங்கம் அந்த நிலத்தை ஆர்ஜிதம் செய்துவிடுவதோடு, நிலச் சொந்தக்காரருக்கு நஷ்டஈடும் வழங்கப்பட மாட்டாதாம். இதுபோலவே ஐரோப்பியர்களைப் போல் இந்தியர்கள் அங்கு நிரந்தரப் பிரஜைகளாக இருப்பதைத் தடுக்க நெட்டாலிலும் சட்டம் இயற்றப்பட்டுள்ளது. இப்போதுள்ள ஒப்பந்த முறைப்படி கூலிகள் செல்லாவிட்டால் அந்தக் காலனி நொடித்து விடுமாதலால், குறிப்பிட்ட ஒப்பந்த காலம் முடிவுற்றதும் அவர்களை உடனே திரும்ப வரவழைத்துக்கொள்ள வேண்டும். அமெரிக்கா, ஆஸ்திரேலியா போன்று வெள்ளையரல்லாத ஜாதிகளை முற்றுமாக அழித்து, தென் ஆப்பிரிக்காவையும் முழுவதும் வெள்ளையர் காலனியாக மாற்ற அரசாங்கம் எத்தனித்துள்ளதையே இவை காட்டுகின்றன. பிரிட்டிஷ் ஆட்சிக்குட்பட்ட தேசங்களில் நமது ஜனங்களின் நிலை இதுவென்றால், இதனை உணர்ந்து அதற்கேற்பச் செயல்படாவிட்டால் நாம் ஆண்மையற்ற பேடிகளேயன்றி வேறல்ல.

விஜயா, 13 நவம்பர் 1909

இந்தியாவில் போலீஸ்

'ஜனானுகூலன்' என்பவர் எழுதிய கட்டுரையின் சுருக்கம் வருமாறு:

ஒவ்வொரு வருஷமும் அளிக்கப்படவுள்ள 150 வெள்ளிப் பதக்கங்களில் 50 பதக்கங்கள் இந்தியப் போலீஸாருக்கு வழங்கப்படுமென கெஜட் அறிக்கை கூறுகிறது. பதக்கங்கள் வழங்குவது நல்லதே. ஏனெனில், போலீஸார் அதிக ஊக்கத்தோடும் உற்சாகத்தோடும் ஊழியம் செய்வதற்கு இது ஏதுவாக இருக்கும். தங்கள் கடமையை சிரத்தையாகவும் உண்மையாகவும் ஆற்றும் இங்கிலாந்து போலீஸ்காரர்களுக்கே இவ்விருதுகள் அதிகமும் பொருந்தும். கண்ணியமாகவும் பொறுப்பாகவும் செயல்படாத நம் போலீஸாருக்கு இவை உரியவையல்ல. இமயம் முதல் குமரி வரை அனைவரும் இந்தியப் போலீஸாரைக் கண்டனம் செய்வதில் ஒருமித்துள்ளனர். கற்றவர்களும் நீதிமான்களும் பத்திராதிபர்களும் போலீஸைக் கண்டித்துள்ளனர். நம் பார்வைக்கு வந்துள்ள 1908ஆம் வருஷத்துப் போலீஸ் நிர்வாக அறிக்கையைப் பார்க்க, லஞ்சம், சட்ட விரோதக் கைது முதலான குற்றங்களுக்காகப் பல போலீஸார் தண்டிக்கப்பட்டுள்ளது தெரிகிறது. வேறு பலர் பதவி இறக்கமும், கரும் புள்ளிகளும் பெற்றுள்ளனர். இதிலிருந்து இந்தியப் போலீஸார் எவ்வளவு சிறப்பாகக் கடமை புரிகிறார்களென்பதை நம் வாசக நேயர்களே அறிந்துகொள்ளலாம். எனவே, இந்தியப் போலீஸாருக்கு எந்தவித விருதுகளும் தரக்கூடாது என நாம் அபிப்பிராயப்படுகிறோம்.

விஜயா, 16 நவம்பர் 1909

நம் நாட்டு வைசியர்களின் கடமை

இந்தியாவிலுள்ள செல்வந்தர்கள் மற்றும் ஏழைகளின் சராசரி வருஷ வருமானம் 15 ரூபாய். ஏழைகளின் சராசரியை மட்டும் கணக்கிட்டால் அது மிகவும் பரிதபிக்கத்தக்கதாயிருக்கும். பாரத தேசத்து வைசியர்களே! இந்த இழிநிலையிலிருந்து நம் தேசத்தைக் காப்பது உங்கள் கடமையல்லவா? இந்தக் கொடிய வறுமை நம்மைப் பீடித்ததற்குப் பல காரணங்கள் உண்டு. கிழக்கிந்தியக் கம்பெனி அநியாயச் சட்டங்களை அமல்படுத்தி நம் நாட்டு வாணிகத்தையும் தொழிலபிவிருத்தியையும் நசித்தது. கம்பெனி ஆட்சியை ஒழித்த பிறகும் ஆங்கிலேய அதிகாரிகள் இந்த விஷயத்தில் மேலும் தாராளமான கொள்கைகளைக் கைக்கொண்டதாகச் சொல்ல முடியாது. 1835 முதல் 1900 வரையான 65 வருஷங்களில் மட்டும் இந்தியாவிலிருந்து இங்கிலாந்திற்கு 9,000 கோடி ரூபாய் கொண்டு செல்லப்பட்டது என்று வில்லியம் டிக்பி கணக்கிட்டிருக்கிறார். அந்நிய வியாபாரிகளின் வலையில் நம் நாட்டு வைசியர்கள் சிக்கியுள்ளதால், ஒவ்வொரு வருஷமும் நாம் 45 கோடி ரூபாய் நஷ்டமடைய நேர்கிறது. அந்நிய வஸ்துகளை வர்ஜனம் செய்து, சுதேசப் பொருள்களை மட்டுமே வாங்கி விற்பது என்று வைசியர்கள் அனைவரும் தீர்மானித்தால் மேற்கண்ட தொகையில் பெரும் பகுதி அந்நிய தேசம் செல்லாதல்லவா? அப்படிச் செய்தால் நம் தேசம் சுபிட்சமடையாதா? 'வர்ஜனம்' என்பதை மட்டுமாயினும் அனுஷ்டிக்கலாமே? அப்பொழுதுதான் 'வைசியர்' என்பதற்கு அவர்கள் முழுவதும் அருகராவர்.

○

பகவத் கீதை வைசியர்களுக்கு மூன்று கடமைகளை விதிக்கின்றது: உழவு, கோ சம்ரட்சணை, வாணிபம். தற்காலத்தில் நம் தேசத்தில் இம்மூன்றின் ஸ்திதியைக் கவனிப்போம். ஒவ்வொரு வருஷமும் லட்சோப லட்சம் ஜனங்கள் பட்டினியால் மடிகிறார்கள். நமது நாட்டு விவசாயத்தின் நிலை இது. விவசாயம் மட்டுமே தொழிலாகக் கொண்டவர்களுக்குப் பசுக்கள் எவ்வளவு முக்கியம் என்று சொல்ல வேண்டியதில்லை. மூன்றாவதான வாணிபமே மிகப் பிரதானமான கடமை. வியாபாரம் என்பதன் உண்மையான அர்த்தம், பிற தேசங்

களின் செல்வத்தைக் கொண்டுவந்து நம் தேசத்தின் செல்வத்தைப் பெருக்குவதே. வைசியர் என்று நம்மில் சொல்லிக்கொள்வோர் அந்நிய வியாபாரிகளிடம் தரகர்களாகவும் ஏஜெண்டுகளாகவுமே உள்ளனர். தாமே சுயமான வியாபாரம் செய்து, தமக்கும் தம் தேச மக்களுக்கும் நலம் புரிபவர்களைக் காண்பது துர்லபம். பிற தேசத்து வைசியர்கள் எவ்வளவு சாதுர்யமாக வியாபாரத்தை நடத்துகிறார்கள் என்று எண்ணிப் பார்த்தோமா? இதற்கு உதாரணம் கண்டுபிடிக்க அதிக தூரம் செல்ல வேண்டியதில்லை. நம் தேசத்தை ஆளும் 'துரை'களையே எடுத்துக்கொள்வோம். ஆரம்பத்தில் இவர்கள் கேவலம் வியாபாரிகளாகவே வந்தனர். இப்போது நம் தேசத்தை ஆள்கிறார்கள். நம் தேசத்து வைசியர்களும் அவ்வாறு மகிமை அடைய வேண்டாமா? நம் தேசத்தை முந்தைய சுபிட்சமான ஸ்திதிக்கு மீட்டெடுப்பது சிரம சாத்தியமானதே. உண்மை ஆரியர்களாக மாறி, செல்வத்தைச் சம்பாதிப்பது உங்கள் வளத்திற்காக மட்டுமே அல்ல. இது பொது நலம் கருதியது என்பதைப் புரிந்துகொள்ள வேண்டும். அந்நிய வியாபாரிகளுக்குச் சேவை புரிவதை நிறுத்திக்கொண்டு, 'சுதேசி', 'வர்ஜனம்' ஆகியவற்றைக் கைக்கொண்டு, சாதுர்யமாகவும் சிரத்தையாகவும் உழைத்தால் மட்டுமே நீங்களும் உங்கள் தேசமும் வளமடையும். மாறாக, அந்நிய வியாபாரிகளுக்குச் சேவகம் புரிந்து, சுகமாக ஜீவிக்கலாம் என்று நினைப்பீர்களேயானால், இத்தேசத்தின் வளத்தைச் சீரழித்து, இந்த உலகத்தில் மட்டுமல்லாமல், மறுமையிலும் துன்பமடைவீர்கள். ஓ, வைசியர்களே, சுதேசியத்தையும் வர்ஜனத்தையும் கைக்கொள்ளுங்கள் என்று மீண்டும் வற்புறுத்துகிறோம். நாம் உய்வதற்கு இதுவொன்றே தக்க உபாயம்.

விஜயா, 16-17 நவம்பர் 1909

புதிய சட்டசபைகள்

புதிய சட்டசபைகள் அமலுக்கு வந்துவிட்டன. ஜனத் தலைவர்கள், அதாவது ஆங்கிலம் படித்தவர்களில் கவர்ன்மெண்டாரால் தலைவர்களாகக் கருதப்படும் சிலர், ராஜாங்க விஷயங்களில் இதுவரை செலுத்திவந்ததைவிட அதிகச் செல்வாக்கை இந்தச் சட்டசபைகள் மூலம் செலுத்த முடியும். சட்டசபைகளில் உத்தியோகஸ்தரல்லாத அங்கத்தினர்களின் எண்ணிக்கைக் கூட்டப்பட்டுள்ளது; இதுவரை கேட்கப்பட்டதைவிட அதிக எண்ணிக்கையில் கேள்விகளை அவர்கள் எழுப்பலாம். மாகாண சட்டசபைகளிலும் உத்தியோகஸ்தரல்லாத அங்கத்தினர்கள் பட்ஜட் பற்றிய கருத்துகளை வெளிப்படுத்தக்கூடும். ஆனால் இவர்களின் பிரசங்கங்களால் அதிகப் பிரயோஜனம் ஏற்படும் என்று எதிர்பார்ப்பதற்கில்லை.

இந்தச் சூழ்நிலையில், அதிகாரிகளல்லாத அங்கத்தினர்களின் பிரசங்கங்கள் பயனற்ற வீண் விவாதங்களாகவே அமையும் என்று அரசாங்கத் தீர்மானத்திலேயே சொல்லப்பட்டுள்ளது. மாகாண சபைகளில் உத்தியோகஸ்தரல்லாத அங்கத்தினர்கள் பெரும்பான்மை யாக இருப்பதும் ஒரு புதிய தந்திரமேயாகும். ஏனென்றால் அவர்களில் மிகப் பலர் அரசாங்கத்தின் சார்பாகவே இருப்பார்கள் என்பது சாதாரண புத்தி இருப்பவர்களுக்குக்கூட வெளிப்படையாகப் புரியும். ஏனென்றால், அதிகாரிகளின் இஷ்டத்திற்கு மாறாக உத்தியோகஸ் தரல்லாத அங்கத்தினர்கள் தீர்மானம் கொண்டுவரும்பட்சத்தில், அதனைத் தூக்கி வீசும் அதிகாரம் கவர்னருக்கு உண்டு. மேலும், அரசாங்கம் சார்ந்த எந்த முக்கியமான பிரச்சனை பற்றியும் தீர்மானம் கொண்டுவரும் அதிகாரமும் இவர்களுக்கில்லை. எனவே, இந்தப் புதிய அங்கத்தினர்களுக்கு எவ்வித உண்மையான அதிகாரமுமில்லை. அரசாங்கம் எப்பொழுதும் போலவே பொறுப்பில்லாத, எதேச்சாதி காரக் கொடுங்கோலாட்சியாகவே இருக்கும். உத்தியோகஸ்தரல்லாத அங்கத்தினர்களுக்கு உண்மையாகவே சில அதிகாரங்கள் இருக்கும் பட்சத்திலும்கூடப் பொது ஜனங்களுக்கு இதனால் ஒரு பலனும் ஏற்படப்போவதில்லை. வறுமை, பேடித்தனம், கல்வியறிவின்மை ஆகியனவே தற்கால இந்தியர்களின் மூன்று பெரும் பகைவர்கள்.

இந்தக் கவுன்சில்களின் இந்திய அங்கத்தினர்கள் இத்தீமைகளை நீக்கும் உபாயங்களை அறிவார்களா? நிச்சயமாக இல்லை. இவர்களால் வரிகளைக் குறைக்க முடியுமா? அந்நிய வஸ்துகளை இறக்குமதி செய்வதற்குத் தடைவிதித்து, நம் தேசத்துத் தொழில் அபிவிருத்திக்கு உதவ முடியுமா? தேசமே பஞ்சத்தில் உழலும்போது நம் நாட்டு தானியங்களை ஏற்றுமதி செய்வதைத் தடுக்கும் சட்டம் இயற்றும் அதிகாரம்தான் உண்டா? ராணுவ மற்றும் பிற செலவுகளைக் குறைத்து, ஏழைக் குடியானவர்களுக்கு நன்மை புரியும் அதிகாரம்தான் இவர்களுக்குண்டா? நம் ஜனங்களின் ஆண்மையை விருத்தி செய்யும் பொருட்டு ஆயுதச் சட்டத்தை நீக்கும் அதிகாரம்தான் இவர்களுக்குண்டா? பட்ஜட்டை உருவாக்குவதில் இவர்களுக்குப் பங்குண்டா? கல்வி வளர்ச்சிக்குக் கூடுதலாக ஐம்பது லட்சம் ரூபாய் ஒதுக்கும் உபாயம்தான் இவர்களுக்குத் தெரியுமா?

இந்த தேசத்தின் ஆட்சியில் ஜனங்களுக்குக் கூடுதலான அதிகாரங்கள் இந்தச் சீர்திருத்தங்களின் மூலம் ஏற்பட்டுள்ளதென்று சொல்வதில் ஓர் இம்மியளவும் உண்மையில்லை. முகம்மதியர்களுக்குத் தனிப் பிரதிநிதித்துவம் போன்ற தீமைகளே இந்தச் சீர்திருந்தங்களால் விளையக்கூடும். நாம் ஏற்கெனவே எதிர்பார்த்ததைவிட அதிகத் தீமைகள் இந்தச் சீர்திருத்தங்களால் விளையாதது பற்றி நாம் மிகவும் சந்தோஷிக்கின்றோம். இதைவிட அதிகத் தீமை விளைவிக்காதது பற்றி லார்டு மார்லி, லார்டு மிண்டோ, ஸ்ரீ கோகலே ஆகியோர்க்கு நாம் மிகுந்த வந்தனமளிக்கின்றோம்.

விஜயா, 18 நவம்பர் 1909

லார்டு மார்லியின் சீர்திருத்தங்கள்

சீர்திருத்தங்கள் பற்றி வங்காள ஜனங்களின் அபிப்பிராயங்கள் 'விஜயா'வில் மறுபிரசுரம் பெற்றுள்ளன.

(1) புதிய சட்டசபை பழைய சபையைவிட மோசமானது, ஏனெனில் எவருமே தமது அபிப்பிராயங்களைச் சுதந்திரமாகத் தெரிவிக்க வாய்ப்பில்லை என்று பாபு சுரேந்திரநாத பானர்ஜி 'வங்காளி' பத்திரிகையில் எழுதியுள்ளார். லாலா லஜபதி ராய், அஸ்வினி குமார தத்தர், திலகர் மட்டுமல்லாமல், சுரேந்திரநாத், சவுத்ரி போன்றோருக்கும்கூட இந்த சபைகளில் இடம் இல்லை. பழைய சட்டசபையில் அங்கம் வகிக்க அருகரானவர்களும் கூடப் புதிய சபைகளில் அங்கத்தினராக அனுமதிக்கப்பட மாட்டார்கள். சில ஐரோப்பியர்கள், அதிகாரிகளால் தெரிந் தெடுக்கப்பட்ட சில முகம்மதியர்கள், கலெக்டர்ளைக் கண்டு அஞ்சும் சில ஜமீன்தார்கள் — இவர்களுக்கே புதிய சபையில் அதிக இடங்கள் கொடுக்கப்பட்டுள்ளன. சட்டசபைகளில் உத்தியோகஸ்தவரல்லாதவர்களுக்குப் பெரும்பான்மை என்பது கேலிக்கூத்தேயாகும்.

(2) அதிகாரிகள் விருப்பத்திற்கு விரோதமாகப் பொது ஜனங்களின் கஷ்டங்களைத் தைரியமாகப் பிரதிநிதித்துவப்படுத்தும் சுதந்திர எண்ணங்கொண்ட தேசாபிமானிகள் புதிய சட்டசபையில் கால் வைக்க முடியாது என்று 'அமிர்த பஜார் பத்திரிகை' கூறுகிறது. மேலும், 'சீர்திருத்தம்' என்ற பெயரில் அங்கத்தினர் களின் எண்ணிக்கையை மட்டும் அதிகப்படுத்திவிட்டு, அவர்கள் குரல் கொடுக்க முடியாமல் செய்வதின் பிரயோஜனமென்ன? எந்த இலக்கம் கொண்டு பூஜ்யத்தைப் பெருக்கினாலும் அது பூஜ்யம்தானே?

(3) சீர்திருத்தங்களெல்லாம் வெறும் ஏமாற்று என்று வங்காளப் பத்திரிகைகள் எல்லாம் கூறுகின்றன. நாடியாவில் கூடிய சமீபத்திய மகாநாட்டில் அஸ்வினி குமார பானர்ஜி பின்வரு மாறு கூறியுள்ளார்: "இந்தியாவில் நிலவும் பொதுவான

கொந்தளிப்பை அடக்குமுறையால் அடக்கிவிடலாம் என்று எண்ணுவது அறிவீனமேயாகும். புதிய சீர்திருத்தங்கள் இந்தக் கொந்தளிப்பைச் சாந்தி செய்யும் என்று வேறு சிலர் நினைக்கின்றனர். 'புதிய சீர்திருத்தங்கள்' என்ற பதச்சேர்க்கையே பிழையாகும். புதிய அதிகாரங்களோ, சலுகைகளோ ஜனங்களுக்குக் கொஞ்சமும் கொடுக்கப்படவில்லை என்பதே உண்மை. மாறாக, பழைய உரிமைகள் சில பறிக்கப்பட்டுள்ளன. இந்தச் சீர்திருத்தங்கள் ஏமாற்று வேலையும், கேலிக்கூத்துமாகும் என்பதை நமது ஜனங்கள் புரிந்துகொள்ள வேண்டும்." இவ்வாறாக வங்காள ஜனங்கள் இந்தச் சீர்திருத்தங்களின் உண்மை சுபாவத்தைப் புரிந்துகொண்டுள்ளார்கள்; சென்னை ஜனத் தலைவர்கள் என்று சொல்லிக்கொள்பவர்களோ, விளக்கை நோக்கி வரும் விட்டில் பூச்சிகளைப் போல் புதிய கவுன்சிலுக்கு அபேட்சகர்களாக முந்துகிறார்கள்.

விஜயா, 25 நவம்பர் 1909

புதிய சட்டசபைகள்

தேசத்திற்கு ஏதோ நன்மை புரிவது போல் புதிய சட்டசபையில் நுழைவதற்குப் பல அபேட்சகர்கள் முந்துகிறார்கள். பொது ஜனங்களின் குறைகளை எடுத்துச் சொல்வதோடு, தங்களின் சுதந்திரமான அபிப்பிராயங்களை வெளிப்படுத்தி, அதிகாரிகளை ஜயிக்கலாம் என்றும் அவர்கள் நினைக்கிறார்கள். அந்தோ! இது எவ்வளவு வீண் பிரயத்தனம்! ஏன் இதற்குச் செலவிடும் பணங்களை சுதேசிக் கப்பல் கம்பெனிக்குக் கொடுக்கலாகாது! பணத்தைச் செலவிடுவதற்கு வேறு நல்ல உபாயங்கள் இல்லையா? குரல் கொடுப்பதற்கே வழியில்லாத சட்டசபைகளுக்குள் நுழைந்து இவர்கள் சாதிக்கப்போவது என்ன? இது பற்றி இவ்வளவு சங்கநாதம் செய்வானேன்? எதற்கு இவ்வளவு ஏஜண்டுகள்? நம் தேசத்துத் தொழில்களை அபிவிருத்தி செய்து ஏழை ஜனங்களைக் காப்பதற்கு எவரும் முன்வருவதில்லை. வங்காளத்தின் முக்கியத் தலைவர்கள் புதிய சட்டசபைகளைப் புறக்கணிக்கத் தீர்மானித்துள்ளார்கள். அவற்றின் சுபாவத்திலேயே பயனற்றதும், பலவிதங்களிலும் தீங்கானதுமான இந்தச் சீர்திருத்தங்களை நாம் உதாசீனப்படுத்த வேண்டும் என்று இவர்கள் வெளிப்படையாகவே கூறுகிறார்கள். பாபு சுரேந்திரநாத பானர்ஜி, அம்பிகாசரண் மஜூம்தார் போன்ற பெரியோர் நம் மாகாணத்தில் இல்லாதது பற்றி நாம் மிகவும் விசனிக்கின்றோம். நம் தேசம் எப்படி விளக்கமுறும்? ஓ, எம் தேசத் தலைவர்களே! இன்னும் எவ்வளவு காலத்திற்குச் சோம்பியிருக்கப்போகிறீர்கள்? புதிய சட்டசபைகளைப் புறக்கணித்து, ஜனங்களுக்கு உண்மை நிலவரத்தை அறிவிக்கும் தைரியத்தை எப்பொழுது பெறப் போகிறீர்கள்? இந்தப் போலித் தலைவர்களை நம்பிப் புண்ணியமில்லை. ஜனங்கள் தாங்களாகவே பல்வேறு இடங்களில் கூட்டங்கள் கூடி, புதிய சீர்திருத்தங்களை நன்கு ஆராய வேண்டும். நமது சுயராஜ்ய தாகத்தைப் புதிய சீர்திருத்தங்கள் கொஞ்சமும் தீர்க்கவில்லை. நமது லட்சியங்களை அடைய இவை பயன்படவில்லை என்பதை உறுதியாகத் தெரிந்துகொண்டு, நமது ஜனங்கள் இவற்றைப் புறக்கணிக்க வேண்டும்.

விஜயா, 27 நவம்பர் 1909

இங்கிலாந்தின் இரட்டை முகம்

இங்கிலாந்து பார்லிமெண்டுக்கு இரட்டை முகம் உள்ளதைப் போன்று ஒரு கார்ட்டூனை 1 டிசம்பர் 1909 இதழில் 'விஜயா' வெளியிட்டுக் கீழ்க்காணும் சித்திர விளக்கத்தை வரைந்துள்ளது.

பிரபுக்களை நோக்கி இங்கிலாந்து சொல்கிறது: "வரி விதிப்புப் பற்றித் தீர்மானிக்கும் அதிகாரம் ஜனப்பிரதிநிதிகளுக்கு உண்டென் பதில் சந்தேகமில்லை. ஆனால் நீங்கள் ஜனங்களால் தேர்ந்தெடுக்கப் படவில்லை. நீங்கள் பரம்பரை அங்கத்தினர்களே. ஆகவே நீங்கள் வரி விதிப்பு விஷயத்தில் தலையிடலாகாது." இந்தியர்களிடம் திரும்பி இங்கிலாந்து சொல்வதாவது, "உங்களுக்குப் பிரதிநிதித்துவ உரிமை இல்லை. அந்த உரிமையை நீங்கள் கேட்பது, சந்திரனில் உள்ள மானைக் குழந்தை விரும்பிக் கேட்பது போன்றதாகும். எங்களுக்கு வரி செலுத்துங்கள். நாங்கள் விரும்பும் வழியில், எங்கள் வசதிக்கேற்ப உங்கள் தேசத்து விவகாரங்களை நாங்கள் நடத்திச் செல்வோம்." 'பிரதிநிதித்துவம் இல்லையேல் வரி இல்லை' என்ற நியதிப்படி பட்ஜட்டில் தலையிடக் கூடாது என்று லார்ட்ஸ் சபைக்கு ஆங்கிலேயர் சொல்கிறார்கள். ஆனால் இந்திய விவகாரங்களில் இந்த நியதியை ஆங்கில அதிகாரிகள் முற்றிலும் மறந்துவிடுகிறார்கள்.

விஜயா, 1 டிசம்பர் 1909

சுரேந்திரநாத பானர்ஜியும் புதிய சட்டசபையும்

பாபு சுரேந்திரநாத பானர்ஜி எட்டு வருஷங்கள் சட்டசபை அங்கத்தினராக இருந்தவர். புதிய விதிகளின்படி வேலையிலிருந்து நீக்கப்பட்ட ராஜாங்க உத்தியோகஸ்தர்களும், நியாயஸ்தலத்தால் எக்காரணம் பற்றியேனும் தண்டிக்கப்பட்டவர்களும் சட்டசபை மெம்பராக முடியாது. இரண்டு விதங்களிலும் பாபு சுரேந்திரநாத பானர்ஜி சட்டசபையில் அங்கம் வகிப்பதற்கு அருகதையில்லாத வராகிறார். இருப்பினும், ஜனங்களைத் திருப்திபடுத்தும்பொருட்டு விசேஷ சலுகையாக பாபு சுரேந்திரநாதருக்கு இவற்றிலிருந்து விலக்கு அளித்து, அவர் புதிய சபைக்குப் போட்டியிடலாம் என்று லெப்டினண்ட் கவர்னர் அறிவித்துள்ளார். ஆனால், புதிய சபையால் ஜனங்களுக்கு எந்தப் பிரயோஜனமும் இல்லையென்பதால் சுரேந்திரநாத பானர்ஜி போட்டியிட மறுத்துவிட்டார் எனத் தெரிகிறது. தமது மனசாட்சிக்கு விரோதமாக அவர் நடக்க விரும்பவில்லை.

விஜயா, 1 டிசம்பர் 1909

பாபு சுரேந்திரநாத பானர்ஜியும் புதிய சட்டசபையும்

'**வி**ஜயா' 2 டிசம்பர் 1909 இதழ் ஒரு கார்ட்டூன் படம் வெளியிட்டுள்ளது. அதில் தேசிய கவுரவம் மற்றும் தேசிய லட்சியம் என்ற புதையலை பாபு சுரேந்திரநாத பானர்ஜி காத்து நிற்கவும், வங்காளத்தின் லெப்டினண்ட் கவர்னர் அவரது கண்களைக் கட்ட முயலவும், அவர் அதற்கு இடம் தராமலிருக்கவுமாகச் சித்திரம் வரையப்பட்டுள்ளது. பின்வரும் விளக்கமும் தரப்பட்டுள்ளது: பாபு சுரேந்திரநாத பானர்ஜியைப் புதிய சட்டசபையில் சேர்க்கும்பொருட்டு லெப்டினண்ட் கவர்னர் சில சலுகைகள் வழங்கினார். புதிய சீர்திருத்தங்களுக்கு ஒப்புதல் தருவது தேசிய கவுரவத்திற்கும் தேசிய லட்சியத்திற்கும் பொருந்தாது என்பதை நன்கு அறிந்த சுரேந்திரநாத பானர்ஜி, புதிய கவுன்சிலுக்குப் போட்டியிட விருப்பமில்லை என்று தெரிவித்துள்ளார்.

விஜயா, 2 டிசம்பர் 1909

சுதேச அரசர்களும் ஆங்கில அதிகாரிகளும்

சுதேச அரசர்களுக்கும் ஆங்கிலேயருக்குமான உடன்படிக்கையின் முக்கியமான ஷரத்துகளில் ஒன்று, சுதேச சமஸ்தானங்களின் உள்நிர்வாகத்தில் ஆங்கிலேய அதிகாரிகள் தலையிடலாகாது என்பதாகும். பெரும்பான்மையான சமயங்களில் இது மீறப்படுகின்றது. பரோடா சமஸ்தானத்திற்கு வைசிராய் விஜயம் செய்தபொழுது அதன் மகாராஜா பின்வருமாறு கூறியிருக்கிறார்: "சுதேச சமஸ்தானங்கள் எல்லாம் தங்களுக்குத் தரப்பட்டிருக்கும் சுதந்திரத்துக்கு உட்பட்டு, தமது பிரஜைகளின் நலனைக் கருத்தில் கொண்டு அவர்களின் மேம்பாட்டுக்கு உழைத்து வருகின்றன. உள் நிர்வாகச் சுதந்திரம் குறைக்கப்பட்டால் பிரஜைகளின் நலனைப் பேணும் பொறுப்புக் குறைந்து, நன்மை செய்யும் விருப்பமும் தளர்ந்துவிடுகிறது." பரோடாவின் ஆங்கில ரெசிடெண்டு, சமஸ்தானத்தின் அஸ்திவாரத்தினையே அசைக்க முயன்றிருக்கிறார் என்பதை மகாராஜாவின் கூற்று காட்டுகிறது. மைசூரின் ரெசிடெண்டு, மகாராஜா மைனராக இருந்த காலத்தில் அவருக்கு ஆசிரியராக இருந்ததால் அவர் மீது ஆதிக்கம் செலுத்தக்கூடியவரெனக் கருதலாம். மகாராஜாவின் அந்தரங்கக் காரியதரிசியும் ஓர் ஆங்கில சிவிலியனே. திவானும் அவரது கவுன்சிலும் கலந்துகொண்டு, மகாராஜாவின் ஒப்புதலுக்காக அனுப்பும் தீர்மானங்களில்கூட அவர் தலையிடுவதாகக் கேள்வி. இது போதாதென்று, அந்தரங்கக் காரியதரிசிக்குக் கீழே ஹுஜூர் காரியதரிசி என்று ஒருவரும் அடுத்த நிலையில் நியமிக்கப்பட்டிருக்கிறார். மகாராஜாவிற்கு இந்த ரெசிடெண்டு ஆசிரியராகவிருந்த காலத்தில், இந்த ஹுஜூர் காரியதரிசி அவருக்குக் கீழே ஒரு சாதாரண டியூட்டராக இருந்திருக்கிறார். இரண்டு காரியதரிசிகள் மீதும் ரெசிடெண்டு பேராதிக்கம் செலுத்துவதாகத் தெரிகிறது. எனவே, இம்மூவரும் கைகோக்கும் பட்சத்தில் திவானையும் அவரது கவுன்சிலையும் வெறும் பொம்மைகளாக ஆக்கிவிட முடியும். திவானும் அவரது மந்திரிகளும் ஒப்புக்குத்தான் இருக்கிறார்களென்றும், உண்மையில் ஆட்சிபுரிவது ரெசிடெண்டா அல்லது மகாராஜாவா என்றும் மைசூரின் ஜனங்கள் வெளிப்படையாகவே பேசிக்கொள்கிறார்கள். சுதேச அரசர்களின் நிலைமை உண்மையில் பரிதபிக்கத் தக்கதே.

விஜயா, 2 டிசம்பர் 1909

இங்கிலாந்து பட்ஜட் விவாதம்

இங்கிலாந்து பார்லிமெண்டில் நிகழ்ந்த பட்ஜட் விவாதம் பல்வேறு ராஜீய கட்சிகளிடையே உள்ள பிரிவுகளை வெளிப்படுத்தியுள்ளது. பார்லிமெண்டில் இரண்டு சபைகள் தேவையா அல்லது ஒன்று மட்டுமே போதுமா என்ற பிரச்சனையே இப்பிளவுகளின் அடிப்படை. இந்த நெருக்கடியிலிருந்து பிரச்சனையின்றி மீளவேண்டுமேயென இங்கிலாந்து விசனப்படுகின்றது. ஏற்கெனவே பலவிதங்களிலும் இங்கிலாந்து பலவீனப்பட்டுள்ளது. இந்த நெருக்கடி மேலும் பேராபத் தாய் முடியுமோ எனப் புத்திமான்கள் அஞ்சுகிறார்கள். ஆனால் ஒன்று மட்டும் நிச்சயமாகச் சொல்ல முடியும். இங்கிலாந்து தன்னு டைய உள் விவகாரங்களில் நீதியாகவும், அதன் குடியேற்றப் பகுதிகளில் அநீதியான முறையிலும் நடக்கலாம் என்று நினைப்பது வீண் கனவேயாகும். இங்கிலாந்து தனது குடியேற்றங்களுக்கு நியாயம் வழங்காத பட்சத்தில் தனது உள்விவகாரங்களிலும் தோல்வி அடைவது நிச்சயம். அநீதி பரவினால் இங்கிலாந்தின் பெருமையும் காணாமல் போய்விடும்.

விஜயா, 2 டிசம்பர் 1909

தென் ஆப்பிரிக்காவில் பாரத ஜனங்கள்

ஒரு நிருப நேயர் பின்வருமாறு எழுதுகிறார்:

திரான்ஸ்வாலிலும் நெட்டாலிலும் இந்தியர்கள் தினந்தோறும் சிறைக்குள் அடைக்கப்பட்டுவருகிறார்கள் என்பது தெரிந்த விஷயமே. இதைப் பரிசீலித்தோமானால், பின்வரும் பாடத்தை நாம் பெறலாம். எவர் ஒருவரும் தன் சுதந்திரத்தை இழக்கக் கூடாது. ஒருவனுக்கு அடிமையாக இருப்பதைவிடச் சிறையிலிருப்பது மேல். திரான்ஸ்வாலி லுள்ள நமது சகோதரர்கள் பார்லிமெண்டில் இடம் பிடிப்பதற்காகப் போராடவில்லை. ரெயிலில் பிரயாணம் செய்தல், கடற்கரையில் நடத்தல், வியாபாரம் செய்தல், பள்ளிக்கூடத்தில் படித்தல் போன்ற சாதாரண ஜனங்களுக்குரிய உரிமைகளையே அவர்கள் கேட்கிறார்கள். 'அடிமை ஜாதியான இந்தியர்களுக்கு இந்த உரிமைகளை ஏன் கொடுக்க வேண்டும்?' என்று வெள்ளையர்கள் கேட்கிறார்கள். ஒரு சுப்ரீம் கோர்ட் நீதிபதி, பதினான்கு வயதுக்கு மேற்பட்டதால் ஒரு முகமதியச் சிறுவனைப் பள்ளியிலிருந்து வெளியேற்றிவிட்டதாக 'ஆப்பிரிக்க வர்த்தமானி' பத்திரிகையில் சமீபத்தில் ஒரு செய்தி வந்தது. இதற்குக் காரணம் அச்சிறுவன் ஓர் இந்தியன். கிறிஸ்தவர்களுக்கும் முகமதியர்களுக்கும் ஹிந்துக்களுக்கும் ஏமாற்றுத்தனமான கவுன்சில் சீர்திருத்தங்கள் வழங்கப்படலாம்; வெறும் விளையாட்டு பொம்மைகள் போன்ற சில விசேஷ சலுகைகள் முகமதியர்களுக்கு வழங்கப்படலாம்; வெள்ளையர்மீது கிறிஸ்தவர்களுக்கு விசுவாசமிருக்கலாம்; ஹிந்துக்களில் பலர் அரசாங்கத்திற்கு விசுவாசமாயிருக்கலாம். ஆனால் தென் ஆப்பிரிக் காவில் இவர்களில் எவருக்கும் உயர் கல்வி கிடைக்காது. அவர்கள் சுவாசிக்க சுதந்திரக் காற்று கிடைக்காது. தென் ஆப்பிரிக்க சமாச்சாரங் களைப் படித்த பின்பும் நீங்கள் வாளாயிருந்தால் தர்ம தேவதை சகிப்பாளா? வேறு எந்த தேசமும் உங்களைப் போல் மெத்தனமாய் இருக்குமா? அர்ஜுனன், குரு கோவிந்தர், சிவாஜி ஆகிய வீர புருஷர்களின் ரத்தம் உங்கள் நாளங்களில் ஓடவில்லையா? ஜப்பானியர் இத்தகைய அவமானத்தைச் சந்தித்தால் என்ன நடக்கும்? 300 வருஷங்களுக்கு முன்பு, ஒரு ஸ்பானிஷ்காரன் ஓர் ஆங்கிலேயனின் காதை அறுத்ததால் ஸ்பெயினுக்கும் இங்கிலாந்துக்கும் ஒரு யுத்தம்

நடந்தது சரித்திரம் அறிந்த வாசகர்களுக்குத் தெரியும். பாரத ஜனங்களால் பராக்கிரமச் செய்கைகளில் ஈடுபட முடியாவிட்டாலும், குறைந்தபட்சம் 'வர்ஜனம்' என்ற பேடித்தனமான திட்டத்தையாகிலும் அனுஷ்டிக்கலாகாதா? அந்நிய வஸ்துக்கள், சட்டசபைகள், ராஜாங்க சேவை முதலானவற்றை வர்ஜனம் செய்யாமல், மழைக் காலத்தில் புறப்படும் விட்டில் பூச்சிகள் போல் சட்டசபைத் தேர்தல்களில் போட்டியிட முந்துகிறார்கள். இவர்களையெல்லாம் ஜாதி பிரஷ்டம் செய்யும் தைரியம் பொது ஜனங்களுக்கு எப்பொழுதுதான் வருமோ? ஓ, பாரத மாதா! நீ ஏன் மௌனமாயிருக்கிறாய்? 'ஒரு கன்னத்தில் அறைந்தால் மறுகன்னத்தை காட்டு' என்றார் ஏசுபிரான். 'பகைவர்களை அழியுங்கள், அநீதியை ஒழியுங்கள், சுபிட்சமாய் வாழுங்கள். அப்பொழுதுதான் முக்தி கிடைக்கும்' என்றார் கிருஷ்ண பரமாத்மா. இந்த இரண்டு தீர்க்கதரிசிகளின் சீடர்களும் அவர்களது போதனைகளைப் பரிமாறிக்கொண்டுள்ளனர். ஐரோப்பியர்கள் கிருஷ்ண பரமாத்மாவையும், ஆரியர்கள் கிறிஸ்துவையும் சந்தோஷப்படுத்துகின்றனர் என்று சுவாமி விவேகானந்தர் கூறுகிறார். ஆரியர்களில் இரண்டொருவரே முனிபுங்கவர்களாக முடியும், மற்றவரெல்லாம் கிருஹஸ்தர்களாகத் தம் கடமையைச் செய்ய வேண்டும். ஓ, ஆரியர்களே, இதை உங்கள் மனதில் வையுங்கள்.

இதன்மீது பத்திராதிபர் பின்வருமாறு எழுதுகிறார்: பிரெஞ்சு இந்தியாவிலுள்ள குருட்டு கிறிஸ்தவர்களும் போலி ஹிந்துக்களும் இதைப் படித்தேனும் பாடம் கற்றுக்கொண்டு, வெள்ளையர்கள் விதித்த அடிமைச் சேவகத்தை விட்டொழிப்பார்களா? வெள்ளையர்களும் ஹிந்துக்களும் சமம் என்பதை ஓர்ந்து, ஓர் இந்தியரையே வைஸிராயாகத் தேர்ந்தெடுப்பார்களா?

விஜயா, 3 டிசம்பர் 1909
சூரியோதயம், 5 டிசம்பர் 1909

நெட்டாலில் இந்தியப் பெண்களுக்கு மூன்று சவரன் வரி

சென்ற இரண்டு வருஷங்களாக நெட்டாலில் உள்ள நமது இந்தியச் சகோதரிகள் தங்கள்மீது விதிக்கப்பட்டுள்ள மூன்று சவரன் வரி பற்றிப் பலமுறை புகார் கூறியும் ஒருவரும் அதைப் பற்றி கவனஞ் செலுத்தியதாகத் தெரியவில்லை. பல்வேறு சங்கங்கள் அனுப்பிய மனுக்களுக்குப் பார்லிமெண்டு செவி சாய்க்காமல், அவற்றையெல்லாம் குப்பைத் தொட்டிக்குள் போட்டுவிட்டது போலும். மேற்சொன்ன மனுக்களில் இந்திய ஸ்திரீகள் சங்கம் அனுப்பிய மனுவே மிக முக்கியமானதாகும். ஏனெனில், கூச்சங்களையெல்லாம் துறந்துவிட்டு, அதன் அங்கத்தவர்கள் தமது குறைகள் எல்லாவற்றையும் பார்லிமெண் டின் முன் சமர்ப்பிக்க முன்வந்துள்ளார்கள். இந்த வரி அவர்களது கற்புக்குக் களங்கம் கற்பிக்கின்றது என்பதை மிகத் தெளிவாக அந்த மனுவில் குறிப்பிட்டிருந்தும் பார்லிமெண்ட் அதனைக் கவனிக் காதது மிகவும் விசனிக்கத்தக்கது. புரொடக்டெரும் காலனி மாஜிஸ்டிரேட்டும்கூட இந்த ஸ்திரீகளின் பட்சமாக எழுதியுள்ளதாகத் தெரிகின்றது. இப்படியிருக்க, பார்லிமெண்டும் மந்திரிகளும் இவ்விஷயத் தில் ஏன் மௌனமாக இருக்கின்றனர் என்பது புலப்படவில்லை. பார்லிமெண்ட் மெம்பர்களுக்குக் கருணையும் பச்சாதாபமும் உண்டா என நாம் சந்தேகிக்கிறோம். நெட்டால் என்ற பெயரைக் கேட்ட மாத்திரத்திலேயே நம் இந்திய ஜனங்கள் நடுங்குகிறார்கள். இமிகிரேஷன் கமிஷன் சிபாரிசுகளைப் பார்லிமெண்ட் ஏற்றுக்கொள்ளும்பட்சத்தில் எந்த இந்தியனும் இனி நெட்டாலுக்குள் கால் வைக்க மாட்டான். இந்தக் கமிஷனர்கள் சுயநலத்துக்காக உழைக்கிறார்களே அல்லாமல் ஏழை இந்தியர்களை உத்தேசித்தல்ல. இதை அறிந்த இந்திய அரசாங்கமும் சுதேசிகளும் நெட்டாலுக்கு இந்தியர்கள் குடிபெயர்வதை அடியோடு நிறுத்திவிடக் கருதியிருக்கிறார்கள். நெட்டால் அரசாங்கம் இந்த வரியை ரத்து செய்யாவிடில், இந்த ஸ்திரீகளெல்லாம் சிறை புக ஆயத்தமாக இருப்பதாக அறிகிறோம். இவர்கள் எல்லாம் சாத்வீக இயக்கத்தைச் சேர்ந்தவர்கள். இவர்கள் தங்கள் சுதந்திரத்தைத் தக்கவைத்துக்கொள்வதில் உறுதியாக இருக்கிறார்கள். ஸ்திரீகள் தங்கள் சுபாவத்திற்கேற்பப் பிடிவாதமாக இருக்கும்பட்சத்தில் அவர்கள் ஜயிப்பது நிச்சயம். ஸ்திரீகள் எல்லாம் சாத்வீகப் போராட்டத்தை

அனுஷ்டிப்பார்களானால் நெட்டால் ஜெயிலில் இடம் காணாது. மேலும், அரசாங்கத்தின் செலவினங்களுக்கு ஸ்திரீகள் காசு கொடுக்க வேண்டுமென்பது நியாயமாகாது. எனவே, நெட்டால் அரசாங்கம் ஸ்திரீகள் மீதான வரியை ரத்து செய்யும் என நம்புகிறோம். அல்லா விடின் இந்த ஸ்திரீகள் இச்சட்டத்தைச் செல்லாததாக்கி விடுவார்கள் என்பது நிச்சயம்.

விஜயா, 7 டிசம்பர் 1909

கோலார் தங்க வயல்கள்

நமது சுதேச அரசர்களும் பிற தனவந்தர்களும் தமது காரியங்களை அந்நியர்களிடம் ஒப்படைக்காமல் தாமே நிர்வகிக்கும் புத்தி இல்லாம லிருப்பது மிகுந்த ஆச்சர்யத்தைத் தருகிறது. கையில் அரிவாளோடு, கழுதைகளைப் பொதி சுமக்க வைப்பது போல் நம் நாட்டுச் செல்வந்தர்கள் தேச காரியங்களை நடத்தி வருகிறார்கள். நமது ஜனங்கள் விழிப்புப் பெற்றுக் கண் திறந்து, தேசத்தைக் காப்பாற்றக் கடுமையாக உழைக்கும்வரை நாம் உய்ய வழியே இல்லை.

விஜயா, 7 டிசம்பர் 1909

வைஸிராயின் தென்னிந்திய விஜயம்

லார்டு மிண்டோ மதுரை, திருச்சிராப்பள்ளி, தஞ்சாவூர் முதலான இடங்களுக்கு விஜயம் செய்யப் போட்டிருந்த திட்டம் ரத்து செய்யப் பட்டுள்ளது என்று கேள்வியுறுகிறோம். சில விதங்களில் இது ஜனங்களுக்கு மிக்க நன்மை பயக்கும் என்பதில் சிறிதும் சந்தேகமில்லை. முதலாவதாக, வைஸிராயை வரவேற்பதற்காக ஜனங்களிடமிருந்து வசூலித்த வரியிலிருந்து ஒதுக்கி வைக்கப்பட்ட நிதி மிச்சப்படும். அவரது விஜயத்தால் விளைந்திருக்கக்கூடிய நன்மைகளை இழந்து விட்டோமோ எனச் சிலர் அபிப்பிராயப்படக்கூடும். நாம் அவ்வாறு கருதவில்லை. ஏனெனில் ஜனங்களின் எல்லாக் கோரிக்கைகளையும் கேட்கவும், அவர்களது குறைகளைக் களையவும் அவருக்கு அவகாசம் இராது. இரண்டாவதாக, போலீஸாரால் விளையக்கூடிய தொந்தரவுகளும் கஷ்டங்களும் இல்லாமல் போகும். ஜனங்கள் அமைதியாக வாழும் பிரதேசத்தில், வைஸிராயை அபாயங்களிலிருந்து பாதுகாக்க வேண்டும் என்ற எண்ணம் எப்படி போலீஸாருக்கு ஏற்பட்டது என்று விளங்கவில்லை. உண்மையிலேயே வைஸிராய்க்கு ஆபத்து நேரிடக் கூடுமானால் போலீஸாரால் ஜனங்களுக்கு உண்டாகும் தொந்தரவுகளைக் கற்பனை செய்ய முடியவில்லை. இப்பொழுது இக்கஷ்டங்களெல்லாம் இல்லை. லார்டு மிண்டோவும் அமைதியாகத் திரும்பிச் செல்வார்; ஜனங்களுக்கும் நன்மைதான். லார்டு மிண்டோ பற்றி நமக்குப் பகையில்லையாதலால் அவருக்கு ஏற்பட்ட சுகவீனம் நமக்கு சந்தோஷம் தரவில்லை. ஜனங்களுக்கு எந்த தொந்தரவுமில்லாமல் லார்டு மிண்டோ வீடு திரும்புவது நமக்கு மகிழ்ச்சியே தருகிறது.

விஜயா, 8 டிசம்பர் 1909

தென் ஆப்பிரிக்காவில் இந்தியர்கள் படும் கஷ்டங்கள்

அந்நியர்களுக்குச் சமமாக நடத்தப்பட வேண்டும் என்றும், நம்மை அடிமைகளாக நடத்துவதை அனுமதிக்கக் கூடாது என்றும் தென் ஆப்பிரிக்காவில் போராடும் நம் சகோதரர்கள் படும் கஷ்டங்களை எண்ணிப்பார்க்க, துக்கத்தாலும் சந்தோஷத்தாலும் நம் நெஞ்சம் நிரம்புகின்றது. துக்கத்திற்கான காரணம் வெளிப்படை. சமத்துவத் திற்காகவும் சுதந்திரத்திற்காகவும் நமது சகோதரர்கள் எவ்வளவுதான் கஷ்டமனுபவித்தாலும், சுபிட்சம் சமீபித்துள்ளது என்று நினைக்க மிக்க மகிழ்ச்சி உண்டாகின்றது. பாரத மக்கள் எப்போது மீண்டும் ஆண்மை பெறுவர் என்று தர்மதேவதை காத்திருந்தாள். அந்தக் காலமும் வந்துவிட்டது. மனிதத்தன்மையே இல்லாத பன்றிகளும் ஓநாய்களும் திரான்ஸ்வாலை ஆள்கின்றன. மனிதர்கள் அத்தேசத்தை ஆளும்பட்சத்தில் காந்தி போன்ற மகான்கள் கஷ்டப் படுத்தப்பட்டிருக்க மாட்டார்கள். ஆனால், தேசத்தின் பொருட்டும் தர்மத்தின் பொருட்டும் ஒருவன் அனுபவிக்கும் கஷ்டங்கள் பெரிதில்லை என்று காந்தி சொல் கிறார். பெரிய வார்டரின் கக்கூசைச் சுத்தம் செய்யுமாறு ஸ்ரீ காந்தியை மற்றொரு வார்டர் ஏவியபொழுது, அவர் எந்தத் தயக்கமும் இல்லாமல் அதைச் செய்தார். "இதைப் போன்ற கஷ்டங்களைச் சுமத்துவதன்மூலம் எங்கள் மனோதைரியத்தைக் குலைக்க முடியாது என்பதை அரசாங்கம் புரிந்துகொள்ளட்டும்" என ஸ்ரீ காந்தி எழுதுகிறார். இதைவிடக் கொடிய துன்பங்களைச் சுமத்தினாலும் காந்தியினதும் அவரது தலைமையிலான பிற பாரத வீரர்களினதும் மனங்கள் குலையமாட்டா. நமது ஜாதீய கவுரவத்தைக் காக்கும் பொருட்டு நம்மவர்கள் காட்டும் தைரியத்தை வாயால் பாராட்டினால் மட்டும் போதுமா? தமது பெண்டிரும் குழந்தைகளும் பட்டினியால் வாடினபோதும், நம் சகோதர ரத்தினங் கள் அமைதியாகச் சிறைபுகுந்துள்ளார்கள். அவர்களுடைய மனைவி யரும்கூட, தேசத்தின் பொருட்டாக அவர்கள் உழைக்க ஊக்குவிக்கிறார் கள். அந்தப் பெண்களுக்கும் குழந்தைகளுக்கும் சகாயம் புரிவது நமது கடமையல்லவா?

விஜயா, 8 டிசம்பர் 1909

இந்தியப் போலீஸாரும் வங்காளிகளின் சுதந்திரமும்

'**வி**ஜயா', 9 டிசம்பர் 1909 இதழில் வெளிவந்த கார்ட்டூனில், 'திரான்ஸ்வாலில் உள்ள நம் தேசத்தவர்க்கு சுதந்திரம் வேண்டும்' என்று வாதிடும் சுரேந்திரநாத பானர்ஜியின் கைகளில் 'இத்தேசத் திலுள்ள ஜனங்களுக்கு சுதந்திரம் வேண்டும்' என்ற வாசகம் பொறித்த கொடியை வங்க தேவதை கொடுக்கிறாள். திரான்ஸ்வாலில் உள்ள இந்தியர்களின் கஷ்டங்களைப் பற்றிப் பேச கல்கத்தாவில் நடந்த ஒரு பொதுக்கூட்டத்தில், தென் ஆப்பிரிக்காவிலுள்ள இந்தியர்கள் சுதந்திரம் பெற நாம் போராட வேண்டுமென்றும், இஷ்டப்படும் இடங்களுக்குப் பிரயாணம் செய்ய உரிமை வேண்டும் என்றும் பாபு சுரேந்திரநாத பானர்ஜி பேசியுள்ளார். திரான்ஸ்வாலில் நமது சகோதரர்களின் ஸ்திதியைவிட மோசமான ஒரு ஸ்திதியைப் பற்றி இங்கு நாம் பரிசீலிக்க வேண்டும். வங்காள ஜனங்கள் நமது பிரதேசங்களில் பிரயாணம் செய்வதே கஷ்டமாகவுள்ளது. வங்கத்திற்கு வெளியே பிரயாணம் செய்யும் ஒரு வங்காளி நன்கு அறியப்பட்ட பிரமுகராய் இல்லாத பட்சத்தில், தேசம் முழுவதும் போலீஸார் அவருக்குத் தொந்திரவு செய்கிறார்கள். சுதேச சமஸ்தானங்கள்கூட வங்காளிகளை வேட்டையாடுவதில் கைகோத்துள்ளன. ஏழை, எளிய வங்காளி ஒருவன் நமது தேசத்தில் பிரயாணம் செய்யும் பட்சத்தில், திரான்ஸ்வாலைவிட அதிகக் கஷ்டங்களைப் பட நேரிடும் என்பதில் சந்தேகமில்லை. இது விஷயத்தில் ஆங்கிலேய அதிகாரிகளை மட்டும் குறை சொல்லிப் பிரயோஜனமில்லை. போலீஸ் துறையில் உள்ள நம்மவர்களே இதற்குப் பெரிதும் காரணம் என்று நம்பத் தக்க ஹேது உண்டு. இந்தக் கீழ் மக்கள் பொது ஜனங்களுக்குத் தொந்திரவு செய்வதோடு பிரிட்டிஷ் நிர்வாகத்தின் அடிப்படையினையும் குலைக்கிறார்கள். அதிகாரிகளோ இதைப் புரிந்துகொள்வதில்லை. கண் கெட்ட பின்பு சூரிய நமஸ்காரம் செய்கிறார்கள்.

விஜயா, 9 டிசம்பர் 1909

புதிய சட்டசபைத் தேர்தல்கள்

ஸ்ரீ கே.ஆர். குருசாமி அய்யர் நகராட்சியிலோ, ஸ்தல ஸ்தாபனத்திலோ அங்கத்தினராக இல்லாததால் புதிய சட்டசபைத் தேர்தலில் போட்டியிடுவதற்கு அவர் அருகரல்ல. அவரைச் சட்டசபையில் சேர்க்கும்பொருட்டு கலெக்டர் அவரை ஸ்தல ஸ்தாபனத்தில் விசேஷமாக நியமித்து அதனை கெஜட்டிலும் பிரசுரித்திருக்கிறார். பூனாவிலோ, ஸ்ரீ கேல்கர் ஏற்கெனவே நகராட்சியில் அங்கம் வகித்து சட்டசபை தேர்தலிலும் போட்டியிடுகிறார்; பம்பாய் அரசாங்கமோ அவரைத் தேர்ந்தெடுக்கக் கூடாது என்றும், அவரது தேர்தல் அங்கீகரிக்கப்பட மாட்டாது என்றும் விசேஷ ஆணை பிறப்பித்துள்ளது. ஸ்ரீ குருசாமி ஐயர் எந்தப் பக்கம் நின்றாலும் அவர் சாயும் பக்கத்திற்குப் பிரயோஜனப்பட மாட்டார்; ஆனால் அவரைத் தன் பக்கம் இழுக்க அரசாங்கம் பிரயத்தனம் செய்கிறது. ஸ்ரீ கேல்கரோ, புதிய சபையில் அங்கத்தினரானாலும் அரசாங்கத்தை பலப்படுத்தி, ஜனங்களின் கட்சியை பலவீனப்படுத்தக் கூடியவர்; ஆனால் அவர் முன்வந்தாலும் அரசாங்கம் அவரை உதாசீனப்படுத்துகிறது.

விஜயா, 10 டிசம்பர் 1909

வைஸிராயின் சென்னை விஜயம்

சுதேசி வியாபாரிகளும் அப்பாவிப் பிரசாரகர்களும் மட்டும் போலீஸாரால் தொந்திரவுக்குள்ளாகும் அபாயத்திலிருக்கின்றனர் என நாம் இதுவரை கருதியிருந்தோம். ஆனால் வைஸிராய்கூடப் பயமில்லாமல் இந்தியாவைச் சுற்றி பிரயாணம் செய்ய முடியாதென்று இப்பொழுது தெரிகின்றது. வைஸிராய் சென்னை மாகாணத்தில் வெடிகுண்டுகளுக்குப் பயப்பட வேண்டியதில்லை என்றே நாம் அபிப்பிராயப்படுகிறோம். அவசியமில்லாமல் மற்றவர்களுக்குப் பயத்தை ஏற்படுத்துபவர்கள் அதேபோல் அவசியமற்ற பயத்துக்குள்ளா வார்கள்.

விஜயா, 10 டிசம்பர் 1909

தேசியக் கல்லூரிகளின் மாணவர்கள்

'**வி**ஜயா' இதழ், நான்கு தேசியக் கல்லூரிகளின் மாணவர்கள் அரசாங்கக் கல்லூரிகளிலோ, அரசாங்க உதவி பெறும் கல்லூரிகளிலோ சேர்வதைத் தடுக்கும் பம்பாய் அரசாங்கத்தின் ஆணையை வெளியிட்டுப் பின்வருமாறு எழுதுகிறது:

இந்தக் கல்லூரிகளில் ஆட்சேபகரமான பாடங்கள் போதிக்கப்படுவதாக பம்பாய் அரசாங்கம் கூறுகிறது. 'ஆட்சேபகரம்' என்பதன் அர்த்தம் என்ன என்பதை ஸ்பஷ்டமாக விளக்காமல், நான்கு கல்லூரிகளை நாசம் செய்வது நியாயமாகுமா? இந்தக் கல்விச்சாலைகள் ராஜதுரோகத்தைப் போதிக்கின்றன என்பதைத் தனது நீதி ஸ்தலங்களிலேயே ருஜுப்படுத்த வேண்டாமா? அவ்வாறு செய்யாமல், சிலர் சொல்வதைக் கேட்டு அவற்றை மூடிவிட அரசாங்கம் எத்தனிக்குமானால் ஜனங்கள் பொறுத்துக்கொள்வார்களா? இந்த தேசத்திலே கல்வியானது கார்த்திகை மாதப் பிறை போல் காண்பதற்கு அபூர்வமாய் இருக்கின்றது. ஆயிரத்தில் ஒருவர்கூட நல்ல கல்வி பெற்றவராகப் பார்க்கக் கிடைப்பதில்லை. நமது தேசத்தவர்க்கு அத்தியாவசியமான புராதன நன்மைகளில் கல்வியும் ஒன்று. அந்தக் கல்வியும் தேசிய வாழ்வுக்கு ஒரு கண்ணாடியாகவும், அதன் சுபிட்சத்திற்குத் தூண்டு கோலாகவும் இருக்க வேண்டும். அத்தகைய கல்வியை அளிப்பதற்கான கல்விச்சாலைகளை ஸ்தாபிப்பது அரசாங்கத்தின் கடமையாகும். ஆனால் அதிகாரிகள் நம் தேச சுபாவத்தை அறியாத அந்நியர்களாயிருப்பதினால், இந்த லட்சியத்தை அவர்களால் ஈடேற்ற முடிவதில்லை. மேலும், இவர்கள் ராணுவ பலத்தைப் பெருக்குவதிலும், ராணுவ அவசியத்திற்காக ரெயில் போடுவதிலும் அக்கறை செலுத்துகிறார்களேயன்றி, ஜனங்களின் கல்வி அபிவிருத்தி பற்றி அக்கறைப்படுவதில்லை. எனவே, ஜனங்களுக்கான தங்கள் கடமையில் தவறுவதோடன்றி, நம்மவர்கள் செய்யும் முயற்சிகளையும் முழுமையாக விசாரித்தறியாமல், தோல்வியுறச் செய்கிறார்கள். இவற்றால் ஜனங்களின் அதிருப்தி குறையுமா?

விஜயா, 13 டிசம்பர் 1909

இந்திய ஆட்சியாளர்களாக முகலாயரும் ஆங்கிலேயரும்

முஸ்லிம்கள் இந்தியாவை ஆண்டபோது நமது ஒற்றுமை சிறிது குலைந்திருந்தபோதிலும் அவர்கள் நம் நற்குணங்களை அபிவிருத்தி செய்துகொள்வதற்குத் தடை செய்யவில்லை. ரஜபுத்திரர்களும் பிற இந்தியர்களும் தீரமுடையவர்களாகவும் படைத் தொழிலில் ஆற்றல் மிகுந்தவர்களாகவும் விளங்கினர். தாட்டிகமுடையவர்களாகவும், பயமறியாதவர்களாகவும், எப்பொழுதும் சத்தியம் தவறாதவர்களாகவும் திகழ்ந்தனர். மன்னன் முஸ்லிமாக இருந்தாலும், ராஜாங்கம் ஹிந்துக்கள் கைவசம் இருந்தது. எனவேதான் முகலாயர் இந்தியாவை ஆண்டபோதும், நமது ஜாதிய அபிவிருத்திக்கு எந்தத் தடையும் இருக்கவில்லை. ஆங்கிலேயரின் பூர்வோத்திரத்தை நாம் அறியாததால் அவர்களின் செய்கைகள் நமக்கு அர்த்தமாகவில்லை. நியாயமான வழி என்று நாம் நினைத்ததைப் புறக்கணித்து, யுத்த காலத்திலும் பிற சமயங்களிலும் தங்கள் சொந்த நலன் கருதியே அவர்கள் செயல்பட்டார்கள். இந்தக் குறிக்கோளுக்கு ராணுவம் பலம் சேர்த்தது. படை இல்லாமல் வேறு எதுவும் நிலைக்காது என்றும் தெரிந்தது. ஆங்கிலேயர்கள் தங்கள் ஆட்சியை ராணுவ பலம் கொண்டு ஸ்தாபிக்கக் கருதி, இந்தியர்களின் படை பலத்தைக் குலைக்கும் பொருட்டு எல்லா ஆயுதங்களையும் பிடுங்கிக்கொண்டார்கள். தேக பலத்தைக் கூட்டும் அப்பியாசங்களைப் பயிற்றுவிக்கும் சங்கங்களெல்லாம் கலைக்கப்பட்டன. இதைப் போன்ற பேராபத்துகளால் நமது ஜனங்கள் நாசமடைந்திருப்பார்கள்; ஆனால் நமது முன்னோர்களின் புண்ணியச் செயல்களின் காரணமாக ஒரு புதிய உணர்ச்சி ஏற்பட்டுள்ளது. இந்த "நவீன உணர்ச்சி" நம் ஜனங்களிடையே மறைந்துள்ள நற்குணங்களைப் பரிமளிக்கச் செய்யும். இதன் ஆதார பலம் யாதெனில், இது அந்நியர்களிடமிருந்து எதையும் எதிர்பார்ப்பதில்லை; முழுவதும் சுய முயற்சியினையே குறிக்கோளாகக் கொண்டுள்ளது. சுயமுயற்சியின் மூலம் அடையும் நன்மைகள், நாம் இறைஞ்சுவதால் ஆங்கிலேயர்கள் தரும் சலுகைகளைவிட மிகச் சிறந்தது என்பதும், அப்படிச் செய்தால்தான் அந்நன்மைகளுக்கு நாம் அருகராவோம் என்பதும் இந்த நவீன உணர்ச்சியின் லட்சியமாகும்.

விஜயா, 14 டிசம்பர் 1909

சென்னை நிதானக் கட்சியின் தலைவர்கள்

டாக்டர் ராஷ் பிகாரி கோஷ், பாபு சுரேந்திரநாத பானர்ஜி முதலான வங்காள நிதானக் கட்சித் தலைவர்கள் லார்டு மார்லியின் சீர்திருத்தங்கள் பற்றி வெளியிட்ட அறிக்கையைச் சுட்டிக்காட்டி, 'விஜயா' பின்வருமாறு எழுதுகிறது.

தங்கள் வங்காள சகோதரர்களைப் பார்த்தாகிலும் சென்னையிலுள்ள நிதானக் கட்சித் தலைவர்கள் ஜனங்களிடம் உண்மையை வெளியிடுவார்கள் என நம்புகிறோம். சென்னை மிதவாதிகள் பற்றிப் பேசும்போது நமக்குச் சிறிது சங்கடம் ஏற்படுகின்றது. அவர்களுடைய தலைவர் யார் என நாம் அறியோம். ஸ்ரீ வி. கிருஷ்ணஸ்வாமி ஐயரை அரசாங்கம் விலைக்கு வாங்கும்வரை அவரையே நிதானக் கட்சியின் தலைவராகக் கருதியிருந்தோம். மிகச் சாதாரண சாமர்த்தியமுள்ளவர்களெல்லாம் வெவ்வேறு திக்குகளில் சிதறியிருப்பார்கள். நமது தேசம் நாசமடைவதற்குத் தேவையானபோது அப்படியே அவர்களெல்லாம் ஒன்றுகூடி விடுகிறார்கள். நமது நாட்டுக்கு நன்மை விளையுங் காலத்தில் மூலைமுடுக்குகளில் ஒளிந்துகொண்டு, வீட்டுக்கு வந்த விருந்தாளிகள் போல மௌனம் காக்கிறார்கள்.

விஜயா, 15 டிசம்பர் 1909

நிர்வாஸம் செய்யப்பட்ட ஒன்பது பேரின் கதி

சில கொடுங்கோலர்கள் தாங்கள் நீதியிலிருந்து வழுவி அநீதமான காரியங்கள் செய்வது பற்றி வருந்துவது போலவும், தங்கள் இஷ்டத்திற்கு விரோதமாக இவ்வாறு செய்ய வேண்டியிருப்பது போலவும் பாவனை செய்வார்கள். இதற்குச் சிறந்த திருஷ்டாந்தமாக விளங்குவது இப்போதுள்ள பிரிட்டனின் லிபரல் அரசாங்கமேயாகும். பள்ளியை விட்டு நீங்கிய காலத்திலிருந்தே லார்டு மார்லி, விசாரணை இல்லாமல் மனிதர்களை நிர்வாஸம் செய்வது போன்ற காரியங்களைக் கண்டித்து வந்துள்ளார். நீதியானதும் கருணையுடையதுமான அரசாங்கத்தை வேண்டுபவர் என்று கடந்த ஐம்பது வருஷங்களாக அவரைக் கருதிவந்த ஜனங்கள் இப்போது மிகுந்த ஏமாற்றமடைந்துள்ளனர். சிறிது காலம் அயர்லாந்து அவருடைய ஆளுகையிலிருந்தபோதே அவருடைய போதனைக்கும் செய்கைக்கும் மிகுந்த வித்தியாசம் உண்டென்பது துலாம்பரமாகத் தெரிந்துவிட்டது. கட்டுக்கடங்காத தன்மையிலும் பொறுப்பற்ற தன்மையிலும் இணையற்ற பிரிட்டிஷ் அரசாங்கத்தோடு இவரைக் கடவுள் இணைத்தது இவரது உண்மைச் சொரூபத்தைக் காட்டுவதற்கேயாகும். நாம் அமைதியாக இருந்தவரை நாகரிகம் மிகுந்ததாகக் காட்டிக்கொண்ட இந்த அரசாங்கம், சிறிது அதிருப்தியை வெளிப்படுத்திய மாத்திரத்திலேயே தன் நிஜ சுபாவத்தைக் காட்டிவிட்டது. இப்போது நம்மில் சில அப்பாவிகள் லார்டு மார்லியை எதிர்பார்த்து நிற்கிறார்கள். "நான் என்ன செய்வது? இது எனக்கே பெரும் தொந்திரவாக இருக்கிறது. ஆனால் எனக்கு வேறு வழி தெரியவில்லை" என்று சொல்லியவாறு, சுல்தானியக் கொள்கைகளை ஒவ்வொன்றாக நம்மீது சுமத்தி வருகிறார். தேச நிர்வாஸம் செய்வதென்பது அவற்றில் ஒன்று. பல பார்லிமெண்ட் மெம்பர்களுக்கு இது உண்மையிலேயே அதிருப்தியை ஏற்படுத்தியுள்ளது. பல மெம்பர்கள், "என்ன அநியாயம்! கௌரவம்மிக்க மனிதர்களை விசாரணையின்றியும் தக்க முகாந்திரமின்றியும் நிர்வாஸம் செய்வது சரியா? சிறையிலிடுவதும் முறையா?" என்று திரும்பத்திரும்பவும், ஆயிரத்தொரு வழிகளிலும் கேட்க ஆரம்பித்துவிட்டனர். இந்த நபர்கள் தேசத்தின் அமைதிக்கு பங்கம் விளைவிப்பவர்கள் என்றும், சமூக ஸ்திதி மீண்டும் ஏற்பட்டதும் அவர்கள் விடுவிக்கப்படுவார்கள்

என்றும், சீர்திருத்தங்கள் அமல்படுத்தப்படும்வரை அவர்கள் சிறையிலி ருப்பதே நல்லது என்றும் லார்டு மார்லி நேராகவும், தமது அண்டர் செக்ரட்டரி மூலமாகவும் சொல்லியிருக்கிறார். இப்போது சீர்திருத்தங் கள் வந்துவிட்டதால், "ஏன் அவர்கள் விடுவிக்கப்படக் கூடாது" என்று சில மெம்பர்கள் வற்புறுத்திக் கேட்கிறார்கள். அவர்கள் லார்டு மார்லியையும் அவரது அண்டர் செக்ரட்டரியையும் மட்டுமல்லாமல், பிரதம மந்திரி ஸ்ரீ அஸ்க்வித்தையும் தொந்திரவு செய்கிறார்கள். பல நொண்டிக் காரணங்களைச் சொல்லிய பிறகு, தேசத்தின் ஸ்திதி அனுமதிக்குமானால் நிர்வாஸம் செய்யப்பட்டவர்களை விடுவிக்கலாம் என்று ஸ்ரீ அஸ்க்வித் கடைசியில் சொல்லியிருக்கிறார். நிர்வாஸம் செய்யப்பட்ட ஒன்பது பேரும் சீக்கிரத்தில் விடுவிக்கப்படுவார்கள் என்று இதனால் நம்பி வந்தோம். ஆனால் லிபரல் அரசாங்கமே முடிவெய்தவுள்ளதால், நிர்வாஸம் செய்யப்பட்டவர்கள் அவ்வாறு சீக்கிரத்தில் விடுதலையெய்துவார்கள் என்று நாம் நிச்சயமாகக் கூற முடியவில்லை.

விஜயா, 17 டிசம்பர் 1909

திரான்ஸ்வாலில் இந்தியர்கள்

தென் ஆப்பிரிக்காவில் தாங்கள் முன்பே குடியேறிவிட்ட பிரதேசங்களில் இந்தியர்கள் பிரவேசிப்பதை வெள்ளையர்கள் தடுப்பதில் கொஞ்சம் நியாயம் உண்டென்றாலும், அவர்களே வரவழைத்த பின்பு, இந்தியர்களை மிருகங்கள் போல நடத்துவது முற்றிலும் அநீதியேயாகும். சக மனிதர்களை இவ்வாறு வெறுக்கத்தக்க முறையில் நடத்துபவர்கள் முற்றிலும் நீசமானவர்கள் என்றே நாம் அபிப்பிராயப் படுகிறோம். கொடூரமான வகையில் நடத்தப்படுகிறவர்கள் இந்தியர்களாகவும், அவ்வாறு நடத்துபவர்கள் ஆங்கில அரசாங்கத்துக்கு உறவுடையவர்களாகவும் இருப்பது நமது தேசீய உணர்ச்சிக்கு ஊக்கம் தருகிறது. நாம் ஆயுதம் ஏந்துவதைத் தடை செய்துள்ள ஆங்கிலேயர்கள், இந்த அநீதமான காரியத்தைத் தடுக்காமலிருப்பது அவர்களுக்கு எவ்விதத்திலும் பெருமை சேர்க்கவில்லை. ஆனால், இந்தியாவிலிருந்து எந்த ஆதரவும் கிட்டாத நிலையிலும், ஆங்கில ராஜீயவாதிகள் நொண்டிச் சாக்குகள் சொல்லிவரும் வேளையிலும் நமது இந்தியச் சகோதரர்கள் இதற்கு எதிராகப் போராடி வருகிறார்கள். மனித உரிமைகளை நிலைநாட்டுவதற்கும், இந்தியா சுயராஜ்யம் அடைவதற்கான வழியைக் காட்டுவதற்கும் திரான்ஸ்வால் இந்தியர்கள் சொல்லமாட்டாத கஷ்டங்களை அனுபவித்து வருகிறார்கள். அவர்கள் தங்கள் பிரயத்தனங்களில் ஜெயிப்பதற்குக் கீழ்க்காணும் விஷயங்களில் ஏதாவதொன்றைச் செய்ய வேண்டும். முதலாவதாக, பிரிட்டிஷ் அரசாங்கம் இப்பிரச்சனையைத் தீர்த்து வைக்கலாம்; ஆனால் இது சாத்தியமில்லை. ஏனெனில், தென் ஆப்பிரிக்கா பிரிட்டனின் வாலாக இருப்பினும், தன்னுடைய விவகாரங்களில் தன் சொல்படியல்லாமல் பிரிட்டனைத் தலையிட அனுமதிக்காது. இரண்டாவதாக, திரான்ஸ்வால் அரசாங்கமே இவ்விஷயத்தின் அநீதியை உணர்ந்து, இக்கொடுமையை நிறுத்தலாம். அல்லாவிடின் ஏழை போயர்கள், இந்தியர்களால் தமக்கு விளையும் நன்மைகளை உத்தேசித்துத் திரான்ஸ்வால் ராஜாங்கத்தை நியாயமான முறையில் நடந்துகொள்ள வைக்கலாம். ஆனால் இதற்கும் மார்க்கமில்லை; ஏனெனில் போயர் யுத்தத்தின்போது ஆங்கிலேயருக்கு இந்தியர்கள் செய்த உபகாரத்தை போயர்கள் மறக்கமாட்டார்கள். அவசியமில்லாமல் தங்களைப்

பகைவர்களாக மாற்றிவிட்ட இந்தியர்களிடம் அவர்கள் ஏன் அனுதாபம் பாராட்ட வேண்டும்? அடுத்து, இந்திய அரசாங்கத்தின் மூலமாகவும் திரான்ஸ்வால் இந்தியர்கள் தம் உரிமைகளைப் பெறலாம். ஆனால் வெள்ளையர்களின் கூக்குரலுக்கு எதிராக அரசாங்கம் என்ன செய்ய முடியும்? இந்தியாவில் தன் ஆட்சியை ஸ்திரப்படுத்திக் கொள்ளும் பொருட்டு தென் ஆப்பிரிக்க இந்தியர்களுக்குக் கொஞ்சம் உரிமைகள் தர அது இஷ்டப்படும் என்பதில் சந்தேகமில்லை. ஆனால் அதன் பேச்சை யார் கேட்பார்கள்? கடைசியில், திரான்ஸ்வால் இந்தியர்கள் தம் ஆன்ம முயற்சியாலேயே உரிமை பெற முடியும். எனவேதான் அவர்கள் முயற்சியைத் தளரவிடக் கூடாது. இதற்கு இந்தியர்கள் கூடுமான அளவு நிதி உதவ வேண்டும். கடலுக்கு அப்பால் சென்றுள்ள நம் சகோதரர்கள் அநீதமாக நடத்தப்படுவதைப் பற்றி நம்மவர்களுக்கு நன்கு உணர்த்த வேண்டும். இந்தியா ஸ்வராஜ்யம் அடையும்வரை நாம் செய்யக்கூடிய உபகாரம் இதுவே.

விஜயா, 17 டிசம்பர் 1909

இந்தியப் பத்திரிகைகளுக்குப் பரிசோதகர்

பத்திரிகைகளில் ராஜாங்கத்திற்குப் பிடிக்காத சமாசாரங்களைப் பிரசுரிப்பதைத் தடை செய்வதற்காக ருஷ்யாவிலே 'பரிசோதகர்' (இன்னன்ன சமாசாரங்களை பிரசுரிக்கலாமா, கூடாதா என்று பரிசோதிப்பவர்) என்று ஓர் அதிகாரி இருப்பது வழக்கமாக இருந்தது. இப்பொழுது அம்முறை இல்லை என்று அறிய வருகிறோம். இப்படிப் பட்ட ஒரு முறைமை இந்தியாவில் இருந்தால் மிக்க பிரயோஜன மிருக்கும் என்பதில் கொஞ்சமும் சந்தேகமில்லை. சமீபத்தில் லார்டு மார்லிக்கு எழுதிய ஒரு பகிரங்கக் கடிதத்தில் ஸ்ரீ ஸ்டெட் என்ற ஓர் ஆங்கிலப் பத்திராதிபர் இந்த அபிப்பிராயத்தை வெளிப்படுத்தி யிருக்கிறார். வெடிகுண்டு விவகாரத்தின் ஆரம்பம் பற்றிய ஓர் வியாசத்தை ஸ்ரீ விபின் சந்திர பாலர், இங்கிலாந்திலிருந்து பிரசுரமாகும் 'ஸ்வராஜ்' என்ற பத்திரிகையிலே வெளிப்படுத்தியிருந்தார். இவ்வியாசம் அடங்கிய பத்திரிகையை விற்பனை செய்தவர் ஒருவருக்கு பம்பாய் மாகாண மாஜிஸ்டிரேட் மிஸ்டர் ஆஷ்டன் ஒரு மாதக் கடுங்காவல் சிறைத் தண்டனை விதித்தார். ஹைகோர்ட்டும் இதனை உறுதி செய்துள்ளது. விபின் சந்திர பாலர் எழுதிய இந்த வியாசத்தின் முக்கியச் செய்திகளை ஸ்ரீ ஸ்டெட் தமது பத்திரிகையின் அக்டோபர் மாத இலக்கத்தில் பிரசுரித்து, இவ்வியாசத்தில் எந்தத் தவறும் இல்லையென்றும், இது ராஜதுரோகமென அபிப்பிராயப்பட்ட மாகாண மாஜிஸ்டிரேட் காவல்கார உத்தியோகம் பார்ப்பதற்குக்கூட யோக்யதையற்ற முழு மூடர் என்றும் கூறி, முடிந்தால் தம்மீது நடவடிக்கை எடுக்குமாறு இந்திய ராஜாங்கத்துக்கு சவாலும் விட்டிருந் தார். இதைத் தாங்கிய பத்திரிகையை விநியோகித்தால் தங்களுக்குப் பிரச்சனை ஏற்படலாம் என்று கருதிய பத்திரிகை விற்பனையாளர்கள் அவற்றைப் போலீஸிடம் ஒப்புவித்துவிட்டனர். இதன்பேரில், மேற் சொன்ன பகிரங்கக் கடிதத்தை லார்டு மார்லிக்கு ஸ்ரீ ஸ்டெட் அனுப்பி யுள்ளார். இப்போதுள்ள மோசமான ஸ்திதியைக் காட்டிலும், லிபரல் கொள்கைகளுக்கு விரோதமாகப் பரிசோதகரை நியமிப்பதே

மேல் என்று அவர் கூறியுள்ளார். பரிசோதகர் இருந்தால் அவரை மட்டும் திருப்திபடுத்துவது போதுமானது. இப்போது நாம் ஒவ்வொரு போலீஸ் மாஜிஸ்டிரேட்டுக்குமல்லவா பயப்பட வேண்டியதாயிருக்கிறது.

விஜயா, 27 டிசம்பர் 1909

பஞ்சாபின் லெப்டினண்ட் கவர்னரும் பொது ஜனங்களும்

பஞ்சாபிலுள்ள ஹிந்து ராஜவிசுவாசிகள் தர்பாங்கா மகாராஜாவின் தலைமையில் கனம்பொருந்திய லெப்டினண்ட் கவர்னரைப் பேட்டி கண்டு, ஒரு பத்திரம் வழங்கியுள்ளனர். ராஜாங்கம் வழங்கியுள்ள புதிய சீர்திருத்தங்கள் மிகுந்த தாராளமானவை என்றும், ஆனால் பஞ்சாப் மாகாண ஹிந்துக்கள் மீது விதிக்கப்பட்டுள்ள கட்டுப்பாடுகள் நீக்கப்பட்டால் மிக்க சந்தோஷமாயிருக்குமென்றும் அவர்கள் அதில் கேட்டுக்கொண்டுள்ளார்கள். ஆனால் லெப்டினண்ட் கவர்னர் சாதாரண மனுஷரல்லவே. அவர் தம்மை வைஸிராயைவிடப் பெரிய வராகக் கருதிக்கொள்பவர். அவர் பின்வருமாறு பதில் சொல்லியுள் ளார்: "பொதுக் கூட்டங்கள் கூட்டியும் பத்திரிகைகளில் எழுதியும் வெறுக்கத்தக்க விவகாரங்களைக் கண்டித்து வருகிறீர்கள் என்பது வீண் பேச்சாகும். இது உதடுகளிலிருந்து வருகிறது. இது போதாது. அராஜகத்தையும் அக்கிரமங்களையும் ஒடுக்குவதில் அரசாங்கத்திற்கு ஒத்துழைப்பதென்பதை ஜனத் தலைவர்கள் காரியத்தில் காட்ட வேண்டுமென்று அதிகாரிகள் எதிர்பார்க்கிறார்கள். அரசாங்கத்திற்கு ஒத்துழைப்புத் தராதவர்கள் பகைவர்களாவார்கள். பொறுப்பற்ற பத்திரிகைகளையும் சங்கங்களையும் ஒடுக்குவது தலைவர்களின் கடமை. டாக்டர் லால்காகா, பர்தமான் மஹாராஜா ஆகியோரைப் போல் அவர்கள் நடந்துகொள்ள வேண்டும். அரசாங்கத்தின் பொறு மைக்கும் எல்லையுண்டு." தலைவர்கள் வழங்கிய பத்திரமும் லெப்டி னண்ட் கவர்னர் கொடுத்த பதிலும் மிக நன்று! ஹிந்து தலைவர்கள் தங்கள் விசுவாசத்தைக் காட்டப் பிரயத்தனப்பட்டும், புதிய சட்ட சபையினால் ஒரு பிரயோஜனமும் காணப்படவில்லை. இந்த விஷயத் தில் முந்தைய கவர்னரைவிட இந்த கவர்னர் மோசம்.

விஜயா, 5 ஜனவரி 1910

பொதுக்கூட்டத் தடைச் சட்டமும் கிரிமினல் சட்டத் திருத்தமும்

பொதுக் கூட்டங்களில் ஜனங்கள் தங்கள் அபிப்பிராயங்களை வெளிப்படுத்துவதைத் தடுப்பது மிகவும் தவறாகும். இதனால் ஜனங்களின் உண்மையான அபிப்பிராயத்தை அரசாங்கம் அறிய முடியாமல் போகின்றது. காங்கிரஸ் போன்ற தேசிய சபைகள் கூடுவதை இந்தச் சட்டங்களின் அறிவிப்பு தடுக்கக்கூடும். இனிமேல் நிதானக் கட்சியினரின் காங்கிரஸ் கூடுவதானாலும் போலீஸாரின் 'லைசன்ஸ்' பெறவேண்டியிருக்கும். போலீஸின் 'லைசன்ஸ்' இல்லையானால் 'சைலன்ஸ்' என்று சொல்ல வேண்டிவரும். போலீஸாரிடம் 'லைசன்ஸ்' வாங்குவதை நிதானக் கட்சியினரும் ராஜவிசுவாஸிகளும் அகௌரவமாகக் கருதவில்லை. காங்கிரஸ் சபை கூடுவதற்கே 'லைசன்ஸ்' வேண்டுமானால், பிற மாகாண சபைகள், ஜில்லா சங்கங்கள், இந்த வருஷம் கூடவிருக்கின்ற இன்னும் இருபத்தைந்து முப்பது மஹாநாடுகளும்கூடப் போலீஸாரின் தயவையே நம்பியிருக்க வேண்டியிருக்கும். 'கர்மயோகின்' பத்திரிகையில் அரவிந்த கோஷ் எழுதியுள்ள 'என் தேசத்தாருக்கு ஒரு பகிரங்கக் கடிதம்' என்ற வியாசத்தில் நமது தேசத்தின் நலனைக் கருதி வரும் மார்ச் மாதத்தில் ஒரு கூட்டம் கூட வேண்டும் என்று எழுதியதைக் கண்ட பயத்தினாலும் சந்தேகத்தினாலுமே மேற்கண்ட சட்டங்களைப் பிரிட்டிஷ் அரசாங்கம் இயற்றியது போலும். இது எப்படியிருப்பினும், இவை 1910ஆம் வருஷத்துக்கான நற்சகுனங்களல்ல. இந்தக் கொடுஞ் சட்டங்கள் வருஷத் தொடக்கத்திலேயே அமலுக்கு வந்துவிட்டன. போகப்போகப் பிற மாற்றங்களும் தெரியும். பொதுக்கூட்டத் தடைச் சட்டமும் சட்டசபையில் பிரேரேபிக்கப்பட்டபோது டாக்டர் ராஷ் பிஹாரி கோஷ் பிரிட்டிஷ் அரசாங்கத்திற்கு ஓர் எச்சரிக்கையினை வெளியிட்டார்; அது ஒரு சிறந்த பாடமாகும். "இந்த மசோதா சட்டமாகும் பட்சத்தில் அமைதியான இந்த தேசத்தில் ரகசிய சங்கங்களும், கொடுஞ் செய்கைகளும் பிரச்சனைகளும் ஏற்பட இவையே காரணமாக அமையும். இத்தகைய கொடுஞ் சட்டங்களை அனுஷ்டிக்கும் தேசங்களில் இவை போன்ற பயங்கர காரியங்கள் நிகழும் என்பதற்கு வேறு பல தேசங்களின் சரித்திரம் சாட்சியாகும்." டாக்டர் ராஷ் பிஹாரி கோஷின் நற்போதனையைக் கேட்பதால் பிரிட்டிஷ் அரசாங்கத்திற்கு நன்மை விளையும்.

விஜயா, 18 ஜனவரி 1910

இந்திய அரசர்களின் தீவிர ராஜ விசுவாசம்

இந்தியாவின் சுதேச மன்னர்கள் பெரும்பாலோர் சுதந்திரமாகச் செயல்படும் ஆற்றலில்லாதவர்களாகவே இருக்கின்றார்கள். பிரிட்டிஷ் இந்தியாவில் ஒரு சாதாரண ஏழை மனிதனுக்கு இருக்கும் கொஞ்சம் உரிமைகள்கூட இந்த மன்னர்கள் பலருக்கு இல்லாமலிருக்கிறது. ஓர் ஏழை இந்தியனுக்குச் சொத்துகள் ஏதும் இல்லையாதலால் பிரிட்டிஷாருக்கு அவன்மீது எந்த அக்கறையுமில்லை. ஆனால் சுதேச மன்னர்களுக்குச் சொத்து என்று சொல்லப்படுவது ஏராளமாக இருப்பதால் பிரிட்டிஷார் அவர்கள்மீது மிகுந்த கரிசனம் கொண்டுள்ளனர். அதைப் போலவே அவர்கள்மீதும் அவர்கள் எஸ்டேட் மீதும் பிரிட்டிஷார் விதிக்கும் கட்டுப்பாடுகளும் ஏராளம். இந்த மன்னர்கள் தம் சொந்தப் பணத்தைக் கொண்டு பிரிட்டிஷ் படையைப் பராமரிப்பதோடு, அவர்களது உணவுச் செலவு முதலானவற்றையும் ஏற்றுக்கொள்ள வேண்டும். ஆங்கில அதிகாரியான ரெசிடெண்டு மற்றும் அவரது காரியாலயத்தின் செலவினங்கள், சம்பளங்கள் முதலானவற்றையும் மன்னர்களே ஏற்றுக்கொள்ள வேண்டும். மேலும், வைஸிராய், கவர்னர், ரெசிடெண்டின் பரிவாரங்கள் முதலான உயர் அதிகாரிகள் சுதேச சமஸ்தானங்களுக்கு விஜயம் செய்யுங் காலத்தும், அவர்களது உபசாரத்திற்குச் செலவாகும் பெருந்தொகைகளையும் இவர்களே செலவிட வேண்டும். இவை தவிர, சமஸ்தானங்களுக்கு விருந்தாளிகளாக வரும் ஆங்கிலேயர்களுக்காக வெட்டப்படும் பசுக்கள் கணக்கற்றவை. பெரும்பாலான சமஸ்தானங்கள் தங்கள் சொந்தச் செலவுகளுக்கும்கூட பிரிட்டிஷ் அரசாங்கத்திடம் கணக்குக் காட்ட வேண்டும். இவை போன்ற அவமானகரமான கட்டுப்பாடுகள் பல. இவற்றை மீறி ஏதேனும் செய்தால் அவ்வாறு செய்யும் ராஜாவின் பாடு அவ்வளவுதான். இருக்கும் கொஞ்சம் சுதந்திரத்தையும் இழக்கக் கூடாது என்பதற்காக இவர்கள் பெரும் செலவு செய்கிறார்கள்; மேலும் அவர்களது விதியும் பிரிட்டிஷ் ரெசிடெண்டு கையில் உள்ளது. இவற்றின் காரணமாகவே அவர்கள் பிரிட்டிஷ் சாம்ராஜ்யத்திற்கு அதி விசுவாசமாக இருக்கிறார்கள். தங்கள் ராஜவிசுவாசத்தின் காரணமாகத் தாங்கள் இன்னது செய்கின்றோம் என்பதையே அவர்கள் அறிவதில்லை. இந்தியாவில் அமல்படுத்தப்படும் கொடுமை

யான சட்டங்களை நியாயப்படுத்து வதற்காகவே பிரிட்டிஷ் அரசாங்கம் அவர்களைக் கருவிகளாகப் பயன்படுத்துகின்றது. ஜெய்பூர் மஹாராஜா வின் அந்தரங்கக் காரியதரிசிக்கு சிபாரிசு கடிதங்கள் பெற்றிருந்த போதும், சென்ற நவம்பர் மாதத்தில், வைஸிராய் விஜயத்திற்கு முன்பு, மூன்று வங்காளப் பத்திராதிபர்கள் சமஸ்தானத்திற்குள் பிரவேசிக்க அனுமதிக்கப்படவில்லை. ஆபத்தில்லாத பத்திரிகைகள் என்று கருதப்பட்டு, பிரிட்டிஷ் இந்தியாவில் சகஜமாக உலவிவரும் பல பத்திரிகைகளைக் காஷ்மீர், குவாலியர், ஜெய்பூர் முதலான சமஸ்தானங்களின் ராஜாக்கள் தடை செய்துள்ளனர். ராஜ விசுவா சத்தை அபரிமிதமாகக் கொண்டுள்ள ஜெய்பூரின் ரஜபுத்திர மன்னர் தம் சமஸ்தானத்திற்குள் பிரவேசிக்க 45 பத்திரிகைகளுக்குத் தடை விதித்துள்ளார். இதனால் ஒரு லாபமும் இல்லையென்பதோடு, ஜனங்களின் அறிவை அபிவிருத்தி செய்துவந்த இந்தப் பத்திரிகைகள் தடை செய்யப்பட்டதால் நஷ்டமே உண்டாகியுள்ளது. இந்தக் குருட்டுத் தனமான காரியம் செய்ததற்கு மஹாராஜாவும் ரெசிடெண்டும் எந்த அளவுக்குப் பொறுப்பு என்பதை நாம் அறிய முடியவில்லை. இது முற்றிலும் ரெசிடெண்டு செய்த காரியமே என்று ஊகிக்க முகாந்தரமுண்டு. பிரிட்டிஷாரைவிட சுதேச மன்னர்களே அதிகக் கடுமையானவர்கள் என்றும், பிரிட்டிஷ் அரசாங்கம் இயற்றும் தீய சட்டங்கள் நல்லன என்றும் இந்தியாவை அறியாத அந்நியர்களை யும் மூட இந்தியர்களையும் நம்பவைப்பதற்கான தந்திரமே இது. பிரிட்டிஷாரின் சாமர்த்தியத்தை நன்கறிந்த இந்தியர்களும் வெளி நாட்டாரும் இதைத் தந்திரம் என்று உணர்வது நிச்சயம்.

விஜயா, 26 ஜனவரி 1910

ராஜதுரோக விஷயத்தில் பிராமணர்களின் கடமை

பம்பாய் மாகாணத்தில் புதிய சட்டத்தின்கீழ் நிகழ்ந்த சட்டமன்றத் தின் முதல் கூட்டத்தில் கவர்னர் ஆற்றிய உரையில், நாசிகை நகரத் தில் ஸ்ரீ ஜாக்சன் ஒரு பிராமணனால் சமீபத்தில் கொல்லப்பட்டதைப் பற்றிக் குறிப்பிடுகையில் ராஜதுரோகத்தையும் அராஜகச் செயல் களையும் தாங்கள் வெறுக்கிறோம் என்பதைக் காட்டுவதே பிராம ணர்களின் முதற் கடமை என்று சொல்லியதையும், அதைப் பற்றி 'டைம்ஸ் ஆப் இந்தியா' எழுதியதையும் குறித்து 'விஜயா'வின் கருத்துரை வருமாறு.

ஸ்ரீமான் வ.உ. சிதம்பரம் பிள்ளைக்கும் ஸ்ரீயுத சுப்பிரமணிய சிவாவுக்கும் எதிராகக் கொண்டுவரப்பட்ட பிரசித்தி பெற்ற திரு நெல்வேலி ராஜதுரோக வழக்கில் ஜில்லா நீதிபதி ஸ்ரீ பின்ஹே வெளியிட்ட தீர்ப்புக்குப் பிறகு 'ராஜதுரோகம்' என்பதற்கு மேலும் விசித்திரமான விளக்கங்களை எந்த அரசாங்க அதிகாரியாலும் தர முடியாது என்றே கருதியிருந்தோம். பம்பாயின் தற்போதைய கவர்னர் சர் ஜார்ஜ் கிளார்க் இது விஷயத்தில் இரண்டாம் இடத்தைப் பிடிக்கும் பாக்கியத்தைப் பெற்றிருக்கிறார். 'ராஜதுரோகம்' என்பதற்கு விதவிதமான விசித்திர விளக்கங்களை ஆங்கிலோ இந்தியப் பத்திரிகை கள் கொடுத்துவருகின்றன. ஆங்கிலோ இந்தியப் பத்திரிகைத் துறையில் புதிய சாதனையாக பம்பாய் 'டைம்ஸ் ஆப் இந்தியா' பத்திரிகை சில விஷயங்களைப் பிரசுரித்துள்ளது. (1) நாசிகைக் கொலையைச் செய்தவர் ஒரு பிராமணர் (2) பகவத் கீதை முதலான சாஸ்திரங்களைத் தவறாகப் புரிந்துகொண்டு கொலை செய்வது பிராமணர்களின் கடமை என்று சித்பவன் பிராமணர்கள் போதிப்பதைத் தடுக்கும்முகமாக, ராஜ துரோகிகள் நரகத்திற்குப் போவார்கள் என்று சாஸ்திரிகள் பிரசாரம் செய்ய வேண்டும். (3) "சாஸ்திரிகள் இவ்வாறு செய்யவில்லை என்றால் அவர்களையும் அவர்களுடைய வார்த்தைகளையும் என்ன செய்ய வேண்டும் என்று எங்களுக்குத் தெரியும்" என்பது ஆதிக்கம் செலுத்தும் இனத்தின் ஆணவ மிரட்டல். நாசிகைக் கொலைகாரன் பிராமணன் என்பதால் மொத்த பிராமண ஜாதியையும் இப்படிக் கண்டித்தல் தகுமா? ஒரு தனிமனிதனின் குற்றத்திற்கு முழு உலகமும் பொறுப்பேற்க

வேண்டுமா? இதுதான் கிறிஸ்தவ உணர்வா? ஆதாம் செய்த பாவத்திற் காக மனித ஜாதி முழுமைக்கும் கடவுள் மரண சாபம் கொடுத்ததைப் போன்றதா? ஒவ்வொரு நாளும் எத்தனை இந்தியர்கள் வெள்ளையர் களால் கொல்லப்படுகிறார்கள்? அவர்களது கேளிக்கைக்காக எத்தனை இந்தியர்கள் சித்திரவதைக்கு உள்ளாகிறார்கள்? நாய் என்று நினைத்து ஒரு இந்திய ஸ்திரீயைக் கொன்ற ஆங்கிலேயன் தூக்கிலிடப்பட்டானா? இதற்காக எல்லா ஆங்கிலேயர்மீதும் குற்றஞ்சுமத்தப்படவில்லை யல்லவா? கைத்தவறுதலாக இக்கொலையைச் செய்தான் என்று அந்த ஆங்கிலேயன் விடுதலை செய்யப்படவில்லையா? மற்றவர்கள்மீது பழி சுமத்தும் முன்னர் ஒருவன் மனத்தைத் தொட்டுப் பார்த்துத் தன் நிலையை உணர்வதே அழகு. அடுத்து, நமது சாஸ்திரங்களின் நியமங்கள் கெட்டுப்போவதைப் பற்றி 'டைம்ஸ் ஆப் இந்தியா' விசனிக்கிறது. தனது சுதர்மமான கிறிஸ்தவத்தை இப்பத்திரிகை பின்பற்றுகிறதா? தென் ஆப்பிரிக்காவின் கிறிஸ்தவ அரசாங்கம் அங்குள்ள ஹிந்துக்களை நடத்துவது ஒரு புறமிருக்க, இங்குள்ள சக மதஸ்தர்களான இந்தியக் கிறிஸ்தவர்களை எப்படி நடத்துகிறது? இது 'டைம்ஸு'க்கே தெரியும். பிரிட்டிஷ் ஆட்சியில் பிராமணர்கள் பேச்சைக் கேட்பவர் யார்? சத்தியத்தைப் பேசும் இந்தியப் பத்திராதிபர் களெல்லாம் பிராமணர்களே; அவர்களெல்லாம் ராஜதுரோகிகளெனச் சிறையிலடைப்பட்டிருக்க, பிராமணர்கள் எங்ஙனம் பிரிட்டிஷாருக்கு சகாயம் புரிவார்கள்? வெடிகுண்டு தயாரிப்பது பற்றியும் அதை வீசுவது பற்றியும் 'டைம்ஸ் ஆப் இந்தியா' பாராட்டி எழுதினால் அதைக் கேள்வி கேட்பார் இல்லை. ஆனால் சாதாரண வியாசங்கள் எழுதியதற்காக பால கங்காதர திலக மஹரிஷி ஆறு வருஷத் தீபாந்திர சிக்ஷை பெற்றுள்ளார். இன துவேஷத்தைப் பரப்பிவரும் ஆங்கிலப் பத்திரிகைகளுக்குப் பிரிட்டிஷ் அரசாங்கம் தண்டனை விதித்துள்ளதா? மூன்றாவதாக, தன் சொற்படி சாஸ்திரிகள் நடக்காவிடில் ஏதோ செய்வோம் என்று மிரட்டுகிறது. இதுவரை எடுக்கப்படாத நடவடிக்கை கள்தான் என்ன? பிரிட்டிஷ் சட்டம் என்ற அம்புறாத் தூளியிலிருந்து எல்லாக் கணைகளும் எய்யப்பட்டுவிட்டனவோ? எஞ்சியிருப்பது ராணுவச் சட்டம் மட்டுமே. பிரிட்டிஷார் செய்கைகள் எல்லாவற்றுக்கும் பிராமணர்கள் 'ஆமென்' என்று சொல்ல வேண்டுமென எதிர்பார்க் கிறார்கள் போலும். தேவையான உரிமைகளைக் கொடுத்து ஜனங் களைத் திருப்திபடுத்துவதே அவர்களை ஆட்சிபுரிவதற்குச் சிறந்த முறை. ரொம்ப முறுக்கினால் கயிறு அறுந்துவிடும். அளவுக்கு மிஞ்சினால் அமிர்தமும் விஷமாகும். ஜனங்களின் திருப்தியே அரசாங்கத்தின் பிரதான பலமாகும்.

விஜயா, 28 ஜனவரி 1910

இந்தியாவில் ரயில்வே

இந்தியாவிலும் அமெரிக்காவிலும் உள்ள ரயில்வேயை ஒப்பிட்டு 'விஜயா' எழுதுவதாவது:

இந்தியாவில் மட்டும்தான் ரயில்வேக்களெல்லாம் அரசாங்கத்திற்குச் சொந்தமாயிருக்கின்றன. இந்தியாவில் நிர்மாணிக்கப்பட்ட ரயில்வே ஆரம்பம் முதலே பிரயாணிகளுக்காகக் கட்டப்படவில்லை. இந்தியர்களின் சௌகரியத்திற்காக ரயில் உருவாக்கப்பட்டதாகச் சொல்லப் பட்டாலும், உண்மையில் அது இந்தியர்களை அடக்கி வைப்பதற்காக ஓரிடத்திலிருந்து இன்னோர் இடத்திற்கு ராணுவத் துருப்புகளை அனுப்பிவைப்பதற்காகவே ஏற்படுத்தப்பட்டது. எப்படி இந்திய ராணுவம் என்றால் இந்தியர்களை அடக்கிவைப்பதற்கான ராணுவம் என்று அர்த்தமோ, அதைப் போலவே இந்திய ரயில்வே என்றால் இந்தியர்களின் செல்வத்தைக் கொள்ளையிடும் ரயில்வே என்பது அர்த்தமாகும். ஆரம்பத்தில் அரசாங்கத்தின் சொந்த நலனுக்காக ரயில்வே உருவாக்கப்பட்டாலும், பஞ்ச காலங்களில் சுபிட்சமான இடங்களிலிருந்து வறட்சியான இடங்களுக்குத் தானியங்களைக் கொண்டுசெல்வதற்குச் சௌகரியமாக இருக்கின்றது என்று அரசாங்கம் சொல்கிறது. இதன் உண்மை இப்போது துலாம்பரமாகிவிட்டது. இந்தியாவில் கடுமையான பஞ்சம் நிலவியபோதும், உணவுப் பண்டங்கள் ரயில் மூலமாக அந்நிய தேசங்களுக்கு ஏற்றுமதி செய்யப் படுகின்றன. இவ்வாறாக, பஞ்ச காலங்களில் ரயில்வேயினால் எந்த உபகாரமும் இல்லையென்பதோடு, ஜனங்களுக்குப் பெருத்த கஷ்டமும் உண்டாகின்றது. பல இடங்களில் சௌகரியங்கள் போதவில்லை என்பது மட்டுமல்லாமல், ஆங்கிலேயர்களாலும் கிழக்கிந்தியர்களாலும் ஏற்படும் தொந்தரவுகளுக்கும் முடிவில்லை. தீர்த்த யாத்திரை செல்லும் இந்தியர்களுக்கு ஆடுமாடுகளும் சரக்கு மூட்டைகளும் அடைக்கும் பெட்டிகளே தரப்படுகின்றன. ஆனால் பிரயாணிகளினால் தான் வருமானத்தின் பெரும்பகுதி கிடைக்கின்றது. ஆனால் இந்த வருமானமெல்லாம் கோடைக் காலத்தில் வெள்ளைக்காரர்கள் மலை வாசஸ்தலங்களுக்குச் செல்வதை சௌகரியப்படுத்துவதற்கே உபயோகிக்கப் படுகின்றது. இந்த ஆங்கில ஆட்சியில்தான் இது பாரபட்சமென்று

சொல்லப்படுவதில்லை. மேலும், இந்த ரயில்வேக்களெல்லாம் மக்களின் வரிப்பணத்தில் நிர்மாணிக்கப்பட்டாலும், முழுவதும் பிரிட்டிஷ் ராஜாங்கத்தின் கட்டுப்பாட்டிலேயே இருக்கின்றன. இது பற்றி இன்னும் விஸ்தரித்து எழுதினால் அது புதிய பத்திரிகைச் சட்டத்திற்கு விரோதமாகப் போகும்.

விஜயா, 21 பிப்ரவரி 1910

இந்தியாவும் தற்கால ஸ்திதியும்

'பாஸிடிவிஸ்ட் ரெவ்யூ' என்ற ஆங்கிலப் பத்திரிகையில், இந்தியாவின் தற்கால நிலைமை பற்றி ஸ்ரீ ஸ்வின்னி பின்வருமாறு எழுதியிருக்கிறார்.

ஜனத்தலைவர்களின் எச்சரிக்கையை உதாசீனப்படுத்துவது மிகக் கொடுமையாகும்; இந்தியாவின் தற்கால ஸ்திதிக்கு இதுவே காரணமாகும். அடக்குமுறைக் கொள்கைக்குப் பேர்போன சாம்பர்லினின் உபதேசத்தைக் கேட்டு அதன்படி ஆங்கிலப் பிரபுக்கள் நடக்கின்றனர். இந்தியாவிலும் தென் ஆப்பிரிக்காவிலும் பேர் பெற்ற கர்ஜனும் மில்னரும் இந்த இயக்கத்தின் தலைவர்களாவார்கள். இங்கிலாந்தில் ஜனங்கள் சுதந்திரத்தை அனுபவிப்பதும், குடியேற்ற நாடுகளில் எதேச்சாதிகார அரசாங்கம் நிலவுவதும் ஒத்துப் போகமாட்டா. குடியேற்ற நாடுகளில் மக்களைக் கருணையில்லாமல் நடத்துவது போல நம்மையும் நடத்தலாம் என்று சில கவர்னர்கள் நினைக்கிறார்கள். தற்போதைய நிலைமை இதனாலேயே ஏற்பட்டுள்ளது.

நம்முடைய கட்சிகளில் எது ஆட்சியிலிருந்தாலும் இந்தியாவில் நடக்கும் எதேச்சாதிகார ஆட்சி மட்டும் மாறாமலிருப்பது துரதிருஷ்டமேயாகும். நமது கட்சிப் போட்டிகளில் இந்தியாவைக் கணக்கிலெடுத்துக்கொள்ளாமலிருத்தல் என்பதன் அர்த்தம் இதுவே. இதன் காரணமாக, இந்தியாவில் சர்வாதிகாரம் ஆழக் காலூன்றிவிட்டது. மேற்கத்திய கல்வியும் கோட்பாடுகளும் இந்தியாவில் பரவியது, மேற்கத்திய முறையிலான கிளர்ச்சிகள் அங்கே ஏற்படுவதற்கு சந்தர்ப்பம் ஏற்படுத்தியுள்ளது; ஆனால் இதற்குச் சில தடைகளும் உள்ளன. அவர்களது நாகரிகமும் தேசிய சரித்திரமும் மிகப் பலமானவை. தேச முன்னேற்றம் ஏற்படுவதற்கு மேற்கத்திய விஞ்ஞானங்கள் உள்வாங்கப் பட வேண்டும்; அதற்காகப் புராதன பாரம்பரியங்களைக் கைவிட வேண்டியதில்லை. மேற்கத்திய முறைப்படி இவ்வாறு செய்யும்போது அவசியத்திற்கேற்பச் சில மாற்றங்களைக் கொண்டு வர வேண்டும். ஜனப் பிரதிநிதிகள் மூலமாக அரசாங்கம் நடத்தலாம். சட்டசபைகளில் பிரதிநிதிகளின் எண்ணிக்கையை அதிகப்படுத்திய பெருமை லார்டு மார்லியையே சேரும். ஆனால் இந்தச் சீர்திருந்திய சபைகளில்

ஹிந்துக்களுக்கும் முகம்மதியர்களுக்கும் இடையே ஒரு புதிய மோதல் உண்டாக்கப்பட்டுள்ளது. பல்வேறு இனங்கள் ஒன்று சேர்க்கப்பட்டு, ஓர் ஐக்கிய இந்திய தேசத்தின் கீழ் கொண்டுவரப்பட்டுள்ளது ஆங்கிலேய அரசாங்கத்திற்குப் பெருமையேயாகும். ஹிந்துக்களுக்கும் முகம்மதியர்களுக்குமிடையே விருத்தியடைந்துவரும் ஐக்கியத்தைத் தடுத்து, பகைமையை உருவாக்குவது இதுவரை அனுஷ்டித்துவந்த ராஜதந்திரக் கொள்கைக்கு மாறானதாகும். இதே வேளையில் இரண்டு தவறுகள் திருத்தப்படாமலுள்ளன. இந்தியர்களின் இஷ்டத்திற்கு மாறாக வங்காளம் பிரிக்கப்பட்டதும், விசாரணையில்லாமல் ஒன்பது பேர் நிர்வாஸம் செய்யப்பட்டதும், நம்மைச் சார்ந்துள்ள குடியேற்ற தேச மக்களின்மீது லிபரல் கட்சியார் கொண்டுள்ள காருண்யத்தைக் காட்டுகின்றன. கொலைகளை நான் கண்டிக்கிறேன் என்பதைச் சொல்லத் தேவையில்லை. எந்தவொரு குற்றத்திற்கும் ரகசியமாகப் பழி தீர்ப்பது நீதியல்ல. தர்ம காரியங்களுக்காகப் பிரசித்தி பெற்றுள்ள கனவான்களை விசாரணையில்லாமல் கைது செய்வதால் கொலைகள் நின்றுவிடுமா? நீதி என்பது நமது மகா சாம்ராஜ்யத்தைக் காக்கும் கணக்கற்ற போர் வீரர்களைப் போன்றதாகும். நீதியைக் களங்கப் படுத்தும் அதிகாரிகளே ராஜதுரோகத்தைத் தோற்றுவிப்பவர்களாவர்.

விஜயா, 21 பிப்ரவரி 1910

இந்தியரும் ஆங்கிலேயரும்

இந்தியர்களைப் பற்றி ஆங்கிலேயர்கள் பலவிதமான மாறுபட்ட அபிப்பிராயங்களைக் கொண்டுள்ளனர். இந்தியர்களுக்கு எவ்விதச் சுதந்திரமும் தரக்கூடாதென்றும், அவர்கள் எக்காலத்துக்கும் தங்களுக்கு அடிமையாகயிருந்துகொண்டு, அவர்களுக்குக் கீழான பணிகள் செய்து வயிறு வளர்க்க வேண்டுமென்றும், இந்தியா முழுமைக்கும் தாங்களே எஜமானர்களாயிருக்க வேண்டுமென்றும் சில ஆங்கிலேயர்கள் நினைக்கின்றனர். தினம் தினம் அருகிவரும் அமெரிக்க இந்தியர்களைப் போல் நம்மை முழுவதுமாக நாசம் செய்து, தாங்கள் மட்டுமே இப்புண்ணிய பூமியில் வாழ வேண்டும் என்று அவர்கள் நினைக்கின்றனர். இந்தக் காரணம் பற்றியே கிழக்கிந்தியக் கம்பெனியின் ஆட்சியில் இந்தியர்கள் ராஜாங்க சேவையில் அனுமதிக்கப்படவில்லை. இவ்வாறு இந்தியாவில் செய்வது சாத்தியமில்லையென்றும், இந்தியர்களின் உதவியில்லாமல் இங்கே ஜீவிக்க முடியாதென்றும் ஆரம்பத்திலேயே கண்டுகொண்ட முதல் நபர் பிரெஞ்சுக்காரரான தூப்ளே ஆவார். அவர் தனது சைனியத்தில் இந்தியச் சிப்பாய்களைச் சேர்த்து ஜயித்ததைக் கண்ட பிறகே ஆங்கிலேயர்கள் அவரைப் பின்பற்றலானார்கள். ஆங்கிலேயர்கள் தீவுவாசிகளாதலாலும், வியாபாரிகளாதலாலும் எல்லா லாபங்களையும் தாங்களே பெறவேண்டுமெனக் கருதி, பட்டாளத்தைத் தவிர வேறு எதிலும் இந்தியர்கள் சேர்த்துக்கொள்ளப்படவில்லை.

ஆங்கிலேயரின் ஆளுகைக்குட்பட்ட பிரதேசங்கள் மெல்ல வளரவும், சில பதவிகளில் இந்தியர்களும் சேர்த்துக்கொள்ளப்பட்டாலேயொழிய நிர்வாகம் செலுத்த முடியாது என்பது தெரியலானது. அதிக சம்பளம் தர விரும்பாத போர்ட் ஆப் டைரக்டர்ஸ், சில பதவிகளில் மட்டும் இந்தியர்களை நியமித்தனர். இந்தியர்களின் மீதுள்ள கருணையினால் இவ்வாறு செய்யவில்லை. வேறு மார்க்கமில்லாததால் இவ்வாறு செய்யும் நிர்ப்பந்தம் ஏற்பட்டது. இந்தியர்களைப் பூரணமாய் அழிப்பது சாத்தியமில்லையாதலால், நாகரிகமடையாத இந்தியர்களுக்குக் கீழான பதவிகளைக் கொடுத்துவிட்டு, அதிக சம்பளமும் அதிகாரமுமுள்ள பதவிகளைத் தங்களுக்கே வைத்துக்கொண்டார்கள். சில வருஷங்கள்

கழிந்த பிறகு, இந்தியர்கள் புத்திசாலிகளென்பதையும், அவர்களுக்கு ஆங்கிலம் கற்பித்தால் நல்ல குமாஸ்தாக்களாக சேவகம் செய்வார்கள் என்பதையும் புரிந்துகொண்டு, அதற்கேற்பத் தங்கள் பாஷையைக் கற்பிக்கலானார்கள். இந்தச் சமயத்திலேதான் வட இந்தியாவிலே சிப்பாய் கலகம் உண்டானது. அதன் முடிவோடு கம்பெனி ஆட்சியும் முடிவுக்கு வந்தது. இந்தியர்களுக்கும் ஆங்கிலேயர்களுக்கும் சம உரிமை வழங்கப்படுமென்றும் பிரகடனம் வெளியிடப்பட்டது. அப்போது ஏற்பட்ட கலகத்தை அடக்குவதற்காகத்தான் அப்பிரகடனம் செய்யப் பட்டதேயொழிய, பிறகு அவர்கள் அதன்படி நடந்துகொள்ளவேயில்லை. இதுவரை இந்தியர்களுக்குச் செய்யப்பட்டுள்ள நன்மைகளெல்லாம் ஆங்கிலேயர்களின் சுயநன்மையைக் கருதி மட்டுமே செய்யப்பட்டவை. ஆட்சியாளர்கள் வியாபாரிகளேயாதலால், தங்கள் இனத்தின் அபிவிருத்தியே தங்கள் நோக்கம் என்பதை வெளிப்படையாகவே சொன்னார்கள். பின்பு வந்த அதிகாரிகள் அதிக நாகரிகம் பெற்ற கனவான்களாதலால், பொருள் ஆதாயமே தங்கள் நோக்கம் என்பதை வெளிப்படையாகக் கூற வெட்கப்பட்டு, நாகரிகத்தைப் பரப்புவதை தங்கள் ஆட்சியின் நோக்கம் என்று சொல்லலானார்கள். இந்தியர்கள் தங்களை நாகரிகமடைந்தவர்களாக ஆக்கிக்கொண்டால் தேசத்தின் நிர்வாகத்தை இந்தியர்களிடமே ஒப்புவித்துவிட சம்மதம் என்று பாவனை செய்யலானார்கள். இந்தச் சமயத்தில்தான் மூன்றாவது வகையான ஆங்கிலேயர்கள் தோன்றினர்; இந்த வர்க்கமே காங்கிரஸ் சபையைத் தோற்றுவித்தது. இந்தியர்கள் சுயாட்சிக்கு அருகதையுடைய வர்கள் என்றும், ஆங்கிலேயரின் மேற்பார்வையில் தாங்களே தங்கள் விவகாரங்களை நிர்வகிக்க அனுமதிக்கலாம் என்றும் இவர்கள் கூறினார்கள். இதற்கு விரோதமாக, இந்தியர்களுக்கு மொத்தத்தில் ஒன்றும் தெரியாது என்றும், சில காங்கிரஸ்காரர்கள் மட்டும் அவசிய மில்லாத கூச்சல் போடுகிறார்களென்றும் அரசாங்க அதிகாரிகள் சொன்னார்கள். காங்கிரசின் ஆங்கிலேய ஸ்நேகிதர்கள், இந்திய ஜனங்கள் பணம் செலவு செய்யத் தயாராயிருக்கும்பட்சத்தில் அவர் களுக்கான உரிமைகளைப் பெற பார்லிமெண்டில் சண்டையிடுவோம் என உறுதி கூறினார்கள். இதை நம்பி, வருஷந்தோறும் ஆயிரக்கணக்கான ரூபாயைக் காங்கிரஸ் இங்கிலாந்துக்கு அனுப்பிவந்தது. இந்தப் பணத்திற்குப் பிரதியுபகாரமாக, இந்தியாவின் ஆங்கில ஸ்நேகிதர்கள், தம் ஓய்வு நேரங்களில் ஏதோ சில வாரப்பத்திரிகைகளை நடத்தியும், பார்லிமெண்டில் இந்தியாவைப் பற்றிச் சில கேள்விகள் எழுப்பியும் சில வருஷங்களைக் கழித்து வந்தார்கள். ஒன்றுக்கும் உதவாத சில உரிமைகள் இதனால் கிடைத்தன. ஆங்கில அதிகாரத்திற்குக் கட்டுப் பட்ட முனிசிபாலிட்டியும், வரையறுக்கப்பட்ட பேச்சு சுதந்திரமுடைய சட்டசபையும் அறிமுகப்படுத்தப்பட்டன. இந்தியா பற்றிய மாத்திரத் தில் ஆங்கிலேயர்கள் மத்தியிலே எவ்வளவு அபிப்பிராய பேதமிருந் தாலும், நமது தேசியக் கட்சியை ஒழித்துவிட வேண்டுமென்பதில் ஒத்த கருத்துடையவர்களாயிருக்கிறார்கள். இந்தியாவின் ஸ்நேகிதர்

என்று சொல்லப்படும் சர் ஹென்றி காட்டன் முதல் இந்தியாவைக் கடுமையாக ஆட்சி செய்ய வேண்டும் என்று வாதிடும் லார்ட் கர்ஜன் வரை அனைவருமே நம் தேசிய கட்சியை அழித்துவிட வேண்டுமென்பதில் உறுதியாகயிருக்கிறார்கள்.

விஜயா, 2 மார்ச் 1910

எகிப்தும் இந்தியாவும்

எகிப்தையும் இந்தியாவையும் ஒப்பிட்டு 'விஜயா' எழுதுவதாவது:

இந்தக் கொடுமையான கொலைப் பாதகத்தை இரு தேசங்களையும் சேர்ந்த தேசியவாதிகள் கண்டிப்பார்கள் என்பதில் சிறிதும் சந்தேகமில்லை. ரத்தம் சிந்தி அக்கிரமக் கொலைகள் சம்பவித்தாலன்றி ஒரு தேசம் சுதந்திரம் பெற முடியாது என்பது தெய்வ சித்தமோ, என்னவோ தெரியவில்லை.

விஜயா, 2 மார்ச் 1910

அரசாங்க அதிகாரிகளுக்குக் கிராம முன்சீபுகள் சாமான்கள் கொடுத்தல்

அரசாங்க அதிகாரிகள் விஜயம் செய்யுங்காலங்களில் கிராம முன்சீபுகள் அவர்களுக்கு மளிகைச் சாமான்களும் பிற சவுகரியங்களும் செய்து தர வேண்டும் என்ற உத்தரவை கவர்னர்—இன்—கவுன்சில் மாற்றியமைக்க வேண்டும் என்று ஒரு மசோதாவை 5 ஏப்ரல் 1910இல் கூடவுள்ள சென்னை சட்டசபைக் கூட்டத்தில் பிரேரேபிக்கவிருப்பதாக ஸ்ரீ கேசவ பிள்ளை அறிவித்துள்ளார். இதனால் கிராம மக்களுக்கு விளையக்கூடிய நன்மைகள் அரசாங்கத்திற்கு விளங்காதென்றாலும், பொது ஜனங்களுக்கு நன்கு புரியும். ஏற்கெனவே அரசாங்கத்திற்குக் கட்டப்படும் வரிகள் தாள முடியாமலிருக்கின்றன. இதோடு, கவர்னர் முதல் ரிவின்யு இன்ஸ்பெக்டர் வரை எல்லா அதிகாரிகளும் கிராமங்களுக்கு விஜயம் செய்வார்களானால், விவசாயிகளுக்கு ஏராளமான பணம் செலவழிவதன்றி வேறு பிரயோஜனம் எதுவும் ஏற்படாது. சில சமயங்களில் சப்கலெக்டர்கள் தங்கள் ஸ்நேகிதர்களை யும் உடன் அழைத்துச் செல்கின்றனர். இவர்கள் ஆசைப்படாத வஸ்து உலகத்தில் எதுவுமில்லை. கண்ணில் பட்டது எதுவானாலும், பிரயோஜனப்படுமானால் இவர்கள் கேட்கத் தயங்குவதில்லை. மறுத்தால், உடனே சப்கலெக்டர்களிடம் சொல்லி, காரியத்தைச் சாதித்துக்கொள்வார்கள். இந்த ஸ்நேகிதர்கள் வெள்ளைக்காரர்களாக இருக்கும்பட்சத்தில் கிராம ஜனங்களுக்கு அடியும் உதையும் கூடக் கிடைக்கும். ஓர் ஆங்கிலேய ஜில்லா சர்ஜன் சப்கலெக்டரோடு கிராமத்திற்குப் போக நேர்ந்தபோது, அங்கிருந்த ஒரே பசு பால் கறக்கவில்லை. கிடைத்த கொஞ்சம் பாலைக் கிராம முன்சீபு சப் கலெக்டருக்கென்று எடுத்துவைத்துவிட்டார். தனக்குப் பால் வழங்கப் படாததைக் கண்டு கோபங்கொண்ட ஆங்கிலேய சர்ஜன், முன்சீபை அழைத்துக் காரணம் கேட்டிருக்கிறார். முன்சீபு நிலைமையைச் சொல்லியிருக்கிறார். ஆனால் தம்மைக் கட்டுப்படுத்திக்கொள்ள முடியாத சர்ஜன் அவரை அடித்து, உதைத்திருக்கிறார். உதைபட்ட முன்சீபு சப்கலெக்டரிடம் புகார் சொல்லியதும், தம் ஸ்நேகிதரைப் பற்றிக் கோள் சொல்லியதற்காக சப்கலெக்டரும் அவரைக் கண்டித்திருக் கிறார். இதுபோன்ற அக்கிரமங்கள் பல இடங்களில் நடக்கின்றன. ஒரு கலெக்டருக்கே இவ்வளவு செய்ய வேண்டியுள்ளதென்றால், கவர்னரை

உபசரிப்பதற்கு என்னவெல்லாம் செய்ய வேண்டியிருக்கும் என்று கேட்க வேண்டுமா? அவர் வரும் பாதையில் வேறு வாகனம் ஓடக் கூடாது. வரவேற்புப் பந்தல்களும் தோரணங்களும் வழியெங்கும் போடப்பட வேண்டும். கவர்னர் எங்கேனும் தாமதிப்பாரானால், கிராமத்தாரெல்லாம், இரவல் வாங்கியேனும், நல்ல வஸ்திரங்களை உடுத்திக்கொண்டு, அதிக வரி செலுத்துபவரின் தலைமையில் சென்று, பெரிய புஷ்ப மாலைகளுடன் அவரை வரவேற்க வேண்டும். வைஸிராய் ரயிலில் பிராயணம் செய்வாரானால், எல்லா ஸ்டேஷன்களும் அலங்காரம் செய்யப்பட்டிருப்பதோடு, ராத்திரியில் ஒவ்வொரு தந்திக் கம்பத்திலும் ஒருவன் தீப்பந்தத்தோடு நிற்க வேண்டும். இவ்வாறு செய்ய வேண்டுமென்று எந்தச் சட்டமும் இல்லை. ஆங்கிலேய ஆட்சியின் கீழ் சென்ற நான்கைந்து வருஷங்களாக இயற்றப்பட்ட சட்டங்களையெல்லாம் ஒருவன் படிப்பானாகில் அவன் அதை ராமராஜ்யம் என்றும் தர்ம ராஜ்யம் என்றும் புகழ்வான். சட்டத்தில் என்ன சொல்லியிருந்தபோதிலும் நடைமுறை வேறாயிருக்கிறது. எனவே, சட்டத்தில் சில திருத்தங்கள் செய்தால் பிரயோஜனமுண்டாகும். கிராம அதிகாரிகள் கொடுக்க வேண்டிய சாமான்கள் பற்றிய சட்டம் திருத்தப்பெற்று, அவை கிராம ஜனங்களிடமிருந்து விலைக்கு வாங்கப்படுமானால் இப்போதைய அடக்குமுறை ஒழியும். முதலில் சாமான்களை வாங்கிய பின்பு, பில் கொடுத்துப் பணம் பெற்றுக்கொள்ளலாம் என்று அதிகாரிகளுக்கு அரசாங்கம் சொல்லுமானால், சாமான்கள் கொடுக்கும் கிராம ஜனங்களே கஷ்டப்படுவார்கள். அதிகாரிகளுக்கு முன்பணம் கொடுத்து, அதற்கு மேல் செலவு செய்யக் கூடாது என்று அதிகாரிகளுக்கு விதிக்கப்பட்டால், அநியாய வழக்கங்கள் ஒழியும். கையில் பணம் இருக்கும்போது, காசு கொடுக்காமல் சாமான்கள் தருமாறு அதிகாரிகள் கட்டாயப்படுத்தமாட்டார்கள்.

விஜயா, 3 மார்ச் 1910

சோமாலியரும் ஆங்கிலேயரும்

சோமாலிலாந்தின் ஜனங்கள் தற்பொழுது ஆங்கிலேயர்களின் பரம வைரிகளாயிருக்கிறார்கள். அவர்களுடைய தலைவர் ஹாஜி முகம்மது பெக் அப்துல்லாவின் புகழையும் அதிகாரத்தையும் கண்டு மிக்க பொறாமைகொண்ட ஆங்கிலேயர்கள் அவரது ஜனங்களுக்கு அவசியமில்லாமல் தொந்திரவு கொடுக்க ஆரம்பித்தார்கள். ஆங்கிலே யர்கள் தமது ஜனங்களை மேலும் மேலும் கொடுமைப்படுத்தி வருவதோடு தன்னையும் அகௌரவப்படுத்திவருவதைக் கண்ட சோமாலி தலைவர் கடைசியாக அவர்களுக்கு, தாம் யுத்தத்திற்குத் தயாராயிருப்பதாயும், ஆங்கிலேயர்கள் சமாதானம் பேச விரும்பி னால் அபராதம் செலுத்த வேண்டும் என்றும் ஒரு கடிதம் எழுதினார். இதனால் கோபமுற்ற ஆங்கிலேயர்கள் முல்லாவின் மீது படையை ஏவி, அதற்கு ஐம்பது லட்சம் ரூபாயும் செலவிட்டனர். ஏழை இந்தியர்களின் வரிப்பணத்திலிருந்து 50 லட்சம் ரூபாய் செலவானதே யன்றி, சோமாலி பூமியின் ஓர் அங்குலம்கூடக் கிடைக்கவில்லை. மற்றபடி பிரிட்டிஷாரின் படை பலத்திற்கு அவப்பெயரே மிஞ்சியது. இப்போது ஆங்கிலேயர்கள் சோமாலிலாந்தின் மீது படையெடுத்தது போக, ஆங்கிலேயர்களுக்கு எதிராக அந்த முல்லா படை செலுத்தா விட்டால் போதும் என்றாகிவிட்டது. சோமாலிலாந்தின் நாகரிகமற்ற ஜனங்கள் அடைந்துவந்திருக்கும் மேன்மையை, ஐயாயிரம் வருஷ நாகரிகப் பெருமையைப் பீற்றிக்கொள்ளும் இந்தியர்கள் கவனித்தல் நல்லது.

விஜயா, 5 மார்ச் 1910

இந்தியக் கப்பல்களும் ஸ்டீமர்களும்

ஆங்கிலேயர்கள் இந்த தேசத்தில் காலடி எடுத்துவைத்தது முதலே இந்தியாவின் கடல் வாணிபம் நாசமடைய ஆரம்பித்துவிட்டது. இந்த இனத்தோடு சம்பந்தம் வைத்துக்கொள்ள ஆரம்பித்த ஒரு நூற்றாண்டுக் குள், நெடுங்காலமாக நிலவி வந்த வியாபாரக் கேந்திரங்களிலிருந்து வாணிபம் ஒழிக்கப்பட்டு நாசமடைந்தன. கௌரவம் மிக்க வியாபாரக் கலங்கள் மெல்லச் சீரழியலாயின. கலம் கட்டும் தொழிலுக்குப் பெயர் போன துறைமுகங்களெல்லாம் காலப்போக்கில் மூடப்பட்டன. பிரசித்தி பெற்ற துறைமுகங்களெல்லாம் மறைந்து அவற்றின் இடத்தில் சிறு மீனவர் குப்பங்கள் தோன்றின. புராதன இந்தியாவின் கடல் வியாபார மேன்மை எந்தச் சுவடுமில்லாமல் நாசமடைந்தது. நாம் நமது புராதன மகத்துவத்தை மீண்டும் அடைய வேண்டுமானால், நாமே கலங்களை நிர்வகித்து, சுதேச வியாபாரிகள் ஆங்கிலக் கம்பெனிகளை நாடாமல் இந்தியக் கப்பல்களிலேயே தங்கள் சரக்கு களை ஏற்ற வேண்டுமென வற்புறுத்த வேண்டும். இப்படிச் செய்தோ மானால் இன்னும் கொஞ்ச நாளில் ஆங்கிலப் போர்க் கப்பல்களைத் தவிர வேறு கப்பல்கள் இந்திய சமுத்திரங்களில் பிரவேசிக்காமல் பார்த்துக்கொள்ளலாம். இது போன்ற செய்கைகள் ராஜதுரோகமாகாது என்பது அனைவர்க்கும் தெரிந்த உண்மை. நமது தூத்துக்குடி சுதேசிக் கப்பல் கம்பெனி இதைத்தான் செய்யப் பிரயத்தனப்பட்டு வருகிறது.

விஜயா, 9 மார்ச் 1910

அராஜகத்தை ஒடுக்குவது எப்படி?

இந்தியாவில் தோன்றியுள்ள அராஜகத்தை ஒடுக்குவதற்கு ஆங்கிலப் பத்திரிகைகளும், பிரிட்டிஷ் அரசாங்கமும், சுதேச சமஸ்தானாதிபதிகளும், ராஜவிசுவாசிகளும் பலவித உபாயங்களைக் கூறிவருகின்றனர். சுதேசப் பத்திரிகைகளையும் அச்சகங்களையும் ஒழித்து, சுதேசியம், வர்ஜனம், தேசியக் கல்வி ஆகிய சுதேசப் பிரயத்தனங்களையும் ஒடுக்குவதோடு, இவற்றில் ஈடுபடும் தேசாபிமானிகளையும் நிர்வாசம் செய்துவிடவேண்டுமென்று ஆங்கிலப் பத்திரிகைகளும், ஆங்கிலேயத் தொழிற்சங்கங்களும் கூறுகின்றன. பீரங்கி வாயில் வைத்துச் சுட்டோ, தூக்கிலிட்டோ இவர்களை ஒழித்துவிட வேண்டுமென்று வேறு சிலர் கூறுகின்றனர். இந்த வர்க்கத்தினரின் விவேகம், காருண்யம் ஆகியன பற்றி நாம் ஒன்றும் சொல்ல வேண்டியதில்லை. அரசாங்கம் உண்டாக்கிவரும் தொந்திரவுகளுக்கும், ஜனங்களின்மீது சுமத்தப்பட்டிருக்கும் ராஜீய கட்டுபாடுகளுக்கும் இவர்களே காரணம். கொடூரமான, அநீதியான காரியங்களில் ஈடுபட்டுவரும் இவர்களுக்கு அரசாங்கம் விருதுகளிளித்திருப்பதோடு, தேச நன்மைக்கு மாறாகப் பல சலுகைகளையும் கொடுத்திருக்கிறது. இந்த வர்க்கத்தினருக்கும் ஜனங்களுக்குமிடையே ஏற்பட்ட தகராறுகளில், அரசாங்க அதிகாரிகள் இவர்களுக்குச் சாதகமாகவே பாரபட்சமாகத் தீர்மானித்துவந்துள்ளனர். தோட்ட முதலாளி ஆணி அடித்த ஷூவினால் கூலியாளை நெஞ்சில் உதைத்துக் கொன்ற ஒவ்வொரு வழக்கிலும், கூலியாள் நெஞ்சு வலியினாலேதான் மடிந்து போனான் என்று குற்றவாளிகள் விடுவிக்கப்பட்டுள்ளனர். ஆங்கிலேய சிப்பாய்களும் தோட்ட முதலாளிகளும் ஆடு கோழிகள் திருடுவதற்காக ஊருக்குள் நுழைந்து, கிராமத்தாரோடும் கூலியாள்களோடும் சண்டை பிடித்து, அவர்களில் சிலரைக் கொன்றபோதெல்லாம், இவர்கள் பறவைகளைச் சுடும்போது கைத்தவறுதலாகவோ, குடிபோதையிலோ மனிதர்கள் இறந்துவிட்டார்கள் என்று சாக்கு கூறி விடுவிக்கப்பட்டுள்ளனர்; சில சமயங்களில் 2 அல்லது 3 ரூபாய் அபராதம் விதிக்கப்பட்டுள்ளது. வழக்குக் கொஞ்சம் ஆபத்தானது என்று தோன்றும் சில சமயங்களில், ஜனங்களைச் சுட்டுக் கொன்ற வெள்ளைக்காரன் பைத்தியம் பிடித்துவிட்டது என்று ஆஸ்பத்திரியில் சேர்ந்து கொஞ்ச காலம் சகலவிதமான சௌகரியங்களையும் அனுபவிக்கிறான்.

சுதேச ஸ்திரீகள் கற்பழிக்கப்பட்ட வழக்குகளில் அவர்கள் வியபசாரிகள் என்று கூறி வழக்குகள் தள்ளுபடி செய்யப்படுகின்றன; இதனால் பல ஸ்திரீகள் தற்கொலை செய்துகொண்டுள்ளனர். இப்படியிருக்க இந்த வர்க்கத்தினர் அரசாங்கத்திற்கு மிகவும் நன்றி பாராட்டி இதுபோன்ற அரிய நற்போதனை செய்வது மிக்க நியாயமானதே.

இந்தியாவுக்குத் தனி உரிமை வழங்க முடியாது; இந்தியாவின் செல்வமும் ஜனங்களின் பிராணனும் இறைவனால் தங்களுக்கு வழங்கப்பட்டுள்ளது; ஜனங்களிடையே வித்தியாசங்களை எவ்வளவு முடியுமோ அவ்வளவு உருவாக்கி, ஜன ஐக்கியத்தைக் குலைத்து, பிரித்தாளும் சூழ்ச்சியைக் கையாள்வது — இதுவே பிரிட்டிஷ் அரசாங்கத்தின் எண்ணம்.

எனவே, இதற்கு விரோதமாகக் காரியமாற்றும் இந்தியர்களும் பத்திரிகைகளும் ராஜதுரோகிகளாகிவிடுகின்றனர். இங்கிலாந்திலுள்ள இந்தியா ஆபீஸின் செலவினங்களுக்கும், ராணுவச் செலவுகளுக்கும், இன்ன பிற செலவுகளுக்கும் வருஷந்தோறும் இந்தியாவிலிருந்து செல்வம் உறிஞ்சப்படுவதைப் பற்றிப் பேசினால் அது ராஜதுரோகம். உயர் பதவிகளெல்லாம் சுதேசிகளுக்குக் கொடுக்காமல், ஆங்கிலேயர்களுக்கே கொடுக்கிறார்கள் என்று சொன்னால் அது ராஜதுரோகம் மற்றும் இனத் துவேஷத்தை வளர்ப்பதாகும். ஓர் ஆங்கிலேய தோட்ட முதலாளி சில கூலிகளை அடித்துக் கொன்றான் என்றோ, சில கூலிப் பெண்களை மானபங்கப்படுத்தினான் என்றோ சொல்வதும் ராஜ துரோகமாகும்; இனத் துவேஷத்தை வளர்ப்பதாகும். உணவில்லாமல், பசி பட்டினி வியாதியால் இந்திய ஜனங்கள் மடிகிறார்கள் என்று சொல்வதும் ராஜதுரோகமாகும். தங்க, வெள்ளி நாணயங்களுக்குப் பதிலாகக் காகிதப் பணம் கொடுக்கப்படுகிறது என்று சொல்வதும் குற்றம். இதைப் பற்றியெல்லாம் பேசுவது ராஜதுரோகமாகும். உடலை பலப்படுத்துவதற்காக சரீர அப்பியாசங்கள் செய்தால், புரட்சியிலும் ராஜதுரோகத்திலும் ஈடுபடுவதாக வழக்குகள் போடப்படும். பலர் கூடியுள்ள கடைத்தெருவில், எனக்கு விதேசித் துணி வேண்டாம், சுதேச வஸ்திரமே வேண்டுமென்று கடைக்காரனிடம் சொல்வது ராஜதுரோகமும் இனத்துவேஷத்தை வளர்ப்பதுமாகும். "இன்று எனது பாட்டனாரின் திவசம்; மாட்டு எலும்பாலும் ரத்தத்தாலும் தீட்டுப்படாத சுதேசிச் சக்கரை கொடு" என்று கடைக்காரனிடம் கூறுவதும் குற்றமாகும். தெய்வ சந்நிதியில் நின்றுகொண்டு, எனக்கு வளமும் சுபிட்சமும் தருக, வந்தே மாதரம் என்று கூறுபவன் நாசமாய்ப்போக! தேசநலன் பற்றி ஒரு ஸ்திரீ பேசினால் அவளது புருஷன் உடனே அவளைப் போலீசில் பிடித்துக்கொடுத்துவிட வேண்டும். அப்போதுதான் அவன் ராஜவிசுவாசி. மகன் தகப்பனையும், மனைவி புருஷனையும் காட்டிக் கொடுக்க வேண்டும். அப்போதுதான் இந்திய ஜனங்கள் விசுவாசிகளாவார்கள். இந்தப் பெருமையைப் பெறுவதற்காகவே பாரத மாதாவின் அரிய புத்திரராகிய ஸ்ரீ

விரேந்திரநாத சட்டோபாத்தியாயரைப் பற்றி அவரது சகோதரி ஸ்ரீமதி சரோஜினி நாயுடு தப்பாகப் பேசி, சகோதர சம்பந்தத்தையும் திரஸ்கரித்தார். வட ஆர்க்காடு ஜில்லா மருத்துவ அதிகாரி போல் கையை உடைத்து, காதைக் கடித்து, காலை உதைத்தாலும், ஜில்லா அதிகாரிகள் மௌனமாக இதையெல்லாம் சகித்துக்கொள்ள வேண்டும். சிறிது விரோதம் காட்டினாலும் அது ராஜதுரோகமாகும். வெள்ளைப் பாதிரிகள் கிராமங்களில் பிரவேசித்து என்ன பேசினாலும், எதுவும் சொல்லக்கூடாது; ஏனெனில் அவர்கள் வெள்ளையர்கள்; அரசாங்க மும் வெள்ளையருடையது. ஜனங்களில் யாரும் சந்நியாசம் மேற் கொள்ளக் கூடாது; ஏனெனில் ஒரு இருநூறு வருஷங்களுக்கு முன்பு சில சந்நியாசிகள் 'ஆனந்த மடம்' அமைத்து, வாரென் ஹேஸ்டிங்ஸ் காலத்தில் ஆங்கிலேய அரசாங்கத்தின் ஸ்திரத் தன்மையை அசைத்துப் பார்த்தார்கள். ஓர் இந்தியன் தன் ஊரை விட்டுத் தீர்த்த யாத்திரை மேற்கொண்டாலும், அவன் வெடிகுண்டு வீசவே சென்றான் என்று சொல்லி அவன் கைது செய்யப்பட்டுச் சிறையிலடைக்கப்படுவான். 'ஹரி ஓம் நமசிவாய' முதலானவற்றைப் போதிக்கும் சுதேசப் பள்ளி களே இருக்கக் கூடாது. அங்குதான் ராஜதுரோகம் போதிக்கப்படு கின்றது. யாரும் பகவத் கீதை படிக்கக் கூடாது. ஹரிகதா காலட் சேபங்கள் கூடாது. பத்திரிகைகளே கூடாது. அரசாங்கம் விதிக்கும் வரிகளையும், அரசாங்க அதிகாரிகள், ஆங்கிலேய வியாபாரிகள், பாதிரிகள் இவர்களின் அக்கிரமங்களையும் சகித்துக்கொள்ள வேண்டும். சுதேசியம் பேசக் கூடாது. சுதேச அரசர்களும் பிரமுகர்களும், தேசாபிமானிகளையும் தேச விசுவாசமிக்கவர்களையும் ஒப்படைக்கக் கடமைப்பட்டவர்கள். இதற்குப் பிரதியுபகாரமாக, 26 ஆங்கில அட்சரங்களில் சிலவற்றை அவர்கள் சிறிது காலம் தங்கள் கழுத்தில் தொங்கவிட்டுக்கொள்ள அனுமதிக்கப்படுவார்கள். இவ்வாறு செய்ய விரும்பாதவர்கள் பிரிட்டிஷ் மன்னரின் சத்துருக்கள். சுதேச தர்ம ஸ்தாபனங்களுக்கும் கல்லூரிகளுக்கும் பண உதவி செய்வோரையெல் லாம் நாடு கடத்திவிட வேண்டும். ஏனெனில் இப்படி செய்வதுகூடப் புரட்சி செய்வதாகும்.

தங்கள் சலுகைகளும் பட்டங்களும் பறிபோய்விடுமோ என்று பயந்து சுதேச மன்னர்கள் எல்லாவிடங்களிலும் அதிகாரிகளுக்கு ஒத்து ஊதுகின்றனர். பிரிட்டிஷ் பிரதேசத்திற்குள் பிரவேசிக்க இரண்டொரு பத்திரிகைகளுக்குத் தடை விதித்தால், இவர்கள் 200 பத்திரிகைகளைத் தடை செய்கிறார்கள்; ஒருவரோ இருவரோ ராஜதுரோகக் குற்றம் சாட்டப்பட்டால், சுதேச மன்னர்கள் 200 — 300 பேர் மீது நடவடிக்கை எடுக்கிறார்கள். இவர்களைக் குறை சொல்லிப் பிரயோஜனமில்லை. இவர்கள் ஸ்திதி பரிதாபமானது. சாதாரண ஜனங்களின்மீது குற்றஞ் சுமத்தினால், போலீஸ் விசாரணையாவது உண்டு. சுதேச அரசர்கள் விஷயத்தில் கடவுளே துணை. ரெசிடெண்டு நினைத்தால், சில வருஷங்களுக்கு முன்பு மணிப்பூர் அரசரை அனுப்பிவைத்தது போல், சுதேச அரசர்களை

யெல்லாம் யமலோகத்திற்கு அனுப்பலாம். இவர்கள் போன பிறகு, சுதேச கனவான்கள், அதிகாரிகள், பட்டம் வாங்கியவர்கள் மற்றுஞ் சிலரே மிஞ்சியிருப்பார்கள். இவர்களில் பலர் மாரீசனின் சகோதரர்கள். உண்மையான விசுவாசிகளல்லர். அரசாங்கத்தைக் கடுமையாக வெறுத்தாலும், இவர்கள் சுய மோகத்தால் ஒற்றர்களாகச் செயல்பட்டு, தம் ஜீவனத்திற்காக ஜனங்களைப் பற்றி அரசாங்கத்திற்குக் கோள் சொல்லும் இழிவான பாவிகள்; வேறு சிலர் பணத்தாசை கொண்டு வியபசாரம் செய்யும் வேசிகள் போல அரசாங்க சேவகம் புரிகின்றனர். இவர்களெல்லாம் தம் உண்மை உணர்ச்சிகளை மறைத்து, விசுவாசத்தை வெளிக்குக் காட்டுகின்றனர். இவர்களும்கூட சுதேச பிரயத்தனங்களே அவிசுவாசத்திற்குக் காரணம் என்று கூறுகின்றனர். தம் சகோதரர்களுக்கு விரோதமாகப் பொய் சாட்சி சொல்லவும் முன்வருகிறார்கள். சுதேச விவகாரங்கள் பற்றிப் பேசும் தேசாபிமானிகள், பத்திரிகைகள், அச்சகங்கள் மற்றும் சமாஜங்கள் நாசமடைய இவர்களே உதவி செய்கிறார்கள். இவை போன்ற பிரயத்தனங்களால் அராஜகத்தை ஒழிக்க முடியாது. உடைப்பிலிருந்து ஏரி பாதுகாக்கப்பட வேண்டுமானால் நீர் வெளியேறக் கலிங்கல் வேண்டும். இருக்கின்ற தண்ணீரையெல்லாம் வெளியேறவிடாமல் சேமிக்க விரும்பும் இஞ்சினியர் கலிங்கல் வழியாக நீர் வெளியேறுவதைத் தடுத்தால் என்ன நடக்குமோ, அதே அளவு நன்மைதான் ஜனங்களின் மனதில் புதிதாகத் தோன்றியுள்ள உணர்ச்சியை அரசாங்கம் அடக்க முயன்றாலும் விளையும். ஜனங்களின் சுகதுக்கங்களைக் கவனிக்காமல், சுய நன்மையை மட்டுமே கருதி அரசாங்கம் நிர்வாகம் செய்ததாலேயே பிரிட்டிஷ் மன்னரை நேசித்து வந்த ஜனங்களெல்லாம் இன்று அவரை வெறுக்கின்றனர். அப்போதும் அரசாங்கம் திருந்தாததனாலேயே மன்னரை வெறுத்தவர்கள் அராஜகவாதிகளாயினர். சென்ற சட்டசபை கூட்டத்தில் பேசிய லார்டு மிண்டோவும்கூட இதை ஒப்புக்கொண்டார். ஒன்பது வங்காளத் தலைவர்களை விடுவித்தது பற்றிப் பேசியபோது, அவர் கூறியதாவது: "மன்னரை வெறுத்ததாலேயே அரசாங்கம் இவர்களைக் கைது செய்தது. இப்போது அராஜகவாதிகள் கிளம்பிவிட்டதால், அவர்களைக் கைது செய்யும் பொருட்டு இவர்களை விடுவிக்கிறோம்." இந்த லக்ஷியம் எந்த அளவுக்கு ஈடேறும் என்பது கடவுளுக்கே வெளிச்சம்.

அராஜகத்தை உண்மையிலேயே ஒழிக்க வேண்டுமானால், அரசாங்கம் கீழ்க்காணும் மார்க்கங்களில் செயல்பட்டால் ஒருவேளை வெற்றி பெறலாம்.

சுதேசி இயக்கத்தை விருத்தி செய்தல்; அதாவது ஜனங்களிடையே தோன்றியுள்ள சுதேசி வியாபாரத்தை வளர்த்தல்; அந்நிய வஸ்துக்களைப் புறக்கணிக்குமாறு செய்தல்; தேசியக் கல்வியை அபிவிருத்தி செய்தல்; உடலை பலப்படுத்தவும் தேச பாதுகாப்புக்காகவும் சரீர அப்பியாசம், ராணுவப் பயிற்சி முதலானவைகளை வளர்த்தல்; விழாக் காலங்களிலும், பஞ்சம், கொள்ளை, தீ, வெள்ளம் முதலான

ஆபத்துக் காலங்களிலும் ஜனங்களுக்கு உதவும்பொருட்டு தேசியத் தொண்டர் சமாஜங்களைத் தோற்றுவித்து, ஆதரித்தல்; ராஜீய விஞ்ஞானம், ராஜீயப் பொருளாதாரம், சட்டம் முதலான நிர்வாகத் திற்கு அவசியமான ஞானங்களில் பரீக்ஷைகளை இந்தியாவிலேயே ஏற்படுத்துதல்; இந்தப் பரீக்ஷைகளில் ஜயிக்கும் சுதேச மாணவர்களை இன, மத, ஜாதி வித்தியாசம் பாராட்டாமலும், சம்பளம் முதலானவற் றில் ஏற்றத்தாழ்வு இல்லாமலும், அவர்களின் கல்வி யோக்யதையைக் கருத்தில் கொண்டு எல்லா அதிகாரங்களுடனும் கூடிய உயர் பதவிகளைக் கொடுத்து, எஞ்சியுள்ள பதவிகளை மட்டுமே அந்நியர் களுக்குக் கொடுத்தல்; வைஸிராய் மற்றும் படைத் தளபதி தவிர்த்த பிற எல்லாப் பதவிகளையும் உரிய யோக்யதையுடைய சுதேசிகளுக்கே அளித்தல்; சட்டங்களையும் விதிகளையும் இயற்றி, இந்தியாவின் வரவுசெலவுகளை நிர்வகிக்கும் பிரதிநிதித்துவ சபைகளை, இன, மத வித்தியாசமில்லாமல், ஜன விகிதாசாரப்படி மட்டுமே ஸ்தாபித்து, அவற்றின் தீர்மானப்படி நடத்தல்; இந்தத் தீர்மானங்களைப் பிரிவி கவுன்சில் ஆலோசனை பெற்று மன்னர் மட்டுமே நிறுத்தவோ, மாற்றவோ முடிய வேண்டும்; பிரிவி கவுன்சிலில் ஓர் அங்கத்தவர் இந்தியப் பார்லிமெண்டிலிருந்து நியமிக்கப்பட வேண்டும்; அந்தக் கவுன்சில் ஒரு காலனி காரியதரிசியோடு சேர்க்கப்பட்டிருத்தல்; இந்தியாவின் வைஸிராய் ராஜ குடும்பத்தைச் சேர்ந்தவராகவோ, சுதேச அரசர்களுக்குச் சமமான அந்தஸ்துடைய பிரபுக் குலத்தவ ராகவோ இருத்தல். இதுபோன்ற உரிமைகள் கொடுத்து நிஜமான அனுதாப உள்ளத்தோடு இந்தியாவை ஆட்சிபுரிய பிரயத் தனம் செய்து, அழும் குழந்தைக்கு வாழைப்பழம் கொடுப்பது போல் தேசத்தைத் தந்திரமாக ஆள்வதற்காகப் போலிச் சீர்திருத்தங்களையும் உரிமைகளையும் கொடுத்துப் பிரித்தாள்வதை விடுத்து, உள் பிரிவினை களை சிருஷ்டிக்காமலிருந்தாலேயொழிய அராஜகத்தை ஒழிக்க முடியாது. இப்படியில்லாமல் அராஜகத்தை அடக்கப் பார்த்தால், அரசாங்கத்திற்கும் ஜனங்களுக்கும் கஷ்டங்களும் நஷ்டங்களும் ஏற்படுவது நிச்சயம்.

— சுதந்திரானந்தா

விஜயா, 11 மார்ச் 1910
இந்தியா, 19 மார்ச் 1910

ஆங்கில அரசாங்கமும் அதன் ஆங்கில விமர்சகர்களும்

புதிய பத்திரிகைச் சட்டத்தை இந்தியக் கவுன்சில் அங்கீகரித்த பொழுது, ஆங்கிலேயப் பத்திரிகைகளின் பிதற்றல்களையும் அரசாங்கம் கட்டுப்படுத்துமென்று ஸ்ரீ கோகலே முதலானோர் நம்பினார்கள். அவர்கள் தங்கள் இனத்தவர் என்பதைக் கருதாமல், சட்டப்படி அரசாங்கம் அவற்றைத் தண்டிக்கும் என்றும் நினைத்தார்கள். ஆங்கிலேயர்கள் தங்களுக்குள் சண்டையிட்டுக்கொண்டு அநீதி இழைத்தாலும் அவற்றையெல்லாம் இந்தியர்களின் முன்பு வெளிக் காட்டுவதில்லை. இந்திய அரசாங்கத்தின் எண்ணமும் அதேதான். 'சென்னை டைம்ஸ்', கல்கத்தாவின் 'இங்கிலீஷ்மன்', பம்பாயின் 'டைம்ஸ் ஆப் இந்தியா', லாஹுரின் 'சிவில் அண்டு மிலிட்டெரி கெஜட்', அலகாபாதின் 'பயனீர்' — இவையெல்லாம் அரசாங்கத்திடம் ஸ்நேகிதமாய் உள்ளன. இவற்றில் ஏதாவது ஒரு பத்திரிகை அரசாங் கத்தைப் பற்றி அவதூறாக எழுதினால், அதன் பத்திராதிபர் ஆளும் ஜாதியின் 'க்ளப்'பிற்கோ, அரசாங்க கிருகத்திற்கோ அழைக்கப்பட்டு, உபதேசம் செய்யப்பட்டு அனுப்பப்பட்டுவிடுவார்; இந்தியர்களைப் போல் கோர்ட்டுக்கு இழுத்து அவமானப்படுத்தப்பட மாட்டார்கள். இதற்கும் மசியாமல், பிடிவாதமாக இருந்தால், 'துஷ்டனை விட்டுத் தூர விலகு' என்று விட்டுவிடுவார்கள்.

இதையெல்லாம் ஆங்கிலேய அரசாங்கத்தின் குற்றமாகப் பாவிக்கக் கூடாது; இவை அதன் சுபாவமேயாகும். ஆங்கிலேயர்களைத் தாயைப் போலவும், இந்தியர்களை மாற்றாந்தாய் போலவும் நடத்துவது ஆங்கில அரசாங்கத்தின் கடமையேயாகும். மேலும், ஆங்கிலேயர்கள் இந்திய அரசாங்கத்தை வெறுத்தாலும், இவ்வரசாங்கம் என்றென் றைக்கும் நீடிக்க வேண்டும் என்றே தம் உள்ளத்துக்குள் நினைப்பார்கள். இந்தியர்கள் எவ்வளவுதான் ராஜவிசுவாசமாக இருந்தாலும், இந்தியா வில் ஆங்கில அரசாங்கமே என்றென்றைக்கும் நீடிக்க வேண்டும் என்று இஷ்டப்படமாட்டார்கள். இப்போதைக்கு ஆங்கிலேயர்கள் இந்தியாவில் இருக்க வேண்டும் என்று நினைத்தாலும், இந்தியா எப்போதுமே ஆங்கிலேயருக்கு அடிமைப்பட்டுக் கிடக்க வேண்டும் என்று அவர்கள் உண்மையில் விரும்பமாட்டார்கள்.

மனிதப் பிறவி எடுப்பதே உயர்நிலை அடைவதற்காகத்தான்; இந்தியாவிலுள்ள ஒவ்வொருவனும் என்றேனும் ஒருநாள் இந்தியா சுயாதீனம் பெறுமென்று கருதுவானேயொழிய, எப்பொழுதும் ஆங்கிலேயருக்கு தேசம் அடிமைப்பட்டுக் கிடக்கும் என்று சொல்லமாட்டான். எவ்வளவுதான் ராஜவிசுவாசியாக இருந்தாலும் இவ்விஷயத்தில் மட்டும் கண்டிப்பாக இருப்பான். ஆங்கிலேயரிலும்கூடப் பலர் இதை மறுக்க மாட்டார்கள். 'இப்போதில்லையென்றாலும்கூட இந்தியா என்றேனும் ஒருநாள் ஸ்வராஜ்யம் பெற்றுத் தீரும்' என்று சொல்வார்கள். எல்லா ஆங்கிலேயரும் இதை உண்மையில் உணராவிட்டாலும், வெளியிலாவது இப்படிச் சொல்வார்கள். வேறு சிலர் இந்தியா கட்டாயம் ஸ்வராஜ்யம் பெற்றே தீரும் என்று அறிந்தபோதும், தம் ஜீவிய காலம் வரை இந்தியா அடிமைப்பட்டுக் கிடந்தால் போதும் என்ற எண்ணத்தில் இக்கூற்றைச் சொல்வார்கள். எப்படியிருந்தாலும், இப்போதைய இந்திய அரசாங்கத்திடம் எந்த ஆங்கிலேயனும் பகைமை பாராட்ட மாட்டான் என்பது மெத்தவும் உண்மை. ஆகவேதான், ஆங்கிலோ—இந்தியப் பத்திராதிபர்களோ, பிற ஆங்கிலேயர்களோ அரசாங்கத்தைப் பற்றி என்ன சொன்னபோதிலும், அது ஆங்கில விரோதமோ, அவிசுவாசமோ ஆகாது. 'சென்னை டைம்ஸ்', கவர்னர் ஜெனரல் வீரமில்லாத கோழை என்றும், சட்டங்களைக் கடுமையாக அமல்படுத்துவதில்லை என்றும், வீண் பயத்தாலேயே விபின் சந்திர பாலரின் மீது சென்னை அரசாங்கம் வழக்குத் தொடுக்கவில்லை என்றும் எத்தனையோ விதங்களில் அரசாங்கத்தைக் கண்டித்தபோதிலும் இந்தப் பத்திரிகைமீது யாதொரு நடவடிக்கையும் எடுக்கப்படவில்லை. அதனுடைய குரல் எவ்வளவுதான் கடுமையாக இருந்தாலும், இப்போதுள்ள அரசாங்கத்திற்கு ஹானி ஏற்படும் காரியத்தைச் செய்ய மனதில் நினையாது. இப்படிப்பட்ட ஒற்றுமை நிலவுவதாலேயே, ஸ்ரீமான் வ.உ. சிதம்பரம் பிள்ளைக்குத் தண்டனை வழங்கிய செஷன்ஸ் ஜட்ஜ் பின்ஹே, சாதாரண ஆங்கிலேயர்களை இந்தியர்கள் வெறுக்கத் தலைப்பட்டாலும் அது அரசாங்கத்தை வெறுப்பதாகவே கருத வேண்டும் என்று தம் தீர்ப்பில் கூறியிருக்கிறார்.

ஓர் ஹிந்து யுவனை ஆதரித்து ஸ்ரீமதி ஆனி பிஜாண்ட் எழுதியதாகச் சொல்லப்படும் கடிதத்தில், அவள் எவ்வளவுதான் ஆங்கில அதிகாரிகளைக் கடுமையாக எழுதினபோதும் அரசாங்கம் எந்த நடவடிக்கையும் எடுக்கவில்லை. வழக்குத் தொடுக்கப்படும் என்று தேவையற்ற களேபரம் உண்டாக்கப்பட்டதானாலும் கடைசியில், ஸ்ரீமதி பிஜாண்ட் எழுதிய விளக்கக் கடிதமே போதுமானது என்றும் வழக்குப் போடும் பிரயத்தனங்கள் கைவிடப்பட்டுவிட்டன என்றும் தகவல் வந்துள்ளது. இதில் ஆச்சரியமடைய ஒன்றுமில்லை. ஸ்ரீமதி ஆனி பிஜாண்ட் ஓர் ஆங்கில மாது அல்லவா? சில சமயங்களில் அவள் சினமுற்று, கடும் வார்த்தைகளைப் பிரயோகித்தாலும் அதைப் பெரிதுபடுத்தி, அவள்மீது அவசியமில்லாமல் நடவடிக்கைகள் எடுப்பதில்லை. அவளது உண்மை

நோக்கம் தெரிந்ததுதானே? அவசியமில்லாமல் நடவடிக்கை எடுப்பானேன்!

ஆங்கிலேயர்களுக்கு எந்தத் தீங்கு ஏற்படுவதையும் பார்க்க ஸ்ரீமதி ஆனி பிஜாண்ட் சகிக்க மாட்டாள் என்பது பிரசித்தம். இப்படியிருக்க, அவளை அவசியமில்லாமல் கோர்ட்டுக்கு இழுத்தடித்துத் தொந்திரவு செய்வானேன். இந்தியர்களை அவ்வாறு லேசில் விட்டுவிடுவதில்லை என்று சொல்வது சரியல்ல. இந்தியர்களுக்கும் ஆங்கிலேயர்களுக்கும் அவர்களது ஜனனத்திலேயே வித்தியாசமுண்டு. எல்லா விஷயங்களிலும் அவர்களது நோக்கங்களும் வேறானவை. இப்போது சில விவகாரங்களில் இணக்கம் இருந்தாலும், அது ரொம்ப காலத்திற்கு நீடிக்கும் என்று நம்பக் காரணமில்லை. ஆங்கிலேயர்களுக்குத் துன்பம் நேர்கையில், ராஜவிசுவாசிகளான இந்தியர்கள் அதற்காக வருந்துவார்கள் என்று கருதவும் முகாந்தரமில்லை. ஐரோப்பாவில் எத்தனையோ தேசங்கள் உள்ளன; அவற்றில் ஒன்றுக்குத் தீங்கு நேருமானால் இந்தியர்கள் அதற்காகக் கஷ்டப்படுவார்களா? இப்படியிருக்க, தங்களை ஆட்சி செய்யும் ஆங்கிலேயர்களிடம் மட்டும் காரணமில்லாமல் ஸ்நேகம் பாராட்டுவார்கள் என்று எண்ண வேண்டியதில்லை.

இதையெல்லாம் தெரிந்ததனால்தான் ஆங்கிலேய அரசாங்கம் லேசாக விமர்சனம் செய்யும் இந்தியர்களுக்கு அதிக தண்டனையும், கடுமையாக விமர்சிக்கும் ஆங்கிலேயர்களுக்கு லேசான தண்டனையும் விதிக்கின்றது. இதில் எந்தத் தவறும் இல்லையென்றே நாம் கருதுகிறோம்.

மேற்கண்ட நம் கூற்றை கீழ்க்கண்ட விஷயம் உறுதிப்படுத்துகின்றது. சென்னை சட்டசபையில் ஸ்ரீ சேஷகிரி அய்யங்கார் கேட்ட இரு கேள்விகளுக்கு — 'சென்னை டைம்ஸ்'இல் பிரசுரமான சில வியாசங்களை அரசாங்கம் கவனித்ததா? ஆமெனில் என்ன நடவடிக்கை எடுக்க உத்தேசிக்கப்பட்டுள்ளது—அரசாங்கம் தந்த பதில்கள் வருமாறு:

முதல் கேள்விக்கு : ஆம். அவை கவனத்திற்கு வந்துள்ளன.

இரண்டாம் கேள்விக்கு : அந்த வியாசங்கள் ஆட்சேபகரமானவை என்று பத்திராதிபருக்குத் தெரிவிக்கப்பட்டுள்ளது; வேறு நடவடிக்கை எடுக்கப்படமாட்டாது.

இந்தக் கேள்வி பதில்கள் சென்ற சனிக்கிழமைதான் கொடுக்கப்பட்டன.

விஜயா, 14 மார்ச் 1910

நாசிகைப் படுகொலை

கொலை என்பது வெறுக்கத்தக்க காரியமாகும்; நிராயுதபாணி களான நாம் அவ்வார்த்தையைக் கேட்ட மாத்திரத்திலேயே நடுக்குறு கிறோம். அங்குமிங்கும் சிதறியுள்ள சில அராஜகர்கள் இத்தகைய காரியங்களில் ஈடுபடுகின்றனர். பதினைந்து வயதுக்கு மேற்பட்ட மாணவர்களெல்லாம், பள்ளிக்கூடங்களிலும் விளையாட்டு மைதானங் களிலும் வீட்டிலுமாக நேரங்கிடைக்கும்பொழுதெல்லாம் அரசாங்கத் தின் சீர்கெட்ட நிலைமை பற்றிப் பேசுகின்றனர். கடந்த ஐந்து வருஷங்களாக நமது தேசத்தில் தோன்றியுள்ள இயக்கத்தின் காரண மாக இந்தச் சிறார்களின் பேச்சு ஜாஸ்தியாகியுள்ளது. இப்போதுள்ள ஆட்சியாளர்களுக்குப் பிறகு ராஜாங்கத்தின் அநீதியான நடவடிக்கை களை இந்தத் தலைமுறை தடுக்கப் போகிறார்களாதலால், ராஜாங்க விவகாரங்களில் பயிற்சி தருவது பிறகாலத்துக்கு மிக்க உபயோகமாய் இருக்கும். ராஜாங்க விவகாரங்களில் கவனம் செலுத்திய ஒரு சிறுவன், மனத்துயருற்று, தன் ஆத்திரத்தை அடக்க முடியாமல், இக்கொடுஞ் செயலைச் செய்துள்ளான் என்பது தெளிவு. இச்செய்கைக்குக் காரணம் யாது? வில்லியம்ஸ் என்றொரு ஐரோப்பியன் தன் மோட்டார் காரை இடித்து ஒரு வண்டிக்காரனைக் கொன்றுவிட்டான். இவ்வழக்கை விசாரித்த ஜாக்சன் என்பவன் இம்மரணம் சம்பவித்தது ஒரு விபத்து எனத் தீர்மானித்துவிட்டான். இதுபோன்ற ஒரு மரணம் ஓர் இந்திய னால் ஒரு வெள்ளைக்காரனுக்குச் சம்பவித்திருந்தால் மறுதினமே அவன் தூக்கிலிடப்பட்டிருக்க மாட்டானா? இது போதாதென்று சாவர்க்கருக்கும் தீபாந்தர தண்டனை விதிக்கப்பட்டுள்ளது. நீதித் துறை பாரபட்சமில்லாமல் இருக்கும்வரை மட்டுமே அரசாங்கத்தின் மீது ஜனங்களுக்கு நம்பிக்கை இருக்கும். 'விநாச காலே விபரீத புத்தி' என்றவாறு, இந்நம்பிக்கை அழிந்ததும் அரசாங்கமும் நாசமடையும். இந்தியருக்கும் வெள்ளையருக்கும் ஒரே சட்டம் இருக்கையில், வித்தியாசம் பாராட்டினால் அது நீதி பரிபாலனம் செய்பவரின் குற்றமேயாகும். நீதித் துறையின் பிரதிநிதிகள் என்று தம்மை முன்னி றுத்திக்கொள்ளும்வரை அவர்கள் தங்கள் மனசாட்சிக்கு விரோதமாக நடந்துகொள்ளக் கூடாது. இவர்கள் செய்யும் பிழைகளுக்கு அரசாங் கம் பொறுப்பேற்க வேண்டியுள்ளது; அதனால் அரசாங்கம் கடும்

அடக்குமுறையைப் பின்பற்றுவதாக தேசமெங்கும் கூக்குரல் எழுகிறது. அரசாங்கத்தின் செய்கைகளைப் பார்க்க, பாரபட்சமான நீதி வழங்கு மாறு அதிகாரிகளுக்கு உத்தரவிடப்பட்டுள்ளது என்றே நாம் தைரிய மாகக் கூறுவோம்.

இதுவரை நடந்துள்ள விசாரணையைப் பற்றிக் கேள்விப்படுவது என்னவென்றால், குற்றஞ்சாட்டப்பட்ட இருவரின் கால்களையும் கட்டி, ஒவ்வொரு தோளின்மீது ஒருவர் அமர்ந்துகொண்டு, தம் முஷ்டியால் முதுகிலும் மார்பிலும் அடித்துள்ளனர். இந்தச் சித்ரவதை களின் விளைவு என்ன? இவ்வாறு சித்ரவதை செய்யப்பட்டவர்கள் இரண்டு போலீஸ் அதிகாரிகளைச் சுட்டிக்காட்டினர். இதுபோன்ற வாக்குமூலத்தைப் பெறுவதற்குப் போலீஸாருக்கு உள்ள ஒரே உபாயம் இதுதான் போலும். இதுதான் இன்றைய போலீஸ் நிர்வாகம்! பிறரின் தூண்டிதலின்பேரில் நடப்பது எவ்வளவு காலம் நீடிக்கும்? இது இயற்கைக்கு மாறானதல்லவா? போலீஸ் நிர்ப்பந்தத்தினால் ஆரம்பத்தில் பொய் வாக்குமூலம் கொடுத்ததாகக் குற்றஞ்சாட்டப் பட்டவர்கள் கோர்ட்டில் கூறியுள்ளனர். போலீஸாரின் அநீதியான காரியங்கள் வெளிப்பட்டாலும் அரசாங்கம் அதைக் கண்டுகொள் ளாது. அராஜகத்தை அடக்க எவ்வளவு கொடுமையான உபாயங் களைப் போலீஸ் கையாண்டாலும் அரசாங்கம் பொருட்படுத்தாது. கௌரவமான குடும்பங்களை நாசம் செய்வதற்கென்றே போலீஸ் இலாகா உள்ளதெனத் தோன்றுகின்றது. உண்மைக் குற்றவாளி யாரென்று ஈசனுக்கே வெளிச்சம். போலீஸாருக்கு அது யாரென்று தெரியாவிட்டால், தேசத்திலுள்ள வேறு யாராவது இக்குற்றத்திற்குப் பொறுப்பேற்க முடியுமா? கொடுஞ் சட்டங்கள் அமலுக்கு வரவும், தாங்கள் பூலோகத்திலிருக்கின்றோமா, கைலாசத்திலிருக்கின்றோமா என்று போலீஸுக்கே சந்தேகம் வந்துவிட்டது. இச்சட்டங்களினால், சில வருஷங்களுக்கு முன்புவரை போலீஸுக்கிருந்த மரியாதை மெத்தவும் குறைந்துவிட்டது. இதைப் போலவே அரசாங்கத்தின் மீதிருந்த நம்பிக்கையும் ஜனங்களுக்குப் போய்விட்டது. இதன் காரண மாகவே தேசத்தில் கலகம் உண்டாயிருக்கிறது. இதுபோன்ற அநீதியான காரியங்களால் ஜனங்கள் அதிருப்தியடைந்துள்ளனர். வயதானவர்கள் என்ன செய்வதென்று தெரியாமல் தவிக்கின்றனர். ஊக்கமுள்ள இளைஞர்கள் வெளிப்படையாகத் தம் உணர்வுகளைக் காட்டுகின்றனர்; சிலர் வார்த்தைகளால் ஒரு பிரயோஜனமுமில்லையென்று காரியத்தில் இறங்கி, தம்மை மறந்து, சில கொடுஞ் செயல்களையும் செய்துவிடுகின் றனர். இது அத்தகைய செய்கைகளில் ஒன்று. அரசாங்கத்தின் மீது ஜனங்களுக்கு நம்பிக்கை ஏற்பட வழியில்லாத முறையில் நீதியின் பரிபாலகர்கள் தம் கடமையாற்றினால், அரசாங்கம் நாசமடைவதற்கு அவர்களே காரணமாவர். இவர்களின் எண்ணிக்கை ஜாஸ்தியாகவும், அராஜகம் அதிகமாகி, அரசாங்கம் தள்ளாடுகிறது. ராஜாங்கத்தை நடத்துவோர் ஜனங்களை ஸ்நேக பாவத்தோடு நடத்தி, தம் நற்குணங் களால் அவர்களின் நம்பிக்கையைப் பெற்றால் அராஜகம் தழைக்காது.

அரசாங்கம் ஒழுங்காய் நடக்கும் பட்சத்தில் அராஜகம் எப்படித் தலையெடுக்கும்?

அராஜகத்தை அடக்கச் சிறந்த வழி, நீதிஸ்தலங்கள், போலீஸாரால் அநியாயமாக ஆஜர்படுத்தப்பட்ட சாட்சிகளிடம் சரியான முறையில் வாக்குமூலங்கள் வாங்கி, குற்றஞ்சாட்டப்பட்டவர்களைக் கருணையுடன் நடத்துவதேயாகும். சுதேசப் பத்திரிகைகள் போடும் கூச்சல் வீணே; அரசாங்கம் அதைச் சிறிதும் பொருட்படுத்தாது.

விஜயா, 15 மார்ச் 1910

சுதேச அரசர்களும் அதிகாரிகளும்

இக்காலத்திலே இந்தியாவின் சுதேச அரசர்கள் தங்கள் முன்னோர்களின் முற்காலப் பெருமையை முழுவதும் மறந்துவிட்டார்கள். மெல்ல மெல்ல ஐரோப்பியர்களின் பழக்கவழக்கங்களை அனுஷ்டித்துக் காலங்கழித்து வருகிறார்கள். இவர்களின் தற்கால ஸ்திதியைப் பார்த்தார்களானால் அவர்களின் சொந்த தாயார்கள்கூட இவர்களைத் தாங்கள் பெற்றெடுக்கவில்லை என்று சொல்லிவிடுவார்கள். ஸ்ரீ இராமபிரானின் வீரத்தையோ, கிருஷ்ண பரமாத்மாவின் ராஜதந்திரத்தையோ இவர்களிடமிருந்து எவரும் எதிர்பார்க்க மாட்டார்கள். அந்நிய தேசங்களில் தங்களுடைய பராக்கிரமத்தைக் காட்ட இஷ்டப்படும் நம் தேசத்தவருக்கு சந்தர்ப்பம் வாய்க்காவிட்டாலும்கூட, நமது தாய் நாட்டிற்கு வந்து அந்நியர்கள் நம்மை அவமானப்படுத்துவதையாவது அவர்கள் தடுத்து நிறுத்தியிருக்கலாம். இதைச் செய்ய முடியாவிட்டாலும்கூட, தமது சொந்த விவகாரங்களிலாவது சுயமரியாதையைக் காப்பாற்றிக்கொண்டிருக்கலாம். தங்கள் சொந்த நலன்கள் இன்னதென்று அவர்களுக்கே தெரியாது என்ற அந்நியர்களின் வீண் வார்த்தைகளை நம்பி, அவர்கள் சொன்ன உடன்படிக்கைகளிலெல்லாம் கையெழுத்திட்ட சுதேச அரசர்களின் அறிவீனத்தைக் கண்டு ஆச்சரியப்படாமலிருக்க முடியுமா? ஒரு சிறிய தொகையைச் செலவிட வேண்டுமென்றாலும்கூட, இவர்களது நன்மைக்காக நியமிக்கப்பட்டதாகச் சொல்லப்படும் உயர் அதிகாரிகளின் மனம் கோணாதபடி நடந்து அவர்களிடம் அனுமதி பெற வேண்டியுள்ளது. ஒவ்வொரு பைத்தியக்காரனுக்கும் ஒரு காவல்காரன் இருப்பது போல, ஒவ்வொரு சுதேச அரசருக்கும் ஒரு ரெசிடெண்ட் இருக்கிறான். ஆனால் பைத்தியக்காரன் தனக்குக் கூறப்பட்ட ஆலோசனையை மூர்க்கமாக மறுதலிப்பது போல் இந்த அரசர்களால் செய்ய முடியாது. இந்த அவல ஸ்திதியைப் புரிந்துகொண்டு, தங்கள் சொந்த நலன்களை எப்போதுதான் இவர்கள் உணரப் போகிறார்களோ தெரியவில்லை.

விஜயா, 16 மார்ச் 1910

லிபரல் கட்சியும் இந்தியாவும்

இந்தியாவைப் பொறுத்தமட்டில் இங்கிலாந்தின் லிபரல் மற்றும் கன்சர்வேடிவ் ஆகிய இரு கட்சிகளின் அபிப்பிராயமும் ஒன்றே —அதாவது, இந்தியா சுதந்திரம் பெறக்கூடாது; பிரிட்டனின் நன்மைக் காக அது அடிமைப்பட்டிருக்க வேண்டும். 'நாம் ஒன்று நினைக்க, தெய்வம் ஒன்று நினைக்கும்' என்றவாறு இந்திய சுயராஜ்யத்துக்கான இயக்கம் இவர்களது கொள்கைகளாலும் காரியங்களாலும் மெல்ல மெல்ல பலம்பெற்று வருகிறது. இது கடவுளின் கிருபையேயாகும்.

விஜயா, 16 மார்ச் 1910

லிபரல் கட்சியும் இந்தியாவும்

விபின் சந்திர பாலர் இது காலம் வரை இந்திய அரசியல் விவகாரங்கள் பற்றியே பேசிவந்தார். இப்பொழுது அவர் இங்கிலாந்து ராஜீய விவகாரங்கள் பற்றிப் பேசவாரம்பித்துள்ளார். சமீபத்தில் நடந்த இங்கிலாந்து பார்லிமெண்டுக்காக லிபரல் கட்சியாருக்கும் கன்சர்வேடிவ் கட்சியாருக்கும் இடையே நடந்த தேர்தலில் அவர் லிபரல் கட்சி சார்பாகச் சில பிரசங்கங்கள் செய்துள்ளார். லிபரல் கட்சி ஆட்சிக்கு வந்தால்தான் இந்தியாவுக்கு நன்மை விளையுமென்று அவர் பிரசங்கித்துள்ளார். என்ன நன்மை என்பது கடவுளுக்கே வெளிச்சம். ராஜதுரோகச் சட்டம், பொதுக் கூட்டத் தடைச் சட்டம், நிர்வாஸச் சட்டம், பத்திரிகைச் சட்டம் போன்ற அடக்கு முறைச் சட்டங்கள் மற்றும் ஜனங்களுக்கிடையே பூசல்களை உருவாக்கியுள்ள சீர்திருத்தங்கள் — இவையே லார்டு மார்லி, லார்டு மிண்டோ ஆகியோரின் ஆளுகையில் லிபரல் கட்சியினால் நாம் பெற்றிருக்கும் நன்மைகள். கன்சர்வேடிவ் கட்சியார் ஆட்சிக்கு வந்தால் ஆங்கிலோ—இந்தியப் பத்திரிகைகளின் வார்த்தைகளே செல்லுபடியாகும் என்று அவர் கூறியுள்ளார். இந்தியாவைப் பொறுத்த மட்டில் இரு கட்சியாரின் அபிப்பிராயமும் ஒன்றேயாகையால் எந்தக் கட்சி வந்தாலும் இந்தியாவுக்கு எந்த வித்தியாசமுமில்லை.

விஜயா, 17 மார்ச் 1910

கோல்ஹட்கரின் சிறைவாசம்

'**தே**சசேவக்' என்ற மராட்டிய பத்திரிகையின் பத்திராதிபர் ஸ்ரீ ஏ. பி. கோல்ஹட்கர் 28 பிப்ரவரி 1910இல் விடுதலைபெற்றதையொட்டி 'விஜயா' பின்வரும் தலையங்கத்தை எழுதியுள்ளது:

இவ்வளவு துன்பங்களையும் கஷ்டங்களையும் சகித்துக்கொண்ட ஸ்ரீ கோல்ஹட்கரின் தன்மறுப்பை என்னென்பது? இவ்வளவு இன்னல்களின் காரணத்தை யாரும் புரிந்துகொள்வதில்லை. இவர் செய்ததாகச் சொல்லப்படும் குற்றத்தையும், அதற்காக அவர் பெற்ற தண்டனையையும் அறிய மிக விநோதமாயிருக்கிறது. ஸ்ரீ அரவிந்த பாபு நாசிகையில் செய்த உபந்நியாசத்தை அச்சிட்டுப் பிரசுரித்ததே இவர் செய்த பிரதான குற்றம். நாகபூர் நீதிபதி அவ்வுபந்நியாசத்தில் ராஜதுரோகம் மிகுந்துள்ளதாக அபிப்பிராயப்படுகிறார். ஆனால், ஒரு கல்கத்தா நீதிபதியோ இவ்வுபந்நியாசங்களில் யாதொரு ராஜதுரோகமுமில்லை என்று கூறி, அதன் ஆசிரியர் ஸ்ரீ அரவிந்தரை விடுவித்துவிட்டார். இவ்வாறு உபந்நியாசகரே விடுவிக்கப்பட்ட பின்பு அந்த உபந்நியாசத்தை தேசத்தின் நன்மை கருதி அச்சிட்டுப் பிரசுரித்த ஸ்ரீ கோல்ஹட்கரைச் சித்ரவதை செய்வதில் என்ன நியாயம் உள்ளதென்று நமக்குப் புரியவில்லை. இவ்விதம் நீதிபதிகளே அபிப்பிராய பேதம் கொண்டிருக்கையில் ஸ்ரீ கோல்ஹட்கரைத் தண்டிக்காமலிருப்பதே நியாயம். தண்டனை கொடுத்த பட்சத்திலும் சிறையில் தொந்திரவாவது கொடுக்காமலிருந்திருக்கலாம்.

விஜயா, 19 மார்ச் 1910

திரான்ஸ்வால் இந்தியர்கள்

இந்தியர்களின் விடாமுயற்சியின் காரணமாக, திரான்ஸ்வால் அரசாங்கம் ஏதோ சில நன்மைகள் புரியக் கருதியிருப்பதாக அறிய வருகிறோம். இங்கிலாந்தில் புதிய பார்லிமெண்ட் கூடியவுடனே, திரான்ஸ்வாலிலுள்ள இந்தியர்களின் ஸ்திதியை அபிவிருத்தி செய்வதற்கான ஏற்பாடுகளைச் செய்ய உத்தேசித்திருப்பதாக ஒரு வதந்தி உலவுகின்றது. இந்த வதந்தியையும், திரான்ஸ்வால் அரசாங்கத்தின் வார்த்தைகளையும் நம்பி, நாம் நம் பிரயத்தனங்களைக் கைவிடுவோமானால், ஆங்கிலேய மற்றும் திரான்ஸ்வால் அரசாங்கங்கள் கைகோத்துக் கொண்டு, இந்தியர்களுக்கு யாதொரு உரிமையும் கிடைக்காமல் செய்துவிடுவார்கள். இங்கிலாந்திலும் திரான்ஸ்வாலிலும் ஆங்கிலேயர்களே அதிகாரத்திலிருப்பதால் அவர்கள் ஒத்துழைத்து, இந்தியர்களை ஏமாற்றிவிடுவார்கள். அபாயம் நேரிடும் சமயத்தில், தங்கள் பகைவர்கள் எது கேட்டாலும் கொடுக்கச் சம்மதிப்பது ஆங்கிலேயரின் வழக்கம். பிறகு, அதனை எவ்வளவு முடியுமோ அவ்வளவு ஒத்திப்போடுவதற்கு முயல்வார்கள். எதிரி புத்திசாலியாக இருக்கும் பட்சத்தில், கால தாமதத்தால் விரக்தி ஏற்படும் முன்னர், ஒப்பந்தத்தை அமலுக்குக் கொண்டுவருவான். சமதையான இருவருக்கிடையே இது ஒருவேளை சரியாயிருக்கலாம். ஆனால் ஒரு அரசாங்கத்திற்கும் அதன் பிரஜைகளுக்குமிடையே இவ்வாறு நடக்குமானால் பரஸ்பர நம்பிக்கை எவ்வாறு ஏற்படும்? சுதேச மன்னர்களிடமும் அரசாங்கம் இப்படித்தான் நடந்து கொள்கிறது. அவர்களுடன் செய்துகொண்ட ஒப்பந்தங்களையெல்லாம் பார்த்தால், சுதேச மன்னர்களின் பலத்தைக் கொஞ்சங் கொஞ்சமாகக் குறைத்து, அவர்களுக்குத் தாங்கள் ஆற்ற வேண்டிய கடமைகளைக் குறைத்தும், அவர்கள் தங்களுக்கு ஆற்ற வேண்டிய கடமைகளை ஜாஸ்தியாக்கியும் இருப்பது தெரியும். தங்கள் உரிமைகள் சிலவற்றைப் பெற்றுக்கொண்டுவிட்ட தற்காகக் கெக்கலிக்காமல், முழு உரிமைகளையும்

பெறுவதற்கான தங்கள் பிரயத்தனங்களைத் திரான்ஸ்வால் இந்தியர் கள் கைவிட்டுவிடக் கூடாது. ஆங்கிலேயக் குடியேற்றவாதிகளோடு சம அந்தஸ்து பெறும்வரை தங்கள் கஷ்ட நஷ்டங்களைப் பொருட் படுத்தாமல் அவர்கள் ஒன்றுபட்டுக் காரியமாற்ற வேண்டும்.

விஜயா, 22 மார்ச் 1910

‘இந்தியா’ பத்திரிகைக்குத் தடை

‘இந்தியா’ பத்திரிகையின் பிரதிகளையெல்லாம் இனி சென்னைப் பட்டினத்துப் போலீஸ் கமிஷனருக்கு அனுப்பிவிடும்படி தபாலாபீஸ் களுக்கெல்லாம் ஆங்கிலேய அரசாங்கம் உத்தரவு பிறப்பித்திருப்பதாகத் தெரிகிறது. மொழிபெயர்ப்பாளரின் மூலமாகவே அவர் பத்திரிகையின் விஷயங்களை அறியவருவாராதலால், மொழிபெயர்ப்பாளர் என்ன சொன்னாலும் அதைக் கேட்பதோடு, தம் இஷ்டப்படிதான் காரிய மாற்றுவார் என்றே நமக்குத் தோன்றுகின்றது. இவ்வுலகத்தில் உண்மை பேசுவோருக்கு அநேக சமயங்களில் கஷ்டங்களே நேர்வது இயற்கையே; அதிலும் இந்திய தேசத்தைப் பொறுத்தமட்டில், சென்ற நான்கைந்து வருஷங்களாகத் துன்பமே பரிசாக உள்ளது. தென்னிந்தியாவில் ‘இந்தியா’ பத்திரிகையை ஆர்வமாகப் படிக்காதவர்களே இல்லை எனலாம். ஆங்கிலேய அரசாங்கத்திற்கு நல்லுபதேசம் சொல்வதில் சிறிது கண்டிப்பாக இருந்தபோதிலும், இந்தியர்களின் அபிவிருத்தியே இப்பத்திரிகையின் நோக்கம். ஆங்கிலேய அரசாங்கமும்கூடத் தான் இந்தியர்களின் நன்மைக்காகவே இருப்பதாகச் சொல்லிக்கொள்கிறது. இது உண்மையாக இருக்கும்பட்சத்தில், ஏன் இப்பத்திரிகையின் மீது அரசாங்கம் விரோதம் பாராட்ட வேண்டும் என்று தெரியவில்லை. இப்பத்திரிகை ஆரம்பித்த முதலே, தனது அதிகாரிகளின் மூலமாக சந்தாதாரர்களிடம் அவர்கள் சந்தா செலுத்துவது தனக்கு இஷ்டமில்லை என்று கூறியுள்ளதாக அறிகிறோம். ஆனால் ஜனங்கள் அப்பத்திரிகையின் மீது வைத்துள்ள அபிமானம் சிறிதும் குறையவில்லை. இப்பத்திரிகை யிலே எழுதப்பட்டதெல்லாம் நியாயமாக இல்லாமல், வீண் கதையாக இருக்கும்பட்சத்தில், அரசாங்கத்திற்கு விரோதமாக ஜனங்கள் அதனை ஆதரித்திருக்க மாட்டார்கள். இது எப்படியிருந்தபோதிலும், ஆங்கில அரசாங்கத்தின் கோபத்திற்குப் பலியாகி, ‘இந்தியா’ பத்திரிகை நின்றுவிட்டுள்ளது. இப்போது நாம் ‘இந்தியா’வின் சந்தாதாரர்களுக்குச் சொல்லிக்கொள்வதென்னவென்றால், நமது ‘விஜயா’ தினசரியை வாரப் பத்திரிகையாக மாற்றி, ஆங்கிலேய அரசாங்க விஷயங்களைத் தொடாமல் இந்திய ஜனங்களின் நன்மையை விருத்தி செய்யும் உபாயங்களைப் பற்றி மட்டுமே எழுதுவது என்று உத்தேசித்துள்ளோம்.

விஜயா, *23 மார்ச் 1910*

இந்தியாவில் சுகாதார சாஸ்திரம்

நவீன ஆங்கிலேயர்கள் தங்கள் சுகாதார சாஸ்திரத்தின் மேன்மையைப் பற்றிப் பலவாறு பேசுவார்கள். தாங்கள் அறிந்த சுகாதார நியமங்கள் வேறு எந்தத் தேசத்திலும் அனுஷ்டிக்கப்படுவதில்லையென்றும், எனவே இது சம்பந்தமான ஏற்பாடுகளையெல்லாம் அவர்களே செய்து, தம் கட்டுப்பாட்டில் வைத்திருக்க வேண்டுமென்றும் அவர்கள் சொல்லுவார்கள். இந்தியாவில் ஒரு சுகாதார இலாகாவை உருவாக்கி அதற்கு ஓர் ஆங்கிலேயனைத் தலைவராக்கியுமுள்ளார்கள்; இதனால் ஒவ்வொரு நகரத்திலுமுள்ள பொது ஜனங்களின் நலமும் சுகாதாரமும் விருத்தியடைந்துள்ளதாகச் சொல்லப்படுகின்றது. இந்த ஆங்கில அதிகாரிக்குக் கொழுத்த சம்பளம் கொடுப்பதைக்கூட நாம் ஆக்ஷேபிக்க வில்லை; ஆனால் நமது நகரங்களின் சுகாதார ஏற்பாடுகளைக் கவனிக்கும் பொறுப்பை இந்தியர்களுக்கே விட்டுவிட வேண்டும். அவர்களுக்குக் கொஞ்ச சம்பளம் கொடுத்தாலும்கூட அவர்கள் செய்யும் காரியங்களால் ஜனங்களுக்குப் பிரயோஜனம் ஏற்படும். இப்போதுள்ள அதிகாரிகளுக்கோ நமது பழக்கவழக்கங்களும் ஆசாரங் களும் தெரியாது. சுத்தம் பற்றிய ஆங்கிலேயர்களின் எண்ணங்களுக்கும் நமது எண்ணங்களுக்கும் பெரிய அளவில் வித்தியாசங்களுண்டு. அகத்திலே எவ்வளவு அசுத்தமானவர்களாக இருந்தாலும், ஆங்கிலேயர் கள் தம் புறத்தைச் சுத்தமாகக் காட்டுவதில் அதிக கவனம் செலுத்து வார்கள். தங்கள் சரீரத்தைக் குளித்துச் சுத்தமாக வைத்துக்கொள்ளச் சிரமப்படுபவர்களால் எப்படித் தங்கள் வீடுகளைச் சுத்தமாக வைத்துக் கொள்ள முடியும்? அவர்களில் வெகு சுத்தமானவனே எட்டு தினங் களுக்கு ஒரு முறைதான் குளிப்பானாகில், அசுத்தமானவர்களைப் பற்றி என்னவென்பது? இத்தகைய பழக்கவழக்கமுடையவர்களில் ஒருவர் இந்தியாவில் சுகாதார விருத்தி செய்வதற்குச் சம்பளம் கொடுத்து நியமிக்கப்படுவது விந்தையே.

விஜயா, 23 மார்ச் 1910

புத்தரின் நினைவுச் சின்னமும் ஆங்கிலேய அரசாங்கமும்

ஒரு தேசம் எவ்வளவுதான் நாகரிகமற்றிருந்தாலும், அங்குக் கிடைக்கும் அரிய பொக்கிஷங்களை ஜனங்கள் பத்திரமாக வைத்திருப்பது வழக்கமேயாகும். பெஷாவருக்கு அருகே கண்டெடுக்கப்பட்டுள்ள புத்தரின் எலும்புகளை இந்தியாவிலேயே ஒரு கோயிலை நிர்மாணித்து அதில் அவற்றைப் பத்திரமாக வைத்திருக்க வேண்டும் என்று இந்தியாவிலுள்ள சகல இனத்தாரும் ஜாதிமத வித்தியாசமின்றி ஆங்கில ராஜாங்கத்தைக் கேட்டுக்கொண்டுள்ளனர். ஆனால், அரசாங்கமோ, வழக்கம் போலவே ஜனங்களின் வேண்டுகோளை உதாசீனப் படுத்திவிட்டு, அவற்றை பர்மாவிலுள்ள பௌத்தர்களிடம் ஒப்புவித்து விட்டனர். இந்திய ஜனங்களின் அபிலாஷைகளை ஆங்கிலேய அரசாங்கம் சிறிதேனும் பொருட்படுத்தவில்லை என்பதற்கு இது மற்றுமொரு திருஷ்டாந்தமாகும். இங்கிலாந்தில் வாழ்ந்து மறைந்த ஷேக்ஸ்பியர் என்ற ஒரு மானிடனின் அஸ்தியை இங்கிலாந்துக்கு வெளியே எடுத்துச்சென்றால் இந்த ஆங்கிலேய அரசாங்கம் சும்மாயிருக்குமா? புத்தரின் நினைவுச் சின்னங்களை பர்மியருக்குக் கொடுத்தது பற்றி நமக்குச் சிறிதேனும் வருத்தமில்லை; ஏனெனில் நாம் அவர்களை அந்நியராகக் கருதவில்லை. இந்தச் செய்கையின் மூலமாக ஆங்கிலேய அரசாங்கம் நம்மை பர்மிய ஜனங்களிடமிருந்து பிரிக்க முயல்கின்றது. ஆனால் இதற்கு மாறாக, ஆங்கிலேய அரசாங்கத்தின் இந்தச் செய்கை யால் இரு தேசத்தாரிடையேயான ஸ்நேகம் மேலும் பலப்பட்டுள்ளது. ஆகவே, உதாசீனப்படுத்தியதால் நன்மையே ஏற்பட்டுள்ளது.

விஜயா, 25 மார்ச் 1910

ஆங்கிலேய சிப்பாய்களின் பொறுப்பின்மை

கடற்கரையோரம் துப்பாக்கிச் சுடும் பயிற்சி மேற்கொண்டிருந்த இரண்டு ஆங்கிலேய சிப்பாய்கள் ஒரு ஸ்திரீயைக் கொன்றுவிட்டதைப் பற்றி 'விஜயா' பின்வருமாறு எழுதுகிறது:

நமது ஜனங்களை ஆங்கிலேய சிப்பாய்கள் எவ்வளவு உதாசீனமாக நடத்துகிறார்கள் என்பது இச்சம்பவத்திலிருந்து தெரிகிறது. இந்தக் கொலை கவனக்குறைவால் நடந்ததா அல்லது அவர்கள் வேடிக்கை யாகச் சுட்டார்களா என்பது தெரியவில்லை. ஏதோ விசாரணை நடக்கும்; இந்தச் சிப்பாய்களுக்கு நான்கு தினமோ, ஒரு வாரமோ கடுங்காவல் தண்டனை வழங்கப்படும்; எச்சரித்துக் கடைசியில் விடுதலை செய்யப்படுவார்கள். இது எப்படியிருந்தபோதிலும், இறந்த வர்கள் மீள முடியாது; ஆங்கிலேய சிப்பாய்களின் கவனக்குறைவான துப்பாக்கிச் சூடும் ஓயாது. 'உயிருக்கு உயிர்' என்ற அடிப்படையில் அராஜகர்கள் தண்டிக்கப்படுவது போல் சிப்பாய்களையும் தண்டித் தால்தான் இவர்களது கவனக்குறைவு அடியோடு நீங்கும். இதன் பிறகேனும் கோர்ட்டுகள் இதுபற்றிக் கவனிக்கலாம்.

விஜயா, 26 மார்ச் 1910

நாசிகைப் படுகொலை

நாசிகைப் படுகொலையின் தீர்ப்பு அராஜகர்களை நடுங்கச் செய்வது நிச்சயம். கொலையாளி கன்ஹாரிக்கும், கார்வே, தேஷ்பாண்டே ஆகியோருக்கும் தூக்குத் தண்டனை; நான்கு, ஐந்து, ஆறாம் குற்றவாளிகளுக்கு ஆயுள் பரியந்தம் தீபாந்தர தண்டனை; ஏழாவது குற்றவாளிக்கு இரண்டு வருஷக் கடுங்காவல். அராஜகக் குற்றவாளிகளுக்கு இதுபோல் தண்டனை இழைத்தாலன்றி, அராஜகத்தை அழிக்க முடியாது. ஆனால் அரசாங்கம் கையாண்ட முறைகள் நியாயமானவைதாமா என்று நாம் ஆராய்வது சரியேயாகும். முதல் குற்றவாளி தான் கொலை செய்ததை ஒப்புக்கொண்டான். எனவே, அவனுக்குத் தூக்குத் தண்டனை விதித்ததைப் பற்றிச் சொல்வதற்கு ஒன்றுமில்லை. கார்வேயும் தேஷ்பாண்டேயும் கொலைக்கு உடந்தையாக இருந்ததற்காக அவர்களுக்கும் தூக்குத் தண்டனை. தாங்கள் சாட்சியம் கொடுக்கும்போதே, தங்களின் வாக்குமூலத்தை நீதிபதி தாவர் தயாரித்துவிட்டார் என்று குற்றஞ்சாட்டப்பட்டவர்கள் சொல்லவில்லையா? போலீஸின் நிர்ப்பந்தத்தினாலேயே கார்வேயின் வீட்டுக்குப் போனதாகச் சந்திரவதி சாட்சி கூறவில்லையா? அவள் போலீஸாரால் பட்டினி போடப்பட்டு, அடித்து, உதைக்கப்பட்டார் என்று கூறியதைக் கோர்ட்டு விசாரித்ததா? போலீஸ் சித்ரவதைக்குப் பயந்தே கேட்ட வாக்குமூலத்தைக் கார்வே கொடுத்தார் என்பது உண்மையல்லவா? போலீஸ் கான்ஸ்டபிள்கள் அலி கானும் நவுரோஜியும் குற்றஞ்சாட்டப்பட்டவர்களைச் சித்ரவதை செய்ததைப் பற்றிக் கோர்ட் தீர விசாரித்ததா? குற்றஞ்சாட்டப்பட்டவர்களின் வாக்குமூலம் அவர்களுக்குப் படித்துக்காட்டப்படவில்லை என்பதை அறியவந்த தலைமை நீதிபதி அதைக் கண்டிக்கவில்லையா? இவற்றிலிருந்து நீதிமன்ற நடவடிக்கைகள் சரியாக நடத்தப்படவில்லை என்று தைரியமாகச் சொல்வோம். போலீஸாரின் சித்ரவதையை சகிக்க முடியாமல் தரப்பட்ட வாக்குமூலங்களைத் தவிர அரசாங்கத்திற்கு வேறு ஆதாரம் எங்குக் கிடைத்தது? நிர்ப்பந்தத்தின்பேரில் வாக்குமூலம் பெறுவது நியாயமா? இந்த நடவடிக்கைகள் சட்டபூர்வமானவையாகுமா? இந்த வீண் வாக்குமூலங்களின் மேல் விதிக்கப்பட்ட கோர்ட் தீர்ப்பைப் பற்றி நாம் என்ன சொல்வது? குற்றஞ்சாட்டப்

பட்டவர்களின் வாக்குமூலங்களைப் படித்துக் காட்டாதது என்ன நியாயம்? தாங்கள் நிரபராதிகள் என்பதைக் காட்டும் வாக்குமூலத் திற்குப் பதிலாக, கோர்ட்டே வேறொரு வாக்குமூலத்தைத் தயாரிப்பற்கு இது சந்தர்ப்பம் தராதா? குற்றஞ்சாட்டப்பட்டவர்கள் தாங்கள் நிரபராதிகள் என்று நிரூபிப்பதற்குக் கோர்ட் சந்தர்ப்பம் தர வேண்டு மல்லவா? இரு தரப்புச் சாட்சியங்களையும் விசாரித்த பிறகே கோர்ட் தீர்ப்பளிக்க வேண்டும். ஒரு தரப்பை மட்டுமே கேட்டறிந்து, அதற்குச் சாதகமாக நடப்பது நீதியின் எல்லையை மீறுவதாகும். ஒரு விசேஷ டிரிபியூனல் ஒரு வழக்கைத் தீர்மானித்து விட்டால் அதற்கு மேல் முறையீடே இல்லை. இத்தகைய நியாயஸ்தலங்களில் குற்றஞ்சாட்டப் பட்டவர்களின் தாய்பாஷையைப் புரிந்துகொள்ளக்கூடிய அஸெஸர்கள் அமர்த்தப்படுவதில்லை. பெரும்பாலும் இங்கிலீஷ் அஸெஸர்களே நியமிக்கப்படுகின்றனர். அராஜகச் செய்கைகளால் மனவேதனையுற்ற ஆங்கிலேயர்கள் நமக்குச் சாதகமாக இருக்க மாட்டார்களென்பது நிச்சயம். வழக்கைப் பாரபட்சமில்லாமல் பார்த்தால்தான் அஸெஸர் களால் நடுநிலையான தீர்ப்பு வழங்க முடியும். நியமிக்கப்படுவதற்கு முன்பே ஹிந்துக்கள் பற்றித் தாழ்வான அபிப்பிராயமிருக்குமானால், அவர்கள் தீர்ப்பில் நியாயமிருக்குமா? மனம் புண்பட்ட பகைவன், தன் மனசாட்சிப்படி நடப்பானா? விசேஷ டிரிபியூனலின் தீர்ப்பு உயர்ந்ததென்று சொல்ல முடியாது. சுதேச பாஷை அறியாத அஸெஸர்கள் உள்ளபொழுது நியாயம் எப்படிக் கிடைக்கும்? போலீஸ் அறிக்கையை நம்பி வழங்கப்படும் தீர்ப்பு எப்படி நியாயமானதாக இருக்க முடியும்? வங்காள வெடிகுண்டு வழக்கில் போலீஸாரின் நடவடிக்கைகள் பற்றித் தலைமை நீதிபதி சர் லாரன்ஸ் ஜென்கின்ஸ் கூறிய கடுஞ்சொற்களை நாம் எப்படி மறக்க முடியும்?

இரண்டாவது, மூன்றாவது குற்றவாளிகள் கொலைக்கு உடந்தையாக இருந்தது நிச்சயமாக ருஜூபிக்கப்படவில்லை. எனவே அவர்களுக்குத் தூக்குத் தண்டனை வழங்கியது நியாயமில்லை. மற்றவர்களுக்குத் தீபாந்தர தண்டனை வழங்கியது மிகக் கடுமை. சுதேச பாஷை அறியாத அஸெஸர்களும் கோர்ட்டுகளும், போலீஸாரின் வாக்கையே சத்தியமாகக் கொண்டு தீர்ப்பெழுதும்வரை நீதி பரிபாலனம் சரியாக நடக்கின்றதென்று ஜனங்கள் நம்பக் காரணமில்லை. நீதிமன்றத்தில் ஜனங்களுக்கு நம்பிக்கை பிறக்காது. ஜனங்களுக்கு நம்பிக்கையில்லை யென்றால் அரசாங்கம் முறையாக நடக்கின்றதென்று பொதுஜனக் கருத்தும் ஏற்படாது. இத்தகைய விசேஷ டிரிபியூனல்களில் நடக்கும் விசாரணைகளால் பொதுஜன அதிருப்தியே அதிகமாகும்.

விஜயா, 31 மார்ச் 1910

இந்தியச் சிறைகளில் கைதிகளின் நிலை

இந்தியச் சிறைகளில் கைதிகள் மிக மோசமாக நடத்தப்படுவதாகக் கேள்விப்படுகிறோம். ஆறு மாதங்களுக்கு முன்பு சட்டசபையிலேயே ஸ்ரீ கேசவ பிள்ளை கைதிகள் கொடூரமாக நடத்தப்படுவது பற்றி வெளிப்படையாகப் புகார் செய்தார். இப்பொழுது கோயம்புத்தூர் ஜெயிலில் சிறைப்பட்டிருக்கும் தேசபக்தர் ஸ்ரீமான் வ.உ. சிதம்பரம் பிள்ளையும்கூடச் சில மாதங்களுக்கு முன்பு கோர்ட்டில் கொடுத்த சாட்சியத்தில் கைதிகள் எப்படி ஒடுக்கப்படுகிறார்கள் என்று கூறியிருந்தார். ராஜதுரோகத்திற்காகத் தண்டனை பெற்ற சுரேந்திரநாத் எதிராஜ் ஆர்யா, இந்தச் சித்ரவதையைத் தாங்காமல் தற்கொலை செய்ய முயன்றார். கோர்ட்டில் அவர் கொடுத்த வாக்குமூலம் ஒப்புக்கொள்ளப்படாமல், தற்கொலை செய்ய முயன்றதற்காகக் கூடுதல் தண்டனை பெற்றார். நாக்பூர் ஜெயிலில் ஸ்ரீ கோல்ஹட்கருக்கு பிரிட்டிஷ் கவர்ன்மெண்ட் இழைத்த பலவித சித்ரவதைகள் சொல்லுந் தரமல்ல என்று அறிகிறோம். சிறைக் கைதிகள் இவ்வாறு அடக்கப் படுவதை அறிந்து நாம் மிக மனவிசனமடைகிறோம். நாகரிகம் மிக்க பிரெஞ்சு அரசாட்சியில் இத்தகைய சித்ரவதைகள் இல்லை என்பதை அறிந்து மிக்க சந்தோஷமடைகின்றோம். மேலும், ராஜ துரோகத்திற்காகக் கைது செய்யப்பெற்றவர்களையும், கொலை, கொள்ளை, மோசடி போன்ற குற்றங்களுக்காகத் தண்டிக்கப்பட்டவர் களையும் பிரெஞ்சு அரசாங்கம் வேறு பிரித்துப் பார்க்கிறது. ராஜ துரோகத்திற்காகத் தண்டிக்கப்படுபவர்கள் கௌரவமிக்க கனவான் களாதலால் அவர்கள் கீழான வேலைகள் செய்யவைத்து ஒடுக்கப்படுவ தில்லை. ராஜதுரோகக் குற்றத்திற்காக மூன்று மாதங்களுக்கு மேல் ஒருவரும் சிறைப்படக் கூடாது என்று இங்கு ஒரு சட்டமே உள்ளது. பிரெஞ்சு அரசாங்கம் நாகரிகமானது என்பதை இது காட்டுகிறது.

பிரிட்டிஷ் அரசாங்கம் ராஜதுரோகத்திற்குக் கடும் தண்டனைகளை விதிக்கிறது. திலகர், வ.உ. சிதம்பரம் பிள்ளை, சுப்பிரமணிய சிவா, எதிராஜ் ஆர்யா முதலானவர்களுக்கு விதிக்கப்பட்ட தண்டனைகளே உதாரணம். மேலும், ராஜதுரோகத்திற்காகத் தண்டிக்கப்பட்டவர் களையும், பிற குற்றவாளிகளையும் பிரிட்டிஷ் கவர்ன்மெண்ட் வித்தியாசப்படுத்திப் பார்ப்பதில்லை. இது சரியல்ல.

இங்கிலாந்தில் பெண்களின் ஓட்டுரிமைக்காகப் போராடுவோரும் தாம் சிறைப்படுத்தப்படுகின்றனர். ஆனால் அவர்களைச் சரியாக நடத்துவதற்கு அங்கே அரசாங்கம் ஏற்பாடுகளைச் செய்ய வில்லையா? இந்தியர்கள் மட்டும் என்ன பாவம் செய்தார்களோ தெரியவில்லை. பிரெஞ்சு கவர்ன்மெண்டின் முன்னுதாரணத்தைப் பார்த்தேனும் பிரிட்டிஷ் அரசாங்கம் தனது சிறைச்சாலைகளை முன்னேற்றுமாக.

விஜயா, 15 ஏப்ரல் 1910

புதிய பத்திரிகைச் சட்டம்

லார்டு மார்லி பிறப்பித்துள்ள புதிய பத்திரிகைச் சட்டத்தைப் பற்றி பிரெஞ்சு இந்தியாவிலுள்ள நாம் கேட்கும்போதெல்லாம் மிகுந்த ஆச்சர்யமடைகின்றோம். இந்தியாவிலுள்ள பத்திரிகைகளையெல்லாம் ஒடுக்குவதே லார்டு மார்லியின் லட்சியம் என்று தோன்றுகின்றது. லார்டு மார்லி சில சீர்திருத்தங்களை அறிமுகப்படுத்தி, அரசாங்க விவகாரங்களை நிர்வகிப்பதில் இந்தியர்களுக்கு அதிக அதிகாரம் தருவார் என்று கொஞ்ச காலத்திற்கு முன்பு ஒரு வதந்தி நிலவியது. இந்தப் புதிய பத்திரிகை சட்டம் அந்தச் சீர்திருத்தங்களில் ஒன்றுபோலும். சபாஷ்! முன்பு 'பால் மால் கெஜட்'டில் லார்டு மார்லி எழுதியதை இந்தப் புதிய சட்டத்தோடு ஒப்பிட்டால், 'பால் மால் கெஜட்'டுக்கு எழுதியவர் மார்லி என்ற பெயர் தாங்கிய வேறு ஒரு மனிதர் என்று தோன்றும். இப்போது அறிமுகப்படுத்தப்பட்டுள்ள பத்திரிகைச் சட்டம் அப்பத்திரிகையில் எழுதியதற்கு நேர் விரோதமாக இருக்கிறது.

இது போன்ற சட்டங்கள் பிரெஞ்சு இந்தியாவில் இல்லாதது பற்றி மிகவும் சந்தோஷமடைகிறோம். நமது ராஜ்ஜியத்தில் சுதந்திரம், சமத்துவம், சகோதரத்துவம் என்ற கொள்கைகள் விசேஷமாக அனுஷ்டிக்கப்படுகின்றன. இது போன்ற வாய்ப்பூட்டுச் சட்டம் இங்கில்லை. நமக்கு வேண்டும் சட்டங்களை நாமே இயற்றிக்கொள்ள லாம். எல்லா அதிகாரங்களும் ஜனங்களிடமே உள்ளன.

விஜயா, 15 ஏப்ரல் 1910

எல்லைப்புறத் தாக்குதல்களும் ஆயுதச் சட்டமும்

வடமேற்கு எல்லைப்புறத்தில் சமீபத்திய தாக்குதல்கள் பற்றி 'விஜயா' பின்வருமாறு எழுதுகிறது:

எல்லைப்புறத்தில் இதுபோன்ற தாக்குதல்கள் அடிக்கடி சம்பவித்து வருகின்றன. சில சமயங்களில் ஜனங்கள் கொள்ளைக்காரர்கள் கையில் சிக்கி மடிகின்றனர். பல சமயங்களில் தங்கள் பொருளனைத் தையும் களவு கொடுக்கின்றனர். சில சமயங்களில் கள்வர்கள் ஸ்திரீகளை யும் கொண்டு சென்றுவிடுவதாகச் சொல்லப்படுகின்றது. இதுபோன்ற அக்கிரமங்கள் நம் தேசத்தில் நடப்பதை அனுமதிப்பது பெரும் பிழையாகும். இந்திய அரசாங்கம் இதை முடிவுக்குக் கொண்டுவர பிரயத்தனம் செய்ய வேண்டும். ஆயுதந் தாங்குவதைச் சட்டம் தடை செய்வதால் ஜனங்கள் தங்களைத் தாங்களே காத்துக்கொள்வது அசாத்தியமாக உள்ளது. எல்லைப்புற ஜனங்களேனும் ஆயுதந் தாங்குவதை அனுமதிக்கும் சட்டத்தை பிரிட்டிஷ் அரசாங்கம் இயற்றினால் பிரயோஜனம் உண்டு.

விஜயா, 15 ஏப்ரல் 1910

புதுச்சேரியில் தேர்தல்

புதுச்சேரியில் தேர்தல் நடைபெறவுள்ளதை அறிவிக்கும் 'விஜயா', ஒவ்வொரு பிரெஞ்சு குடிமகனும் இந்தத் தேர்தலில் ஓட்டளிக்கவுள் ளதைக் குறிப்பிட்டுவிட்டுப் பின்வருமாறு கூறுகிறது:

இது போன்ற சுதந்திரம் பிரிட்டிஷ் இந்தியாவில் உண்டா? அனைவரும் பிரிட்டிஷ் அரசாங்கத்திற்கு அடிமைகளல்லவா? ஆடுகளை மேய்க்கும் இடையன் போலவே பிரிட்டிஷார்கள் இந்தியர் களை நடத்துகிறார்கள்.

விஜயா, 15 ஏப்ரல் 1910

புராதன இந்தியாவில் அரசாங்கம்

புராதன இந்தியாவின் அரசாங்க அமைப்புப் பற்றி 'விஜயா' பின்வருமாறு விவரிக்கிறது:

அக்காலத்திலே அயோத்தியை ஆண்ட தசரத மஹாராஜாவா கட்டும், மிதிலையை ஆண்ட ஜனக மஹாராஜாவாகட்டும் பிரஜை களிடமிருந்து கடும் வரிவசூல் செய்யவில்லை. ஜனங்களின்மீது வரிப் பளு ஏற்றவில்லை. வரியிலிருந்து பெற்ற செல்வத்தைத் தங்கள் நன்மைக்காகவோ, ஜனங்களின் ஆலோசனை பெறாமலோ செலவு செய்யவில்லை. விசாரணையின்றி யாரையும் தண்டிக்கவில்லை. பஞ்சமும் கொள்ளை நோயும் அக்காலத்தில் இல்லவே இல்லை. அப்படிப்பட்ட ஒரு கஷ்டம் எப்போதேனும் ஒரு முறை ஏற்படுமா னால், அரசன் அதை உணர்ந்து, தான் செய்த ஏதோ ஒரு அநீதியான காரியத்தின் விளைவோ என்று நினைத்து, அதற்குப் பிராயசித்தம் செய்ய முயல்வான். அப்படிப்பட்டவர்களையே நாம் உண்மையான அரசர்களாகக் கருத வேண்டும்.

விஜயா, 15 ஏப்ரல் 1910

தூத்துக்குடி சுதேசிக் கப்பல் கம்பெனி

தூத்துக்குடி சுதேசிக் கப்பல் கம்பெனிக்கு மக்கள் ஆதரவு தர வேண்டும் என்று வேண்டுகோள் விடுத்து, 'விஜயா' எழுதுவதாவது:

இந்தக் கம்பெனி நொடித்துப் போகுமானால் தென்னிந்திய ஜனங்களுக்கு அதைவிடப் பெரிய அவமானம் இருக்க முடியாது. ஆங்கிலேயர்களாலும், பிற அந்நிய தேசத்தவராலும் நாம் மிகவும் கேவலமாகப் பார்க்கப்படுவோம். ஏற்கெனவே இந்தியர்களைப் பற்றி உயர்வான அபிப்பிராயமில்லை; தென்னிந்திய ஜனங்கள் பற்றிய அபிப்பிராயம் அதைவிட மோசம். பிரிட்டிஷார் பம்பாய் ஜனங்களை ஸ்நேகிதர்களாகவும், வங்காளிகளைப் புலிகளாகவும், சென்னை ஜனங்களை அடிமைகளாகவும் நினைக்கின்றனர். நமது பிரதான சுதேசிய முயற்சியும் தோல்வியுறுமானால் எந்த அளவிற்கு அவர்கள் முன் நமக்கு அகௌரவம் ஏற்படும் என்று சொல்ல வேண்டியதில்லை.

விஜயா, 15 ஏப்ரல் 1910

மதுரை நகராட்சியின் சேர்மன் பதவி

மதுரை நகராட்சியின் சேர்மன் பதவிக்கு ஸ்ரீ ராமாசார் நியமிக்கப் பட்டிருப்பது அறிந்து மிக்க சந்தோஷமடைகிறோம். ஓர் ஆங்கிலேயரை எதிர்த்துப் போட்டியிட்ட இவர் 13 ஓட்டு வித்தியாசத்தில் ஜெயித்த தாகத் தெரிகிறது. இதுபோல் ஆங்கிலேயர்களுடன் ஏற்படும் தேர்தல் போட்டிகளில் இந்தியர்கள் தோல்வியடைவதே வழக்கமாக இருந்து வந்திருக்கிறது. எனவே ஸ்ரீ ராமாசார் அதிக ஓட்டுகள் பெற்றிருப்பது நமக்கு மிக்க ஆச்சர்யத்தைத் தருகிறது. இல்லாவிடின் ஓர் உள்ளூர் பிரமுகர் அந்நிய தேசத்தவரான ஓர் ஆங்கிலேயரை விட அதிக ஓட்டுகள் பெறுவதில் எந்த ஆச்சர்யமும் ஏற்பட அவசியமில்லை. இந்தியர்களுடன் ஆங்கிலேயர்கள் போட்டியிடும் சந்தர்ப்பங்களிலெல் லாம், இந்தியர்கள் மெல்ல மெல்ல உயர் பதவிகளைக் கைப்பற்றி, ஜெயிப்பது மிக மிக அவசியம். உயர் அதிகாரத்திலிருக்கும் ஆங்கிலேயர் களுக்கு இது இஷ்டமில்லாவிட்டாலும், இவ்வாறு நடப்பது நியாயமேயாகும். ஸ்ரீ இ.ஓ. கிங் என்ற ஆங்கிலேயருக்கு எதிராக ஸ்ரீ ராமாசாரை மதுரை ஜனங்கள் தேர்ந்தெடுத்துவிட்டபோதிலும், இதில் எந்தப் பிரயோஜனமும் இல்லை. ஏனெனில் இதை மதுரை கலெக்டர் சென்னை அரசாங்கத்திற்கு அனுப்பி, அவர்களிடம் உரிய உத்தரவு பெற வேண்டும். இதற்கு அரசாங்கம் உத்தரவளிக்க வில்லையானால் ஜனங்களின் பிரயத்தனங்களெல்லாம் விரயமேயாகும். கடைசியில் ஸ்ரீ ராமாசார் அவருக்குரிய பதவியைப் பெற்றாலும், பெறாமல் போனாலும் மதுரைப் பிரதிநிதிகள் அவரைத் தேர்ந்தெடுத் தது பெரிய விஷயமேயாகும். இதே போல் ஒவ்வொரு விஷயத்திலும் அவர்கள் ஒருமனதாகக் காரியமாற்றும் பட்சத்தில், எந்த அதிகாரியும், அவர் எவ்வளவுதான் உயர் பதவியிலிருந்தாலும், அவர்களுடைய அபிலாஷைகள் பூர்த்தியாவதைத் தடுக்க முடியாது.

விஜயா, 15 ஏப்ரல் 1910
இந்தியா, 9 ஏப்ரல் 1910

அராஜகத்தை ஒடுக்குவது எப்படி?

அராஜகர்களை எப்படி ஒடுக்குவது என்பதை விவாதிப்பதையே பிரதான நோக்கமாகக் கொண்டு கல்கத்தாவில் ஒரு பொதுக் கூட்டம் ஸ்ரீ சுரேந்திரநாத பானர்ஜியின் தலைமையில் சமீபத்தில் நடைபெற்றது. ஜனங்களின் அறிவு விருத்திக்காக உபந்நியாசங்களை செய்தல், ராஜீய சம்பந்தமான விவகாரங்களை கலந்தாலோசிப்பதற் கான சிறு சங்கங்களைத் தேசமெங்கும் ஸ்தாபித்தல், பிரதான கேந்திரங் களில் புஸ்தகசாலை ஏற்படுத்துதல், மதசம்பந்தமான சிந்தனைகளைப் பரப்புதல், ஆசார திருத்தங்களை வளர்த்தல், ஜனங்களிடையே கல்வியைப் பரப்புதல் ஆகியவற்றோடு ஜனங்களின் உண்மை ஸ்தியை அவர்களுக்கு விளக்குவதும், சுகாதார சாஸ்திரம் தொழில் அப்பியாசங் கள் ஆகியவற்றை போதிப்பதும் அராஜகத்தை ஒடுக்குவதற்கான உபந்நியாசங்களும் பிரேபிக்கப்பட்டன. இவ்வுபாயங்களால் அராஜகத்தை அடியோடு ஒழிக்க முடியாதாயினும், இவற்றால் தேசத்திற்குப் பல நன்மைகளும் ஜனங்களுக்கு அபிவிருத்தியும் ஏற்படும் என்பது நிச்சயம். ஆனால் இவற்றை நடைமுறையில் கொண்டுவருவதற்குப் பல தடைகள் உள்ளன. ஏனெனில், ஜனங்களின் நன்மையைக் கருதி நாம் எந்தக் காரியத்தில் ஈடுபட்டாலும் அரசாங்கம் எப்பொழுதுமே நம்மை சந்தேகக் கண்கொண்டே பார்க்கின்றது. இவையெல்லாம் அதற்கு ராஜதுவேஷமாகவே தோன்றுகிறது. இதற்காக அரசாங்கத்தைக் குற்றஞ்சொல்வதில் பிரயோஜனமில்லை. மிக சிறுபான்மையானதொரு அரசாங்கம் இவ்வளவு பெரிய சாம்ராஜ் யத்தை ஆட்சி செய்ய வேண்டுமானால் ஜனங்களின் ஒவ்வொரு செய்கையையும் கண்டு பயப்படுவது நியாயமானதே. அதே சமயத்தில், இதன் காரணமாக ஜனங்கள் தங்கள் அபிலாஷைகளைப் பூர்த்தி செய்யும் பொருட்டுக் கடும் பிரயத்தனங்களைச் செய்யாமலிருப்பதும் நியாயமில்லை. இதை உணர்ந்த காரணத்தினாலேயே வங்காளிகள் அராஜகத்தை ஒடுக்கும்பொருட்டு ஒரு சங்கத்தை ஸ்தாபித்து, தேசத்தின் உண்மையான நன்மைக்காக அவசியமான ஏற்பாடுகள் செய்து வருகிறார்கள். தேசத்தின் உண்மையான நன்மைக்காகத் தென்னிந்திய ஜனங்களாகிய நாம் இதுபோன்ற பிரயத்தனங்களைச் செய்யாமலிருப்பது மிக்க விசனிக்கத்தக்கதே. அரசாங்கம் தரும் வீண்பட்டங்களுக்காக ஆலாய்ப் பறக்காமல், தென்னிந்திய ஜனங்கள் தம் சொந்த முயற்சிகளினாலேயே மகோன்னத ஸ்திதி அடைவது இன்றியமையாதது.

விஜயா, 15 ஏப்ரல் 1910
இந்தியா, 9 ஏப்ரல் 1910

தேசியக் கல்லூரிகள்

'**ஹி**ந்து' பத்திரிகையின் நிருபர் ஒருவர், தென்னிந்தியாவின் முக்கிய நகரங்களிலெல்லாம் தேசியக் கல்லூரிகளை ஸ்தாபிக்க வேண்டும் என்று ஆலோசனை கூறியுள்ளதைப் பற்றி எழுதும் 'விஜயா', சர்வகலாசாலையின் புதிய விதிகள் இந்தியர்கள் உயர் கல்வி பெறுவதை அசாத்தியமாக்குகின்றன என்று குறிப்பிட்டு மேலும் எழுதுவதாவது:

இந்தியர்கள் உயர் கல்வி பெறுவதை அரசாங்கம் விரும்பவில்லை என்று தோன்றுகிறது. இந்தியர்களுக்கு வழங்கப்பட்ட ஐரோப்பிய கல்வியே அவர்களுக்கு விழிப்பைக் கொடுத்து, சுதந்திரத்திற்காகப் போராட வைத்துள்ளதென ஆங்கிலேயர்கள் அபிப்பிராயப்படு கின்றனர். இந்தியர்களிடையே சுதந்திரத்திற்கான ஓர் இயக்கம் தோன்றவாரம்பித்ததை வங்காளப் பிரிவினைக்குப் பிறகுதான் அவர்கள் அறிய வந்தார்கள். எனவே, இந்தியர்களுக்கு ஆங்கிலக் கல்வி தரக்கூடாது என்று அபிப்பிராயப்பட்ட லார்டு கர்ஜன், அவர்கள் கல்வி பெறுவதை மெல்லத் தடுப்பதற்குரிய உபாயங்களைத் தேடலானார். புதிய விதிகள் இதனாலேயே பிறப்பிக்கப்பட்டன. இந்தியர்கள் சுதந்திரம் பற்றிப் பேசலாகாது என்பதற்காகவே புதிய பத்திரிகைச் சட்டங்களும் இயற்றப்பட்டுள்ளன.

விஜயா, 22 ஏப்ரல் 1910
இந்தியா, 23 ஏப்ரல் 1910

ஆங்கிலக் கல்வியின் விளைவுகள்

இந்தியர்கள் தற்பொழுது பெற்றுவரும் ஆங்கிலக் கல்வியால் நன்மையைவிடத் தீமையே விளைகின்றது. முதலாவதாக, ஆங்கிலேயர்கள் போதிக்கும் கல்வி இந்தியர்களுக்குப் பொருத்தமில்லாதது மட்டுமல்ல இந்தியப் பண்புக்கும் பொருந்தாதது. ஆங்கிலப் பள்ளிகளில் பாடங்களெல்லாம் ஆங்கிலத்திலேயே போதிக்கப்படுவதால், நமது சிறுவர்கள் பத்துப் பன்னிரண்டு வருஷங்களை அந்நிய பாஷையைக் கற்பதற்கு மட்டுமே செலவிட வேண்டியுள்ளது. அதன் பிறகும்கூட ஏதோ கொஞ்சம் ஆங்கிலம் பேச முடிகின்றதேயொழிய எந்தப் பாடத்திலும் உண்மையான, ஆழமான ஞானம் ஏற்படுவதில்லை. ஆங்கிலப் பள்ளிகளில் படித்துவிட்டு, சாயந்திரம் வீடு திரும்பும் எந்தச் சிறுவனின் முகத்தையும் பாருங்கள். அதில் பலமோ, சந்தோஷமோ, வீரமோ, வேறு நற்குணங்களோ தென்படுகின்றதா? முகம் வாடி, வதங்கி, நோய் பீடித்ததாகவேயுள்ளது. அவனது உடல் பலமிழந்து, மெலிந்து எதற்கும் பிரயோஜனமற்றதாகவே இருக்கிறது. இவ்வாறாக பி.ஏ. படித்து முடிப்பதற்குள் ஒருவன் பாதி கிழம் ஆகிவிடுகின்றான். அதன் பிறகு அவன் சம்பாதிக்கப்போவதுதான் என்ன? எனவே, ஓ, பாரதவாசிகளே, தேசியக் கல்லூரிகளை ஸ்தாபிக்க முயலுங்கள்.

விஜயா, 22 ஏப்ரல் 1910

ஆங்கிலேயர் கையில் இந்தியத் தொழில்களின் நசிவு

தூத்துக்குடி சுதேசிக் கப்பல் கம்பெனியின் தோற்றம் பற்றிய ஒரு கட்டுரையில், 'விஜயா' பின்வருமாறு எழுதுகிறது.

இந்திய சாம்ராஜ்யம் முகலாயச் சக்கரவர்த்திகளிடமிருந்து ஆங்கிலேய மன்னர்களுக்குக் கை மாறியவுடன் சுதேசியம், தேசாபிமானம் முதலியவை நம் தேசத்தில் மெல்ல மங்கத் தொடங்கின. உள்நாட்டுத் தொழில்களனைத்தின் நாசத்திற்கும் ஆங்கிலேயர்களே காரணம். தங்கள் நலன்களுக்காக இந்தியாவின் பல தொழில்களை வேண்டுமென்றே நாசஞ்செய்ததாகப் பல ஆங்கிலேயர்கள் ஒப்புக் கொண்டுள்ளனர். சுதேசத் தொழில்களெல்லாம் அழிந்துவிட்டதால், ஜனங்கள் விதேசப் பொருள்களைப் பெருமளவு உபயோகிக்கவே, தேசமும் நலிந்துவருகின்றது.

விஜயா, 22 ஏப்ரல் 1910
இந்தியா, 23 ஏப்ரல் 1910

சில பத்திரிகைகளுக்கு சுதேச அரசர்களின் தடை

'அம்ருதா பஜார் பத்திரிகை', 'இந்தியன் எம்பயர்', 'வங்கவாஸி' முதலான பத்திரிகைகளைத் தம் சமஸ்தானத்துக்குள் வருவதற்குத் தடை ஆணையைக் கபுர்தலா மன்னர் வெளியிட்டுள்ளது பற்றி 'விஜயா' பின்வருமாறு எழுதுகின்றது.

இவையும் இன்ன பிற பத்திரிகைகளும் பிரிட்டிஷ் இந்தியாவில் பிரசுரிக்கப்படுகின்றன. இது பற்றி பிரிட்டிஷ் அரசாங்கத்திற்கே ஆட்சேபம் இருப்பதாகத் தெரியவில்லை. இப்படியிருக்க க்ஷத்திரிய குலத்திலே ஜனித்த ராஜாக்களும் மஹாராஜாக்களும் இந்தப் பத்திரிகை களைத் தடை செய்திருப்பது ஆச்சர்யமே. சில சுதேச சமஸ்தான அதிபதிகள் இம்மாத்திரத்தில் நிற்காமல், இப்பத்திரிகைகளை வாங்கு வோரையும் சிறையிலிடப்போவதாக எச்சரித்துள்ளனர். தங்கள் பிரஜை களுக்குச் செய்யும் தர்ம பரிபாலனம் இதுதானா? பிரிட்டிஷ் அரசாங் கத்திடமிருந்து நல்ல நிர்வாகத்தைப் பெறுவது அவர்களது நோக்கமாக இருக்க வேண்டும். அப்படியிருக்க, க்ஷத்திரிய வம்சத்திலே வந்த நம் தேசத்து அரசர்கள் தமது சமஸ்தானத்திற்குள் பத்திரிகைகளைத் தடை செய்வதன் காரணம் என்ன? பயம் மட்டுமே ஒரே காரணம்.

இந்தப் பத்திரிகையோ, அந்தப் பத்திரிகையோ தனது பிரதேசத்துக் குள் பிரவேசிக்கக் கூடாது என்று பிரெஞ்சு அரசாங்கம் எந்த ஆணையும் வெளியிடவில்லை என்று மிகவும் சந்தோஷிக்கிறோம்.

தற்சமயத்தில் நாம் பொது ஜனங்களுக்குச் சொல்லிக்கொள்வ தென்னவென்றால், எல்லாப் பத்திரிகைகளும் நிறுத்தப்பட்டு, வாய்ப் பூட்டுச் சட்டமும் அமலில் இருப்பதால் ஜனங்களால் பேசவும் முடியாது, எழுதவும் முடியாது. எனவே, ஜனங்களெல்லாரும் இது பற்றி நன்கு யோசித்து, தேசத்திற்கு நன்மை தரும் காரியங்களைச் செய்ய வேண்டும்.

விஜயா, 22 ஏப்ரல் 1910

தாதாபாய் நவுரோஜியின் புத்தகம் பற்றிச் சில குறிப்புகள்

தாதாபாய் நவுரோஜியின் 'இந்தியாவின் மிடிமையும் பிரிட்டிஷாருக்குத் தகாத ஆட்சியும்' என்ற ஆங்கிலப் புத்தகத்திலிருந்து சில பகுதிகளை வெளியிட்டு, 'விஜயா' எழுதுவதாவது:

பிரிட்டிஷார் நமக்கு உயர்கல்வி வழங்கியுள்ளதாக ஸ்ரீ நவுரோஜி கூறுகிறார். இது சரியல்ல. கர்ணம் உத்தியோகத்திற்கு அவசியமான அறிவை மட்டுமே ஆங்கிலேயர்கள் நமக்குத் தந்துள்ளனர். ஆங்கிலேயர்கள் இங்கு வந்தபிறகு, கையில் வாளோடு வீரத்துடன் பேசியவன்கூடக் கையில் பேனாவை எடுத்துக்கொண்டு மனுக்கள் போட ஆரம்பித்து விட்டான். இதுவா உயர் கல்வி? பிரிட்டிஷார் கொடுத்த வாக்குறுதிகளெல்லாம் காகிதத்தில் மாத்திரமே உள்ளதன்றிக் காரியத்தில் ஒன்றும் காணோம்.

இதற்குப் பிறகு மேற்படி புத்தகத்திலிருந்து கீழ்க்காணும் பத்தி வெளியிடப்பட்டுள்ளது:

இந்தியர்கள்மீது திணிக்கப்பட்ட அழிவும் எதேச்சாதிகாரமும்

17 மே 1766இல் காபினெட் அங்கத்தினர்களும் பிறரும் எழுதிய கடிதங்களில் பின்வருமாறு சொல்லியிருக்கிறார்கள்: "இந்தியாவிலுள்ள ஒவ்வொரு ஆங்கிலேயரும் நாதியற்ற இந்தியர்களை ஒடுக்குவதற்காக மட்டுமே தன் அதிகாரத்தைப் பிரயோகிக்கின்றான். நமது ஊழியர்களின் கொடூரமான, தீய நடவடிக்கைகளால் உண்டாகியுள்ள பரிதாபமான நிலையை நாம் நன்கு அறிவோம். அத்தேசத்தில் நிலவும் அவலமான நிலையைப் பார்க்க எந்தச் சமயத்திலும் சகிக்காது. எனவே, ஆரம்பம் முதற்கொண்டே பிரிட்டனுக்கும் இந்தியாவுக்குமான உறவு இப்படித்தான் இருந்து வந்திருக்கிறது. அதாவது, ஆங்கிலேய அதிகாரிகள் இந்தியாவில் பிரவேசித்தது முதலே அவர்களைப் பேராசையும் கொடுமையுமே இயக்கிவந்துள்ளது. மேலும், நமது துரதிருஷ்டத்தின் காரணமாக மேற்கண்ட தீமைகள் தினந்தோறும் தடையில்லாமல், நமக்கே தெரியாமல், இன்றளவும் வளர்ந்து, அத்தேச ஜனங்களை மேலும் ஏழ்மையாக்கிக் கொண்டேயிருக்கிறது.

விஜயா, 22 ஏப்ரல் 1910

சுதேசியம் வெற்றி பெறுமா?

புதிய பத்திரிகைச் சட்டம் அமலுக்கு வந்து, 'இந்தியா' பத்திரிகை பிரிட்டிஷ் இந்தியாவுக்குள் நுழைவது தடை செய்யப்பட்டதிலிருந்து, சுதேசியம் அபிவிருத்தியடையுமா என்று மன சஞ்சலமடைந்த பலர் கேட்கிறார்கள். ஆங்கிலேய அரசாங்கம் கடுமையான தண்டனைகளை விதித்து, அடக்குமுறை சட்டங்களால் பத்திராதிபர்களின் குரல் வளையை நசுக்கியுள்ளதால் அதிகாரிகளின் புகழ் இன்று இந்தியாவெங்கும் ஒரே குரலில் பாடப்படுவதாகவும் அவர்கள் சொல்லுகிறார்கள். இதையெல்லாம் பார்த்து நாமும் சிறிது நம்பிக்கையிழந்து, நமது ஜனங்களின் தேசாபிமானத்தைச் சந்தேகித்தோம். பத்திரிகைகளின் பிரசுரத்தில் சுதேசியம் தங்கியிருக்கவில்லை. சுதேசிய தீபத்திற்குப் பத்திரிகைகள் கேவலம் தூண்டுகோல்களேயாகும். மிக அதிகமாகத் தூண்டப்பட்ட விளக்கு அணைந்துவிடுவது போல, இந்தத் தருணத்தில் பத்திரிகைகளால் பிரயோஜனமில்லை என்பதைக் காட்டவே பத்திரிகைச் சட்டம் இயற்றப்பட்டுள்ளதாகத் தோன்றுகிறது. இனிமேல், ஜனங்கள் பத்திரிகைகள் மூலமாகப் பெற்ற தங்களின் மனத் தெளிவை அதிகரிக்க உத்தேசித்து, அதையே தியானிக்க வேண்டும். மேலும் மேலும் வீண் விஷயங்களை மூளைக்குள் திணித்துக்கொள்வதால் பிரயோஜனமில்லை. அமைதியாக தியானம் செய்வதன் மூலமாக விளையும் பலத்தைப் பற்றி நமது இந்திய மித்திரர்களுக்குச் சொல்வது அவசியமில்லை. நமது ரிஷிகளும் பக்கிரிகளும் அதை இன்றும் காட்டிவருகின்றனர். மனோபலத்தை அதிகப்படுத்திக் கொள்வதினால் சுதேசியம் தானே ஓங்கி வளர்ந்து செழிக்கும். எந்தச் சட்டமும் இதைத் தடுக்க முடியாது. தொடர்ந்து வளரவே செய்யும். வங்காளத்தில் ஒரு சுதேச வியாபார சபை ஸ்தாபிக்கப்பட்டுள்ளது. இந்தியாவில் தயாரிக்கப்பட்ட வஸ்துக்களை மட்டுமே வியாபாரம் செய்யப்போவதாக அதன் அங்கத்தவர்கள் நிச்சயம் செய்துள்ளனர். தென்னிந்தியாவில் அந்நிய ஜவுளி மிகக் குறைந்துவிட்டது என்று பலமுறை எழுதியுள்ளோம். சுதேசியத்தை அபிவிருத்தி செய்வதற்கு ஒரு புதிய உபாயத்தைத் தென்னாப்பிரிக்க இந்தியர்கள் தென்னிந்திய ஜனங்களுக்குக் காட்டியுள்ளனர். நெஸ்லே பால் தயாரிப்புக் கம்பெனி நெட்டாலிலுள்ள இந்தியர்களுக்குப் பால் டின்களை நேரே அனுப்ப மறுத்துள்ளது என்றும், அவர்கள் அவற்றை உள்ளூர் ஆங்கிலேயர்களிடமே வாங்கிக்

கொள்ள வேண்டுமென்று கூறியுள்ளதாகவும் தெரிகிறது. தாங்கள் அகௌரவமாக நடத்தப்பட்டதைப் பொறுத்துக்கொள்ள முடியாத இந்தியர்கள், இனி நெஸ்லே கம்பெனியிடம் பால் டின்கள் வாங்குவ தில்லையென்று பிரதிக்ஞை செய்துகொண்டு, வேறு கம்பெனியிட மிருந்து வாங்குவதற்கென ஒரு கூட்டுறவுச் சங்கத்தை ஸ்தாபித்துள்ள தாகத் தெரிகிறது. நம்மை அவமானப்படுத்தியுள்ள நெஸ்லே கம்பெனி யிடமிருந்து பால் டின்கள் வாங்குவதைத் தவிர்த்து, தென்னிந்தியர் களாகிய நாமே அதைத் தயாரிக்க பிரயத்தனம் செய்ய வேண்டும். இங்கேயிருந்து பாலை டின்களில் அடைத்து நெட்டாலுக்கு அனுப்பு வது தற்சமயம் அசாத்தியமாகத் தோன்றினாலும், நெஸ்லே கம்பெனி யின் பாலை உபயோகிப்பதை நிறுத்துவது மிக அவசியமாகும். கஷ்ட நஷ்டங்களுக்குப் பயந்து இயன்றவரை நம் இனத்தை இழிவுபடுத்தும் இங்குள்ளவர்களையும் அந்நியர்களையும் புறக்கணிக்காவிடில், புதிய இயக்கம் பிறந்துள்ள சூழ்நிலையில் வளர்ந்துவரும் நமது குழந்தைகள் நமது தேசிய கௌரவத்தைக் காப்பாற்றும்பொருட்டு கட்டாயம் அவர்களைப் புறக்கணிப்பார்கள். இதில் யாதொரு சந்தேகமுமில்லை. உலகப்புகழ் பெறவுள்ள இனிவரும் சந்ததியினரின் மகான்களால் நாம் வெறுக்கப்படாமலிருக்க வேண்டுமானால், இந்த க்ஷணத்திலிருந்தே நாம் தேசிய உணர்ச்சியை வளர்த்து, அதை அழிக்க நினைப்பவர்களைக் கூடுமானவரை தண்டிக்கவும் வேண்டும்.

விஜயா, 22 ஏப்ரல் 1910

IV

'இந்தியா', 'சூரியோதயம்'

ஸ்ரீயுத பரமானந்த பாய், எம். ஏ	393
மறுபடியும் படுகொலை	395
ஸ்வதேசீயம்	396
தேசபாஷை பத்திரிகைகளும் சுதேசமித்திரனும்	399
ரஹஸ்யங்கள்	401
புதிய பத்திரிகைச் சட்டம்	405
காலாடியில் பிரதிஷ்டை	407
மஹா சக்திக்கு விண்ணப்பம்	410
மஹா சக்தி	411
(சித்திரம் 1)	412
(சித்திரம் 2)	413
(சித்திரம் 3)	414
சித்திர விளக்கம்	415
தமிழ் நாட்டோருக்கு இறுதி விண்ணப்பம்	416

ஸ்ரீயுத பரமானந்த பாய், எம். ஏ

ஸ்ரீயுத பரமானந்தர் என்பவர் பஞ்சாப் மாகாணத்துப் பிரதான நகரமான லாகூரில் கவர்ன்மெண்டு உதவியின்றி ஸ்தாபிக்கப்பட்டு வெகுநேர்த்தியாய்ப் பல தேசாபிமானிகளான ஆரிய சமாஜிகளால் நடத்தப்பட்டுவரும் ஸ்ரீ தயானந்த ஆங்கிலோ வைதீகர் கல்லூரி சரித்திர போதகாசிரியர். இவர் ஆரிய ஸமாஜத்திலிருந்து உழைத்து வருவோர்களில் ஒருவர். இவர் கல்கத்தா ஸர்வகலா சாலையில் எம்.ஏ. பரீக்ஷையில் முதன்மையாய்த் தேறி இந்த தயாநந்தக் கல்லூரியில் மீ 1க்கு 75 ரூபாய் சம்பளத்திற்கு வேலையிலமர்ந்தனர். 1903 ௵ல் ஆரிய ஸமாஜத்தைப் பரவச்செய்வதற்காக இவர் தென்னாப்பிரிக்கா வுக்குப் போயிருந்தனர். அங்கிருந்து லண்டனுக்குப் போய் அங்கு இரண்டு வருஷ காலம் பொருளாதாரம் படித்துவந்தார். சென்ற வருஷம் இவர் சென்னை மாகாணத்திற்கும் வந்திருந்தார். இவர் நல்ல நிபுணர். இவர் வீட்டைப் போலீஸார் சோதனை போட்டபோது வெடிகுண்டு செய்யும் முறைகள் அகப்பட்டனவாம். அதற்காக இவர் பேரில் கி.பு.கோ 110f பிரிவுபடி 3 ௵க்கு நன்னடைக்காக ஜாமீன் வாங்க வழக்குத் தொடரப்பட்டிருக்கிறது. இவர்மேல் குற்றம் ருசுவாகு முன்னமே ஆரிய ஸமாஜிகள் அவசரப்பட்டு இவரை வேலையிலிருந்து நீக்கிவிட்டனர். இந்த வழக்கில்தான் ஸ்ரீ லஜபதி ராய், பரமானந்தர் இங்கிலாந்திலிருந்தபோது அவருக்கு 2 கடிதங்கள் எழுதினதற்காக ஸர்க்கார் பக்கத்தில் ஸாக்ஷியாக ஸ்ரீ லாலா விசாரிக்கப்பட்டார். கடிதாசியில் ஒன்றும் விசேஷமில்லை. "பக்குவப் படுமுன் வெடித்துப் போய்விடப்போகிறதே என்ற பயந்தான் எனக்கு" என்று லாலா தமது கடிதத்தில் எழுதியிருப்பதற்கு, "பயிரிடுங் குடிகளுக்கு ராஜரீக முயற்சிகளைச் சட்டவரம்புக்குட்பட்டுக் கொண்டுபோகும் பழக்கமில்லாததினால் அவர்கள் அனாதியாய்ப் போய்விட்டால் என்ன செய்கிறதென்ற பயமே தவிர வேறில்லை என்றார். ஸ்ரீ சியாமாஜீ கிருஷ்ண வர்மா 1900௵ம் இங்கிலாந்துக்கு வரும் இந்திய மாணவர்களுக்காக 'இந்தியா ஹவுஸ்' என்றொரு கட்டிடம் கட்டி அநேக உதவி புரிந்துவந்தார். நான் ஸ்தாபிக்கப்போகும் புத்தகசாலைக்கு 10,000 ரூபாய் தருவதாய்ச் சொல்லியிருந்தார். அதை நான் கேட்டு ஸ்ரீ பரமானந்தரின் கிருகத்தில் வாங்கியிருந்தேன்.

1907 ஆ தேசநிர்வாஸம் செய்யப்பட்ட பிறகு எனக்கு ஸ்ரீ சியாமா ஜியைப் பற்றி ஒன்றுந் தெரியாது" என்றார். ஆங்கிலோ இந்தியப் பத்திரிகைகளின் பேச்சுக்களெல்லாம் வெலவெலத்துப் போய்விட்டன.

இந்தியா, 5 பிப்ரவரி 1910

மறுபடியும் படுகொலை

இன்னாட்களில் ஆங்கிலக் கல்வி கற்கும் சிறுவர்களுக்கு விசேஷ பரிக்ஷையில் (மெட்ரிகுலேஷன்) தேறுவதென்றால் . . . வாயிலிருந்து தப்பிப்பிழைத்தது போலிருக்கிறது. சென்ற டிஸம்பர் மாசத்தில் சென்னை ராஜதானியில் நடைபெற்ற இந்தப் பரீக்ஷையில் தேறினவர்களின் ஜாபிதா இப்போது தயாராய்விட்டது. இது சீக்கிரத்திலேயே வெளிவரும். இதன்படி பரீக்ஷையில் தேறியவர்கள் நூற்றுக்குப் பத்து பேர்களே. மற்ற தொண்ணூறு சிறுவர்களின் கழுத்திலும் சிவப்புமைப் பேனா என்னும் கத்தியை வைத்து ஒரே வீச்சாக வீசப்பட்டது. நூறு பேர்களில் தொண்ணூறு பேர்கள் தவறிப் போய்விட்டார்களென்றால் இதைவிட பரிதாபம் வேறொன்றுமில்லை. 1907 ஷூல் நடந்த இந்தப் படுகொலையில் நூற்றுக்குப் பதினேழு பேர்கள் தப்பித்துக்கொண்டனர். இவ்வருஷமோ நூற்றுக்குப் பத்து பேர்கள்தான் தப்பித்துக்கொண்டனர். இந்த தப்பு யாருடையது? பரீக்ஷைக்குப் போகும் பிள்ளைகளினுடையதா? அல்லது அவர்களுக்குப் படிப்புச் சொல்லிவைக்கும் உபாத்தியாயர்கள் தப்பா? அல்லது இவர்களை இப்படிக் கொலை புரியக் கேள்வி கேட்பவர்களின் தப்பா? அல்லது வித்தை இலாகாவுக்குத் தலைமை . . . இச்சிறுவர்களின் பெற்றோர்களின் தப்பா? இந்தச் சிறுவர்களின் விடைகளைத் திருத்துபவர்களின் தப்பா? அல்லது சொல்லிக்கொடுப்பதொன்று, கேட்டதொன்றா? அல்லது இந்தியனாய்ப் பிறந்த பாபமா? பணத்தையும் கொட்டிக்கொடுத்து இராப்பகல் கண்விழித்து உடம்பையும் கெடுத்துக்கொண்டு படிப்பதின் பயனா? உண்மை தெய்வத்திற்குத்தான் வெளிச்சம்!

இந்தியா, 5 பிப்ரவரி 1910

ஸ்வதேசீயம்

நமது பாரத நாட்டின் மீட்சிக்காகக் கடவுளால் நமக்குத் தந்தருளப் பட்டிருக்கும் இந்த ஸ்வதேசீயப் பெருமுயற்சியின் நான்கு பிரிவுகளுள் முதலாவதான பொருளாதாரத் தொழில் விருத்தி விஷயமாய் எழுதியிருந்தோம். இப்போது இரண்டாவதான அரசுரிமையை ஜனாங்கத்தின் விருப்பப்படி நடத்துவதற்குக் காரணமாயுள்ளவைகளைச் சொல்லுவோம்.

இப்பொழுது பாரதர்களுக்கு பலம் குன்றியிருக்கிறது. இதற்குக் காரணம் என்ன? ஸரியான உணவில்லாததே. ஏன் உணவில்லை? உணவுப் பொருள்கள் அன்னிய நாட்டிற்குக் கப்பல் கப்பலாய்யேற்றி விடப்படுகின்றன. நாட்டில் அதைத் தடுப்பாரில்லை. பிரிடிஷ் அரசாங்கம் அதற்கு உடந்தை. எத்தனைதான் இருந்தாலும், நமது பாரத நாடானது நமது அரசர்களால் ஆளப்பட்டால் இம்மாதிரி ஒருபொழுதும் நடைபெறாதென்பது திண்ணம். ஸமீபத்தில் ஆப்கனிஸ்தானத்திலிருந்து கோதுமையை ஐரோப்பாவுக்குக் கொண்டுபோவதற்காகக் கப்பல் வர்த்தகர்களுக்கு அதை விற்கக்கூடாதென்று கண்டிப்பான உத்திரவு அமீர் செய்திருக்கிறார். அத்தகைய உத்திரவு செய்தாலல்லவோ நாட்டின் ஜனங்களுக்கு உண்மையாகவே நன்மை உண்டாகும்.

மேலும் நமது தேசத்தில் ஜனங்கள் தங்களுடைய பலவீனத்தினாலும், அன்னியர்களின் ஒழுங்குகளைக் கைக்கொள்வதாலும் மெத்தவும் அதிக பலவீனர்களாய் விடுகின்றார்கள். இந்த மாதிரி நமது வாலிபர்கள் பலவீனர்களாய் போய் தவிக்காமலிருக்க, ஸ்வதேச முயற்சிக்கப்புறம் நாட்டில் பல அக்கராக்கள் ஏற்பட்டன. பல ஸமிதிகள் தோன்றின. இரண்டு வருஷ காலத்திற்குள்ளேயே இவைகளில் சேர்ந்திருந்த பிள்ளைகள் பலிஷ்டர்களாய்விட்டனர். இவர்கள் தாங்களாகவே வழிநடைப் பாதைகள் போட்டிருக்கின்றனர். குளங்கள் தோண்டி படிக்கட்டுகள் கட்டியிருக்கின்றனர். அர்த்தோதயம், மகரசங்கிராந்தி முதலான விசேஷ காலங்களில் கங்காஸாகரம் முதலான புண்ணிய ஸ்தலங்களுக்கு யாத்திரிகளுடன் கூடப்போய் அநேகவிதமான உதவிபுரிந்தனர். இம்மாதிரி பலிஷ்டர்களான வாலிபர்களின் ஸமிதி வெகு நல்ல காரியங்கள் செய்துவந்தனர். கடைசியாய்

பிரிட்டிஷ் கவர்ன்மெண்டார் அந்த விஷயத்தைப் பற்றி விமர்சனம் அச்ஸமிதிகளைக் கலைத்துவிட்டார்கள். தேஹப் பயிற்சியை இனி சிறுவர்கள் அவரவர்களின்வீட்டிற்குள் செய்துகொள்ளுவார்கள். நமது ஸ்வதேச முயற்சியின் ரக்ஷணைக்காக தேசஸேவை செய்ய, வடநாட்டைப் போல் தென்னாட்டிலும் பலர் வேண்டும். ஆங்காங்கு தேஹப் பயிற்சிசாலை ஸ்தாபிக்கப்பட வேண்டும். அதில் நல்ல கஸரத்து வேலைகள் நன்றாய்ச் செய்யக் கற்றுக்கொடுக்க வேண்டும். தேஹ பலம் ஸம்பாதித்துக்கொள்ள வேண்டும். ஒரு நாட்டின் பாதுகாப்புக் காக தரைப்படைகள், கப்பற்படைகள் முதலானவைகளைப் போர்க் கருவிகளுடன் ஸித்தமாய் வைத்துக்கொண்டிருக்க வேண்டும். நமக்கோ போர் பயிலும் சக்தியில்லை. அப்படியெவனாவது இருப்பவன் போலீஸில் சேர்ந்துவிடுகிறான். அப்படி சக்தியுள்ளவன் ஸ்வதேசீயத்திற் காகப் பாடுபட்டு உழைத்துவந்தால் அரசாங்கத்தார் அவனை படுத்தாத பலபாடு படுத்துகிறார்கள். ஸ்வதேசீயம் உண்டான நாள் முதல் இந்தத் தொல்லைகளே. மேலும் பொருளாதாரத் தொழில் முயற்சி களால் பணம் ஸம்பாதிக்க வேண்டியதுதான் ஸ்வதேசீயத்தின் முதல் நோக்கம். நமக்குப் பணமிருந்தால்தான் பலமும் நிர்விசாரத்தன்மையும் உண்டாகும். பணமில்லாதார் பிணமாம் . . . என்பது மூதுரை.

அப்படி நாம் ஸம்பாதித்த பணத்தைக் காப்பாற்ற நமக்குச் சக்தி இருக்க வேணும். அதற்கு பலமும் திடநெஞ்சும் இருக்க வேண்டும். அந்தந்த தொழில் முயற்சிகளால் வரும் லாபத்தைக் கொண்டு ஏழை ஜனங்களைக் காப்பாற்றலாம். மேலும் சக்தியில்லாதவனுக்கு ஒருவரும் உதவி செய்யமாட்டார்கள். அடியோடு உட்கார்ந்து கொண்டால் யார் கை கொடுப்பது? ஆகையால் முதலில் பலத்தை ஸம்பாதிக்க வேண்டும். பிறகு சேனை முதலியவற்றில் நாம் கவனிக்க வேண்டிய அம்சங்கள் பல இருக்கின்றன. நம்மவர்களை பிரிட்டிஷ் அரசாங்கத்தார் காலாட்படை முதலான தாழ்ந்த வகுப்புகளிலேயே போட்டு கொஞ்சம் சம்பளம் கொடுத்து அதிகம் வேலை வாங்கு கிறார்கள். கப்பல் படையில் நம்மவர்களுக்குப் பிரவேசமே கிடையாது.

இன்றைய தினம் பிரிட்டிஷர்கள் நமது நாட்டைவிட்டு வெளியே போய்விட்டால் நமது பாரத நாடு மெத்த சீர்கேடான நிலைமைகளுக்கு வந்துவிடுமென்று பலர் கருதுகின்றனர். இது உண்மையா அல்லது தப்பா என்பதைப் பரீக்ஷித்துப் பார்க்க ஒரு வருஷத்திற்குப் பிரிடிஷர் கள் நாட்டை பாரதர்கள் விதிப்படி நடக்கட்டுமென்று விட்டுவிட்டு எல்லா ஆங்கிலேயர்களும் வெளியேறிப் போகட்டும். அப்போது உண்மை தெரியும். பாரத நாட்டில் இந்த ஸ்வதேசீய இயக்கம் உண்டான பிறகு ஜனங்களுக்கு ஒரு மனோதிடமும், சரீர பலமும், ஸ்வஜனாபி மானமும், தேச பக்தியும் உண்டாயிருக்கிறது என்பதை ஒருவராலும் தடுத்துச் சொல்ல முடியாது. ஆனபடியால் நமது நாட்டின் அரசுரிமை நடத்தும் அறிவும் நமது நாட்டைக் காக்கும் திறனும் நமக்கு ஸமயத்தில் உண்டாய்விடும்.

நாட்டைப் பொது ஜன விருப்பப்படி ஆள்வது உத்தமமான உலகநீதி. இதுதான் முற்காலத்தில் நமது பாரத நாட்டில் நடைபெற்று வந்தது. இப்போதும் அச்சின்னங்கள் அடியோடு அழிந்துவிடாமல் அநேக விடங்களிலிருக்கின்றன. அதாவது கிராம பஞ்சாயத்து. இந்த கிராம பஞ்சாயத்தார் ஸபைக்கு மேல் இப்போது பிரிடிஷ் ராஜ்யத்தில்கூட அப்பீலே கிடையாது. பட்டண பரிபாலனமும் அப்படியே. தேசபரிபாலனமும் அப்படியே நடைபெற்றுவந்தன.

ஒரு அரசன் ஏதாவது செய்யவேண்டியிருந்தால் ஜன பிரதிநிதிகளான தனது ஸபையார்களுடன் அந்தரங்கமாக ஒவ்வொரு விஷயத்தையும் தீர்க்கமாய் ஆலோசித்து, நன்கு விமர்சித்து, ஒரு விதமாய் முடித்து பிறகு அதேப் பிரசாரம் செய்வான். எண்ணிறந்த பணத்தை கோர்ட்டுகளிலே கொட்டியிறைத்து, வீண் வழக்கிடாமல், தனது ஜாதியர்களிடம் மத்தியஸ்தம் செய்துகொள்ளலே நலம். இந்த பஞ்சயாத்துதாரர்கள் அரசனுக்கு யோசனை சொல்லுவதுடன் வழக்குகளைத் தீர்த்து, ஜனங்களுக்கு வேண்டிய ஸுகாதாரம் முதலிய ஸவுகரியங்களைச் செய்து வந்தனர். இத்தகைய பஞ்சாயத்து ஸபையென்னும் ஸ்வதேச நியாயஸ்தலங்கள் இப்போது பாரத நாடெங்கும் ஏற்பட வேண்டும். தங்கள் நாட்டு விவகாரங்ளை ஜனங்களிஷ்டப்படி நடத்தும் ஜனாங்க ஆட்சிக்கு இத்தகைய பஞ்சாயத்து ஸபையே ஆவசியகம். தேச பாதுகாப்புக்காக ஸமிதிகள் ஆவசியகம். மற்றிரண்டு பிரிவுகளைப் பற்றி அடுத்த தடவை எழுதுவோம்.

இந்தியா, 5 பிப்ரவரி 1910

தேசபாஷை பத்திரிகைகளும் சுதேசமித்திரனும்

புதிய சட்டசபையில் வெளிவரப்போவதாய்ச் சொல்லும் புதிய பத்திரிகைச் சட்டத்தைப் பற்றி 'தேசபாஷா பத்திரிகைகள்' என்ற (3–2–10) தலையங்கத்தில் 'சுதேசமித்திரன்' இன்னாட்டுப் பத்திரிகைகளை மூன்று பிரிவுகளாகப் பிரித்திருக்கிறார். (1) ஆங்கிலோ இந்தியப் பத்திரிகைகள் (2) இந்தியர்களால் இங்லீஷில் நடத்தப்படும் இந்தியப் பத்திரிகைகள் (3) தேசபாஷா பத்திரிகைகள் என்பவைகளே.

இதில் மூன்றாவதான தேசபாஷா பத்திரிகைகளைப் பற்றிச் சொல்லுமிடத்து பின்வருமாறு கூறப்பட்டிருக்கிறது:

"இவைகளை (தேசபாஷைப் பத்திரிகைகளை) நடத்துவோர் பெரும்பான்மையும் அதிகப் படிப்பாவது, அந்தஸ்தாவது இல்லாதவர்கள். இவைகளை (தேசபாஷைப் பத்திரிகைகளை) வாசிப்போர்களும் ஆங்கிலம் தெரியாத ஸாமானிய ஜனங்கள். இவைகள் ... செல்வாக்கு இல்லாமல் நடத்தப்படுகிறவைகள். இவைகள் நீண்டகாலம் ஜீவித்திருப்பதுமில்லை. இவைகளை நடத்துவோர் பெரும்பாலும் படிப்பில்லாதவர்கள் ஆதலால் தங்கள் மனதிலிருப்பதை அடக்கத்துடன் மரியாதையான பாஷையில் தெரிவிக்கச் சக்தியற்றவர்களாயிருக்கிறார்கள். 'அனுபவமில்லாத அரைகுறைகள் முரட்டுத்தனமாய் கோபம் உண்டாகக்கூடிய பாஷையில் எழுதுகின்றன. அப்படி எழுதப்படுவனவற்றையே மூடஜனங்கள் பிரியத்துடன் படிக்கிறார்கள்."

இந்த 'சுதேசமித்திரன்' பத்திரிகை தன்னையும் ஒரு தேசபாஷைப் பத்திரிகை என்பதை மறந்துவிட்டது போலும்! நெடுநாளாய் ராஜ்ய தந்திர அனுபவங்களை நேரிலும் புத்தகங்களிலும் படித்தறிந்த ஸ்ரீ ஜி. ஸுப்ரமண்ய அய்யரே இந்தப் பத்திரிகையில் ஏதோ ராஜநிந்தனையாய் எழுதிவிட்டாரென்று அவர்பேரில் சென்னை கவர்ன்மெண்டார் வழக்குத் தொடர்ந்து அவரிடம் நன்னடத்தைக்காக ஜாமீன் வாங்கிவிட்டார்கள். ஸ்ரீ அய்யர் என்ன உலக ராஜ்ஜிய விவஹார அனுபவமில்லாதவரா? முரட்டுத்தனமாய் எழுதிவிட்டாரா? அப்படி எழுதியவற்றைப் படித்தவர்களெல்லாம் மூடஜனங்களா? அவர் பொய் எழுதினாரா? நமது தமிழ்நாட்டில் நடைபெற்றுவரும் இத்தினசரிப் பத்திரிகையும் பாரத ஸ்வதந்திரத்தை யடக்கும் ஆங்கில அரசாங்கத்தின்

வாயாகவும், ஆங்கிலோ இந்தியப் பத்திரிகைகளின் தோழனாகவும் ஆய்விட்டது. தனது மிதவாத ஸ்வரத்தையும் மாற்றி, பிரிட்டிஷ் கவர்ன்மெண்டாரின் பாட்டுக்கிணங்க சுருதிகூட்டித் தாளம்போட வெளிப்படையாய் ஆரம்பித்துவிட்டது.

இந்த வியாசம் சென்னை கவர்ன்மெண்ட்டு அதிகாரிகளின் தூண்டுதல் முதலிய கலப்பின்றிச் 'சுதேசமித்திரன்' தானாகவே எழுதியதாய் நமக்குத் தோன்றவில்லை. பொதுஜன நன்மைக்கு விரோதமாக பிரிடிஷ் கவர்ன்மெண்டார் செய்யும் கொடிய சட்டங்களையும் செய்கைகளையும் கண்டிக்காமல், அவர்களுக்கு அனுகூலமாய் ஜனங்களுக்கு ஹிதோபதேசம் செய்ய வெளிப்படையாய் ஆரம்பித்துவிட்ட பிறகு, இனி தமிழ்நாட்டில் இதனால் நன்மை விளையுமென்று எதிர்ப்பார்க்க இடமில்லை. புதிதாய் வரப்போகும் சட்டத்தின் ஒரு விபரமும் வெளிவராமலிருக்கையில் ஒரு நிபந்தனை, 'அந்தந்த ஊர் மாஜிஸ்திரேட்டுகள் அந்தந்த பத்திரிகைகளை அடக்கிவிடலாமென்ற நிபந்தனை செய்யப்படும். புதுச்சட்டங்கள் அத்தகைய பத்திரிகைகளை அடக்குவதுடன்...' என்று எழுதி இருப்பதே இதற்கு பிரிட்டிஷ் கவர்ன்மெண்டாருடைய அந்தரங்க உபதேசம் ஏற்பட்டிருக்கிறதென்பதற்கு அத்தாக்ஷியாம். இத்தகைய பத்திரிகைகளின் அபிப்பிராயங்கள் நாட்டுக்குப் பயன் புரியாவிட்டாலும் கெடுதியை விளைக்குமென்பது நிச்சயம். நமது தமிழ்நாட்டினர் ஏமாறமாட்டார்கள்.

இந்தியா, 5 பிப்ரவரி 1910

ரஹஸ்யங்கள்

இந்த புதிய பத்திரிகைச் சட்ட மசோதாவில் ஏழு ரஹஸ்யங்கள் தெளிவாய் வெளியாகின்றன:

1. "இந்தச் சட்டம் இந்தியாவில் நடைபெறும் எல்லாப் பத்திரிகைகளையும் பற்றினது" என்றதற்கு அர்த்தம் சொல்லுமிடத்து ஜாதிமத வகுப்புப் பகையையூட்டும் "இந்தியர்களாலும் ஐரோப்பியர்களாலும், தேசபாஷைகளிலும் இங்கிலீஷிலும் பிரிடிஷ் இந்தியாவில் நடத்தப்படும் எல்லாப் பத்திரிகைகள்" என்று அர்த்தம் என்று சொல்லியிருக்கிறார். இதன்படி ஆங்கிலோ இந்தியப் பத்திரிகைகள், இந்தியர்கள் நடத்தும் இங்கிலீஷ் பத்திரிகைகள், தேசபாஷைப் பத்திரிகைகள் ஆகிய மூன்று வகுப்புப் பத்திரிகைகளும் சேர்ந்திருப்பதாய்ப் பார்க்கும்பொழுது அவருடைய மசோதாவில் ஸ்பஷ்டமாய்த் தெரிகிறது. ஆனால் இவர் எடுத்துக்காட்டியிருக்கும் உதாரணங்களும், இவர் அம்பெய்யக் குறி வைத்திருப்பதாய்ச் சொல்வதும் எல்லாம் "இந்தியப் பத்திரிகைகளைப் பற்றி மாத்திரமே"யன்றி வேறு ஆங்கிலோ—இந்தியப் பத்திரிகைகளைப் பற்றி எந்த இடத்திலும் ஒரு வரிகூட கிடையாது. "யார் குடியைக் கெடுக்க இந்த ஆண்டி வேஷம்" என்ற பழமொழிப்படி யார் கண்ணில் மண்ணைத் தூவ இந்தப் பேச்சு? சட்டத்தில் ஆங்கிலோ—இந்தியப் பத்திரிகைகளைப் பற்றிச் சொல்லிவிட்டு பேச்சில் இந்தச் சட்டத்தைக் கொண்டுவர இந்தியப் பத்திரிகைகள் மாத்திரம் காரணமாய் இருப்பதாய்ப் பேசும் ஸாமர்த்தியங்கூட ராஜ்ய தந்திர சமத்காரமா? ஆங்கிலோ—இந்தியப் பத்திரிகைகளான இங்கிலீஷ்மென், பயோனியர், ஸிவில் மிலிடெரி கெஜட், டைம்ஸ் ஆப் இந்தியா, மெயில் முதலான பத்திரிகைகள் ஜாதிப்பகை, வகுப்புப்பகை, மதப்பகை, ராஜப்பகை இவற்றைப் புரிந்திருப்பது ரிஸ்லிக்கு மறந்துபோய் விட்டதோ? இல்லை! இல்லை! தங்கள் ஸொந்த இனம் நாளைக்கு வாங்கப்போகும் ஜாமீன்கள்கூட இந்திய பத்திரிகைகளிடமிருந்தேயல்லது இங்கிலீஷ்காரர்கள் நடத்தும் பத்திரிகைகளிடமிருந்தல்லவென்பது இதனால் ஸ்பஷ்டமாய் விளங்கவில்லையா? அப்படி வாங்கினாலும் பறிமுதல் இந்தியனுடையதே தவிர வேறில்லை. ஸ்ரீமான் திலகரின் ஸமீப விசா

ரணையில் 'பயோனியர்' எனும் ஆங்கிலப் பத்திரிகைக்குக் 'கேஸரி' எனும் மராட்டிய பாஷா பத்திரிகை சொன்ன பதிலுக்குத்தானே ராஜத்துவேஷமென்று சொல்லி ஸ்ரீ திலகர் தண்டிக்கப்பட்டதை நேயர்களே இந்த உண்மையை அறிந்துகொள்ளலாம்.

2. "போலீஸுக்கு ஆஸ்திரியாவில் நடைபெறுவது போல் இந்தச் சட்டம் பூர்ண அதிகாரம் கொடுக்கவில்லை" என்கிறார். போலீஸ் காரர்கள் ஸந்தேகப்பட்ட இடங்களையெல்லாம் சோதனை போட்டு எத்தனை அக்கிரமங்கள் செய்தாலும் நியாயஸ்தலத்தில் அவர்களின்மீது வேறெந்த நடத்தையும் கஷ்டப்பட்டவன் கொண்டு வராமலிருக்கும்படி பாதுகாப்பதற்காக இந்த சட்டத்தில் இடங் கொடுக்கப்பட்டிருக்கையில் போலீஸுக்கு இன்னும் என்ன பூர்ண அதிகாரம் வேண்டும்? போலீஸ் இஷ்டப்பட்ட ஆளைத் தூக்கில் போடும் அதிகாரமா அல்லது சுட்டு விடும் அதிகாரமா? போலீஸ் இஷ்டப்பட்டவர்களைக் கைதுசெய்ய பொதுகூட்ட சட்டம் முதலா னவைகளே போதும். அவர்களின் அக்கிரமத்தைக் கண்டித்து "நியாயஸ்தலத்தில்" ஸரியானபடி நடவடிக்கை நடத்தாதிருக்க இந்த சட்டம் உதவி செய்கிறது.

3. "ஆஸ்திரியாவில் நடைபெறுவது போல் பத்திரிகையின்மீது அவ்வளவு கடின நிபந்தனைகள் இந்த சட்டம் பத்திராதிபர்களுக்கு வைக்கவில்லை" என்கிறார். ஆஸ்திரியாதான்கொடுங்கோலரசு நடத்தும் தேசம். இந்தியாவுக்கு நன்மையே செய்ய வந்திருக்கும் இங்கிலாந்து, பிரிடிஷர்களுக்கும் இந்தியர்களுக்கும் ஸம ஸ்வதந்திரம் "மஹாசாஸன" மூலமாய்க் கொடுத்திருக்கும் இங்கிலாந்து, தாராளக் கட்சியார் ஆட்சி புரியும் இங்கிலாந்து, ஆஸ்திரியா போன்ற கொடுங் கோலரசன்றே? ஏனிந்த பத்திரிகைச் சட்டம் இப்போது? பிரிடிஷர் கள் தங்கள் பரோபகாரத்தை உலகறிய வெளிப்படையாய் இந்தியா வுக்குச் செய்யும் நன்மையா இது? 5000, 10000 ரூபாய் ஜாமீன் எதற்கு? அவன் கெட்டான் ஒரு டிராம் குடியன், எனக்குப் போடு 2 டிராம் ஸங்கதியா இது?

4. "பத்திரிகைகள் விஷயமாய்க் கண்டிப்பான சட்டங்கள் செய்யப் பட்டிருக்கின்றன. அதின்படி 1870 ௵ வரையில் 16 வழக்குகள் பத்திரிகைகளின் பேரில் ஸர்க்காரால் கொண்டுவரப்பட்டன. இவைகளில் ஒன்றிலாவது குற்றம் சாட்டப்பட்டவர் விடுதலை அடையவில்லை. எல்லாரும் தண்டிக்கப்பட்டனர். பிறகு கடின மான ஒரு புதிய பத்திரிகைச் சட்டம் அமுலுக்கு வந்தது. அதின்படி 1908 ௵ முதல் 1909 ௵ முடிவுவரையில் பத்திரிகைகளின்பேரில் வந்த 47 வழக்குகளிலும் இதேமாதிரி நியாயஸ்தலங்களில் அரசாங் கத்தாருக்கு அனுகூலமாக தீர்மானங்கள் செய்யப்பட்டன. இவை யெல்லாம் போரவில்லை. இவற்றில் ஜெயம் நம்முடையதாய் இருந்தபோதிலும் நமது நோக்கம் தோற்கடிக்கப்பட்டுவிட்டது. ஆகையால் இதைக் காட்டிலும் ஒரு கடின சட்டம் ஆவசியகம்

என்றார் ஸர் ரிஸ்லி. எல்லாம் ஸரிதான். முதல்முதல் 37ஊூதில் 16 வழக்குகள் வருவானேன்? பிறகு கடின சட்டம் வந்த இரண்டு வருஷத்தில் 47 வழக்குகள் வருவானேன்? இது புதிய கடினமான பத்திரிகைச் சட்டம் பிறப்பிப்பானேன்? என்ன இத்துடன் பத்திரிகை வழக்குகள் அடங்கி விடுமா? 37ஊூல் 16 வழக்காய் இருந்து 2ஊூல் 47 வழக்கானால் 1 ஊூத்திற்கு எத்தனை வழக்குகள் என்று தரைராசிகம் என்பதை வைத்துப் பார்த்துக்கொள்ளவும். இதற்குமேல் நடப்பது தெய்வத்திற்குத்தான் தெரியும். பத்திராதிபர்கள் அச்சுக்கூடங்களை வெறுங்கையுடன் பறிகொள்ளாமல் 5000, 10000 ரூபாய் தக்ஷிணையுடன் பறித்துக்கொள்ள வேண்டுமென்ற பேராசையா?

5. “பரிசோதகர் கிடையாது. பத்திரிகைகலெல்லாம் யதேச்சையாய் விஷயங்களை விமர்சிக்கலாம், ஆனால் சட்ட அளவுக்குள்தான் விமர்சனம். இது கேவலம் நிர்வாக காரியமல்ல. நியாயஸ்தலத்தில் இதற்குக் கேள்விமுறையுண்டு. 2 மீக்குள் ஹைகோர்ட்டு அப்பீல் உண்டு” என்கிறார். இவரே “நாம் ஒன்றுக்கு பத்து பணம் கட்டினாலும் பத்திரிகைகள் நமக்குச் சரியாய் வருகிறதில்லை. ஆகையால் ஜில்லா மாஜிஸ்திரேட்டுக்கு ஒவ்வொரு முறையிலும் இவ்விரண்டு பிரதிகள் தவறாமல் அனுப்ப வேண்டும். தவறினால் தண்டனை.” “கடல் மூலமாயும் கரை மூலமாயும் வருபவைகளைச் சுங்கச்சாவடிக்காரர்களும் தபாலாபீஸுகளிலும் பிரித்துப்பார்க்கலாம். அவைகள் குற்றமுள்ளவைகளென்று தோன்றினால் அந்தவிடத்து அதிகாரிகளுக்கு அவற்றை அனுப்பிவிட வேண்டும்” என்கிறார். பரிசோதகரில்லாமல் யதேச்சையாய் அரசாங்க காரியங்களை சட்டப்படி விமர்சனம் செய்பவர்களுக்கு இந்த ஜாமீன் நிபந்தனை எதற்கு? ஜில்லா மாஜிஸ்திரேட்டுக்கு இரண்டு பிரதி அனுப்புவது எதற்கு? தபாலாபீஸில் பிரித்துப் பார்ப்பதெதற்கு? இவ்வளவு கொடுமை செய்யக்கூடிய இந்த சட்டம் எதற்கு? பரிசோதகர் வைத்தால் அவர் தலைமீதில் பத்திராதிபர்கள் எல்லாவற்றையும் போட்டுவிடுவார்கள். ஜாமீன் பண தக்ஷிணையுடன் அச்சுக்கூடம் அகப்படாதென்று இந்த தாராள நிபந்தனையா?

6. “ஒவ்வொரு பத்திரிகையும் பிரதி தினமும் இந்தியா ஸ்வதந்திரமடைய வேண்டுமென்று பஹிரங்கமாய்த் தூண்டி போதித்து வருகிறது. அரசாங்கத்திற்கு அனுகூலமான சொற்ப பத்திரிகைகளையும் படிப்போர் வெகு கொஞ்சம். வெகுபேர்கள் இந்தமாதிரி பத்திரிகைகளுக்கு விரோதமாய் நிற்கிறார்கள். ராஜத்துவேஷம் இவர்களின் ஸபையில் தாண்டவம்போட்டு ஆடுகிறது. இந்தக் கூட்டம் பிரதி நிமிஷமும் அதிகரித்துக்கொண்டே வருகிறது. இதை விருத்தி செய்ய இச்சிறுவர்கள்செய்யாத முயற்சியேயில்லை. இந்த துஷ்ட எண்ணத்தை சாந்தமான கிராமவாஸிகள் மனதில் தொத்திக்கொள்ளும்படி மும்முரமான வேலைகள் செய்துவருவதில்

இவர்கள் ஓய்ந்து சலிப்பதேயில்லை. இவர்கள் ஸன்னியாஸி வேஷம் போட்டுக்கொண்டு கிராமங்கிராமமாய்ப்போய் இந்த துஷ்ட ஸமாசாரங்களைப் பரவச் செய்கிறார்கள். ஜனானா ஸ்திரீகளுக்கும் இந்தக் கலக உணர்ச்சியை ஊட்டிவிட்டார்கள். இவர்கள் தயார் செய்த இந்தப் பொதுஜன மனமென்னும் பூமியில் அராஜகப் பயிர்கள் செழித்தோங்கி வளர்ந்து வருகின்றன. அவைகளும் பழம்பழுத்துவர ஆரம்பித்துவிட்டன. ஸர் ஆண்டுரு பிரேசரின் ரெயில்வண்டியை வெடித்து ஊதிவிடப் பார்த்தார்கள். மறுபடியும் சுட்டுக் கொல்லப் பார்த்தார்கள். கிங்ஸ்போர்டை வெடிகுண்டு வீசி கொல்லப்போய் இரண்டு ஆங்கில ஸ்திரீகளைக் கொன்றார்கள். இன்ஸ்பெக்டர் நந்தலால் பானர்ஜி, ஸர்க்கார் வக்கீல் ஆசுதோஷ் விச்வாஸ், ஸர் கர்ஸன் வில்லி, எனது மித்திரர் ஜாக்ஸன் (நாஸிக் கலெக்டர்) டிப்டி சூப்ரிண்டெண்ட் ஷாம்ஷுல் அலம் இவர்களை வெகுதுணிகரமாய்க் கொன்றுவிட்டனர். மூன்று ஒப்புதல் கைதிகளான அப்ரூவர்களில் இருவர் சிறையில் ரிமாண்டிலிருக்கையில் கொல்லப்பட்டனர். மற்றவனின் ஸஹோதரன் பெற்றோர் எதிரில் கொல்லப்பட்டான். டக்கா கலெக்டர் ஆலன் சுடப்பட்டான். ஆனால் அவன் சாகவில்லை. கனம் வைஸிராயின்பேரில் ஆமதாபாத்தில் வெடிகுண்டு எறிந்தார்கள். அம்பால டிப்டி கமிஷனரை வெடிகுண்டு போட்டுக் கொல்லப் பார்த்தார்கள்" என்றார். சாந்தமான ஆரிய ஜனங்கள் இத்தகைய அநாகரிகத் தொழில்களைக் கைக்கொள்ளும்படி செய்தது பிரிடிஷ் ஏகாதிபத்தியத்தின் நிரங்குசப் பிரபுத்துவ அரசாட்சி முறையே தவிர வேறில்லை. ஸரியாய் நாடாண்டால் தீமை எங்கிருந்து வரும்? பிரிட்டிஷ் தன்னரசு முறைமை அதிகாரிகளால் பிரிட்டிஷ் இந்தியா இந்த நிலைமைக்கு வந்துவிட்டது. இந்தக் குற்றம் அரசாங்கத்தின் தேசநிர்வாஸத்திய அகோர சட்டங்களின் பலனே.

7. "ஸ்ரீ பகவத் கீதை முதலானவற்றைத் தங்களுக்கு ஆதாரமானவைகள் என்று சொல்லி இந்து ராஜத்துவேஷிகளும் அராஜகர்களும் அதின் திவ்வியத்தன்மையை அபரிசுத்தப்படுத்துகிறார்கள்" என்று பகவத் கீதைக்காகப் பரிந்து பேசுகிறார். இவருடைய மதாசாரப் புஸ்தகமான பைபிலில் கிறிஸ்து சொல்லியிருப்பதாய்ச் சொல்லியிருக்கும் கோட்பாடுகள்படி இவர் நடக்காததைப் பற்றி இவருடைய பரிதாபமான கபட நிலைமையைக் கண்டு நாம் அனுதபிக்கிறோம்.

இந்த மாதிரி பத்திரிகை சட்டம் முதலானவைகளெல்லாம் லேசான அரசாங்கத்தின் செய்கைகளல்ல. 1857ஞுல் எந்தப் பத்திரிகையிருந்து குழப்பமுண்டாயிற்று? ஆனால் அரசாங்கத்தின் குற்றங்களை எடுத்துக் கண்டிப்பதை அடியோடு தடுத்துவிட்டால் அரசாங்கத்தின் பேரில் அருவருப்புள்ளவர்களின் மனோநிலையை அறிந்துகொள்ளும் நல்ல ஸமயத்தை அரசாங்கத்தார் இழந்துவிடுவார்கள் என்பது நிச்சயம்.

இந்தியா, 12 பிப்ரவரி 1910

புதிய பத்திரிகைச் சட்டம்

இந்த வாரத்தில் கூடிய புதுச் சட்டசபையில் முதல்முதல் இந்திய ஜனப்பிரதிநிதிகள் என்று சொல்லிக்கொள்ளும் சில போலித்தலைவர்கள் கையினாலேயே சுதேசத்தின் குறைகளை எடுத்துக்காட்டிச் சீர்திருத்த வழி குறிக்கும் பத்திரிகைகளை அடக்கச் சட்டம் செய்துவிட்டார்கள். இந்தச் சபையிலிருந்த இந்தியர்களுக்குக்கூடக் கண் தெரியவில்லையே; தம் வாயைப் பொத்திக்கொள்ள தமது கையையே கொடுக்கிறார்கள். இம்மாதிரியான புத்தியீனர்கள் ஜனப் பிரதிநிதியென்று சொல்லுவானேன். சபையிலிருந்த ஆள்களில் ஸ்ரீ மதனமோகன் மாளவியாவும், ஸ்ரீ புபேந்திரநாத் பாஸுவும் தவிர மற்றவர்களெல்லாம் வீண் இரைச்சலிட்டுவிட்டுச் சட்டமாகும்பொழுது தலைவணங்கி ஏற்றுக்கொண்டார்கள். பத்திரிகைகளையடக்கச் சட்டமாய்விட்டது. இனியிதன் பலனை இச்சட்டஞ்செய்தவர்களேதான் அனுபவிக்கப் போகிறார்கள். கெடுவான் கேடு நினைப்பான்.

நம்முடைய நிலைமையை நண்பர்களுக்குத் தெரியப்படுத்திவிடுகிறோம். கல்கத்தாவில் பிரசுரமாகும் 'கர்மயோகின்' பத்திரிகையில் தற்காலத்தில் நாமிருக்க வேண்டிய நிலையை வெகு தெளிவாகச் சொல்லியிருக்கிறார். நமது நோக்கம் எப்பொழுதும் போல் இந்தியாவில் ஸ்வராஜ்யம் ஸ்தாபிப்பதே. இது நடந்தேறுவதில் சந்தேகமேயில்லை. பத்திரிகைச் சட்டமோ அல்லது இதைப் பார்க்கிலும் கொடிய சட்டமோ வந்தாலும் இந்திய ஸ்வராஜ்யத்திற்கு வழியாக ஏற்படுமேயொழிய தடையாகாது.

ஆனால், தேசபக்த கக்ஷியார் இந்த ஸ்வராஜ்யத்தை எல்லோரும் அறிந்த பாதையில் கொண்டுவந்து இந்திய மாதாவைத் திருப்தி செய்ய எத்தனித்தார்கள். இந்த எத்தனத்தில் கவர்ன்மெண்டாருக்குச் சில வாஸ்தவ விஷயங்களைப் பயமில்லாமல் சொல்லவேண்டி நேரிட்டது. எப்போதும் துர்அகங்காரத்தோடிருந்த கவர்ன்மெண்டார் இதைச் சகிக்க முடியவில்லை. அதினால், தேசபக்தர்கள் தங்களுக்கு விரோதி என்று கருதி மிதவாதிகளோடு சினேகம் பாராட்டினார்கள். ஜனநோக்கம் விரோதமாயிருந்தபடியால், மிதவாதிகளால் ஒன்றும் செய்ய முடியவில்லை. அவர்களையே ஜனங்களின் கோபத்தாலுண்

டான ஆபத்தில் நின்று காப்பாற்ற வேண்டியதாய்விட்டது. இது நடுவில் அராஜகத் தொழில் அதிகரித்துக்கொண்டே வந்தது. தேசத்தில் நாலு கக்ஷிகள் ஏற்படும்போலிருந்தது. கவர்ன்மெண்ட் கக்ஷி, மிதவாதக் கக்ஷி, தேசபக்தக் கக்ஷி, அராஜகக் கக்ஷி. இவைகளுள் கவர்ன்மெண்ட் கக்ஷியோடு மதிவாதிகள் சேர்ந்துவிட்டார்கள். இப்போது கவர்ன்மெண் டாருக்கும் அராஜகர்களுக்கும் நடுவேயிருக்கும் தேசபக்தர்களை அடக்கக் கவர்ன்மெண்டார் எத்தனப்படுகிறார்கள். இந்தப் புதுச் சட்டம் அதற்காகத்தான். தேசபக்தர்கள் வாயை மூடிவிட்டால் புதிய இயக்கம் போய்விடும் என்று நம்புகிறார்கள். இது வீண். இப்போதிய இயக்கம் ஸ்வராஜ்யம் அடைந்தாலொழிய அடங்காது. தேசபக்தர்கள் காட்டும் கண்ணுக்குத் தெரிந்த வழியில் ஸ்வராஜ்யம் அடையவொட்டோமென்றால், அராஜகர்கள் காட்டும் உதிரம் சிந்தும் வழிகள்தான் வழியென்பது குறிப்பிடுவது போலிருக்கிறது. இவ்வராஜகர்களை அடக்க இப்போதே கவர்ன்மெண்டாரால் முடிய வில்லை. தேசபக்தர்கள் வாயை மூடிவிட்டால் முடியப் போகிறதா? தேசபக்தர்கள் பேச்சைக் கேட்டுச் சரியான வழியில் வரும் ஜனங்கள் கூட இவர்களை விட்டுவிட்டுக் கொடூரச் செயல்களை மேற்கொள்ளும் அராஜகர்களோடு சேர்ந்துவிடுவார்கள். இந்த நிலையில் முன்னொ ருக்கால் சொல்லியது போல, நாமும் “காசீநாதா இது உன்னருளோ?” என்று சொல்லி சற்று விலகியிருந்து வேடிக்கைப் பார்ப்போம்.

இந்தியா, 12 பிப்ரவரி 1910

காலாடியில் பிரதிஷ்டை

திருவாங்கூர் ஸமஸ்தானத்திற்கும் கொச்சி ராஜ்யத்திற்கும் எல்லையா யுள்ள குன்னத நாடு என்னும் தாலுகாவில் ஒரு சிறு கிராமமாகிய காலாடியில்தான் ஸ்ரீ ஆதி சங்கராசாரியர் பிறந்தார் என்று எல்லோரும் ஒப்புக்கொள்ளுகிறார்கள். சிரிங்ககிரி ஸ்வாமியால் நடத்தப்படும் பிரதிஷ்டையானது இதை இன்னும் பலப்படுத்துகிறது. உலகெலாம் புகழும் இந்தப் பாஷியக்காரரின் பிறந்த இடம் காலக்கிரமத்தில் மறைந்துவிடும்படி விட்டுவிட்ட குறையைத் தற்காலச் சங்கராசாரி யர் நீக்கியதற்கு நாம் நன்றி யறிவுள்ளவர்களாய் இருக்க வேண்டும். தெய்வாவதாரமென்று சொல்லப்படும் ஸ்ரீ ஆதி சங்கராசாரியர் காலமே சமுசயத்தில் இருக்கிறதென்றால், அவருடைய சொந்தச் சரித்திரம் வெகுவாகத் தெரியாததைக் குறித்து ஆச்சரியப் படவேண் டியதில்லை. இவர் 2000 வருஷங்களுக்கு முன் ஜீவித்திருந்தார் என்று சிலரும், 1200 வருஷங்களுக்கு முன்தான் ஜீவித்திருந்ததாக வேறு சிலரும் சொல்லுகிறார்கள். வித்தியாசப்படும் 800 வருடங் களுக்குள்ளாவது அல்லது வேறு எப்பொழுது பிறந்திருந்தாலென்ன? அவர் மகிமை வருஷங்களினால் ஏறவாவது குறையவாவது போகிறதா? அஃதொன்றுமில்லை. இவருடைய ஜீவிய சரித்திரம் தெரியாவிடினும் இவர் செய்த நன்றியைப் பாரத புத்திரர்கள் ஒரு நாளும் மறந்துவிடார் கள். புத்தர் நிர்வாணமடைந்த சில நூற்றாண்டுகளுக்குப் பின் நம் பாரத தேசத்தில் ஒருவித குழப்பம் ஏற்பட்டது. அதில் இம்மை சுகத்தையே பிரதானமாகக் கொண்ட கிரேகர்களாகிய ஹூணர்களின் சம்பந்தத்தினால், நமது பூர்வீகப் பரம்பரையைக் கைவிட்டு நாம் அழிந்துவிடப் போனோம். இந்த ஆபத்தில் நின்றும் நம்மைக் காப்பாற்ற பௌத்த மதத்தால் முடியவில்லை. ஏனென்றால் அது புதிய மத மாகையால், அதினுடைய பரம்பரை இன்னும் ஜனங்களின் மனதில் வேரூன்றவில்லை. நமக்கு அனாதியாக வந்த ரிஷி பரம்பரை ஒன்றுதான் நம்மைக் காப்பாற்றக்கூடும் என்பதை ஸ்ரீ சங்கராசாரியர் அறிந்து வேதாந்த மதத்தை ஸ்தாபித்தார். எல்லாம் க்ஷணிகம், மித்தியை, நீர்க்குமிழி போல் அழிந்து விடும், ஸ்திரமான பொருள் ஒன்றுமே யில்லை என்று சொல்லிக்கொண்டிருந்த பாரத புத்திரர்களைத் திருப்ப அவர்களுடைய முன்னோர்களாகிய மகாரிஷிகள் எவ்வளவோ

தவம் செய்து சம்பாதித்த பராபரப் பொருளை அறிவித்த மகான் அல்லவோ இவர். வேறு எந்தத் தேசத்தில் பரம நாஸ்திகர்களாய், எல்லாம் க்ஷணிகமாகையால், இப்பொழுதனுபவித்ததே லாபமென்று உலக போகங்களில் மூழ்கிக் கிடந்த நம் ஜாதியைப் பார்த்து 'நீயு மவன்' (தத்துவமஸி) என்று சொல்லி, அதை உணரச் செய்து பழய வழிகளில் திருப்ப எந்த மகானால் முடியும். கிரேகர் மூலமாக மேற்கு நாடுகளின் பக்திஹீனமானக் காற்று நம் பாரத நாட்டில் அடிக்கத் தொடங்கிற்று. உடனே இவரைப் போன்ற மகான் வந்து தடுக்க வேண்டியிருந்தது. இவர் நம்முள் எழுப்பிவிட்ட ஆத்ம சக்தியின் வலிமையால்தான் சுமார் 1000 வருஷம் வரையில் பெரிய பெரிய பாஷியகாரர்களும், ஞானிகளும், பக்தர்களும் பாரத பூமியை அலங்க ரித்ததுமன்றி அன்னிய தேசத்தாரின் நாஸ்திகவாதம் நம்மை அண்டவே யில்லை.

இதன் பிறகு மகமதியர்கள் வந்தபொழுது அவர்களைத் தடுக்கப் பெரு முயற்சி ஒன்றும் செய்யப்படவில்லை. நம் பாரத நாடு சோர் வடைந்துகொண்டே வந்ததுமன்றி மகம்மதியர்களும், கிரேகரவ்வளவு நாஸ்திகரல்ல. உலக விஷயங்களைத் தியாகஞ் செய்வது நம்மைப் போல் இவர்களிலும் ஒரு முக்கிய கொள்கை. இவர்கள் மூலமாய் நமக்கு ஆத்ம நாசம் விளையும் என்னும் பயமில்லாவிட்டாலும் ஆரிய பரம்பரையைக் கைவிடக்கூடாதென்று செய்யப்பட்ட ஏற்பாட்டுக்கு ஸ்ரீ வித்யாரண்ய சுவாமி தலைவரானார். இவரை ஆதி சங்கராசாரிய ரின் மறு அவதாரமாகச் சொல்லலாம். இவர் விஜயநகர் ஸமஸ் தானத்தை ஸ்தாபித்து உலகெலாம் புகழடையச் செய்ததுமன்றி வேதம், வேதாங்கங்கள், ஸ்மிருதி, இதிஹாஸ, புராணங்கள் இவைகளை ஒன்றுசேர்த்துப் புஸ்தகங்களாக எழுதிவைத்தார். இவர் சன்னியாசி யாயிருந்தபோதிலும் ஆரிய தர்மத்தைக் காப்பாற்றும் பொருட்டு ராஜ்ய தந்திரியாகவும், ராணுவத் தலைவராகவும் இருந்திருக்கிறார். இம்மாதிரியாக இந்தத் தடவை ஆபத்தில் நின்றும் மீண்டதுகூட ஆதி சங்கராசாரியரின் அனுக்கிரகமென்றே கூறலாம்.

தற்காலத்தில் ஆரிய தர்மத்துக்கு ஒரு பெரிய விபத்து வந்திருக்கிறது உலகமெல்லாம் தெரியும். இந்தியாவில் யாரைக் கேட்டாலும் தருமமழிந்துபோய்விட்டதே! தருமமழிந்துபோய்விட்டதே என்று சொல்லாதவரில்லை. முற்காலத்தில் நாஸ்திகர்களாயிருந்தபோதிலும் சுவகௌரவத்தையும் ஆண்மைத்தனத்தையும் நாம் கைவிட்டோ மில்லை. இப்பொழுது மேற்குத் தேசத்திய நாஸ்திகத்தை (*Materialism*) மேற்கொண்டு நம் ஆண்மைத்தனத்தை இழந்து நம்மால் ஒன்றும் முடியாது, நம்மால் ஒன்றும் முடியாது என்று சொல்லும் பேடிகளாய் விட்டோம்.

இப்படி ரிஷிபுத்திரர்களாகிய நாமெல்லோரும் ஒரே குரலாய் கதறும்போது முன் இரண்டு முறை நம்மைக் காப்பாற்றிய ஸ்ரீ சங்கராசாரியர் இந்த விசைக் கைவிட்டு விடுவாரா? ஒரு நாளுமில்லை.

அவர் மறுபடியும் வரத்தான் போகிறார். அதற்கு முதலடையாளம் இப்போது நடந்தேறும் காலாடி பிரதிஷ்டைதான். இதனால் பாரத தேச உத்தாரணமாக வேண்டியபடியினால், இந்தப் பிரதிஷ்டை வெகு விமரிசையாக நடந்ததென்பதைச் சொல்ல வேண்டியதில்லை. காசியிலிருந்து ஸேது வரையிலுள்ள மதாபிமானிகளையெல்லாம் காலாடியில் காணலாம். பிரதிஷ்டை சென்ற திங்கட் கிழமை நடை பெற்றது. அதற்குப் பத்து நாளுக்கு முன்னதாகவே ஆரம்பித்த ஹோம ஜ்வாலையும், வேத கோஷமும், புராண இதிஹாஸாதி காலக்ஷேபமும் அங்கிருந்தவர்களுக்கெல்லாம் ரிஷிகள் காலத்துப் பாரத தேச நிலைமையைக் காட்டின.

காலாடியிலுள்ள இரண்டு கோவில்களில் ஒன்றில் ஸ்ரீ ஆதி சங்க ராசாரியர் விக்கிரகமும் மற்றொன்றில் சாரதாம்பாள் விக்கிரகமும் பிரதிஷ்டை செய்யப்பட்டன. ஸ்ரீ சிருங்ககிரி ஸ்வாமியின் ஆதீனத்தில் தான் இவை எல்லாம் நடைபெற்றன. புதுவையிலிருந்த ஸ்ரீ சிவகங்கை ஸ்வாமியும் அங்கு விஜயம் செய்திருந்தார். ஸ்ரீ சிருங்ககிரி ஸ்வாமி உபன்னியாசத்தில் கேட்டுக்கொண்டது போல் நாமெல்லாரும் ஸநாதன தர்மத்தை ஸ்தாபிக்க பெருமுயற்சி செய்யவேண்டும்.

இந்தியா, 26 பிப்ரவரி 1910

மஹா சக்திக்கு விண்ணப்பம்

1. மோகத்தைக் கொன்றுவிடு — அல்லா லென்றன்
மூச்சை நிறுத்திவிடு
தேகத்தைச் சாய்த்துவிடு — அல்லா லதில்
சிந்தனை மாய்த்துவிடு
யோகத் திருத்திவிடு — அல்லா லென்றன்
ஊனைச் சிதைத்துவிடு
ஏகத் திருந்துலகம் — இங்குள்ளன
யாவையுஞ் செய்தவளே

2. பந்தத்தை நீக்கிவிடு — அல்லா லுயிர்ப்
பாரத்தைப் போக்கிவிடு
சிந்தை தெளிவாக்கு — அல்லா லிதைச்
செத்த உடலாக்கு
இந்தப் பதர்களையே — நெல்லா மென
எண்ணி யிருப்பேனோ
எந்தப் பொருளினுமே — உள்ளே நின்
றியங்கி யிருப்பவளே

3. கள்ள முருக்காதோ? — அம்மா பக்திக்
கண்ணீர் பெருக்காதோ?
உள்ளந் தெளியாதோ? பொய்யா ணவ
ஊன மொழியாதோ?
வெள்ளக் கருணையிலே — இந்நாய் சிறு
வேட்கை தவிராதோ?
விள்ளற் கரியவளே — அனைத்திலு
மேவி நிறைந்தவளே.

ராமதாஸன்

சூரியோதயம், 13 பிப்ரவரி 1910

மஹா சக்தி

கமாஸ் ராகம் — சாப்பு தாளம்

சந்திரி கையில்
அவளைக் கண்டேன்
சரண மென்று
புகுந்து கொண்டேன்
இந்திரி யங்களைக்
கொன்று விட்டேன்
இயற்கை யதனை
வெள்று விட்டேன். சந்

மீன்கள் செய்யும்
ஒளியைச் செய்தாள்
வீசி நிற்கும்
வளியைச் செய்தாள்
வான்க ணுள்ள
வெளியைச் செய்தாள்
வாழி நெஞ்சிற்
கனியைச் செய்தாள் சந்

பயனெண் ணாமல்
உழைக்கச் சொன்னாள்
பக்தி செய்து
பிழைக்கச் சொன்னாள்
துயரி லாதெனைச்
செய்து விட்டாள்
துன்ப மென்பதைக்
கொய்து விட்டாள். சந்

ஸி. சுப்பிரமணிய பாரதி

சூரியோதயம், 27 பிப்ரவரி 1910

'சூரியோதயம்', 13 பிப்ரவரி 1910

'ஜன ஸ்வதந்திரம் என்ற புலத்தில் "பிரிடிஷ் அதிகாரி" என்ற மாடு மேய்ந்து செடிசெடியாய்த் தின்று அழிக்கிறது.'

'சூரியோதயம்', 20 பிப்ரவரி 1910

'சூரியோதயம்', 27 பிப்ரவரி 1910

சித்திர விளக்கம்

மகமதிய மார்க்கம் ஆபிரிக்காவிலே அளவிறந்து பரவி வருகிறதென்றும் அதைத் தடுத்தாலொழிய ஐரோப்பியர்களுடைய செல்வாக்கு நிலைத்து நிற்பதற்கு இடமிராதென்றும் டாக்டர் கம் என்பதோர் ஐரோப்பியர் வருத்தப்படுகிறாரென்ற செய்தியை ராய்டர் வெகு முக்கியமான விஷயமாகக் கருதி ஐரோப்பிய பாஷைகள் பரவுமிடங்களுக்கெல்லாம் தந்திகளனுப்பியிருக்கிறார். இந்தப் பெருமையையே இவ்வாரச் சித்திரத்திற் திருஷ்டாந்தப்படுத்திக் காட்டியிருக்கிறார். மகமதிய மார்க்கம் பிறந்த அரபி நாடே ஒட்டகத்துக்கும் பெயர் பெற்றதாகையால் மகமதிய மார்க்கத்தை ஒட்டகமாகப் போட்டிருக்கிறோம். டாக்டர் கம் வகையறாவின் பொறாமை நாகரிகத்தைக் கருதுமிடத்து நாயாகப் போட்டிருப்பதின் குறிப்பு விளங்கும். மகமதிய மார்க்கம் ஆபிரிக்காவைக் கவ்விக்கொண்டிருக்கிறது. அது விழுங்காமல் தடுத்து விடவேண்டுமென்று நாய் பொறாமைப்பட்டுக் குலைக்கிறது!

சூரியோதயம், 27 பிப்ரவரி 1910

தமிழ் நாட்டோருக்கு இறுதி விண்ணப்பம்

சகோதரர்களே, கதை நெருங்குகிறது. சமாதானமான நியாய வழிகளிலே உங்களுக்கு ஸ்வதந்திர மார்க்கங்காட்டி வந்ததைக்கூட அதிகாரிகள் நிறுத்தக் கங்கணங் கட்டிவிட்டார்கள். உங்களுக்கோ மறதி அதிகம். ஒருவன் அருகேயிருந்து ஓயாமல் திரும்பத் திரும்பச் சொல்லிக் கொண்டிருந்தால்தான் ஞாபகமிருக்கிறது. மூன்று மாதம் படிப்பதை நிறுத்திவைத்திருந்தால் கதை முழுவதையும் மறந்து போய் விடுகிறீர்கள். மறுபடியும் அடியைப் பிடித்துச் சொல்ல வேண்டியிருக்கிறது.

நாம் கூறிவந்த மார்க்கஞ் சனங்களுக்கு ஹிதமானதுடன் ராஜாங்கத்தாருக்கும் அபாயமில்லாதது. ஆனால் ஆங்கிலேய அதிகாரிகள் அறிவை முழுவதும் இழந்துவிட்டார்கள். வெடிக்குண்டெறிபவர்களுக்கஞ்சி நமது சுதேசிய முயற்சியைக் கழுத்தை நெறிக்கத் தொடங்குகிறார்கள். நமது முயற்சிக்கு வயிரக் கழுத்து — எழுபது கோடி மந்திர வாள் கொண்டு வெட்டினாலும் ஒடிக்க முடியாத கழுத்து — உண்டென்பதை அவர்களறியவில்லை. அவர்கள் எப்படியும் போகட்டும். அவர்களைப் பற்றி எனக்கு விசாரமில்லை. உங்களை நினைக்கும்போதுதான் என் நெஞ்சங் கொதிக்கிறது.

தீராத வறுமை கொண்ட ஜாதி. அழகிழந்துபோன ஜாதி. பார்ப்பதற்குக் கோரமான ஜாதி. கந்தைகளை உடுத்தித் திரியும் ஜாதி. சரீர பலமில்லாத ஜாதி. மனவலிமையில்லாத ஜாதி. ஸ்வதந்திரமில்லாத ஜாதி. கடமையறியாத ஜாதி. நோய் பற்றிய ஜாதி. கல்வியில்லாத ஜாதி. சாஸ்திரமில்லாத ஜாதி. உலக இன்பங்களறியாத ஜாதி. சங்கீதமில்லாத ஜாதி. சிற்பமில்லாத ஜாதி. கவிதையில்லாத ஜாதி. ஐயோ, ஐயோ, நெஞ்சு கொதிக்கிறதே — என்னுடைய இரத்தம் அல்லவா நீங்களெல்லோரும்? உங்களை இந்த நிலைமையில் பார்க்க என் மனம் எப்படிப் பொறுக்கும்? ஒரு நாளா, இரண்டு நாளா? ஒருவரா, இரண்டு பேரா? சகோதரர்களே, நமது முன்னோர்களிருந்த நிலைமையை மறந்து விட்டீர்களோ? அடடா! இன்னமுஞ் சோம்பரா? இன்னமும் உள் விரோதங்களா? இன்னமும் அயர்வா? எப்படிப் பிழைக்கப் போகிறீர்கள்?

ஏழைகளே, நிராயுதபாணிகளே, அற்பாயுளுள்ள நோயாளிகளே — நீங்கள் ஹிந்துக்கள் என்று ஏன் பெயர் வைத்துக்கொண்டிருக்கிறீர்கள்? கல்வியும் அறிவுமில்லாத நமக்கு ஆரிய ஜாதி என்ற கௌரவமெதற்கு? தேஜஸ், வலிமை, பராக்கிரமம், ஸ்வதந்திரம் இவையனைத்துமில்லாத நாம் ராமனென்றும், கிருஷ்ணனென்றும், அர்ஜுனனென்றும் நாமங்கள் புனைந்துகொண்டு ஏன் அந்த மகாத்மாக்களின் பெயருக்குப் பங்கம் விளைவிக்க வேண்டும்?

சகோதரர்களே — ஒரு வார்த்தை மட்டும் சொல்லுகிறேன். இன்னொரு முறை சொல்ல எனக்குச் சந்தர்ப்பங் கிடைக்குமோ கிடையாதோ, அதுவே சந்தேகத்திலிருக்கிறது. ஆகையால் தயவுசெய்து இந்த ஒரு வார்த்தையை மனதில் பதிய வைக்கும்படி உங்கள் பாதங்களில் விழுந்து கேட்டுக்கொள்ளுகிறேன்.

அதாவது, ஏது வந்தாலும் அதைரியப்படாதேயுங்கள். மாதாவை மறந்துவிட வேண்டாம். நியாயத் தவறான செய்கைகள் செய்ய வேண்டாம். தைரியம், உறுதி, இந்த இரண்டுமே நம்மைக் காக்கப் போகிறது. தேசத்தை உத்தாரணஞ் செய்வதற்கு ஒவ்வொருவரும் இயன்றதெல்லாஞ் செய்க. நாம் செய்யக்கூடியது சிறிதுதானேயென்று கருதி அதனைச் செய்யாதிருந்துவிடலாகாது. நியாயமான சட்டங்களை மீற வேண்டாம். அநியாயமான சட்டங்களையெடுத்து விடுவதற்கு இயன்ற முயற்சிகளெல்லாம் செய்ய வேண்டும். சுதேசிய விரதத்தை உயிருள்ளவரை கைவிடாமல் ஆதரித்து வரவேண்டும். மானத்தைப் பெரிதாக நினைக்க வேண்டும். ஸ்வதந்திரத்தை எப்போதுந் தியானஞ் செய்து வர வேண்டும். வந்தே மாதரம்.

ஸி. சுப்பிரமணிய பாரதி

சூரியோதயம், 13 பிப்ரவரி 1910

V
'சுதேசமித்திரன்'

ஸ்ரீ பாரதியாரின் உபதேசம்	423
'மித்திரன்' ஆபீஸ் தொழிலாளர்களின் அன்னதானம்	424
கூடலூரில் ஸ்ரீ சுப்பிரமணிய பாரதி	425
திருவண்ணாமலையில் ஸ்ரீ சுப்பிரமணிய பாரதி	426
திருவண்ணாமலை	427
ஒரு பிராமண ஸபை	428

ஸ்ரீ பாரதியாரின் உபதேசம்

நேற்றிரவு தம்பு செட்டி வீதி சாந்தாச்ரமத்தில் ஸ்ரீமான் ஸி. சுப்பிரமணிய பாரதியார் தனது பாடல்களை இனிமையாய்ப் பாடினார். அச்சமயம் ஸ்ரீ சிவம் நிதிக்கு உண்டி வஷூல் செய்யப்பட்டது. முடிவில் ஸ்ரீ பாரதியார் சபையோரை நோக்கி அடியிற் கண்டபடி உபன்யஸித்தார். வந்தே மாதரம் என்று சொல்வதே ராஜத்துரோக மெனக் கருதப்பட்ட நாள் முதல் ஸ்ரீ சுப்பிரமணிய சிவம் ஸ்ரீ பாரத மாதாவுக்கு இடைவிடாது பக்தி செய்துவந்ததாலும், தமது உள்ளத்தை ஒளிக்காமல் தீரமாய்ப் பேசி வந்ததாலும் கஷ்டமடைந்திருக்கிறார். தேச சேவையிலீடுபட்டு நொந்து மெலிந்திருக்கும் அவ்வீரருக்கு உதவி புரிவது ஸ்ரீ பாரத மாதாவுக்குச் செய்த தொண்டாகும். இச்சமயத்தில் தேச சேவை செய்யப் பல தொண்டர்கள் வேண்டும். பழைய தொண்டர் களை நீங்களாதரிக்காவிடில் புதுத் தொண்டர்கள் எங்ஙனம் துணிந்து முன் வருவர்? இன்னும் ஸ்ரீ சிவத்தின் கைங்கர்யம் பாரத மாதாவுக்கு மிகவும் இன்றியமையாதது. அவர் தேறி மீண்டும் தமது கடமையை செய்வது உங்களைப் பொறுத்து நிற்கிறது. ஆகவே சிவத்தை ஆதரித்து மாதாவை அகமகிழச் செய்யத் தவறாதீர்கள். ஸ்ரீமான் சுப்பிரமணிய சிவனுடைய வீட்டு விலாஸம்: 11, அம்பட்டன் வாராவதி ரஸ்தா, திருவல்லிக்கேணி. பணம் அனுப்புவோர் அவருடைய மேற்கண்ட விலாஸத்துக்கு நேராகவே அனுப்பி விடுதல் நன்று.

சுதேசமித்திரன், 8 ஜனவரி 1921

'மித்திரன்' ஆபீஸ் தொழிலாளர்களின் அன்னதானம்

நேற்று *(23-1-21)* முற்பகல் சென்னை சிந்தாதிரிப்பேட்டையிலுள்ள குருவப்ப செட்டித் தெருவில் *'சுதேசமித்திரன்'* அச்சுக்கூடத் தொழிலாளர்கள் ஒன்றுசேர்ந்து சுமார் *500* பரதேசிகளுக்கு அறுசுவை பதார்த்தங்களுடன் சம்பிரமமாய் விருந்து நடத்தி வைத்தனர்.

'மித்திரன்' உதவி ஆசிரியர்களில் மற்றொருவரான மிஸ்டர் சுப்பிரமணிய பாரதியார் சமயோசிதமாய் ஸ்ரீ முருகக் கடவுள் மீது சில அபூர்வமான தோத்திரங்கள் கவனஞ் செய்து பாடினார்.

சுதேசமித்திரன், 24 ஜனவரி 1921

கூடலூரில் ஸ்ரீ சுப்பிரமணிய பாரதி

கூடலூர், *25–3–21:* ஸ்ரீமான் ஸி. சுப்பிரமணிய பாரதி சென்னையிலிருந்து புறப்பட்டு வியாழக்கிழமை காலை இவ்வூருக்கு வந்துசேர்ந்தார். ஸ்டேஷனில் அவரை இவ்வூர் ஹிந்து முஸ்லீம் தலைவர்கள் வரவேற்றனர். பெரிய ஜனக் கூட்டமும் வந்திருந்தது. ரெயில்வே ஸ்டேஷனிலிருந்து பாரதியார் மேளவாத்தியங்களுடனும் கொடிகளுடனும் வந்தே மாதர கோஷத்துடனும் நகருக்கு அழைத்துச் செல்லப்பட்டார். மாலையில் ஹஸரத்தைக் காண முஸ்லீம் மசூதிக்கருகிலுள்ள பெரிய மைதானத்தில் 5000 ஜனங்களடங்கிய பொதுக் கூட்டம் நடைபெற்றது. மிஸ்டர் பாரதியைக் கண்ட ஜனங்கள் சந்தோஷக் கடலில் மூழ்கி மிகவும் உற்சாகம் காட்டினார்கள். இவ்வளவு வைபவங்களுக்கிடையே மிஸ்டர் பாரதியார் எழுந்து 'தற்கால நிலைமையும் நமது கடமையும்' என்ற விஷயத்தைக் குறித்து இரண்டு மணிநேரம் உபந்யசித்தார். ஜனங்கள் மிகவும் உபந்யாசத்தைக் கேட்டுப் பரவசமடைந்து விட்டனர். இன்றைய தினம் மாலை நியூ டவுனில் இன்னொரு உபந்யாசம் நடைபெறும் என்று ஒரு நிருபர் தந்தி மூலம் அறிவிக்கிறார்.

சுதேசமித்திரன், 25 மார்ச் 1921

திருவண்ணாமலையில் ஸ்ரீ சுப்பிரமணிய பாரதி

ஸ்ரீ சுப்பிரமணிய பாரதியார் நேற்று மாலை கோவிலுக்கு எதிரில் ஒரு பெரிய பொதுஜனக் கூட்டத்தில், 'இந்தியாவின் எதிர்கால நிலைமை' என்ற விஷயத்தைக் குறித்து ஓர் உபந்யாசம் செய்தார். நமது வேதங்களில் வெகு நாளைக்கு முன்பாகக் கூறப்பட்டுள்ள ஏகை சுபாவம் என்ற தத்துவத்தை இப்பொழுதுதான் ஐரோப்பியர்கள் கண்டுகொண்டிருக்கிறார்கள் என்றும், இந்தத் தத்துவத்தைக் கொண்டுதான் நம் பாரத நாட்டின் எதிர்கால நிலைமை சீர்படுத்தப்பட வேண்டுமென்றும், தேசீய விடுதலை அல்லது ஸ்வராஜ்யத்திற்கும் இந்த மார்க்கமே தக்க கருவியாய் இருந்து இந்தியாவே அதற்குத் தலைமை ஸ்தானம் வகிக்க வேண்டுமென்றும், உலகத்தில் நடைபெறும் சம்பவங்களினால் நாம் அப்பேர்ப்பட்ட பாதையில் போய்க்கொண்டிருக்கிறோமென்றும், இந்தியாவின் விடுதலைக்கு எதிரிடையாய் உள்ளவர்களையெல்லாம் கடவுள் சரியானபடி தண்டித்து வருகிறாரென்றும், கூடிய சீக்கிரத்தில் நாம் விடுதலையடைவோம் என்றும் ஸ்ரீ பாரதியார் பேசினார். ஊரெங்கும் இப்பிரசங்கம் ஒரு மஹத்தான பரபரப்பை உண்டாக்கிவிட்டதென்று ஒரு நிருபர் தந்தி மூலம் அறிவிக்கிறார்.

சுதேசமித்திரன், 3 மே 1921

திருவண்ணாமலை

ஸ்ரீமான் சுப்பிரமணிய பாரதி: ஸ்ரீ அருணாசலேசுவரர் கோயில் பதினாறுகால் மண்டபத்தில் ஸ்ரீமான் ஆர்.வி. கிருஷ்ணசாமி ஐயரின் அக்கிராசனத்தின் கீழ் 3—ந் தேதி ஒரு பொதுக் கூட்டம் கூடிற்று. சுமார் ஆயிரம் ஜனங்கள் கூடியிருந்தார்கள். மித்திரன் உப பத்திரா திபர் ஸ்ரீமான் சுப்பிரமணிய பாரதியார் இக்கூட்டத்தில் பிரசன்ன மாகி 'இந்தியாவின் தற்கால நிலைமை' என்னும் விஷயமாய் நீண்ட தோர் பிரசங்கம் தெள்ளிய தமிழ் நடையில் செய்தார். இந்தப் பிரசங்கம் கேட்போர் மனத்தில் உற்சாகத்தையும் எழுச்சியையும் தரத்தக்கதாயிருந்த தென்பதற்கையமேயில்லை. தற்கால இந்தியா உலகத்திற்குப் பரமாசாரியனாக விளங்கிவிட ஏதுவிருக்கிறதென்பதற்கு உதாரணங்கள் பல காட்டினார். இராஜீய ஞானத்தில் இனி ஒப்புவமை யில்லை என்று சொல்லும்படியான மகாத்மா காந்தி இந்தியாவில் உற்பத்தியாயிருக்கிறார் என்றும், விஷயங்களைக் கற்றுக்கொண்டவரை யில் இந்தியா சிஷ்யனாக இருந்ததென்றும், இனி ஆசாரியனாக இருக்கும் பதவியை வகிக்க முன்வந்துவிட்டதென்றும் எடுத்துக் காட்டினார். இனி ஸ்வராஜ்யம் தமக்கு சித்திக்கப்போகிறது நிச்சய மென்றும் தைரியஞ் சொன்னார்.

ஸ்ரீமான் பாரதியின் வரவை எதிர்பார்த்துக் கூட்டம் அதிகமாய்க் கூடிற்று. ஆனால் அவர்க்கு எதிர்பாராது ஏற்பட்ட தேக அசௌகரியத் தினால் அவர் பிரசங்கம் செய்யும்போது இடையிலேயே மீட்டிங்கை விட்டு வெளிச்செல்ல நேர்ந்தது என்றாலும், அவர் 10 நிமிஷ காலத்திற் குள் மீண்டும் வந்து 'ஜயபேரிகை கொட்டடா கொட்டடா' என்று பாட்டுப் பாடியது ஜனங்களுள் ஒரு உற்சாகத்தை எழுப்பியது. அவரும் அந்தப் பாட்டுப் பாடிப் பிரசங்கத்தை மன எழுச்சியுடன் செய்ததைத் திருவண்ணாமலை ஜனங்கள் மறக்கமாட்டார்கள் என்று நமது நிருபர் எழுதுகிறார்.

சுதேசமித்திரன், 5 மே 1921

ஒரு பிராமண ஸபை
திருவல்லிக்கேணியில் கூட்டம்

நேற்று மாலை 5.30 மணிக்கு திருவல்லிக்கேணி கங்கைகொண்டான் மண்டபத்தில் பிராமணரின் தற்கால நிலைமையைக் கவனித்து, இனி யவர்கள் ஸ்வதர்மத்தை நன்கு அனுஷ்டிக்கவும், இதர ஜாதியாரு டன் பிணக்கின்றி தங்கள் யோக க்ஷேமங்களைப் பாதுகாக்கவும், தேச கைங்கரியத்தைச் செய்யவும் என்ன முயற்சிகள் செய்ய வேண்டு மென்று ஆலோசிப்பதற்காக பிராமணரின் ஸபையொன்று கூடிற்று. ஆரம்பத்தில் வெகு சிலரே வந்திருந்தனராயினும், பின்னிட்டு ஸ்ரீமான் சுப்பிரமணிய பாரதி கர்ஜிக்க வாரம்பித்தவுடனே 200 பேருக்கு மேல் கூடிவிட்டார்கள். சில பிராமணரல்லாதாரும் கூட்டத்தில் நின்றுகொண்டிருக்கக் காணப்பட்டனர்.

ஸ்ரீமான் எம். கே. ஆச்சாரியார்

கூட்டத்தில் அக்கிராஸனம் வகித்து முகவுரையாகப் பேசியதாவது: பிராமண சமூகத்துக்குத் தற்சமயம் பலவித கஷ்டங்கள் ஏற்பட்டிருக் கின்றன. பழைய காலத்தைப் போல் இப்போது பிராமணருக்கு சௌகரியங்கள் இல்லை. ராஜாங்கத்தின் ஆதரவு பண்டைக் காலத்தி லிருந்தது போல் தற்சமயம் கிடையாது. பழைய நிலைமை இப்போது அடியோடு மாறிவிட்டது. இனி நாம் பிரயத்தனங்கள் செய்யாமல் முடியாது. நமது வேதங்கள் அனைத்தும் புத்தியில்லாத எழுத்தென்று சில பிராமணரல்லாதார் நினைத்து ஸங்கடப்படுகிறார்கள். பிராமண ருக்கே தங்கள் தர்மத்தில் சிரத்தை குறைந்துவிட்டது. வயிற்றுக்கில்லா மற்போனாலும் நாம் தர்மத்தைக் கைவிடலாகாது. ஜீவனோபாயத்தில் நமக்குள்ள சிரத்தை நமது தர்மத்தைக் காப்பாற்றுவதில் கிடையாது. வர்ணாச்ரம தர்மம் கூடாதென்று நமக்குள்ளேயே சிலர் சொல்ல வாரம்பித்துவிட்டனர். பிராமண தர்மத்தை அடியோடு விட்டுவிடு வதாவென்று நான் கேட்கிறேன். பொது விசாரம் அதாவது நமது சமுதாய நன்மையைக் கவனித்தால் நன்மையுண்டாகாதா? நம்மில் இரண்டொருவர் கூடிப் பேசுவதினால் பயனென்னவென்று கேட்பதில் அர்த்தமேயில்லை. நம்பிக்கையுள்ளவர்கள் தொகையில் கொஞ்சமா யிருப்பினும், மனச்சாட்சிப்படி மட்டும் அவர்கள் நடப்பார்களாகில்,

மற்றவர்களும் அன்னாரைப் பின்பற்றுவார்கள். மன உறுதியுடன் நியாய மார்க்கத்தில் நடக்கும்பட்சத்தில் நமக்கு நிச்சயம் கௌவரமுண்டாகும். நமது இயக்கத்தினால் பிராமணத் துவேஷம் அதிகரிக்காதாவென்றால், அதற்கும் நாம் தயாராயிருக்க வேண்டும். அஞ்சக் கூடாது. அநியாயக்காரர்கள் என்றைக்கும் சண்டைக்குத்தான் வருவார்கள். சொத்து அல்லது ஸுகத்தில் நாம் பங்கு கேட்கிறவரையில் சண்டை ஒழியப்போகிறதில்லை. பிராமண தர்மம் உத்திருஷ்டமானதென்று நான்கு பேராவது காட்டினால், நம்மிடத்திலுள்ள துவேஷம் கட்டாயம் ஒழியும். பலாபேட்சை உதவாது. தைரியமாய் நமது கடமையைச் செய்தால் ஈசுவர ஸங்கல்பம் நமக்கனுகூலமாகவேயிருக்கும். நமக்குள் ஒற்றுமையேற்பட்டு, ஒரு பலமான சமுதாய சக்தியை உண்டுபண்ணப் பார்ப்பது ஒவ்வொருவருடைய கடமையுமாகும்.

தீர்மானங்கள்

பின்கண்ட தீர்மானங்கள் நிறைவேற்றப்பட்டன:

1. பலவகைக் காரணங்களாலும் சந்தர்ப்பங்களினாலும் பிராமண சமூகத்தார் பொதுவாய் தர்ம வழியிலிருந்து பிறழ்ந்துவிட்டதைக் குறித்து இப்பிராமணர் ஸபை வருத்தப்படுவதோடு, ஜாதியின் க்ஷீண திசையைத் தடுக்கப் பின்கண்ட யோசனைகளும் சொல்கின்றது: (அ) சமஸ்க்ருதத்திலும், மத விஷயத்திலும், தர்ம சாஸ்திரங்களிலும், பிராமணச் சிறுவர்களுக்குக் கல்வி போதிக்கச் செய்து, தங்கள் தர்மத்தை செவ்வனே அறியும்படி செய்ய வேண்டும். (ஆ) பிராமண தர்மத்தைச் சரிவர நிறைவேற்றிவைக்க அனுகூலமாயுள்ள தொழில்களில் மட்டும் இறங்கும்படி பிராமணச் சிறுவர்களுக்குப் புத்தி சொல்ல வேண்டும்.

2. பிராமணர் மீது யார் பகைமை காட்டியபோதிலும், அன்பும் பொறுமையும் காட்டி, பிராமணர்கள் எல்லா வகுப்பினருக்கும் ஆத்ம ஞானத்தைத் தீவிரமாய் உபதேசிக்க வேண்டும்.

3. தேசத்தின் தற்போதைய நிலைமையை உத்தேசித்து, பிறப்பினால் பஞ்சமர்களாயிருப்போரை சமூகத்தில் முன்னேற்றவும், பசுவதை மதுபானம் முதலியவற்றை நிறுத்த வேண்டுமென்று அவர்களை நிர்ப்பந்திக்கவும் இக்கூட்டம் பிராமணருக்கு அழுத்தமாய் சிபாரிசு செய்கின்றது.

முதலாவது தீர்மானத்தை அக்கிராசனரே பிரேரேபித்தார். ஸ்ரீமான் டி.கே. ராமசந்திர ராவ் ஆமோதித்தார். 2வது தீர்மானத்தை ஸ்ரீமான் டி.எ. நரஸிம்மாசாரியார் கொண்டுவந்தார். ஸ்ரீமான் ஹரி ராவ் ஆமோதித்தார். 3வது தீர்மானத்தின் பேரில்தான் பலத்த விவாதம் நடந்தது. 'சிபார்சு செய்கின்றது' என்பதற்கு பதிலாக 'கட்டளையிடுகின்றது' என்று தீர்மானத்தைத் திருத்த வேண்டுமென்று ஒருவர்

திருத்தப் பிரேரணை கொண்டுவந்து கடைசியாய் அதை நெருக்க வில்லை. ஸ்ரீமான் ஹரி ராவ் "சமூக முன்னேற்றம்" என்பதற்கு பதிலாக "அந்தஸ்து" என்று திருத்தும்படி யோசனை சொல்ல அது சும்மா பதிவு செய்யப்பட்டது. மூன்று தீர்மானங்களும் ஒருமனதாய் நிறைவேற்றப்பட்டன. ஸ்ரீமான் ஸுப்பிரமணிய பாரதி பொதுவாக பிராமணரல்லாதார் இயக்கத்தின் அஸ்திவாரக் கொள்கையையும், போலி வாதங்களையும் நிர்த்தூளியாக்கியபின் சபை கலைந்தது.

சுதேசமித்திரன், 5 மே 1921

பிற்சேர்க்கை

சில ஆண்டுகளுக்கு முன்பு, Publications Proscribed by the Government of India: A Catalogue of the Collection in the India Office Library and Records and the Department of Oriental Manuscripts and Printed Books, British Library Reference Division. Edited by Graham Shaw and Mary Lloyd. Published by The British Library, London 1985 *என்ற நூலைப் புரட்டிக்கொண்டிருந்தேன். அதில் கீழ்க்காணும் பதிவு காணப்பட்டது.*

1338. Cuppiramaniya Parati (C.)
Intiyarkalil jatiya jakkiam ennannum untakum?
Putuvai: Caikon Cinnaiya Piras [1910?]
16p. 13cm. (Kalkee Series no.1)

சர்வதேச ஒலிபெயர்ப்பு முறையில் பெயர்த்தெழுதப் பட்டிருக்கும் இப்பதிவின்படி சி. சுப்பிரமணிய பாரதி, 'இந்தியர்களில் ஜாதிய ஐக்கியம் ('ஐ' என்பது பிழையாக 'ஜ' எனத் தமிழறியாத நூற்பட்டியாளரால் (bibliographer) பெயர்த்தெழுதப்பட்டிருக்கிறது) எங்ஙனம் உண்டாகும்' என்றொரு சிறு நூலை எழுதி, அது புதுச்சேரி சைகோன் சின்னையாவின் அச்சகத்தில் அச்சிட்டு வெளியிடப்பட்ட தாக இப்பதிவு சொல்கிறது.

பாரதியின் அறியப்படாத எழுத்தை இனங்கண்டுவிட்ட ஆர்வத்தில் அதனைப் பல இடங்களில் தேடினேன். இந்தியாவில் கண்டெடுக்க முடியாமல் கடைசியில் பிரிட்டிஷ் நூலகத்திலேதான் அதைப் பார்வையிட முடிந்தது. மிக்க ஆவலோடு நூலைப் படித்ததும் ஏமாற்றமே மிஞ்சி யது. நூலில் எங்கும் பாரதியின் பெயர் இல்லை. நூலின் நடையும் பாரதியினுடையதாகத் தோன்றவில்லை.

இச்சிறு நூலைத் தடை செய்த அரசாணையினையும் பார்த்தேன் (*G.O.No. 541, Judicial & Confidential, dated*

30 March 1912). இதை யார் எழுதியது என்பதைப் பற்றிய குறிப்பே அதில் இல்லை. தடை செய்வது பற்றிய கலந்தா லோசனைக் குறிப்புகளில் யார் இதனை எழுதியிருக்கக் கூடும் என்பது பற்றிய பேச்சே இல்லை. இதனை அரசாங் கத்தின் பார்வைக்குக் கொண்டுவந்த சி.ஐ.டி. துறை, இது புதுச்சேரியில் அச்சிடப்பட்டது என்றும், இன்னமும் புழக்கத்தில் இருக்கக்கூடுமென்றும் குறிப்பிட்டது. எந்தச் சிறப்புப் பரிசீலனையுமில்லாமல், வாலாயமான முறையி லேயே இது தடைசெய்யப்பட்டிருப்பது தெரிகிறது.

அன்றைய ஆங்கிலேய அரசாங்கம் வலுவானதொரு காவல் துறையினையும் புலனாய்வுப் பிரிவினையும் கொண் டிருந்தாலும் அவற்றை அனைத்தும் அறிந்த, எல்லா வல்லமையும் பொருந்தியதோர் அமைப்பாகக் கொள்ள வேண்டியதில்லை. நூலின் கடைசிப் பக்கத்திலுள்ள 'சூரியோதயம்' விளம்பரத்திலிருந்து அவ்விதழ் மார்ச் 1910இல் தடைசெய்யப்படுவதற்கு முன்பே இவ்வெளியீடு வந்துவிட்டது தெரிகிறது. ஆனால் அதற்கு இரண்டு ஆண்டுகளுக்குப் பிறகுதான் இது சி.ஐ.டி. துறையின் கவனத்திற்கே வந்திருக்கிறது. அதன் பின்பு பறிமுதல் ஆணை பிறப்பிக்கப்பட்டிருக்கிறது.

பிரிட்டிஷ் நூலக நூற்பட்டியில் இந்தப் பதிவு எவ்வாறு இடம்பெற்றது என்று அதன் பதிப்பாசிரியருள் ஒருவரான கிரஹாம் ஷா அவர்களை உசாவினேன். கிடைத்த குறிப்புகளைக் கொண்டு நூற்பட்டியைத் தயாரித்ததாகவும், மேல் விவரங்கள் வேறு எவையும் தம்மிடம் இல்லை என்றும் அவர் தெளிவுபடுத்தினார்.

ஆயினும், 'சூரியோதய'த்தில் பாரதி முக்கியப் பங்காற் றியவர் என்ற முறையில், இந்நூற் கருத்துகள் புதுச்சேரியில் வேகமாகச் செயல்பட்டுவந்த பாரதி குழுவினரின் பொதுவான மனப்போக்கைக் காட்டுவதாகக் கொள்ள முடியும். இதிலும்கூட, முகலாயப் பேரரசர் பாபர் பற்றிய கருத்து, பாரதி சமகாலத்தில் தெரிவித்த கருத்தோடு மாறுபடுகின்றது. மேலும், 'சூரியோதய'த்தில் பாரதி தம் பெயரிலோ, புனைபெயரிலோதான் எழுதியிருக்கிறார். பெயரிடாமல் எழுதியதற்குச் சான்றில்லை.

இவையனைத்தையும் நோக்க இதனைப் பாரதி எழுத வில்லை என்று கொள்வது பொருத்தமாகும்.

இந்நிலையில் அண்மையில் வெளிவந்துள்ள *பாரதிக்குத் தடை* என்ற தமது நூலில் வி. வெங்கட்ராமன், இது பாரதி எழுதியதுதான் என்று நிறுவ முயன்றுள்ளார்.

நூலை நேரிடையாகப் பார்க்காத நிலையில், மேற்கண்ட அரசாணையிலுள்ள இந்நூலின் சில பகுதிகளின் ஆங்கில மொழிபெயர்ப்புவழி அதன் உள்ளடக்கத்தைக் கொண்டும், ஊகங்களின் அடிப்படையிலும் இதை எழுதியது பாரதிதான் என்று வாதிட்டுள்ளார்.

இந்தக் கட்டுரையைப் பற்றிய விவாதம் வெளிப்படையாக நடந்துவிட்டதாலும், இதனைப் பெறுவது அரிதாக இருப்பதாலும், பாரதி ஆய்வாளர்களுக்குப் பயன்படும் என்று கருதி இங்கே முழுமையாக வெளியிடப்படுகின்றது.

○

Kalkee Series No. 1

இந்தியர்களில் ஜாதீய ஐக்கியம் எங்ஙனம் உண்டாகும்?

*(புதுவை 'சூரியோதயத்'தினின்று
பெயர்த்தெழுதப்பட்டது)*

இதர தேசங்களைப் போல் இந்தியாவில் ஒருவனுடைய ஜாதியானது, அவனது ஜன்ம பூமியைக் கொண்டு நிர்ணயிக்கப்பட்டு வியவஹரிக்கப்படுவதில்லை. இங்கிலாந்திற் பிறந்தவனை ஆங்கிலேயனென்றும், ஐயர்லாண்டிற் பிறந்தவனை ஐரிஷ்காரனென்றும், ஜர்மானியிற் பிறந்தவனை ஜர்மானியனென்றும், பிரான்ஸிற் பிறந்தவனைப் பிரஞ்சுக்காரனென்றும், உருஷியாவிற் பிறந்தவனை உருஷியனென்றும், அமெரிக்காவிற் பிறந்தவனை அமெரிக்கனென்றும், சைனாவிற் பிறந்தவனை சைனாக்காரனென்றும் கூப்பிட்டு வழங்குவதை நாம் அறிவோம். இதே காரணத்தைக் கொண்டு இந்தியாவில் வசிப்பவர்களுக்கு இந்தியர்களென்னும் பொதுப் பெயர் இருக்க வேண்டியிருக்க இத்தேசத்தவர்கள் மட்டில் பலவிதப் பெயர்களால் கூப்பிடப்படுகிறார்கள்.

இத்தேசத்தவர்களை எட்டு முக்கிய வகுப்பாக பிரித்திருக்கிறார்கள். அதாவது 1) ஹிந்துக்கள், 2) முகம்மதீயர்கள், 3) பௌத்தர்கள், 4) மதமில்லாதவர்கள், 5) கிறிஸ்தவர்கள், 6) ஸீக்கர்கள், 7) ஜெய்னர்கள், 8) பாரஸீகர்கள். இவ்வெட்டு வகுப்பாரும் இந்தியாவை மாத்ரு பூமியாகக் கொண்டனர். அப்படிக்கிருப்பினும் பல பெயர்களால் கூப்பிடப்படுகிறார்கள். இப்பேதங்கள் மத வித்தியாஸத்தாலுண்டாயிருப்பினும் மத வித்தியாஸத்தையே ஜாதி வித்தியாஸமாக எண்ணி ஒவ்வொரு மதஸ்தனையும் ஒவ்வொரு ஜாதியனாக இதர தேச

ஜனங்கள் நம்மைப் பாவிப்பதுடன் நாமும் நம்மில் சிலரை மகமதீய ஜாதியென்றும், பின்னும் சிலரைப் புத்த ஜாதியென்றும், கிறிஸ்தவ ஜாதியென்றும் கூப்பிட்டு வழங்கி வருகிறோம். கிரேக்கர்கள் முதலிய வர்கள் இந்தியாவின்மேல் படையெடுத்து வந்த காலத்திலும் இந்தியா வாஸிகளுக்கு இந்தியர்களென்னும் நாமங்கொடுத்து வியவஹரித்து வந்தவர்களேயொழிய வேறில்லை.

பின்னும் சில மொகலாயர்கள் படையெடுத்துவந்த காலத்திலும் இந்தியாவின் புத்திரர்களுக்கு இந்தியரென்னும் பொது நாமம் சூட்டியே வியவஹரித்ததாகத் தெரிகிறது. அக்காலத்தில் இந்தியா முழுமைக்கும் ஒரே விதமான வேதாந்த மதம் பரவியிருந்திருக்க வேண்டும், அல்லது ஒருகால் வேறுவித மதங்களிருப்பினும் ஒரு ஜாதியின் பெயரை அவர்களது ஜன்ம தேசத்தைக் கொண்டு கூப்பிடும்பொழுது வழக்கத்தையனுசரித்து இந்தியர்களென்னும் ஒரே நாமம் சூட்டியிருக்க வேண்டும். மதங்கள் பலவகையுள்ள இதர தேசங்களின் சுதேசிகளைப் பல ஜாதியராகப் பிரிவினை செய்து கூப்பிடவில்லை. இங்கிலாண்டு, சீனா, ஜப்பான், அமெரிக்கா முதலிய இடங்களின் சுதேசிகளாகிய இங்கிலீஷ்காரர்களிலும், ஜப்பானியர்களிலும், சீனாக்காரர்களிலும், அமெரிக்கர்களிலும் சிலர் கிறிஸ்து மதத்தையும், சிலர் மகம்மதீய மதத்தையும், இன்னும் பலவித மதங்களையும் அவலம்பித்தபோதிலும், ஹிந்து மதத்தை யவலம்பித்த ஆங்கிலேயன் தன்னை ஹிந்து ஜாதியென்று சொல்லிக் கொள்ளவில்லை, மஹம்மதீய மதத்தை யவலம்பித்த ஓர் அமெரிக்கன் தன்னை மஹம்மதீய ஜாதிக்குச் சேர்ந்ததாக ஒப்புக்கொள்ளவில்லை, அவ்வத் தேசங்களிலுள்ள ஜாதீயாரெல்லாரும் தத்தம் அபிப்பிரா யத்துக்குத் தக்கன மனத்தையும் இஷ்ட தேவதையையும் வைத்துக் கொண்டார்களேயொழியத் தங்கள் ஜாதியைவிட்டு நீங்கவில்லை.

ஆனால் இந்தியாவில் மஹம்மதீயம், கிறிஸ்தவம் முதலிய நூதன மதங்களை நுழைத்த பரதேச மதப்பிரவசன கர்த்தர்களும், அவர் களுக்குச் சகாயமாக இருந்து வேலை செய்த பிற்காலத்திய அயல் நாட்டிலிருந்து வந்து இந்தியாவின் மேல் படையெடுத்த சத்துருக்களும், நூதன மதத்திற் சேர்ந்த இந்தியர்களுக்கு அம்மதப் பெயரைக் கொண்ட ஜாதியரென்று பெயர் கொடுத்து மறுபடியும் இவர்கள் தங்கள் தாய் நாட்டாருடன் கூடிக் கொள்வனைக் கொடுப்பனை செய்தும், உண்டு, உடுத்தி, உலாவியுமிருக்க வொட்டாமல் பிரித்து வைத்துக் காலக்கிரமத்தில் இவர்களது ஸஹோதர இந்தியர்கள்மீது பலத்த துவேஷத்தையும் விருத்தி செய்துவிட்டார்கள். சுயநலத்தை நாடியே இப்பிரதேசப் பாதிரிகளும், மற்றுமுள்ள மத குருமார்களும் இத்தகைய பேதத்தை உண்டுபண்ணிவிட்டார்கள். இந்தப் பேதத்தை அவ்வக்காலத்திய அன்னிய ஜாதி இராஜாங்கங்களும் விருத்தி செய்து தங்கள் நிலமையை உறுதிப்படுத்திக்கொண்டு வந்தன.

இத்தகைய வஞ்சனை வழிபாடுகளால் பாரத மாதாவின் ஸந்தானங்களான இந்தியர்கள், தமக்குள் பலமான ஜாதி வேற்றுமையையும், மத விரோதங்களையும் நாளுக்கு நாள் விருத்தி செய்துகொண்டு விட்டார்கள். இந்த பரஸ்பர விரோதமே வெளிநாட்டார் படையெழுச்சிக்கும் சுதேச இராஜாங்கங்களின் நாசத்திற்கும் காரணமாய் விட்டது. இத்தகைய மித்திர பேதம் பிறதேச மஹம்மதீய எதிரிகளாகிய பாபர் முதலியவர்களால் ஆரம்பிக்கப்பட்டு ஆங்கிலேயர்களால் பரிபூரணத்திற்குக் கொண்டுவரப்பட்டது. *'பிரித்தாளுவது'* என்பது இக்காலத்திய ஆங்கிலேய இராஜதந்திரத்தில் மிக்க கௌரவமான முறையாகக் கொள்ளப்பட்டுக் கையாளப்படுகிறது. இந்த ஓர் மஹா தந்திரத்தைத்தான் கவர்னர் ஜனரலாயிருந்து இப்போதும் பார்லிமெண்டு சபையில் இந்தியாவுக்கு விரோதமாய்ப் பல சதிகள் செய்யும் கர்ஜான் பிரபு வங்காளப் பிரிவினையில் உபதேசித்தது. வங்காளி ஜாதி ஒற்றுமையாயிருந்தால் தம் ஜபம் சாயாதென்று அதை இரண்டாக உடைத்துவிட்டார்.

ஆதி முதல் அந்தியம் வரையில் இந்தியாமேல் படையெடுத்து வந்த ஒவ்வொரு மிலேச்ச ஜாதியும் இந்தியர்களில் வேற்றுமைகளுண்டு பண்ணி அவர்களில் தேசத் துரோகிகளாயும், ஸகோதரத் துரோகிகளாயுமிருந்த சிலரைத் தம்வசம் சேர்த்துக்கொண்டு வஞ்சனையாலும் பலவித மோசங்களாலும் இராஜ்யங்களைக் கைவசப்படுத்திக்கொண்டார்களேயொழிய வீரத்தன்மையோடும் தரும வழியிலும் ஒருவராவது ஒரு அடி பூமிகூட ஸம்பாதிக்கவில்லை. ஆங்கிலேயர்கள் சென்னை இராஜதானியிலும் மற்றுமுள்ள இந்தியாவின் பிராந்தியங்களிலும் என்னென்ன மோசங்களும் மித்திர துரோஹங்களும் செய்து இராஜ்யம் ஸம்பாதித்தார்களென்பது சரித்திரங்களை வாசிக்கத் தெரியும். பூர்வீக பிரதேச மஹம்மதீய எதிரிகளும் இவ்வாறேதான் ஸம்பாதித்தார்கள். இன்றைக்கும் நாளைக்கும் இதுதான் ஆங்கிலேயரின் இராஜ தந்திரம். ஸர்வ ஜீவதயாபரக் கொக்கை போல் (ஓடு மீனோட உறு மீன் வருமளவும் வாடியிருக்குமாங் கொக்கு) இந்தியா காரியதரிசியாகிய மிஸ்டர் மார்லீ துரை இந்தியாவுக்கு நன்மை செய்வதுபோல் சில சீர்திருத்தங்களைக் காட்டி மஹம்மதீயர்களுக்கும் மற்ற இந்தியர்களுக்கும் புதிய வேற்றுமையையும் விரோதத்தையும் மூட்டிவிட்டார்.

இந்தச் சம்பவத்தை யோசிக்குமளவில் இச்சீர்திருத்தங்கள் சர்க்கரையால் மூடப்பட்ட விஷம் போலாகின்றன. இந்தச் சீர்திருத்தங்களால் ஆவது ஒன்றுமில்லாவிடினும் நம்மிலிருக்கும் ஒற்றுமை குன்றி இன்னும் கெட்டு நாசமாய்ப் போக வந்த மாயை என்பதையுணராது நம் மஹம்மதீய சகோதரர்களும் மற்ற இந்தியர்களும் மனஸ்தாபப்படுவது என்ன மதியீனம்! கவர்ன்மெண்டார் தங்கள் சுயநலத்தை உத்தேசித்து மஹம்மதீயர்களை ஹிந்துக்களிடம் சேரவொட்டாமல் மஹம்மதீயர்களுக்கு ஸஹாயம் செய்யும் பாவனையாய் நடிப்பதை நமது மஹம்மதீய சகோதரர்கள் உண்மையென்றெண்ணி நியாய விரோதமான அதிக

சுதந்திரங்களைத் தமக்குத் தனியே கொடுக்கும்படி கேட்டு மனஸ்தாபப் படுவது நல்லதன்று.

பிரதிநிதி எலக்ஷன் எண்கள் ஒவ்வொரு வகுப்பின் ஜனத் தொகைக்குத் தக்கவாறு கொடுக்கப்படுவனவே ஞாயமாகும். எல்லோ ருக்கும் வைத்திருக்கும் சாப்பாட்டையெல்லாம் சிலர் சாப்பிட்டு விட்டுப் போய்விட்டால் எங்ஙனம் ஸஹிப்பது? அரை வயிறோ! கால் வயிறோ! எல்லோரும் ஸமமாகப் பகிர்ந்து சாப்பிடுவதல்லவா ஒரு குடும்பத்திய சகோதரர்களுக்கு அழகும் தருமமும் ஆகும். இந்தத் தருமத்தை நம் மஹம்மதீய சகோதரர்கள் உணராது சண்டையிடுவது என்ன புத்தியீனம்!

ஒரு காலத்தில் சந்தோபசுந்தரர்களென்னும் மஹா பலிஷ்டர்களான ஸகோதரர்களிருவர்களிருந்தனர்கள். இவர்கள் ஒருவருக்கொருவர் மிக்க ஒற்றுமையோடும் அன்போடும் வாழ்ந்து வந்ததால் இவர்களுக்கு எதிராக நிற்க மூவுலகிலும் ஒருவருக்கும் ஸாத்தியப்படாமற் போயிற்று. இவர்களது சத்துருக்களெல்லாம் நடுநடுங்கிப்போய்விட்டார்கள். தேவேந்திரனும் இவர்களுக்குக் கைகட்டி உத்தரவு சொல்லும்படி நேர்ந்தது. இப்படிக்கிருக்கையில் தேவதைகள் இச்சகோதரரின் ஒற்றுமைதான் இவர்களுடைய பலத்துக்குக் காரணமென்பதையுணர்ந்து இவர்களது ஐக்கியத்தைக் கெடுக்கச் சதியாலோசனை செய்ய ஆரம்பித்துத் தங்களிடமிருக்கும் மிக்க ரூபவதியான ஓர் அப்ஸர ஸ்திரீயை இச்சகோதரர்களிலிருக்கும் இடத்திற்குச் சென்று அவர்கள் மனதைக் கவரும்படியான ஜாலங்களையெல்லாம் செய்யச் சொல்லி யனுப்ப அவள் அப்படியே சென்று தன் ரூபலாவண்ணத்தாலும் குலுக்கு மயக்காலும் இவ்விரு சகோதரர்கள் மனத்தில் பெரும் காம விகாரத்தை மூட்டிவிட்டாள்.

மூத்த ஸகோதரன் இவளைத் தான்தான் அடையவேணுமென்றான். இளையவன் இந்த யுவதியை யௌவன பருவத்திலிருக்கும் நான்தான் அடையவேண்டுமென்றான். இப்படிச் சச்சரவு செய்துகொண்டு இம்மோஹினியிடம் வர அவள் உங்களிருவரில் யார் மற்றொருவனைச் சண்டை செய்து ஜயிக்கிறீர்களோ அப்பலவானைத்தான் யான் மணம் புரிவேனென்றாள். இச்சதியாலோசனைக்கு இச்சகோதரர்கள் சம்மதித்து ஒருவரோடொருவர் கத்தி யுத்தம் செய்து சண்டையில் இருவரும் பிராணனை மாய்த்துக்கொண்டார்கள். சத்துருக்களெண் ணமும் பரிபூரணமாய் நிறைவேறிவிட்டது.

இப்போது இந்தியா சீர்திருத்த ஸுதந்திர விஷயத்தில் நம் மஹம்மதீய ஸகோதரர்களும் இதர இந்தியர்களும் சண்டை போட்டுக் கொள்வது இதே கதியைத்தான் விளைவிக்கும். ஆகையால் கதையில் கூறியுள்ள மாயாசொரூபமான வஞ்சக மோஹினியையொத்த போலிச் சுதந்திரங்களுக்காக நம்மவர்கள் தலையுடைத்துக்கொள்ளாமல் தங்கள் அடிமைத்தனத்தைப் போக்கிக்கொள்ள ஒன்றுபட்டுத் தக்கன முயற்சி கள் செய்வார்களாக!

இனிப் பல மதஸ்தர்களடங்கிய இந்தியர்களில் ஜாதீய ஐக்கியத்தை எப்படித் திரும்ப உண்டு பண்ணி விருத்தி செய்வதென்பதை யாலோசிப்போம். நமக்குள் இருக்கும் மதவேற்றுமையைக் கொண்டு ஜாதி வேற்றுமையுண்டாக்கியது பிற தேச எதிரிகளுடையவும் வஞ்சக வேலையென்று முன்னமேயே தெரிவித்திருக்கிறோம். மத வித்தியா சத்திற்காக நம் பந்து மித்திரர்களைத் துறந்தது நமது மதியீனம். மதம் என்பது மன் என்னும் ஸமஸ்கிறத பதத்தினின்று வந்தது. சிந்தித்தல் அல்லது அபிப்பிராயப்படுவதென்று பொருள். ஞானிகளின் அபிப்பிராய பேதத்தால் மத பேதங்களுமுண்டாயின. ஓர் வியவ ஹாரத்தை யோசிக்கும்போது உண்டாகும் அபிப்பிராய பேதத்திற்காக ஒருவன் தன் தாய்தகப்பனையும் பந்து மித்திரர்களையும் துறப்பானே யாகில், அவனை மனிதனென்று எங்ஙனம் கூறுவது? அவன் கேவலம் மிருகத்திற்கு ஒப்பாவான்.

ஆகாயத்தினின்று விழும் எல்லா ஜலங்களும் எப்படிக் கடலையே போய்ச் சேருமோ அவ்வண்ணம் எல்லா மதஸ்தர்கள் செய்யும் ஆராதனைகளும் ஒரே பிரஹ்மத்தைத்தான் சேரும் என்னும் வேதாந்த ஸமரஸ புத்தியை நாம் அடைந்து இனியாகிலும் ஒத்து வாழவேண்டும். எத்தால் வாழலாமென்றால் ஒத்தால் வாழலாமென்று பழமொழி கூறுகின்றது. "ஜாதீய ஐக்கியம் ஒன்றாய்ச் சாப்பிடுவதாலும் கொள் வனை கொடுப்பனை செய்துகொள்வதாலும்தான் விருத்தியாகும், இந்துக்களுக்குள் வருணாச்சிரம பேதங்களிருக்குமளவும் ஹிந்துக் களுக்குள்ளேயே பூரணமான ஐக்கியமுண்டாகாது, அப்படிக்கிருக்க இதர மதஸ்தர்களுக்கும் இவர்களுக்கும் சற்றுக்கூட ஒற்றுமையுண்டாகப் போகிறதில்லை" யென்று சிலர் கூறுகிறார்கள். இதன் உண்மையைச் சற்று நாம் பரிசீலனம் செய்ய வேண்டும். ஒன்றாய்ச் சாப்பிடுவதால் ஐக்கியமுண்டாகுமெனின் காப்பி ஹோட்டல்கள் கிளப்புகள் முதலிய இடங்களில் ஒன்றாயச் சாப்பிடும் பல ஜாதி ஹிந்துக்களுக்குள் ஐக்கியமிருக்க வேண்டும். அப்படிக் காணோம். கொள்வனை கொடுப் பனை செய்துகொள்வதால் ஐக்கியமுண்டாகுமெனின் அப்படிக்கு மில்லை. அதற்கு ஓர் திருஷ்டாந்தம் கூறுவோம்.

உருஷிய ஸ்தீரிகளை ஜப்பானியர் விவாஹம் செய்துகொண்ட னர்கள். அப்படிக்கிருந்தும் இவ்விரு தேசத்தாருக்கும் சண்டையாரம் பிக்கும்போது தாம் செய்துகொண்ட விவாஹங்களையெல்லாம் பரித்தியாகம் செய்துவிட்டார்கள். ஆங்கிலேயரின் சொந்த ஸந்ததியான அமெரிக்கர் தாங்கள் ஸுதந்திரம் பெறத் தங்கள் பந்துக்களான ஆங்கிலேயருடன் யுத்தம் செய்து அமெரிக்காவின் சுதந்திரத்தையுஞ் சுயேச்சையையும் ஸ்தாபித்தார்கள். ஆகையால் உணவிலேயும் கொள் வனை கொடுப்பனையினாலேயுந்தான் ஜாதீய ஒற்றுமையுண்டாகு மென்றெண்ணுவது பிசகு. விதுரர் சூத்திர ஜாதியிற் பிறந்தவரெனினும் தம் மாற்றான் சகோதரர்களான க்ஷத்திரிய ஜாதியைச் சேர்ந்த திருதராஷ்டிர பாண்டவாதிகள்மீது வைத்திருந்த அன்பை, இப்பாரத

நாட்டில் பிறந்த பிரஹ்ம, க்ஷத்திரிய, வைசிய, சூத்திர, புத்த ஜெயினிய, மஹம்மதீய, கிறிஸ்துவ, ஜண்டாளாதி ஜாதியைச் சேர்ந்த ஸகோதரர்கள் பாராட்ட வேண்டும். இவர்களெல்லோரும் ஒரு தாயின் குழந்தைகளென்பதை மறவாது நமது ஹிந்து மாதாவை நெடுநாளைய துயரத்தினின்றும் அடிமைத்தனத்தினின்றும் மீற்று இந்தியர்களென்னும் ஒரேவித ஆஸ்தீக ஜாதியராகிப் பரஸ்பர துவேஷங்களின்றி ஒற்றுமையுடன் வாழ்ந்து அஷ்டைசுவரியங்களை முன்போலும் அனுபவிக்கும்படி ஹிந்துமாதா அருள் புரிவாளாக! இந்த மார்க்கம்தான் வேத ஸம்மதம்.

ஓம்

ஸஹ நாவவது,
ஸஹ நௌ புனக்து,
ஸஹ வீர்யம் கரவாவஹை,
தேஜஸ் விநாவதீத மஸ்து,
மா விதவிஷாவஹை,
ஓம் சாந்தி: சாந்தி: சாந்தி:

ஓம். பரப்பிரஹ்மம் நம்மைக் காப்பாற்றக் கடவதாக! அது நாமெல்லோரும் ஒன்று சேர்ந்து அனுபவிக்கும்படி செய்யக் கடவதாக! நாமெல்லோரும் ஒன்றுசேர்ந்து ஞானத்தைப் பெறும் வல்லமையை அடைவோமாக! நம்முடைய படிப்புகள் ஓங்குக! நாம் ஒருவரை யொருவர் துவேஷியாமல் இருப்போமாக! ஓம் சாந்தி! சாந்தி! சாந்தி!

வந்தே மாதரம்

இதன் விலை: பை *3*

புதுவை — சைகோன் சின்னையா பிரஸ்

- - - - - - - -

சூரியோதயம்

இப்பெயர் கொண்ட வாரந்தப் பத்திரிகை. கல்வி, கைத்தொழில், விவசாயம், வர்த்தகம், தேசாபிமானம் முதலிய விஷயங்களைப் பற்றி மிக்க பயின்ற வித்துவான்களால் எழுதப் பெற்றுப் புதுச்சேரியில் ஸ்ரீயுத கைசோன் சின்னையா பிரஸ்ஸில் பிரசுரஞ் செய்யப்பெற்று வருகிறது. பிரிட்டிஷ் இந்தியா ஸமாசாரங்களும் எழுதப்படுவதுடன் உலகத்தில் நடக்கும் பலவித வினோத சமாசாரங்களும் எழுதப்படும்.

வர்த்தகர்கள் விளம்பரம் செய்துகொள்ள இதைவிட வேறு பத்திரிகை கிடையாது. காகிதம் எழுதித் தெரிந்துகொள்ளவும்.

சந்தா விபரம்

1/2 வருஷ சந்தா . . . . ரூபா *1—12—0*

சான்றுப் பட்டியல்

இதழ்கள்

இந்தியா, 1906 – 1910
அமிர்த குண போதினி, 1928
கர்மயோகி, 1910
குமரி மலர், 1968 – 1983
சுதேசமித்திரன், 1906 – 1921
சூர்யோதயம், 1910
விஜயா, 1910

அரசு ஆவணங்கள்

CID Reports, 1906-1908.
Madras Secret Police Abstracts of Intelligence, 1908.
Native Newspaper Reports, Madras, 1908-1910.
Judicial Proceedings, Government of Madras, 1906-1912.
Public Proceedings, Government of Madras, 1906-1912.

நூல்கள்

பா. இறையரசன், *இதழாளர் பாரதி*, சென்னை, 1995.
பெ. தூரன் (ப – ர்), *பாரதி தமிழ்*, சென்னை, 1953.
ரா. அ. பத்மநாபன், *சித்திர பாரதி*, சென்னை, 1982.
ரா. அ. பத்மநாபன் (ப – ர்), *பாரதி புதையல் பெருந்திரட்டு*, சென்னை, 1982.
ரா. அ. பத்மநாபன் (ப – ர்), *பாரதியின் கடிதங்கள்*, சென்னை, 1982.
பெ. சு. மணி, *பத்திரிகையாளர் பாரதியார்*, சென்னை, 1989.

சீனி. விசுவநாதன், *மகாகவி பாரதி: சில புதிய உண்மைகள்*, சென்னை, 1984.

சீனி. விசுவநாதன், *பாரதியின் கட்டுரைச் செல்வம்*, சென்னை, 1989.

சீனி. விசுவநாதன், *பாரதியின் பத்திரிகை உலகம்*, சென்னை, 1993.

ஆ. இரா. வேங்கடாசலபதி (ப – ர்), *வ. உ. சி.யும் பாரதியும்*, சென்னை, 1994.

ஆ. இரா. வேங்கடாசலபதி (ப – ர்), *பாரதியின் கருத்துப் படங்கள்: 'இந்தியா', 1906 – 1910*, சென்னை 1994.

ஆ. இரா. வேங்கடாசலபதி, *அந்தக் காலத்தில் காப்பி இல்லை முதலான ஆய்வுக் கட்டுரைகள்*, நாகர்கோயில், 2000.

வி. வெங்கட்ராமன், *பாரதிக்குத் தடை*, ராஜபாளையம், 2004.

பாரதி பாடல்கள்: ஆய்வுப் பதிப்பு, தமிழ்ப் பல்கலைக்கழகம், தஞ்சாவூர், 1987.

G. Kesavan, *Bharati and Imperialism: A Documentation*, Sivagangai, 1987.